द रोड लेस ट्रॅवल्ड

मार्ग असा, ज्यावरून खूपच कमी लोकांनी वाटचाल केली आहे

एम्. स्कॉट पेक

The Ten Million Copy Bestseller

द रोड लेस ट्रैवल्ड

मार्ग असा, ज्यावरून खूपच कमी लोकांनी वाटचाल केली आहे

प्रकाशक : वॉव पब्लिशिंग्ज् प्रा.लि., पुणे

मुद्रक : ट्रिनिटी अकादमी फॉर कॉर्पोरेट ट्रेनिंग लि., पुणे

प्रथम आवृत्ती : सप्टेंबर २०२०

पुनर्मुद्रण : ऑक्टोबर २०२५

अनुवादक : जुई नाडकर्णी, रतन वैद्य

ISBN : 978-93-90132-09-6

'The Road Less Travelled' या मूळ इंग्रजी पुस्तकाचा मराठी अनुवाद

The Road Less Travelled

Marg Asa, Jyavarun khupach Kami Lokani Vatchal keli aahe

by M. Scott Peck

विषय सूची

भाग दोन - प्रेम - ६५

भाग तिसरा - उन्नती आणि प्रेम - १५३

भाग चौथा - कृपा - १९९

प्रस्तावना

परिपक्वतेची उंची गाठण्याचा किंवा टाळण्याचा प्रयत्न करणाऱ्या पेशंटस्शी माझ्या दैनंदिन होणाऱ्या संवादातून या पुस्तकातील कल्पनांनी आकार घेतला आहे. परिणामी या पुस्तकात अनेक पेशंटस्च्या वैयक्तिक कथा समाविष्ट आहेत. मानसोपचार पद्धतीत गुप्तता बाळगणं महत्त्वाचं असतं. त्यामुळे पेशंटस्ची नावं व इतर माहिती बदलण्यात आली आहे, आमच्यात जे घडलं ती वस्तुस्थिती न बदलता!

कथा थोडक्यात मांडण्याच्या दृष्टीने काही फेरफार केले आहेत. कारण मानसोपचार पद्धती ही बहुधा दीर्घ काळ चालणारी प्रक्रिया असते, परंतु पुस्तकाच्या गरजेनुसार मी कथेतील फक्त महत्त्वाच्या भागावर लक्ष केंद्रित केल्यामुळे ही नाट्यमय व सहज उलगडणारी प्रक्रिया आहे, असा वाचकांचा गैरसमज होऊ शकतो. त्यातील नाट्य खरं आहे व उलगडा ओघाओघाने होऊ शकतो, परंतु पुस्तक वाचनीय होण्याच्या दृष्टीने या उपचार पद्धतीने स्वाभाविक असलेला संभ्रमाचा व निरुपयोगी ठरलेला कालावधी कथेमधून वगळला आहे.

ईश्वराचा सतत पुल्लिंगी उल्लेख केल्याबद्दल मी दिलगिरी व्यक्त करतो, परंतु तो कोणत्याही संकुचित धार्मिक कल्पनेतून नसून लिखाण साधंसोपं व्हावं या हेतूने केला आहे.

एक मानसोपचारतज्ज्ञ म्हणून हे पुस्तक लिहिताना ज्या दोन गोष्टी मी गृहीत धरल्यात, त्या सुरुवातीलाच नमूद करणं मला योग्य वाटतंय. पहिली म्हणजे मी 'मन' व 'आत्मा' यात फरक केला नाही, त्यामुळे आध्यात्मिक उन्नती व मानसिक प्रगती यामध्येदेखील फरक करत नाही. कारण त्या दोन्ही गोष्टी एकच आहेत.

गृहीत धरलेली दुसरी गोष्ट अशी की, ही प्रक्रिया क्लिष्ट, कठीण व आयुष्यभरासाठी आहे. मानसोपचार पद्धतीच्या साहाय्याने मानसिक व आध्यात्मिक उन्नती साधायची असेल तर ती प्रक्रिया अल्पकालीन व साधीसोपी असून चालणार नाही. मी मानसोपचार पद्धतीच्या कोणत्याही विशिष्ट शाखेशी बांधील नाही. उदा. फ्रॉइड, जंग, ॲडलर किंवा behaviorist व gestalist. माझा विश्वास आहे, की एखादं साधं सरळ सोपं उत्तर अस्तित्वात नाही. मानसोपचाराची संक्षिप्त पद्धती उपयोगी ठरू शकेल आणि तिला कमी लेखू नये परंतु त्याद्वारे मिळणारं साहाय्य नक्कीच वरवरचं असतं.

आध्यात्मिक उन्नतीचा प्रवास दीर्घकाळ चालतो. मी माझ्या पेशंटस्‌चा आभारी आहे, ज्यांनी त्यांच्या प्रवासात मला सहभागी करून घेतलं, कारण त्यांचा प्रवास हा माझादेखील होता आणि या पुस्तकात जे व्यक्त झालंय, ते आम्ही एकत्र शिकलोय. माझ्या अनेक गुरूंचे व सहकाऱ्यांचेसुद्धा मी आभार मानतो. प्रामुख्याने माझी पत्नी लिली हिचे! तिनं इतकं भरभरून दिलंय की पत्नी, पालक, मानसोपचारतज्ज्ञ व एक व्यक्ती म्हणून तिची सुज्ञता माझ्यापेक्षा वेगळी ओळखणं अशक्य आहे.

भाग एक

शिस्त

समस्या आणि दुःख

जीवन कठीण आहे.

हे एक महान सत्य आहे.[1] महान अशासाठी, की जेव्हा तुम्ही ते वास्तव सत्य पाहता, तेव्हा त्यापलीकडे जाता. एकदा का आपण जाणलं, जीवन कठीण आहे आणि एकदा ते स्वीकारलं, तर मग जीवन कठीण राहत नाही. कारण ते स्वीकारल्यावर जीवन कठीण आहे ह्या वस्तुस्थितीने आपल्याला फरक पडत नाही.

जीवन कठीण आहे हे सत्य बरेचजण पूर्णपणे पाहू शकत नाहीत. म्हणून ते उघडपणे किंवा आतल्या आत आपल्या समस्या, दुःख, जबाबदाऱ्या याविषयी तक्रार करत राहतात. असं गृहीत धरून, की जीवन हे नेहमी सोपं सरळ असतं, असायला हवं. लोक अशी समजूत करून घेतात की, त्यांच्या समस्या विशेष अशा दुःखाचं प्रतिनिधित्व करतात, जे फक्त त्यांच्यावर, त्यांच्या कुटुंबावर, त्यांच्या जातीवर, त्यांच्या देशावर किंवा त्यांच्या प्रजातीवर ओढावलं गेलं आहे आणि इतरांवर नाही. ही समजूत ते उघडपणे किंवा मनात व्यक्त करत राहतात. कारण मीसुद्धा अशा तक्रारी केल्या आहेत. त्यामुळे मला हे माहीत आहे.

जीवन म्हणजे समस्यांची मालिका आहे. आपल्याला त्याबद्दल तक्रार करायची आहे की त्या सोडवायच्या आहेत? आपल्याला आपल्या मुलांना अशा समस्या सोडवायला शिकवायचं आहे का?

जीवनातील समस्या सोडविण्यासाठी आपल्याला काही प्राथमिक साधनांची गरज असते. या साधनांच्या संचाला आपण शिस्त म्हणू. शिस्त नसेल तर आपण कोणतीही समस्या सोडवू शकणार नाही. थोड्या शिस्तींचा वापर करून आपण थोड्याच समस्या सोडवू शकतो. आपल्याला सर्व शिस्ती अवगत असतील तर

[1] बुद्धाने सांगितलेल्या चार श्रेष्ठ सत्यांपैकी पहिलं सत्य, 'जीवन दुःख आहे.'

आपण सर्व समस्या सोडवू शकाल.

समस्यांना सामोरं जाऊन त्या सोडविण्यासाठीची प्रक्रिया अतिशय दुःखदायक आहे. त्यामुळेच जीवन कठीण बनतं. समस्या त्यांच्या स्वरूपानुसार आपल्यात नैराश्य, दुःख, क्लेश, एकाकीपणा, अपराधीपणा, पश्चात्ताप, राग, भीती, चिंता, विषण्णता, विफलता अशा भावना निर्माण करतात. शिवाय या भावना अस्वस्थ करतात. बऱ्याचदा अतिशय अस्वस्थ, अनेकदा शारीरिक दुःखाइतक्या यातनामय, कधीकधी आत्यंतिक वेदनेशी बरोबरी करणाऱ्या असतात. खरंतर त्या घटनेतून निर्माण होणाऱ्या दुःखामुळेच आपण त्यांना 'समस्या' असं नाव देतो. जीवनात समस्या अविरतपणे येत राहतात, त्यामुळे जीवन हे नेहमीच कठीण वाटतं. शिवाय त्यात भरपूर दुःख असतं व आनंदसुद्धा असतो.

तरीही समस्यांना सामोरं जाऊन त्या सोडविण्यातच जीवनाचा अर्थ दडला आहे. समस्या यशाला अपयशापासून वेगळं करतात. समस्या आपल्यातील धैर्य व सुज्ञता बाहेर काढतात, खरंतर त्या धैर्य व सुज्ञता निर्माण करतात. समस्यांमुळेच आपली मानसिक व आध्यात्मिक उन्नती होते. जेव्हा मानवाची आत्मिक उन्नती अपेक्षित असते, तेव्हा मानवाच्या समस्या सोडविण्याच्या क्षमतेला आव्हान आणि प्रोत्साहन दिलं जातं. जसं शाळेत मुलांना सोडविण्यासाठी प्रश्न दिले जातात, तसंच जीवनात येणाऱ्या समस्यांचा सामना करून त्या सोडविण्याच्या दुःखाचा अनुभव घेऊनच आपण शिकतो. जसं बेंजामिन फ्रँकलीन म्हणतात, ''ज्या गोष्टी दुःख देतात, त्याच मार्गदर्शन करतात.'' याच कारणास्तव सुज्ञ जन समस्यांची भीती बाळगत नाहीत. उलट त्यांचं स्वागतच करतात आणि खरंतर त्यातील दुःखाचं स्वागत करतात.

आपल्यातील बरेचजण सुज्ञ नाहीत. दुःखाला घाबरून जवळजवळ सर्वजण कमी किंवा जास्त प्रमाणात समस्या टाळण्याचाच प्रयत्न करतात. आपण ही चालढकल करत राहतो, अशा आशेने की समस्या आपोआप सुटेल. आपण त्यांच्याकडे दुर्लक्ष करतो, विसरून जातो किंवा त्या अस्तित्वात नाहीत अशा भ्रमात जगण्याचा प्रयत्न करतो. त्यासाठी आपण अगदी अमली पदार्थांचंसुद्धा साहाय्य घेतो आणि संवेदनाशून्य होण्याचा प्रयत्न करतो. समस्यांना थेट भिडण्याऐवजी आपण त्यांच्याच अवतीभोवती फिरत राहतो. आपण त्यातील दुःखं सहन करण्याऐवजी त्यातून बाहेर पडण्याचाच प्रयत्न करतो.

समस्या व त्यांच्याबरोबर येणारं भावनिक दुःख हे टाळण्याची आपली वृत्ती मानसिक आजाराच्या मुळाशी आहे. प्रत्येकात ही वृत्ती कमी-जास्त प्रमाणात असल्याने बहुतेक जण थोड्याफार फरकाने मनोरुग्ण असतातच. आपल्यातील काहीजण समस्या व दुःख टाळण्यासाठी टोकाची मजल गाठतात, सोपा मार्ग शोधण्याच्या प्रयत्नात वस्तुस्थितीपासून दूर पळतात आणि स्वप्नांच्या दुनियेत रमतात. कार्ल जंगचे मौलिक शब्द असे आहेत, "दुःख सहन करा अन्यथा मानसिक आजार ओढवून घ्या."

मात्र दुःख टाळण्यासाठी जो मानसिक आजार ओढवून घेतला जातो, खरंतर तो आजारच जास्त दुःखदायक बनतो, मोठी समस्या होऊन बसते. आपल्या प्रवृत्तीनुसार बरेचजण हे दुःखदेखील टाळण्याचा प्रयत्न करतात, परिणामी आजार वाढतच जातो. सुदैवाने काहीजण त्यांच्या आजाराचा सामना करण्याचं धैर्य दाखवतात आणि समस्यांतून निर्माण होणारं दुःख कसं अनुभवावं, हे शिकतात, तेही मानसोपचार पद्धतीच्या साहाय्यानेच. समस्या टाळल्याने त्याबरोबर होणारा विकाससुद्धा नाकारला जातो. म्हणूनच जुन्या मानसिक आजारामध्ये आपली वाढ खुंटते, आपण साचून राहतो आणि योग्य उपचार न मिळाल्याने आत्मा शुष्क होऊ लागतो.

म्हणूनच मानसिक व आत्मिक आरोग्य प्राप्त करण्याचं महत्त्व आपण स्वतःमध्ये व आपल्या मुलांमध्ये बिंबवायला हवं. दुःख सहन करण्याची आवश्यकता व महत्त्व, समस्येला प्रत्यक्ष तोंड देणं व त्यातील दुःख अनुभवणं या गोष्टी आपण स्वतःला आणि मुलांना शिकविल्या पाहिजेत. मी आधी उल्लेख केलाय, की जीवनातील प्रश्न सोडविण्यासाठी प्राथमिक साधनांच्या संचाची, म्हणजेच शिस्तीची गरज आहे. त्यानंतर आपल्या लक्षात येईल, की ही साधनं म्हणजे दुःख सहन करण्याची पद्धत आहे. या साधनांद्वारे आपण समस्यांचा सामना करतो. त्या यशस्वीरीत्या सोडवून या प्रक्रियेत आपण शिकतो, प्रगती करतो. आपण जेव्हा स्वतःला व मुलांना ही शिस्त शिकवितो, तेव्हा वास्तवात स्वतःला व त्यांना दुःख सहन करायला, प्रगती करायला शिकवत असतो.

मी ज्याला शिस्त म्हणतो, त्यातील साधनं, तंत्रं कोणती? ज्यायोगे समस्या मुळापासून सोडविल्या जातात व दुःख योग्यरीत्या अनुभवता येतं? यामध्ये चार पद्धती, साधनं आहेत : आनंद पुढे ढकलणे, जबाबदारी स्वीकारणे, सत्याशी

एकनिष्ठ राहणे व समतोल राखणे. या पद्धती सोप्या असून, सहज आत्मसात करता येतात. इतकंच काय, पण अगदी दहा वर्षांच्या मुलालासुद्धा त्या आत्मसात करता येतील. तरीही राज्यकर्ते, प्रतिष्ठित मंडळी त्या पद्धतींचा वापर करायला विसरतात व स्वतःची अधोगती ओढावून घेतात. या पद्धती क्लिष्ट आहेत असं नव्हे, तर इच्छाशक्ती कमी पडते. कारण या पद्धतींत दुःखाला टाळण्याऐवजी सामोरं जावं लागतं आणि जर एखादी व्यक्ती दुःख टाळत असेल तर या पद्धतीसुद्धा टाळेलच. म्हणून प्रत्येक पद्धतीचा सखोल अभ्यास केल्यावर पुस्तकाच्या पुढच्या भागात आपण त्या वापरण्यासाठी लागणारी इच्छाशक्ती म्हणजेच 'प्रेम' याकडे वळू.

आनंद पुढे ढकलणे

काही महिन्यांपासून तीस वर्षांची एक अर्थतज्ज्ञ कामात चालढकल करण्याच्या आपल्या वृत्तीबद्दल माझ्याकडे तक्रार करत होती. वरिष्ठांबद्दल तिच्या काय भावना आहेत आणि त्या अनुषंगाने अधिकार, सत्ता व तिच्या पालकांबद्दल तिचं काय मत आहे हेही आम्ही जाणून घेतलं. काम आणि यश याबद्दलचा तिचा दृष्टिकोन जाणून घेतल्यावर तिचं लग्न, लैंगिक नातं, पतीशी चढाओढ करण्याची तिची इच्छा आणि त्यातून निर्माण होणारी तिची भीती याच्याशी तो दृष्टिकोन कसा निगडित आहे, हे समजलं. मानसोपचार पद्धतीचा काटेकोरपणे व प्रयत्नपूर्वक वापर करूनदेखील तिची कामात चालढकल करण्याची वृत्ती अजिबात कमी झाली नाही. शेवटी एके दिवशी जे उघड, स्पष्ट आहे त्याकडे लक्ष द्यायचं आम्ही ठरवलं. मी तिला विचारलं, ''तुला केक आवडतो?'' तिने होकार दिला. मी पुढे म्हणालो, ''तुला केक जास्त आवडतो का त्यावरचं आयसिंग?'' ती उत्साहाने म्हणाली, ''आयसिंग.'' मी विचारलं, ''आणि तू केक कसा खातेस?'' हे विचारताना, मला वाटलं मी जगातला सर्वांत मूर्ख मानसोपचारतज्ज्ञ असेन. ''नक्कीच, मी आयसिंग आधी खाते.'' तिने उत्तर दिलं. तिच्या केक खाण्याच्या सवयीवरून आम्ही तिची काम करण्याची पद्धत तपासून पाहिली. अपेक्षेप्रमाणे आमच्या लक्षात आलं, की ऑफिसचा पहिला तास ती आवडतं काम करण्यात घालवत असे व नंतरचे सहा तास उरलेलं कंटाळवाणं काम करत बसे. मी सुचविलं, जर तिने ते कंटाळवाणं काम पहिल्या तासात उरकलं तर ती पुढचे सहा तास मजेत घालवू शकेल. एक तासाचा आनंद व त्यानंतर सहा तासांचा त्रास

यापेक्षा एका तासाचा त्रास व त्यानंतर आनंदाचे सहा तास केव्हाही बरे, असं तिला सांगितलं. तिला ते पटलं आणि तिची इच्छाशक्ती प्रबळ असल्याने त्यापुढे तिने कधीही कामात चालढकल केली नाही.

'आनंद पुढे ढकलणे' या प्रक्रियेत जीवनातील दुःख व आनंदाचं असं नियोजन केलं जातं, ज्यायोगे दुःखाला प्रथम सामोरं जाऊन, त्यातून मुक्त होऊन आनंद द्विगुणित होतो. जीवन जगण्याचा हाच योग्य मार्ग आहे.

ही नियोजनाची पद्धत अनेक लहान मुलं आयुष्यात फार लवकर शिकतात, अगदी पाच वर्षांची असतानाच. उदा. काही मुलं मित्राबरोबर खेळताना त्याला आधी डाव देतात व मग स्वतःची वेळ आल्यावर निवान्त आनंद घेतात. सहाव्या वर्षी मुलं केक आधी खाऊन आयसिंग नंतर खातात. मग शालेय जीवनातही आनंद पुढे ढकलण्याची हीच सवय अंगवळणी पडते, विशेषकरून घरचा अभ्यास करताना! बारा वर्षांची काही मुलं पालक मागे लागण्यापूर्वीच घरचा अभ्यास पूर्ण करून मग टी. व्ही. बघतात. पंधरा सोळा वर्षांच्या मुलांकडून असं वागणं सहज अपेक्षित असतं आणि असं वागणं नॉर्मलही समजलं जातं.

या कुमारवयीन मुलांना शिकवत असलेल्या शिक्षकांच्या असं लक्षात येतं, की बरीच मुलं या निकषावर कमी पडतात. काही मुलांमध्ये तर ही आनंद पुढे ढकलण्याची वृत्ती अजिबात विकसित झालेली नसते. ही आहेत समस्याग्रस्त मुलं; हुशार असूनदेखील त्यांना शाळेत कमी मार्क मिळतात. कारण ते अभ्यास करत नाहीत. ते शाळा किंवा क्लासेस बुडवतात, शिवाय तो अविचारीपणा त्यांच्या नातेसंबंधातूनही डोकावतो. त्यांची वारंवार भांडणं होतात, ते अमली पदार्थांच्या आहारी जातात, पोलिसांच्या कचाट्यात सापडतात. 'आधी मजा करा, मग किंमत चुकती करा' हे त्यांचं ब्रीदवाक्य असतं. मग त्यांना मानसोपचारतज्ज्ञांची गरज पडते, परंतु बहुतेक वेळा उशीर झालेला असतो. ही मुलं आपल्या बेजबाबदार, उथळ जीवनशैलीत कुणालाही हस्तक्षेप करू देत नाहीत. मानसोपचारतज्ज्ञांनी पूर्वग्रह न बाळगता, आपुलकीने व प्रेमाने जरी त्यांचा विरोध नाहीसा केला, तरी त्यांच्या या उथळ वृत्तीमुळे मानसोपचार प्रक्रियेत त्यांचा अर्थपूर्ण सहभाग मिळू शकत नाही. ही मुलं मानसोपचार सत्रासाठी नियोजित वेळेवर येत नाहीत. चर्चा करताना महत्त्वाचे व दुःखदायक मुद्दे टाळतात. त्यामुळे सुधरविण्याचा प्रयत्न खूपदा वाया जातो व अशा मुलांना शाळा सोडावी लागते. अशा प्रकारे अपयशाचं

हे चक्र सुरूच राहतं व त्याची परिणती असफल लग्न, अपघात, मनोरुग्णालय किंवा कारागृहात होते.

हे असं का घडत असावं? बहुतेकांमध्ये आनंद पुढे ढकलण्याची वृत्ती तर विकसित होते, परंतु अगदी थोडेजण मात्र ही क्षमता कधीच का विकसित करू शकत नाहीत? अद्याप शास्त्रीयदृष्ट्या याचं खरं उत्तर मिळालेलं नाही. याचा आनुवंशिकतेशी काही संबंध आहे का, हेदेखील स्पष्ट झालं नाही. प्रयोगासाठी गृहीत धरायच्या गोष्टी इतक्या बदलणाऱ्या आहेत, की काहीही निष्कर्ष काढणं अशक्य आहे, परंतु बहुतेक सगळ्या गोष्टी पालकत्वाकडे निर्देश करतात.

पालकांचा अपराध

या शिस्त नसलेल्या मुलांच्या घरात आई-वडिलांचा धाक नसतो असं नव्हे. बहुतेकदा अशा मुलांना त्यांच्या बालपणी पालकांकडून वारंवार कठोर शिक्षा मिळालेल्या असतात - फटके, गुद्दे, लाथा आणि मार तेही अगदी छोट्या चुकांसाठीसुद्धा! परंतु या शिस्तीला काहीही अर्थ नाही. कारण ही शिस्त बेशिस्त आहे.

या शिस्तीला काहीच अर्थ नाही कारण पालकांना स्वतःलाच शिस्त नसते आणि तेच मुलांसाठी बेशिस्तपणाचं उदाहरण बनतात. असे पालक 'मी म्हणतो ते करा, मी करतो तसं नव्हे' या प्रकारचे असतात. मुलांसमोर ते दारू पितात, एकमेकांशी असभ्यपणे, कसलीही भीड न बाळगता भांडतात. ते अस्वच्छ राहतात, आपला शब्द पाळत नाहीत. त्यांचं स्वतःचं आयुष्य अगदी उघडपणे अव्यवस्थित, विसंगत असतं. त्यामुळे मुलांना वळण लावण्याचा त्यांचा प्रयत्न मुलांना अर्थहीन वाटतो. जर वडील आईला नेहमीच मारत असतील व बहिणीला मारल्यामुळे आईने मुलाला मारलं तर त्याला ही शिक्षा योग्य कशी वाटणार? त्याला सांगण्यात आलं की रागावर नियंत्रण ठेवलं पाहिजे तर त्याला ते कसं पटेल? इतरांशी संपर्कात न आल्याने, कोणाशी तुलना करण्याची संधी नसल्याने लहानपणी आपल्या निरागस डोळ्यांना आई-वडील देवासमान वाटतात. आई-वडील ज्या प्रकारे एखादी गोष्ट करतात, तीच पद्धत योग्य असं मुलांना वाटतं. जर मुलाने दररोज आपल्या पालकांना शिस्तीने, संयमाने, सभ्यपणे वागताना पाहिलं व आपलं

आयुष्य समर्थपणे पेलताना पाहिलं, तर जगण्याची हीच योग्य पद्धत आहे असं त्याला मनापासून जाणवतं.

मुलांपुढे आदर्श ठेवण्यापेक्षाही महत्त्वाचं आहे त्यांना प्रेम देणं. अव्यवस्थित व बेशिस्त घरांमध्येसुद्धा खरंखुर प्रेम अस्तित्वात असू शकतं आणि अशा घरांतूनदेखील स्वयंसिद्ध मुलं निर्माण होऊ शकतात. बऱ्याचदा डॉक्टर, वकील, समाजसेवक, शिक्षक अशा सुशिक्षित मंडळींच्या घरात प्रेमाचा अभाव असेल तर ते या जगात बेशिस्त, विध्वंसक मुलं पाठवतात, जी एखाद्या गरीब, हलाखीची परिस्थिती असलेल्या घरातील बेशिस्त मुलाएवढेच बेशिस्त आणि विध्वंसक असू शकतात.

शेवटी प्रेम सगळ्यात महत्त्वाचं आहे. पुस्तकाच्या पुढील भागात प्रेमाच्या रहस्याची उकल करण्यात येईल. मात्र शिस्त हा मुद्दा चांगल्या प्रकारे जाणून घेण्यासाठी प्रेमाशी असलेला त्याचा संबंध समजून घेणे प्रथम आवश्यक आहे.

आपलं ज्या गोष्टीवर प्रेम असतं, ती गोष्ट आपल्याला महत्त्वाची असते आणि मग आपण त्यासाठी वेळ देतो, तिचा आस्वाद घेतो, तिची काळजी घेतो. एखाद्या तरुणाला त्याची गाडी प्रिय असते व तो जास्तीत जास्त वेळ त्या गाडीचं कोडकौतुक करण्यात, देखभाल करण्यात घालवतो तर एखाद्या वयस्कर व्यक्तीला त्याची गुलाबाची बाग आवडते व तो बागेची निगराणी करण्यात वेळ घालवतो, खतपाणी देण्यात वेळ घालवतो, बागेचं निरीक्षण व अभ्यास करण्यात वेळ घालवतो. अशाच प्रकारे आपलं जेव्हा मुलांवर प्रेम असतं, तेव्हाच आपण त्यांची काळजी घेतो, कौतुक करतो, त्यांना वेळ देतो.

चांगली शिस्त लावण्यासाठी वेळ देण्याची आवश्यकता असते. आपण मुलांना वेळ देत नाही तेव्हा आपल्या लक्षात येत नाही, की त्यांना शिस्त लावण्याची गरज आहे. ही गरज सुरुवातीला अप्रत्यक्षपणे व्यक्त होत असते. जेव्हा ती गरज आपल्या लक्षात येण्याइतकी स्पष्ट होते, तेव्हासुद्धा ती आपण या सबबीखाली दुर्लक्षित करतो की त्यांना थोडं त्यांच्या हिशोबाने करून द्या – 'आजतर माझ्यात त्यांच्याकडे लक्ष देण्याइतकी शक्तीच नाहीये.' आणि पळवाट शोधतो किंवा सरतेशेवटी त्यांच्या गैरवर्तनामुळे आणि आपल्याला असह्य झाल्यामुळे शिस्त लावणं भाग पडलं तर आपण समस्या जाणून न घेता, त्यावरील योग्य उपाय न शोधता, जाणीवपूर्वक नव्हे तर रागातून, निष्ठुरपणे शिस्त लादतो.

मुलांना पुरेसा वेळ देणारे पालक मुलांच्या फार मोठ्या चुका नसतानादेखील शिस्त लावण्याची गरज वेळेत ओळखतात आणि गोड बोलणं, कौतुकाचे शब्द उच्चारणं, त्यांना समजावणं असा जाणीवपूर्वक प्रतिसाद देतात. आपली मुलं केक कसा खातात, अभ्यास कसा करतात, खोटं कधी बोलतात, समस्यांना सामोरं जातात की पळवाटा काढतात, या सर्व गोष्टींचं असे हे पालक निरीक्षण करतात. या छोट्या-छोट्या गोष्टींत सुधारणा करण्यासाठी थोडा कडकपणा दाखवतात व थोडं सैल सोडतात, कधी मुलांचं म्हणणं ऐकून घेतात, कधी त्यांना बसून समजावून सांगतात, कधी प्रेरक गोष्टी सांगून त्यांना घडविण्याचा प्रयत्न करतात तर कधी मिठी मारून किंवा पापी देऊन त्यांच्याबद्दलचे प्रेम व्यक्त करतात. मात्र या सर्वांसाठी ते वेळ काढतात.

इतर पालकांपेक्षा प्रेमळ पालकांनी लावलेली शिस्त उच्च प्रतीची असते. फक्त एवढंच नाही, तर प्रेमळ पालक मुलांना वेळ देताना, त्यांच्या गरजा समजून घेताना, त्यांच्यासाठी महत्त्वाचे निर्णय घेताना बऱ्याच वेळा चिंतेने ग्रासून जातात म्हणून खऱ्या अर्थाने मुलांबरोबर तेसुद्धा दुःख भोगतात. या गोष्टी मुलांकडून सुटत नाहीत, ते या गोष्टी बरोबर टिपतात. आपले पालक आपल्याबरोबर दुःख भोगायला तयार आहेत याची त्यांना जाणीव होते. शिवाय लगेच जरी त्यांनी कृतज्ञता व्यक्त केली नाही तरी तेसुद्धा दुःख सहन करायला शिकतात. 'माझे पालक माझ्याबरोबर दुःख भोगायला तयार आहेत म्हणजे दुःख सहन करणं इतकं काही वाईट नसावं आणि मी ते स्वतःहून भोगण्याची तयारी दाखविली पाहिजे.' इथून खरी शिस्त सुरू होते आणि त्यांची स्वतःला घडविण्याची सुरुवात होते.

पालक मुलांना किती वेळ देतात, तो वेळ त्यांच्याबरोबर कसा घालवतात, यावरून मुलांना पालकांच्या आयुष्यात आपलं काय महत्त्व आहे याची कल्पना येते. प्रेमळ नसलेले काही पालक ही कमतरता भरून काढण्यासाठी वारंवार प्रेमाचं प्रदर्शन करतात. आपलं किती प्रेम आहे ते पुनःपुन्हा नाटकीपणे सांगत राहतात परंतु मुलांसाठी मनापासून स्वतःचा वेळ देत नाहीत. मुलंसुद्धा या पोकळ शब्दांनी पूर्णपणे भुलत नाहीत. पालकांचं आपल्यावर प्रेम आहे अशी समजूत करून घेण्याचा प्रयत्न ते करतात आणि पालकांना चिकटून राहतात. मात्र खोल अंतःकरणात कुठेतरी त्यांना माहीत असतं, की आपले पालक शब्दांतून जे व्यक्त करतायत, ते कृतीत दिसत नाही.

या उलट ज्या मुलांना खरं प्रेम मिळतं, ते एखाद्या वेळी रागाच्या भरात जरी असं म्हणाले की त्यांच्याकडे दुर्लक्ष झालंय तरी आत त्यांना जाणीव असते, आपल्याला प्रेम मिळतंय आणि पालकांसाठी आपण महत्त्वाचे आहोत. ही जाणीव खरंतर अमूल्य असते. मुलांना जेव्हा खरोखर वाटतं, त्यांचंही काही महत्त्व आहे, त्यांच्या खोल अंतःकरणात जेव्हा ही गोष्ट उतरते, तेव्हा त्यांच्या नजरेतसुद्धा त्यांचं महत्त्व तयार होतं.

'मी महत्त्वाची व्यक्ती आहे', ही जाणीव, मानसिक स्वास्थ्यासाठी अतिआवश्यक असते व हीच स्वतःला घडविण्यामागची प्रेरणा असते. ही जाणीव पालकांनी दिलेल्या प्रेमाचे फलित असते. हा विश्वास लहानपणीच मिळवला पाहिजे. मोठेपणी तो मिळवणं फारच कठीण असतं. या उलट पालकांच्या प्रेमातून मुलांमध्ये निर्माण झालेला हा विश्वास त्यांच्या आयुष्यात येणारी मोठी वादळंसुद्धा हलवू शकत नाही, त्यांची उमेद नष्ट करू शकत नाहीत.

स्वतः 'महत्त्वाचं' असल्याची जाणीव ही स्वतःला घडविण्याच्या (शिस्त लावण्याच्या) मुळाशी असते, कारण ही जाणीव असल्याशिवाय आपण स्वतःची सर्व प्रकारे काळजी घेणार नाही. स्वतःला घडविणं हेसुद्धा स्वतःची काळजी घेण्यासारखंच आहे. आपण आत्ता आनंद पुढे ढकलणं, वेळेचं सुनियोजन करणं या गोष्टींचा ऊहापोह करत असल्यामुळे, वेळ ही बाब विचारात घेऊ या. आपण स्वतःला महत्त्व देत असाल तरच स्वतःच्या वेळेला किंमत द्याल आणि आपल्या वेळेला किंमत असेल तर स्वतःचा वेळ आपण चांगल्या प्रकारे वापरू शकाल. कामात चालढकल करणारी ती अर्थतज्ज्ञ स्वतःच्या वेळेला किंमत देत नव्हती, नाहीतर ती दिवसाचा जास्तीतजास्त वेळ दुःखी, अकार्यक्षम राहिली नसती. तिला लहानपणी शाळेच्या प्रत्येक सुट्टीला पैसे भरून दूर नातेवाइकांकडे पाठविलं जायचं, तिच्या आईवडिलांना तिची देखभाल करणं शक्य असतानादेखील. त्यामुळे मी महत्त्वाची नाही, प्रेम मिळविण्यासाठी लायक नाही ही जाणीव उराशी बाळगत ती मोठी झाली. त्यामुळे तिने स्वतःकडे दुर्लक्ष केलं. स्वतःला घडवावं, असं तिला कधी वाटलंच नाही. अतिशय बुद्धिमान व कर्तबगार असूनदेखील स्वतःमध्ये बदल घडवून आणण्यास ती असमर्थ होती. कारण स्वतःचं खरं महत्त्व आणि त्यामुळे स्वतःच्या वेळेची खरी किंमत ती स्वीकारत नव्हती. जेव्हा तिने स्वतःच्या वेळेचं महत्त्व जाणलं, तेव्हा तिला वेळेचं नियोजन करावंसं वाटलं, वेळेचा पुरेपूर उपयोग करावासा वाटला.

अशी भाग्यवान मुलं ज्यांना लहानपणी सतत आईवडिलांचं प्रेम व आधार मिळालाय, ती स्वतःचं महत्त्व आणि खोलवर सुरक्षिततेची जाणीव जोपासतच तारुण्यात पदार्पण करतात. सर्वच लहान मुलांना आपल्याला सोडून देतील अशी भीती वाटत असते व त्यामागे कारणदेखील असते. ही भीती साधारणतः वयाच्या सहाव्या महिन्यात निर्माण होते, जेव्हा मूल स्वतःला आई-वडिलांपासून वेगळं असं एक अस्तित्व म्हणून ओळखायला लागतं. याच जाणिवेमधून त्यांना बोध होतो, की आपण अगदी असहाय, पूर्णपणे परावलंबी व जगण्यासाठी सर्वस्वी पालकांच्या अधीन आहोत. लहान मुलासाठी त्याच्या पालकांनी त्याला सोडून देणं मृत्यूसमान असतं. एरवी अज्ञानी, भावनाहीन व असभ्य असलेल्या पालकांनासुद्धा मुलांच्या ह्या भीतीची अंतःप्रेरणेने जाणीव असते आणि म्हणून पालक वारंवार मुलांना दिलासा देत राहतात. 'आई-बाबा तुला एकट्याला सोडणार नाहीत', 'आई-बाबा तुला नक्की परत न्यायला येतील', 'आई-बाबा तुला अजिबात विसरणार नाहीत.' पालकांकडून वर्षानुवर्षं असे शब्द मिळाले आणि अशा शब्दांना साजेशी कृती झाली तर कुमारवयापर्यंत त्या मुलाची त्यांना सोडून दिलं जाण्याची भीती नष्ट होते. त्याऐवजी जग ही सुरक्षित जागा आहे व गरज असेल तेव्हा आपल्याला संरक्षण मिळेल अशी खोल जाणीव त्यांच्यामध्ये निर्माण होते. अशी जाणीव दृढ असलेली मुलं कोणत्याही प्रकारचा आनंद पुढे ढकलून दुःखाला आधी सामोरं जाऊ शकतात. कारण त्यांच्या मनात खात्री असते - ज्याप्रमाणे पालक व घर हे नेहमीच आपल्यासाठी हजर असतील त्याप्रमाणे आनंदाच्या संधीसुद्धा नंतर नक्कीच मिळणार आहेत.

मात्र सगळीच मुलं इतकी नशीबवान नसतात. बरीच मुलं पालकांच्या या आधाराला मुकतात. कधी पालकांच्या मृत्यूमुळे, कधी घटस्फोटामुळे, कधी कुटुंबाचा त्याग करणाऱ्या पालकांमुळे तर कधी त्या अर्थतज्ज्ञ बाईंच्या बाबतीत झालं तसं फक्त निष्काळजीपणामुळे. काही पालक सोडून गेले नसले तरी मुलांना त्यांच्याकडून हवा तो दिलासा किंवा खात्री मिळत नाही. काही पालक मुलांना झटपट वळण लावण्याच्या प्रयत्नात 'आम्ही तुला सोडून जाऊ' या धमकीचा सरळसरळ किंवा आडमार्गाने वापर करतात. मुलांना अशा शब्दात खडसावले जाते. 'तू मला हवं ते केलं नाहीस तर माझं तुझ्यावर प्रेम राहणार नाही आणि याचा काय अर्थ आहे हा तुझा तूच विचार कर.' याचा अर्थ असतो 'सोडून देणे' आणि मुलांच्या नजरेत त्यांचा 'मृत्यू'. मुलांवर ताबा व वर्चस्व मिळविणे या स्वतःच्या

गरजेपोटीं हे पालक प्रेमाचा बळी देतात आणि बदल्यात भविष्याची अतोनात भीती असणारी मुलं त्यांना बक्षीस म्हणून मिळतात. खरोखर सोडून दिलेली किंवा पालकांकडून दुर्लक्षित झालेली मुलं, हे जग सुरक्षित आहे अशी जाणीव निर्माण न होताच तारुण्यात पदार्पण करतात. उलट त्यांना हे जग महाभयंकर व भीतिदायक वाटतं. यामुळे ते भविष्यात मोठा आनंद व जास्त सुरक्षितता प्राप्त करण्यासाठी या क्षणाचा छोटा आनंद व छोटी सुरक्षितता सोडायला तयार होत नाहीत. कारण त्यांच्यासाठी भविष्य हे कायम अनिश्चित आणि संशयास्पदच असतं.

तात्पर्य, या क्षणाचा आनंद पुढे ढकलून दुःखाला सामोरं जाण्याची क्षमता मुलांमध्ये विकसित होण्यासाठी अनुकरण करता येण्याजोगे आदर्श, स्वतः महत्त्वाचे असल्याची जाणीव आणि स्वतःचं अस्तित्व सुरक्षित असल्याचा दृढ विश्वास या गोष्टी आवश्यक आहेत. स्वतःला घडविण्याच्या प्रक्रियेतून, पालकांकडून सतत मिळणाऱ्या प्रेमामुळे हा 'अमूल्य ठेवा' प्राप्त करता येतो. हाच आई-वडिलांकडून मुलांना मिळणारा मौल्यवान वारसा आहे. आई-वडिलांकडून ही देणगी मिळाली नाही तर दुसरे मार्ग उपलब्ध आहेत, परंतु त्यासाठी प्रयत्नांची शिकस्त करावी लागते. बऱ्याच वेळा ती आयुष्यभर चालू शकते आणि तरीही बहुधा अयशस्वीच ठरते.

समस्या सोडविणे व काळ

पालकांचे प्रेम किंवा त्याचा अभाव याचा मुलांनी स्वतःला शिस्त लावण्याच्या क्षमतेवर व आनंद पुढे ढकलण्याच्या क्षमतेवर होणारा परिणाम आपण पाहिला. आनंद पुढे ढकलण्याची क्षमता नसल्यामुळे आपलं आयुष्य अप्रत्यक्षपणे कसं उद्ध्वस्त होतं, ते आता पाहूया. सुदैवाने बऱ्याच जणांमध्ये ही क्षमता विद्यार्थिजीवन सुरळीत पार पडण्याइतपत व तरुणपणी तुरुंगात न जाण्याइतपत विकसित झालेली असते. तरीही तो विकास परिपूर्ण नसतो व परिणामतः आयुष्यातील समस्या सोडविण्याची आपली क्षमता परिपूर्ण नसते.

वयाच्या सदतिसाव्या वर्षी मी वस्तूंची दुरुस्ती करायला शिकलो. त्यापूर्वी नळाच्या दुरुस्तीची कामं, खेळणी ठीकठाक करणं किंवा सूचना पुस्तिकेनुसार फर्निचरची जोडाजोड करणं हे माझे सारे प्रयत्न असफल, तापदायक व निराशाजनक

ठरले. जरी मी डॉक्टर झालो व कुटुंबाचा उदरनिर्वाह करण्याइतका यशस्वी असलो, तरी मी स्वतःला यांत्रिक बाबतीत बुद्धू समजत होतो. माझी अशी खात्री होती, की ही कमतरता आनुवंशिक आहे किंवा कसल्याशा शापामुळे माझं यंत्रांशी सख्य नाही. सदतिसावं वर्ष संपता संपता वसंत ऋतूतील एका रविवारी फिरायला गेलो असता शेजारचा एकजण गवत कापायचं यंत्र दुरुस्त करताना मला दिसला. त्याला अभिवादन करून मी म्हणालो, ''मला तुझं कौतुक वाटतं. मला असं काही दुरुस्त करणं जमत नाही व मी ते कधी केलंही नाही.'' माझा शेजारी ताडकन उत्तरला, ''कारण तू वेळ देत नाहीस.'' मी पुन्हा चालायला लागलो. एखाद्या गुरूप्रमाणे साधा-सोपा, उत्स्फूर्त व ठाम असा त्याचा प्रतिसाद पाहून मी थोडा अस्वस्थच झालो. 'तो जे म्हणाला ते तुला बरोबर वाटतंय?' मी स्वतःला विचारलं. कसं कोण जाणे, परंतु याची नोंद घेतली गेली व पुढच्या वेळी छोट्याशा दुरुस्तीची संधी चालून आली तेव्हा मी 'वेळ देण्याची' आठवण स्वतःला करू शकलो. माझी पेशंट गाडी पार्क करत असताना तिच्या गाडीचा हॅन्डब्रेक अडकला पण तिला इतकंच माहीत होतं, की तो सुटण्यासाठी डॅशबोर्डच्या खाली जाऊन काहीतरी करावं लागतं. मी जमिनीवर आडवा होऊन कारच्या पुढच्या सीटच्या खाली गेलो. थोडं थांबून स्वतःला शांत केलं. शांत झाल्यावर मी तिथल्या परिस्थितीकडे पाहिलं आणि बराच वेळ मी पाहतच राहिलो. प्रथम मला वायर, ट्यूब, रॉड यांचं जाळं दिसलं, जे मला समजत नव्हतं. हळुहळू, सावकाशपणे ब्रेकच्या भागावर मी लक्ष केंद्रित करू शकल्याने त्याचं कार्य उलगडलं. मग मला स्पष्ट झालं, की तिथे एक छोटं लॅच होतं ज्यामुळे ब्रेक अडकून बसला होता. मी सावकाशपणे त्या लॅचचं निरीक्षण केलं तेव्हा मला स्पष्ट झालं, की बोटांनी ते लॅच वर ढकललं तर सहज वर जाईल व ब्रेक सुटेल. मग मी तसं केलं. एक छोटीशी कृती, बोटांचा किंचित जोर आणि समस्या सुटली. मी कुशल मेकॅनिक झालो होतो.

मला यांत्रिक बाबींचं ज्ञान नव्हतं आणि ते मिळविण्यासाठी खरंतर मी वेळ दिलाही नव्हता. किंबहुना यांत्रिक नसलेल्या गोष्टींनाच मी प्राधान्य दिलं होतं. आता माझ्या लक्षात आलंय, की हा मी निवडलेला पर्याय होता. हा मला काही शाप नव्हता किंवा आनुवंशिक दोषही नव्हता किंवा असमर्थता नव्हती. शिवाय मला माहीत आहे, की मी किंवा मानसिकदृष्ट्या निरोगी असणारं कुणीही प्रत्येक समस्या सोडवू शकतं जर वेळ देण्याची तयारी असली तर.

हा महत्त्वाचा मुद्दा आहे, कारण बरेच लोक जीवनातील बौद्धिक, सामाजिक किंवा आध्यात्मिक समस्या सोडविण्यासाठी आवश्यक वेळ देत नाहीत. जसं मी यांत्रिक समस्या सोडविण्यासाठी वेळ देत नव्हतो. मला यांत्रिक साक्षात्कार होण्यापूर्वी ही घटना घडली असती तर मी डॅशबोर्डच्या खाली डोकावले असते, काही समजून न घेता थोड्याशा वायर खाली-वर केल्या असत्या व मग काहीही निष्पन्न न झाल्यामुळे हात झटकून म्हणालो असतो, 'हे मला जमणार नाही.' अगदी याच पद्धतीने आपल्यातील बरेचजण दैनंदिन जीवनातील समस्यांना सामोरं जातात. आधी उल्लेख झालेली अर्थतज्ज्ञ मुळात प्रेमळ व काळजी घेणारी होती, परंतु आपल्या दोन मुलांच्या बाबतीत ती हतबल होती. आपल्या मुलांच्या भावनिक समस्या जाणण्याइतपत किंवा मुलं वाढविण्यात आपण कुठे कमी पडतोय हे लक्षात येण्याइतकी निश्चितच ती जागरूक होती, परंतु समस्या आल्यानंतर मुलांच्या बाबतीत ती अजाणतेपणी या दोनपैकीच एक पर्याय निवडायची: एकतर ती स्वतःच्या मनात येईल ती पहिली गोष्ट त्यांना जबरदस्तीने करायला लावायची - जास्त नाष्टा करायला लावायची किंवा लवकर झोपायला लावायची - जरी या गोष्टींचा समस्येशी संबंध नसला तरी! दुसरा पर्याय म्हणजे, पुढच्या वेळी माझ्याकडे (दुरुस्ती करणारा मनुष्य) येऊन ती निराशपणे म्हणायची : ''हे माझ्या आवाक्यापलीकडे आहे. मी आता काय करू?'' खरंतर ती कुशाग्र बुद्धीची व सारासार विचार करणारी अशी स्त्री होती आणि ऑफिसमधील गुंतागुंतीच्या समस्या सोडविण्याची तिच्यात क्षमतादेखील होती. तरीही कौटुंबिक बाबतीत समस्या हाताळताना ती निर्बुद्धपणे वागत असे. इथे गरज वेळ देण्याची होती. कौटुंबिक प्रश्न आल्यावर ती इतकी अस्वस्थ होत असे, की तिला ताबडतोब उपायांची गरज भासे. समस्या समजून घेण्यासाठी जेवढ्या वेळेची गरज असे, तेवढा वेळदेखील ती अस्वस्थता सहन करू शकत नव्हती. समस्यांवरील उपाय तिच्यासाठी आनंद होता व तो आनंद काही मिनिटांसाठीसुद्धा ती पुढे ढकलू शकत नव्हती. परिणामतः तिचे उपाय बहुतेक वेळा अयोग्य असत. त्यामुळे तिचं कुटुंब कायम अशांततेत असे. तिने मानसोपचार सातत्याने घेतल्यामुळे सुदैवाने ती कौटुंबिक समस्यांना समजून घेण्यासाठी वेळ द्यायला व विचारपूर्वक मिळणारे परिणामकारक उपाय शोधायला शिकली.

मी इथे मानसिक असंतुलन असलेल्या लोकांबद्दल बोलतोय, असं नव्हे. कारण आपण सर्व त्या अर्थतज्ज्ञ बाईंसारखेच आहोत. आपल्यातील कितीजण

असं म्हणू शकतील, की ते त्यांच्या मुलांच्या समस्यांसाठी किंवा कौटुंबिक तणाव समजून घेण्यासाठी नेहमीच पुरेसा वेळ देतात? आपल्यातील कोण इतकं परिपूर्ण आहे जेणेकरून कौटुंबिक समस्यांच्या वेळी 'हे माझ्या आवाक्याबाहेर आहे' असं हताशपणे कधीच म्हणत नाही?

झटपट उपाय शोधण्याचे उताविळपणे केलेले अपुरे प्रयत्न याहीपेक्षा मोठा दोष आपण समस्यांना कशा प्रकारे सामोरं जातो, यात आहे. जो दोष अतिशय मूलभूत, घातक, सर्वव्यापी आहे. तो म्हणजे समस्या आपोआप सुटतील अशी आशा बाळगणं. एका छोट्याशा शहरात मानसोपचार घेणाऱ्या ग्रुपमधील एका तीस वर्षांच्या अविवाहित तरुणाचे दुसऱ्या एका सदस्याच्या नुकत्याच घटस्फोट घेतलेल्या बायकोशी संबंध होते. त्या तरुणाला माहीत होतं, की तो सदस्य अतिशय रागीट असून बायको सोडून गेल्यामुळे खूप दुखावलेला आहे. तरुणाला कल्पना होती, की सदस्याच्या बायकोशी असलेले आपले संबंध लपविल्याने तो ग्रुपची व त्या सदस्याची फसवणूक करत आहे. कधी न कधी हे संबंध नक्कीच उघड होणार याची त्या तरुणाला भीती होती. त्याला माहीत होतं, की या समस्येवर एकच उपाय आहे, तो म्हणजे ग्रुपमध्ये आपल्या संबंधाबद्दल कबुलीजबाब देणं व ग्रुपच्या साहाय्याने त्या सदस्याच्या रागाला तोंड देणं. मात्र त्याने काहीही केलं नाही. तीन महिन्यांनी त्या सदस्याला याबद्दल कळलं, अपेक्षेप्रमाणे तो प्रचंड भडकला व त्याने ग्रुप सोडला. ग्रुपमध्ये जेव्हा या घातक वागणुकीबद्दल त्या तरुणाला जाब विचारला गेला, तेव्हा तो म्हणाला, 'मला माहीत होतं याबद्दल बोलणं मला फार अवघड जाणार आहे आणि मी काहीच बोललो नाही तर कदाचित यातून सुटू शकेन. मला असं वाटलं, की काही काळ थांबलो तर समस्या आपोआप सुटेल.'

समस्या आपोआप सुटत नाहीत. त्या प्रयत्नपूर्वक सोडवाव्या लागतात नाहीतर त्या तशाच राहतात, मानसिक आणि आत्मिक विकासात अडथळा बनतात.

ग्रुपने त्या तरुणाला स्पष्टपणे जाणीव करून दिली की, समस्या आपोआप सुटेल अशी आशा बाळगून समस्या टाळण्याची वृत्ती हीच त्याची खरी समस्या आहे. चार महिन्यांनंतर त्याने आपली फिरतीची नोकरी अचानक सोडून दिली व फर्निचर दुरुस्तीचा व्यवसाय सुरू करून आपलं स्वप्न पूर्ण केलं. ग्रुपने त्याचं लक्ष या वस्तुस्थितीकडे वेधलं, की तो सगळी भिस्त या व्यवसायावर ठेवतोय.

शिवाय हिवाळा तोंडावर असताना व्यवसाय सुरू करणं कितपत योग्य आहे परंतु त्या तरुणाने हा नवीन व्यवसाय चालेल असा विश्वास दर्शविला आणि तो विषय तिथेच थांबला. नंतर फेब्रुवारीमध्ये त्याने ग्रुप सोडण्याचा निर्णय कळवला कारण फी देणं त्याला शक्य नव्हतं. त्याचा धंदा बुडाला होता व तो नोकरीच्या शोधात होता. पाच महिन्यात त्याने फक्त आठ वस्तू दुरुस्त केल्या होत्या. त्याने नोकरी शोधायला आधीच सुरुवात का केली नाही, असं विचारल्यावर तो म्हणाला, 'सहा आठवड्यांपूर्वीच माझ्या लक्षात आलं की माझे पैसे भराभर संपत आहेत परंतु अशी वेळ येईल असं वाटलं नाही. तातडीने हालचाल करण्याची गरज मला वाटलीच नाही परंतु आता नाइलाज आहे.' त्याने नक्कीच त्याच्या समस्येकडे दुर्लक्ष केलं होतं. हळूहळू त्याच्या लक्षात आलं, की समस्येकडे दुर्लक्ष करण्याची त्याची समस्या तो जोपर्यंत सोडवत नाही, तोपर्यंत तो पहिलं पाऊलसुद्धा उचलू शकणार नाही – अगदी जगातील सगळ्या मानसोपचारांचं साहाय्य घेतलं तरी!

समस्यांकडे दुर्लक्ष करण्याची वृत्ती म्हणजे आनंद पुढे न ढकलू शकण्याचाच प्रकार आहे. पूर्वी सांगितल्याप्रमाणे समस्येला सामोरं जाण्याची कृती दुःखदायक असते. समस्येला सामोरं जायला परिस्थितीने भाग पाडण्याआधीच स्वतःहून समस्येचा सामना करणं म्हणजे कमी दुःखदायक किंवा आनंददायक असं काहीतरी दूर सारून अधिक दुःखदायक परिस्थिती ओढावून घेण्यासारखं आहे. भविष्यात दुःख भोगण्याची गरज पडू नये या आशेने वर्तमानात दुःख सहन करण्याचा पर्याय निवडण्यासारखंच हे आहे. याउलट काहीजणांकडून जे घडतं ते म्हणजे, वर्तमानातील आनंद सुरू ठेवणे किंवा समस्येचं दुःख टाळत राहणे आणि अशी आशा ठेवणे की कदाचित भविष्यात हे दुःख सहन करण्याची गरजच पडणार नाही.

आपणास असं वाटेल, की स्पष्ट दिसणाऱ्या समस्यांकडे दुर्लक्ष करणाऱ्या तरुणाचा भावनिक व मानसिक विकास झालेला नाही, परंतु मी म्हणतो तो सर्वांसारखा आहे आणि त्याची अपरिपक्वता आपल्या सगळ्यांमध्ये आहे. लष्करातील एक मोठा अधिकारी मला एकदा म्हणाला, ''लष्कर किंवा इतर कोणत्याही संस्थेची सर्वांत मोठी समस्या म्हणजे तिथले अधिकारी समस्येकडे काहीही न करता केवळ पाहत राहतात. जणूकाही जास्त वेळ वाट पाहिली तर समस्या सुटतील.'' तो काही मानसिकरीत्या दुबळ्या किंवा असंतुलित लोकांबद्दल बोलत नव्हता तर लष्करातील मोठ्या अधिकाऱ्यांबद्दल बोलत होता, जे परिपक्व,

शिस्तप्रिय व कार्यक्षम होते.

पालकांचंसुद्धा या अधिकाऱ्यांसारखंच असतं. त्यांचं काम एखादी कंपनी, संस्था चालविण्याइतकंच क्लिष्ट असलं तरी त्यांची या भूमिकेसाठी मात्र तयारी मुळीच झालेली नसते. त्या लष्करातील अधिकाऱ्यांप्रमाणेच बरेचसे पालकसुद्धा आपल्या मुलांच्या किंवा त्यांच्याशी असलेल्या नातेसंबंधांच्या समस्यांबाबत उपाय करण्यासाठी वर्षानुवर्षं लावतात. जेव्हा पाच वर्षं चालू असलेली समस्या ते बाल-मानसोपचारतज्ज्ञाकडे घेऊन येतात, तेव्हा ते म्हणतात, ''आम्हाला वाटलं तो यातून बाहेर पडेल.'' पालक ही भूमिका निभावणं खरंच खूप कठीण असतं आणि मुलं बरेचदा त्यांच्या समस्यांमधून बाहेर पडतात. या दोन्ही गोष्टी अचूक असल्या तरी त्यांना बाहेर पडायला मदत करण्यात काहीच नुकसान नसतं. त्याचबरोबर जशी बरीच मुलं समस्यांमधून बाहेर पडतात, तशीच बरीच मुलं यातून बाहेर पडत नाहीत. सर्व समस्यांप्रमाणेच इथेही आपण जेवढा जास्त काळ समस्येकडे दुर्लक्ष करतो, तेवढी समस्या अधिक गंभीर व क्लिष्ट होत जाते.

जबाबदारी

जीवनातील समस्या सोडविल्यानेच सुटतात. हे साधं सरळ सोपं वाटणारं विधान मानवजातीच्या आकलनापलीकडे आहे असं वाटतं. कारण समस्या सोडविण्याआधी त्याची जबाबदारी स्वीकारणं गरजेचं आहे. ''ही माझी सम स्या नाही'' असं म्हणून आपण समस्या सोडवू शकत नाही. इतर कोणीतरी आपल्यासाठी समस्या सोडवेल अशी आशा ठेवून ती सुटत नाही. 'ही माझी समस्या आहे आणि मीच ती सोडविणार' असं म्हटल्यावरच मी समस्या सोडवू शकतो परंतु अनेकजण आपल्या समस्यांमधील दुःख टाळताना असं म्हणतात, ''इतर लोकांमुळे किंवा माझ्या हाताबाहेरील सामाजिक परिस्थितीमुळे माझ्यावर ही समस्या ओढावली आहे. म्हणून आता इतरांनी किंवा समाजानेच ती सोडविली पाहिजे. ही काही माझी व्यक्तिगत समस्या नव्हे.''

व्यक्तिगत समस्येची जबाबदारी टाळण्यासाठी लोक जे काही करतात, ते दुःखदायक असलं तरी कधीकधी हास्यास्पदही असतं. ओकिनावामध्ये असलेल्या एका सैनिकाला मद्यपानाच्या आहारी गेल्यामुळे उपचारासाठी मानसोपचारतज्ज्ञाकडे

पाठविण्यात आलं. मद्याच्या आहारी गेल्याचं किंवा मद्यसेवन ही त्याची समस्या असल्याचं त्याने नाकारत म्हटलं, ''ओकिनावामध्ये संध्याकाळी मद्यपान सोडून दुसरं काहीही करण्यासारखं नाही.''

''तुला वाचायला आवडतं?'' मी विचारलं.

''हो, नक्कीच आवडतं.''

''मग तू मद्यपानाऐवजी वाचन का करत नाहीस?''

''आजुबाजूला खूप आवाज असतो.''

''मग तू वाचनालयात का जात नाहीस?''

''वाचनालय खूप लांब आहे.''

''तू जातो त्या बारपेक्षा वाचनालय खूप लांब आहे का?''

''खरंतर मला वाचनाची तेवढी आवड नाही.''

''तुला मासे पकडायला आवडतं?'' मी विचारलं.

''हो, आवडतं.''

''मग तू दारू पिण्याऐवजी ते का करत नाहीस?''

''कारण मला दिवसभर काम असतं.''

''मग रात्री मासे का पकडत नाहीस?''

''ओकिनावामध्ये रात्री मासे पकडण्याची सोय नाही.''

''तशी सोय आहे. मला अनेक संस्था माहीत आहेत. तुला हवं असेल तर माहिती देतो.'' मी म्हणालो.

''तसं तर मासे पकडणं मला फार आवडत नाही.''

मी स्पष्ट केलं, ''तुझ्या बोलण्याचा असा अर्थ निघतो, की ओकिनावामध्ये मद्यपानाखेरीज करण्यासारख्या इतर अनेक गोष्टी आहेत, परंतु तुला मद्यपान करणंच सगळ्यात आवडतं.''

''हो, बरोबर आहे.''

''पण तुझ्या पिण्याचा तुला त्रास होतोय, म्हणजेच तुझ्या समोर खरीखुरी समस्या उभी ठाकलीय.''

''हे बेट कोणालाही मद्यपान करायला भाग पाडेल.''

मी थोडा वेळ प्रयत्न चालू ठेवला परंतु तो सैनिक अतिमद्यपान ही त्याची व्यक्तिगत समस्या असून ती तो सोडवू शकतो हे स्वीकारायला काही केल्या तयार नव्हता. मला नाइलाजाने त्याच्या अधिकाऱ्याला सांगावं लागलं, तो मदत घेण्याच्या मनःस्थितीत नाही. त्याचं पिणं चालूच राहिलं व लवकरच त्याला नोकरी गमवावी लागली.

ओकिनावामधील एका तरुण विवाहित स्त्रीने मनगटाची शीर हलकीशी कापून घेतली होती. त्यामुळे तिला रुग्णालयात आणण्यात आलं होतं. तिथे मी तिला तपासून विचारलं, ''तिने असं का केलं?''

''अर्थातच! स्वतःचा जीव घेण्यासाठी.''

''तुला स्वतःचा जीव का घ्यायचाय?''

''या रटाळ बेटावर राहणं मला शक्यच नाही. मला अमेरिकेला परत पाठवा. इथे मला जर अजून राहावं लागलं तर मी आत्महत्या करीन.''

''ओकिनावामध्ये तुला एवढा त्रास कशाचा होतोय?'' मी विचारलं.

ती मुसमुसत तक्रारीच्या सुरात म्हणाली, ''मला इकडे कोणी मित्र-मैत्रिणी नाहीत आणि मी अगदी एकटी पडलीये.''

''खरंच कठीण आहे हे! पण तुझी कोणाशीही मैत्री कशी झाली नाही?''

''कारण मी ओकिनावाच्या मूळ वस्तीत राहते, जिथे कोणीही इंग्रजी बोलत नाही.''

''मग तू रोज तुझी गाडी घेऊन अमेरिकन वस्तीत किंवा महिला मंडळात का जात नाहीस, जिथे तुला मैत्रिणी मिळू शकतील?''

''कारण माझा नवरा गाडी घेऊन जातो.''

''मग तू त्याला ऑफिसला गाडीने सोडत का नाहीस? म्हणजे तुझापण थोडा वेळ जाईल?''

''मला फक्त ऑटोमॅटिक गाडी चालवता येते, पण आमची गाडी गिअरची आहे.''

''मग तू ती चालवायला शिकत का नाहीस?''

तिने आश्चर्याने माझ्याकडे बघितलं, ''इथल्या रस्त्यांवर? वेड लागलंय का?''

स्वतःला व परिस्थितीला दोषी मानणारे

मानसोपचार तज्ज्ञांकडे येणाऱ्या व्यक्तींना एकतर स्वतःला दोषी मानण्याचा विकार (न्यूरोसिस) असतो किंवा परिस्थितीला दोषी मानण्याचा (कॅरॅक्टर डिसऑर्डर). थोडक्यात हे म्हणजे जबाबदारीविषयीच्या समस्यांचे दोन प्रकार आहेत. त्या जग व त्यातील समस्या समजून घेण्याच्या दोन विरुद्ध पद्धती आहेत. स्वतःला दोषी मानणारे खूप जास्त जबाबदारी ओढवून घेतात. परिस्थितीला दोषी मानणारे पुरेशी जबाबदारी घेत नाहीत. स्वदोष मानणारे कोणत्याही समस्येत स्वतःला दोषी मानतात आणि परदोष मानणारे नेहमी परिस्थितीला आणि जगाला दोषी मानतात. आधी नमूद केलेल्या दोन्ही व्यक्ती परिस्थितीला दोषी मानणाऱ्या होत्या. सैनिकाच्या मते त्याचं पिणं हा ओकिनावाचा दोष आहे, त्याचा नव्हे आणि ती बाईसुद्धा तिच्या एकटेपणासाठी स्वतःला जबाबदार धरत नव्हती. या उलट स्वदोष मानणारी, ओकिनावात एकाकी असलेली एक दुसरी स्त्री तक्रार करते, ''मी दररोज मैत्रिणी मिळण्यासाठी महिला मंडळात जाते परंतु मला तेवढं बरं वाटलं नाही. मला वाटलं, कदाचित त्या बायकांना मी आवडले नाही. माझ्यातच काहीतरी कमतरता असणार. मला मैत्री करता यायला हवी. मी लोकांमध्ये जास्त मिसळायला हवं. लोकांना मी का आवडत नाही, हे मी शोधायला हवं.'' या स्त्रीने स्वतःच्या एकाकीपणासाठी पूर्णपणे स्वतःला जबाबदार धरलं. मानसोपचारपद्धतीदरम्यान तिला स्पष्ट झालं, की ती अतिशय बुद्धिमान व महत्त्वाकांक्षी स्त्री आहे आणि त्यामुळेच ती इतर स्त्रिया व तिच्या पतीबरोबरदेखील मनमोकळी नव्हती. तिला जाणवलं, की तिचा एकाकीपणा ही तिची समस्या असली तरी तो तिचा दोष किंवा कमतरता नव्हती. पुढे तिचा घटस्फोट झाला. मुलांचा सांभाळ करत तिने कॉलेजचं शिक्षण पूर्ण केलं आणि एका मासिकाची संपादिका झाली. त्यानंतर एका यशस्वी प्रकाशकाशी लग्न केलं.

स्वतःला दोषी मानणारे व परिस्थितीला दोषी मानणारे यांची भाषा वेगळी असते. स्वतःला दोषी मानणाऱ्यांच्या बोलण्यात 'मी असं करायला हवं होतं' आणि 'मी असं करायला नको होतं' असे शब्दप्रयोग येतात. जे दर्शवितात, त्या व्यक्ती स्वतःला कमी दर्जाच्या, नेहमी चुकीची निवड करणाऱ्या समजतात. परिस्थितीला दोषी मानणाऱ्यांच्या बोलण्यात 'मी नाही करू शकत', 'मला करणं शक्यच नव्हतं', 'मला करणं भाग होतं' असे शब्दप्रयोग येतात. जे दर्शवितात की, ते स्वतःला निवडस्वातंत्र्य नसलेले, परिस्थितीच्या अधीन असलेले समजतात. स्वतःला दोषी मानणाऱ्यांवर मानसोपचार करणं अधिक सोपं असतं, कारण ते आपल्या समस्यांची जबाबदारी घेऊन स्वतःला समस्या आहेत हे मान्य करतात. मात्र परिस्थितीला दोषी मानणाऱ्यांवर उपचार करणं अशक्य नसलं तरी कठीण नक्कीच असतं. कारण आपल्या समस्यांना आपण कारणीभूत आहोत असं ते मानतच नाहीत, त्यांना स्वतःत नव्हे तर जगात बदल घडायला पाहिजे असं वाटतं आणि त्यामुळेच आत्मपरीक्षण करण्याचं महत्त्वही समजत नाही. वास्तविक बऱ्याच जणांमध्ये हे दोन्ही विकार असतात. म्हणजे काही बाबतीत ते स्वतःची नसलेली जबाबदारी स्वीकारतात तर काही बाबतीत स्वतःची असलेली जबाबदारी घ्यायला तयार होत नाहीत. अशा पेशंटच्या व्यक्तिमत्त्वातील जबाबदारी घेणाऱ्या भागावर उपचार करून त्यांचा विश्वास मिळवून, मानसोपचारतज्ज्ञ त्यांना आत्मपरीक्षण करायला व योग्य जबाबदारी घ्यायला शिकवू शकतात.

आपल्यातील बहुतेकजणांना थोड्याफार प्रमाणात तरी स्वतःला किंवा परिस्थितीला दोषी मानण्याचा विकार असतो.(म्हणूनच मानसोपचार पद्धतीचा उपयोग प्रत्येकालाच होऊ शकतो, जर ती व्यक्ती मनापासून त्या प्रक्रियेत सहभागी झाली तर.) याचं कारण म्हणजे आयुष्यात आपली खरी जबाबदारी ओळखणं हा मानवी अस्तित्वातील एक मोठा प्रश्न आहे. तो कधीही पूर्णपणे सुटू शकत नाही. त्यामुळे सतत बदलणाऱ्या परिस्थितीत आपण अविरतपणे आपली जबाबदारी पुनः पुन्हा पडताळून पाहायला हवी. ही प्रक्रिया आपण जागरूक राहून पुरेशा प्रमाणात केली तर ती कष्टदायक (दुःखदायक) आणि क्लेशयुक्त आहे हे लक्षात येते. त्यामुळे ही प्रक्रिया पुरेशा प्रमाणात करण्यासाठी दुःख सहन करण्याची तयारी, इच्छाशक्ती आणि क्षमता आपल्यात असायला हवी. ही तयारी, क्षमता आपल्या कोणातही उपजत नसते. कोणतंच लहान मूल स्वतःला दोषी समजत नाही. कोणत्याही भांडणाला आपण जबाबदार नाही अशी त्यांची सहजप्रवृत्ती असते.

दोन भावंडांच्या भांडणात कोणीही कबूल करत नाही, की मी भांडण सुरू केलं किंवा मी दोषी आहे. त्याचबरोबर सर्व मुलांमध्ये स्वतःला दोष देण्याचीसुद्धा सहजप्रवृत्ती असते. त्यांनी एखादी कमतरता अनुभवली तर अजाणतेपणी ते स्वतःला जबाबदार धरतात. पालकांकडून कमी प्रेम मिळालेलं मूल या कमतरतेसाठी पालकांऐवजी स्वतःलाच जबाबदार धरतं. कुमारवयात प्रेमात पडण्यात, खेळात यशस्वी न झालेल्या मुलांमध्ये न्यूनगंड निर्माण होतो, परंतु त्यांना हे माहीत नसतं, की अशा खूप साऱ्या मुलांना जीवनामध्ये थोडं उशिरा यश मिळतं. प्रदीर्घ अनुभव व कालापरत्वे आलेली प्रगल्भता आपल्यात जग व त्यातील आपलं स्थान स्पष्ट पाहण्याची पात्रता निर्माण करते. त्याचप्रमाणे आपली स्वतःसाठीची व जगासाठीची जबाबदारी जाणणेही शक्य करते.

या प्रगल्भ होण्याच्या प्रक्रियेत पालक मुलांना खूप मदत करू शकतात. मुलं मोठी होत असताना हजारो वेळा अशा संधी चालून येतात, जेव्हा पालक मुलांना त्यांची जबाबदारी टाळण्याची वृत्ती दाखवू शकतात किंवा त्यांना असा दिलासा देऊ शकतात, की उभी ठाकलेली परिस्थिती हा त्यांचा दोष नाही. मी पूर्वी म्हटल्याप्रमाणे या संधीचा फायदा घेण्यासाठी पालकांनी मुलांच्या बाबतीत संवेदनशील असायला हवं. त्यासाठी त्यांना वेळ द्यायला हवा व त्यांच्या गरजा पूर्ण करण्यासाठी असुखावह वाटलं तरी प्रयत्न करायला हवेत. मात्र यासाठी प्रेम असणं आवश्यक आहे व मुलांच्या विकासासाठी जबाबदारी घेण्याची तयारीही असायला हवी.

संवेदनशील नसणं किंवा दुर्लक्ष करणं याशिवाय इतर अनेक प्रकारे पालक मुलांच्या परिपक्व होण्याच्या प्रक्रियेत अडथळा बनू शकतात. जास्त जबाबदारी घेणाऱ्या व्यक्तींचा जर हा स्वभाव प्रमाणात असेल व त्यांनी स्वतःची ऊर्जा व्यर्थ गोष्टींवर वाया दवडली नसेल तर ते उत्तम पालक होऊ शकतात. इतरांना जबाबदार धरणाऱ्या व्यक्ती अतिशय वाईट पालक असतात आणि आपणच आपल्या मुलांच्या नाशासाठी कारणीभूत आहोत याची त्यांना कल्पनादेखील नसते. स्वतःला दोष देणारे कायम स्वतः त्रास करून घेतात आणि दुसऱ्याला दोष देणारे इतरांना त्रास देतात. तेही सगळ्यात जास्त त्यांच्याच मुलांना! इतर बाबतीत ते जशी जबाबदारी टाळतात तशीच पालकत्वाचीसुद्धा टाळतात. मुलांकडे लक्ष पुरविण्याऐवजी ते त्यांना अनेकदा दूर सारतात. मुलांच्या शाळेत काही समस्या झाली तर असे पालक शाळेला किंवा इतर मुलांना दोष देतात व त्यांच्या

संगतीमुळे आपलं मूल बिघडलंय असा दावा करतात. या वृत्तीमुळे मूळ समस्या दुर्लक्षित राहते. असे पालक आपल्या मुलांसमोर बेजबाबदारपणाचा आदर्श उभा करतात. ते आपली जबाबदारी मुलांवरच थोपतात. 'तुम्हा मुलांनी मला वेडं करून सोडलंय' किंवा 'फक्त तुम्हा मुलांमुळे मला हे लग्न निभावून न्यावं लागतंय' किंवा 'तुमची जबाबदारी नसती तर मी उत्तम करिअर केलं असतं.' अशा तऱ्हेने पालक आपल्या मुलांना सुचवतात, 'माझ्या ह्या वैवाहिक जीवनाला, मानसिक स्थितीला व प्रगती न होण्याला तुम्हीच जबाबदार आहात.' हे चुकीचं आहे असं न समजल्याने मुलं स्वतःला जबाबदार धरतात व 'स्वतःला दोष देणारे बनतात.' अशा प्रकारे जबाबदारी टाळणाऱ्या पालकांची मुलं एकतर त्यांच्या सारखीच किंवा स्वतःला दोष देणारी बनतात. इथे पालक स्वतःच आपलं पाप, मुलांना वारसा म्हणून देतात.

इतरांना दोष देणाऱ्या व्यक्ती पालक म्हणूनच नव्हे तर वैवाहिक जीवन, मैत्री, व्यवहार याबाबतीतदेखील जबाबदारी घेत नाहीत. त्यामुळे अकार्यक्षम व विध्वंसक ठरतात. हे अटळ आहे कारण आधी म्हटल्याप्रमाणे कोणतीच समस्या सुटू शकणार नाही, जोपर्यंत एखादी व्यक्ती ती सोडविण्याची जबाबदारी घेत नाही. जबाबदारी टाळणाऱ्या व्यक्ती जेव्हा जोडीदार, मुलं, मित्रमैत्रिणी, पालक, वरिष्ठ किंवा वाईट संगत, शाळा, सरकार, जात-पात, स्त्री-पुरुष भेदभाव, समाज, पद्धती अशा गोष्टींना दोष देतात, तेव्हा समस्या सुटत तर नाहीतच, शिवाय काहीही साध्य होत नाही. जबाबदारी झटकल्यावर त्यांना बरं तर वाटतं परंतु त्यांनी जीवनातील समस्या सोडविणं थांबवलंय, आध्यात्मिक प्रगती रोखली आणि ते समाजासाठी फार मोठा भार बनलेत, असा याचा अर्थ होतो. त्यांनी आपलं दुःख समाजावर लादलंय. साठीच्या दशकातलं एलड्रीज स्लेव्हरचं विधान कायमच सर्वांना लागू पडतं. 'समस्या सोडविण्यात तुमचा सहभाग नसेल तर तुम्ही समस्येचाच एक भाग आहात.'

स्वातंत्र्यापासून पलायन

मानसोपचारतज्ज्ञ जेव्हा एखाद्या व्यक्तीचं 'इतरांना दोष देणारा' असं निदान करतो, तेव्हा त्या व्यक्तीमध्ये जबाबदारी टाळण्याची वृत्ती अगदी उघड असते. तरीही आपण सर्वजण वेळोवेळी अगदी सूक्ष्मपणे आपली जबाबदारी टाळतोच.

तीस वर्षांचा असताना माझ्यातील हा दोष सुधारण्याचं श्रेय मी मॅक बॅडगेली यांना देतो. त्या वेळी मॅक आमच्या हॉस्पिटलचा डायरेक्टर होता आणि मी मानसोपचाराचं शिक्षण घेत होतो. नवीन येणाऱ्या पेशंटची जबाबदारी आम्हा निवासी डॉक्टरांमध्ये विभागून दिली होती. माझ्या इतर सहकाऱ्यांपेक्षा मी कामाला जास्त वाहून घेतल्यामुळे त्यांच्यापेक्षा जास्त तास काम करत असे. माझे सहकारी पेशंटना आठवड्यातून सहसा एकदाच तपासत असत. मी मात्र माझ्या पेशंटना आठवड्यातून दोन-तीन वेळा तपासत असे. त्यामुळे मी माझ्या सहकाऱ्यांना दुपारी चार साडेचार वाजता घरी जाताना पाहत असे पण माझे पेशंट उरकून घरी जायला मला आठ-नऊ वाजत. त्यामुळे माझ्या मनात राग धुमसत राही. हा राग बरेच दिवस साचल्यामुळे मला थकल्यासारखं वाटे. तेव्हा मी ठरविलं की, आता काहीतरी करायलाच हवं. मग मी डॉ. मॅक यांच्याकडे गेलो व त्यांना सर्व परिस्थिती सांगितली. नवीन पेशंट बघण्याच्या कामातून मला काही आठवडे सूट मिळावी ही मला अपेक्षा होती. म्हणजे मग मला माझ्या कामांसाठी वेळ मिळाला असता. त्यांना अशी सूट देणं शक्य होईल का, की या समस्येसाठी ते दुसरा उपाय सुचवू शकतील, असा विचार करत मी त्यांना समस्या सांगू लागलो. मॅकनी माझं बोलणं अतिशय लक्षपूर्वक, मध्ये काहीही न बोलता शांतपणे ऐकून घेतलं. माझं बोलणं संपल्यावर एक क्षण थांबून ते अत्यंत सहानुभूतीने मला म्हणाले, ''हो मला दिसतंय, की तुला समस्या आहे.''

माझं म्हणणं त्यांना समजल्याने मी उल्हसित झालो आणि म्हणालो, ''आभारी आहे, मग याबाबत काय करावं असं तुम्हाला वाटतं?''

यावर मॅक म्हणाले, ''मी तुला सांगितलं स्कॉट, की तुला समस्या आहे.''

अशा प्रतिसादाची अपेक्षाच मी केली नव्हती. मी थोडंसं वैतागून म्हणालो, ''हो, मला माहीत आहे की, मला समस्या आहे, म्हणूनच मी तुमच्याकडे आलोय. आता मी काय करावं असं तुम्हाला वाटतं?''

मॅकनी प्रतिसाद दिला, ''स्कॉट, मी जे बोललो ते तू नीट ऐकलेलं दिसत नाही. मी तुझं बोलणं ऐकलंय व तुझ्याशी सहमत आहे. खरोखर तुला समस्या आहे.''

''होय!! ऐकलं मी आणि कळलं मला!'' मी म्हणालो, ''मला माहीत आहे की मला समस्या आहे. तुमच्याशी बोलणं सुरू करण्याआधीपासूनच माहीत आहे

मला ते! पण आता प्रश्न असा आहे, मी त्यासाठी काय करू?''

मॅक म्हणाले, ''स्कॉट, मी पुन्हा सांगतो. नीट, लक्षपूर्वक ऐक, मी तुझ्याशी सहमत आहे, तुला समस्या आहे. खरंतर तुला तुझ्या वेळेची समस्या आहे. 'तुझा' वेळ माझा नव्हे. ही माझी समस्या नाही. तुझा वेळ ही तुझी समस्या आहे. स्कॉट पेक, तुला तुझ्या वेळेची समस्या आहे. मी फक्त एवढंच म्हणणार आहे.''

मॅकच्या ऑफिसमधून मी संतापून बाहेर पडलो आणि धुमसत राहिलो. मॅक बॅडगेलींचा मला खूप राग आला. पुढे तीन महिने मी त्यांचा तिरस्कार केला. मला वाटलं, त्यांना 'दुसऱ्यांना दोषी मानण्याचा' मानसिक विकार आहे, नव्हे जबाबदारी टाळण्याचाच विकार आहे. नाहीतर ते इतके निष्ठुर कसे असते? मी इतक्या नम्रपणे त्यांची थोडी मदत, सल्ला मागायला गेलो तर त्यांनी मला मदत करण्याची इच्छाही दाखविली नाही. हॉस्पिटलचे डायरेक्टर म्हणून त्यांची ही जबाबदारी नाही का? या पदावर असलेल्या माणसाने हे सोडून आणखी कोणतं काम करणं अपेक्षित आहे?

तीन महिन्यांनंतर कसं कोण जाणे, माझ्या लक्षात आलं, की मॅकचं बोलणं बरोबर होतं, 'दुसऱ्यांना दोषी मानण्याचा', जबाबदारी टाळण्याचा विकार त्यांना नव्हे तर मलाच होता. माझा वेळ ही माझी जबाबदारी होती. माझ्या वेळेचं नियोजन हा सर्वस्वी माझा प्रश्न होता. माझ्या सहकाऱ्यांपेक्षा कामासाठी मी जर जास्त वेळ देत असेन, तर तो मी निवडलेला पर्याय आहे आणि त्याचे परिणाम ही माझी जबाबदारी आहे. माझ्या सहकाऱ्यांना माझ्या आधी दोन-तीन तास निघताना पाहणे माझ्यासाठी दुःखदायक असेल आणि मी घरासाठी पुरेसा वेळ देत नाही अशी बायकोची तक्रार ऐकणं तापदायक वाटत असेल, तरी हे मीच घेतलेल्या निर्णयाचे परिणाम आहेत. मला ते भोगायचे नसतील तर इतरांपेक्षा अधिक काम न करणं हा पर्याय मी निवडू शकलो असतो व त्यानुरूप वेळेचं नियोजन करू शकलो असतो. मी खूप काम करणं हा माझ्या दुर्दैवाचा भाग नव्हता किंवा निष्ठुर डायरेक्टरने माझ्यावर लादलेलं ओझंही नव्हतं, तर तो जीवन जगण्याचा मी स्वीकारलेला मार्ग होता. यानंतर मी माझी जीवनशैली बदलली नाही परंतु माझा दृष्टिकोन बदलल्यामुळे माझा सहकाऱ्यांवरील राग नाहीसा झाला. त्यांनी माझ्यापेक्षा वेगळी जीवनशैली निवडली म्हणून त्यांचा राग करणे हे किती अर्थहीन आहे याची मला जाणीव झाली. त्यांचा तिरस्कार करणं म्हणजे

खरंतर मी निवडलेल्या पर्यायाचा तिरस्कार करणं होतं, जो पर्याय मला प्रिय होता.

आपली निवड, आपली वागणूक यांच्या परिणामांची जबाबदारी आपण स्वीकारत नाही, कारण त्यातील दुःख आपल्याला टाळायचं असतं. माझ्या वेळेचं नियोजन करण्याची जबाबदारी मॅकवर सोपवताना मी खूप तास काम करण्याचं दुःख टाळण्याचा प्रयत्न करत होतो परंतु खरंतर पेशंटसाठी व कामासाठी वाहून घेणं या मी निवडलेल्या पर्यायाचा तो अविभाज्य भाग होता. आणि असं करताना मी नकळत मॅकचं माझ्यावरील वर्चस्व वाढवत होतो. मी त्यांना माझे अधिकार, माझं निवडस्वातंत्र्य देऊ करत होतो व त्यायोगे म्हणत होतो, 'माझा ताबा घ्या. माझ्यावर वर्चस्व गाजवा!' जेव्हा आपण आपली जबाबदारी टाळतो, तेव्हा ती दुसऱ्या व्यक्तीला, संस्थेला किंवा आणखी कशाला तरी देऊ करतो. याचा अर्थ, आपण आपले अधिकार त्या कशाला तरी देतो. उदा. नशीब, समाज, सरकार, संस्था, वरिष्ठ. म्हणूनच 'एरिक फ्रॉम' यानं नाझी आणि हुकूमशाही याविषयी लिहिलेल्या पुस्तकाचं नाव 'स्वातंत्र्यापासून पलायन' (Escape from Freedom) असं दिलंय. अशा प्रकारे जबाबदारीतील दुःख टाळण्याच्या प्रयत्नात करोडो लोक दररोज स्वातंत्र्यापासून पळ काढतात.

माझ्या परिचयाची एक व्यक्ती अतिशय हुशार परंतु चिडचिडी आहे, जी संधी मिळताच समाजातील अन्याय उदा. वर्णभेद, लिंगभेद, आर्थिक विषमता व केस लांब ठेवल्याने त्याची व त्याच्या मित्रांची धरपकड करणारे पोलीस याबद्दल भरभरून बोलत असे. मी त्याला अनेकदा समजावलंय, की तो आता लहान नाही. लहान मुलं परावलंबी असल्यामुळे आई-वडील हक्क गाजवतात. खरंतर मुलांचं जीवन सुकर व्हावं ही जबाबदारी पालकांची असते आणि मुलांचा ताबा पूर्णपणे त्यांच्या हातात असतो. जेव्हा मुलं पालकांच्या दडपशाहीत असतात - जी ते बहुतेकदा असतातच - तेव्हा मुलांचं काहीही चालत नाही. त्यांना निवडस्वातंत्र्य नसतं. मोठं झाल्यावर मात्र जेव्हा आपलं आरोग्य चांगलं असतं, तेव्हा तुमच्याकडे असंख्य पर्याय उपलब्ध असतात परंतु ते पर्याय दुःखदायक नसतील असा याचा अर्थ नव्हे. बऱ्याचदा आपल्याला त्यातल्या त्यात कमी दुःखदायक पर्याय निवडावा लागतो, तरीसुद्धा निवड करण्याचं स्वातंत्र्य आपल्याकडे असतं. हो, मला माझ्या मित्राचं म्हणणं पटतंय. खरोखरच जगात अन्याय आहे. तरीही त्या परिस्थितीला प्रतिसाद देण्याचा व हाताळण्याचा मार्ग निवडण्याचं स्वातंत्र्य निश्चितच आपल्याला आहे. जिथे पोलिसांना वाढवलेले केस चालत नाहीत

तिथे राहण्याचा व तरीही केस वाढविण्याचा पर्याय त्यांनी निवडलाय. तेव्हा तो एकतर शहर बदलू शकतो किंवा केस कापू शकतो. मात्र हुशार असूनदेखील हे निवडस्वातंत्र्य त्याच्या लक्षात आलं नाही. स्वतःतील अफाट शक्ती ओळखून आनंदित होण्याऐवजी तो स्वतःकडे राजकीय सत्ता नसल्याचं दुःख उगाळत राहतो. आपल्याला स्वातंत्र्य प्रिय आहे आणि हे हुकूमशहा त्यात बाधा कशी आणत आहेत, याबद्दल तो बोलत राहतो, परंतु आपल्यावर होणाऱ्या अन्यायाविषयी बोलताना तो प्रत्येक वेळी आपलं स्वातंत्र्य गमावत असतो. जीवनातील काही पर्याय निवडताना फक्त दुःख अनुभवावं लागतं, म्हणून जीवनाला दोष देणं तो कधीतरी थांबवेल अशी मी आशा करतो.

'मानसोपचार शिकताना' (Learning Psychotherapy) या आपल्या पुस्तकाच्या प्रस्तावनेत डॉ. हिल्डे ब्रुच म्हणते, 'उपचारासाठी येणाऱ्या सर्व पेशंटची एक सामाईक समस्या असते : हतबलता, परिस्थितीला तोंड देता येत नाही व ती बदलतासुद्धा येत नाही, असा दृढ समज आणि भीती. या असमर्थपणाच्या जाणिवेच्या मुळाशी निवडस्वातंत्र्यातील दुःख टाळण्याची इच्छा असते व त्यामुळेच आपल्या समस्या, आपलं जीवन याची जबाबदारी घेण्यात ते विफल होतात. त्यांना असमर्थपणा जाणवतो कारण त्यांनी स्वतःची शक्ती देऊन टाकलेली असते. त्यांच्यातील उणीव भरून काढायची असेल तर त्यांनी शिकायला हवं की, आपलं संपूर्ण जीवन म्हणजे आपण निवडलेले पर्याय, घेतलेले निर्णय यांची मालिकाच असते. त्यांनी हे पूर्णपणे स्वीकारलं तर त्यांना स्वातंत्र्य मिळेल, ते मुक्त होतील, पण जोपर्यंत ते ही गोष्ट स्वीकारत नाहीत, तोपर्यंत ते स्वतःला अन्यायग्रस्त, पीडित समजत राहतील.

वस्तुस्थितीशी प्रामाणिक असणे

समस्या सोडविण्याच्या दुःखाचा सामना करण्यासाठी शिस्तीचं तिसरं साधन आहे - 'वस्तुस्थितीशी प्रामाणिक असणे.' आपलं आयुष्य निरामय होण्यासाठी व आत्मिक उन्नतीसाठी 'वस्तुस्थितीशी प्रामाणिक असणे' ही तिसरी शिस्त सतत वापरली पाहिजे. वस्तुस्थिती म्हणजे सत्य! आपण वस्तुस्थिती जेवढी स्पष्ट पाहू शकतो, तेवढं जीवनाला चांगल्या प्रकारे सामोरं जाऊ शकतो. आपण वस्तुस्थिती स्पष्ट पाहू शकलो नाही तर आपलं मन असत्य, भ्रम, गैरसमज याने गोंधळून

जातं आणि आपण योग्य मार्ग निवडू शकत नाही, सुज्ञ निर्णय घेऊ शकत नाही. वस्तुस्थितीचा आपला दृष्टिकोन हा जीवनाच्या वाटचालीमध्ये नकाशाचे काम करतो. नकाशा अचूक व तंतोतंत असेल तर आपण साधारणपणे कुठे आहोत हे आपल्याला कळतं. आपल्याला कुठे जायचं आहे हे जर आपण ठरवलं, तर या नकाशाच्या मदतीने तिथे कसं जायचं, हे आपल्याला साधारणपणे समजू शकतं. नकाशा जर चुकीचा असेल तर आपण हरवून जाऊ.

हे इतकं स्पष्ट असलं तरी बहुतेक लोक याकडे दुर्लक्ष करायचं ठरवतात, दुर्लक्ष करतात कारण वस्तुस्थितिप्रत आपला मार्ग सोपा नसतो. एकतर जन्मतःच आपल्याकडे हा नकाशा नसतो. आपल्याला तो बनवावा लागतो आणि त्यासाठी कष्ट घ्यावे लागतात. वस्तुस्थिती जाणून घेण्यासाठी आपण जितके प्रयत्न करू, तेवढा आपला नकाशा जास्त मोठा व अचूक बनतो, परंतु बऱ्याच जणांना प्रयत्न करायचे नसतात. काहीजण हे प्रयत्न तारुण्यात पदार्पण करण्याआधीच सोडून देतात. त्यांचे नकाशे छोटे व अपुरे असतात, त्यांचा जगाविषयीचा दृष्टिकोन संकुचित, दिशाभूल करणारा असतो. प्रौढ वयात येईपर्यंत बहुतेकांनी प्रयत्न थांबविलेले असतात. त्यांना वाटतं, त्यांचे नकाशे पूर्ण आहेत व त्यांचा जगाविषयीचा दृष्टिकोन योग्य आहे. त्यांना नवीन माहिती मिळविण्यात रस उरलेला नसतो. जणुकाही ते दमलेले असतात. अगदी काही मोजके व सुदैवी, मृत्यूच्या क्षणापर्यंत वस्तुस्थितीच्या रहस्याचा (सत्याचा) शोध घेत राहतात. जग व सत्य याबद्दलचं त्यांचं ज्ञान विस्तृत करत राहतात, शुद्ध करत राहतात.

शून्यातून नकाशा तयार करणं ही मोठी समस्या नसते, तर तो अचूक ठेवण्यासाठी त्याला सतत बदलता ठेवणं ही खरी मोठी समस्या असते. जग हे सतत बदलत आहे. हिमनद्या तयार होतात व लुप्त होतात. संस्कृती उदयास येते व अस्त पावते. तंत्रज्ञानाचा अभाव असतो, तंत्रज्ञानाचा अतिरेक असतो. खरंतर जेथून आपण जगाकडे बघतो, तो बिंदूसुद्धा सतत व अतिशय वेगाने बदलत असतो. लहानपणी आपण परावलंबी व दुबळे असतो. मोठं झाल्यावर आपण शक्तिशाली असू शकतो. तरीही आजारपणात किंवा म्हातारपणी आपण परावलंबी व दुबळे बनतो. मुलांची काळजी घेताना जग जसं दिसतं, त्याहून वेगळं मुलं नसताना दिसतं, बाल्यावस्थेतील मुलं वाढवताना दिसणारं जग व कुमारावस्थेतील मुलं वाढवताना दिसणारं जग यांत फरक असतो. आपण गरीब असताना दिसणारं जग आणि आपण श्रीमंत असताना दिसणारं जग हे वेगळं असतं. वस्तुस्थितीबद्दल

नवनवीन माहितीचा तुमच्यावर दररोज मारा होत असतो. ती माहिती सामावून घ्यायची असेल तर आपले नकाशे सतत सुधारत राहिले पाहिजेत. पुरेशी माहिती जमा झाल्यावर नकाशामध्ये मोठ्या सुधारणा केल्या पाहिजेत. या मोठ्या सुधारणा करण्याची प्रक्रिया दुःखदायकच नव्हे तर कधीकधी असह्य बनते आणि यातच मानवजातीच्या अनेक व्याधींचं मूळ दडलेलं आहे.

एखाद्याने जर खूप कष्टाने, प्रयत्नाने आपल्या जीवनाचा एक दृष्टिकोन तयार केला असेल, जो त्याच्यासाठी उपयुक्त आणि अमलात आणण्याजोगा नकाशा असेल पण नवीन माहिती अशी समोर आली, जी दर्शविते की तो दृष्टिकोन पूर्णपणे चुकीचा आहे व नकाशा पुन्हा तयार करायची गरज आहे, तर त्या व्यक्तीचं काय होईल बरं? त्यासाठी लागणारे प्रयत्न त्याला भीतीदायक, अतिशय यातनामय वाटतील. बहुधा आपण अजाणतेपणी नवीन माहितीकडे दुर्लक्ष करतो. बऱ्याचदा दुर्लक्ष करण्याची आपली कृती ही एक प्रतिक्रिया असते. आपण त्या माहितीला चुकीची, घातक, पाखंडी, दानवी असं ठरवू शकतो, त्याविरुद्ध धर्मयुद्ध पुकारू शकतो. शिवाय पूर्ण जगात फेरफार करण्याचा प्रयत्नदेखील करू शकतो, जेणेकरून पूर्ण जग आपल्या दृष्टिकोनाशी मिळतंजुळतं होईल. आपला नकाशा बदलण्याऐवजी एखादी व्यक्ती नवीन वस्तुस्थिती नष्ट करण्याचा प्रयत्न करू शकेल. दुर्दैवाने अशी व्यक्ती, नवीन दृष्टिकोन स्वीकारण्यासाठी जेवढ्या शक्तीची, प्रयत्नांची आवश्यकता असते, त्यापेक्षा फार अधिक शक्ती तिच्या जुन्या दृष्टिकोनाचे समर्थन करण्यात वाया घालवते.

हस्तांतरण : जुना नकाशा

वस्तुस्थितीच्या जुन्या दृष्टिकोनाला कवटाळून बसणे हे अनेक मानसिक रोगांचं मूळ आहे. मानसोपचारतज्ज्ञ याला 'हस्तांतरण' (transference) म्हणतात. प्रत्येक तज्ज्ञाची यासाठी थोड्याफार फरकाने आपापली व्याख्या आहे. माझी स्वतःची व्याख्या अशी : हस्तांतरण म्हणजे जग जाणण्याच्या व त्याला प्रतिसाद देण्याच्या बालपणी विकसित केलेल्या पद्धती, ज्या लहानपणीच्या परिस्थितीमध्ये अगदी योग्य असतात (बरेचदा जीव वाचविण्याइतपत उपयोगी असतात) परंतु ज्या अयोग्यरीत्या मोठेपणी उपयोगात आणल्या जातात.

हस्तांतरणाचे परिणाम आयुष्य व्यापून टाकणारे व भयानक असतात, परंतु त्या परिणामांचं मूळ प्रत्येक वेळी स्पष्ट, उघड नसतं. पुढे नमूद केलेले उदाहरण मात्र ठळक आहे. माझ्या एका पेशंटच्या हस्तांतरणाच्या स्वभावामुळे त्याच्यावरील इलाज अपयशी ठरला. माझा तिशीतला पेशंट अत्यंत हुशार असूनसुद्धा करिअरमध्ये अयशस्वी होता. त्याची बायको दोन मुलांना घेऊन त्याला सोडून गेल्यामुळे तो मला भेटायला आला. ती गेल्याचं त्याला इतकं दुःख नव्हतं, परंतु मुलांवर प्रेम असल्यामुळे तो पार उद्ध्वस्त झाला होता. मुलांना परत मिळविण्याच्या आशेने त्याने उपचार सुरू केले होते, कारण त्याच्या बायकोने तशी अटच घातली होती. तिच्या मुख्य तक्रारी अशा होत्या, की त्याला सतत तिच्याबद्दल विनाकारण असूया वाटत असे आणि तरीही तो तिच्याशी अलिप्तपणे, परकेपणाने, कोरडेपणाने वागे. तो सारख्या नोकऱ्या बदलतो अशीही तिची तक्रार होती. कुमारवयापासूनच त्याचं आयुष्य अगदी अस्थिर होतं. त्या वयात त्याने अनेकदा पोलिसांशी बाचाबाची केली. शिवाय हाणामाऱ्या करणे, मद्यपान करून बेहोश होणे, नियमांचं उल्लंघन करणे या कारणास्तव त्याला तीनवेळा कारावास झाला होता. त्याने इलेक्ट्रिकल इंजिनिअरींगचे शिक्षण मध्येच सोडलं. कारण त्याच्या मते त्याचे शिक्षक पोलिसांप्रमाणेच ढोंगी होते. त्याची बुद्धिमत्ता व संगणक क्षेत्रातील सर्जनशीलता यामुळे त्याच्या कामाला खूप किंमत होती, परंतु तो कोणतीही नोकरी दीर्घ काळ टिकवू शकला नाही. कधीतरी त्याला कामावरून कमी केलं जायचं, पण बहुधा वरिष्ठांशी वादविवाद झाल्याने तोच नोकरी सोडून द्यायचा व म्हणायचा, "ते खोटारडे, लबाड आहेत, फक्त स्वतःची कातडी वाचवणारे आहेत." त्याचं आवडतं वाक्य होतं, "या जगात विश्वास ठेवण्याजोगं कोणीही नाही." त्याच्या मते त्याचं लहानपण 'सामान्य' होतं आणि त्याचे आई-वडीलही 'सर्वसाधारण' होते. तरीही माझ्यासोबत घालविलेल्या थोड्या वेळात त्याने ओघाओघात असे अनेक प्रसंग त्रयस्थपणे सांगितले, ज्यात लहानपणी त्याच्या पालकांनी त्याला निराश केलं होतं. वाढदिवसाला सायकल देण्याचे कबूल करून ते विसरले व ऐनवेळी दुसरंच काहीतरी दिलं. एक वर्ष तर ते त्याचा वाढदिवसच विसरले परंतु यात त्याला काहीही गैर दिसलं नाही कारण 'ते कामात व्यस्त होते.' सुट्टीच्या दिवशी काही करण्याचं ते कबूल करत परंतु ऐनवेळी मात्र ते 'अतिशय कामात' असत. बरेच वेळा ते त्याला मीटिंग किंवा पार्टीमधून घरी आणायलाच विसरायचे, कारण 'त्यांना बरीच कामं असायची.'

त्याच्या पालकांच्या निष्काळजी वृत्तीमुळे, या व्यक्तीला लहानपणी एकामागून एक निराशेचं दुःख सहन करावं लागलं. हळुहळू की अचानक - मला माहीत नाही - मात्र थोडं मोठं झाल्यावर तो अशा दुःखदायक निष्कर्षाप्रत पोहोचला, की तो त्याच्या पालकांवर विश्वास ठेवू शकत नाही. हे एकदा उमगल्यावर मात्र त्याला बरं वाटू लागलं व त्याचं आयुष्य सुसह्य झालं. त्याने पालकांकडून कसलीच अपेक्षा ठेवली नाही किंवा त्यांनी काही कबूल केल्यावर आशाही बाळगली नाही. पालकांवर विश्वास ठेवणं बंद केल्यावर त्याच्या निराशेची तीव्रता व सातत्य प्रकर्षाने कमी झालं.

मात्र अशा प्रकारची तडजोड पुढील आयुष्यातील समस्यांचं कारण बनते. लहान मुलांसाठी आपले पालक सर्वस्व असतात, तेच त्यांचं जग असतात. दुसरे पालक वेगळे व चांगले असू शकतात असा ते विचारही करू शकत नाहीत. ते गृहीत धरतात, की पालक ज्या पद्धतीने एखादी गोष्ट करतात, तीच योग्य पद्धत आहे. म्हणूनच या मुलाला उमगलेली वस्तुस्थिती (त्याचा नकाशा) अशी नव्हे, 'मी पालकांवर विश्वास ठेवू शकत नाही' तर 'मी जगातील लोकांवर विश्वास ठेवू शकत नाही' अशी आहे. या नकाशाच्या साहाय्यानेच त्याने कुमारवयात व प्रौढवयात प्रवेश केला. हा नकाशा व निराशेतून आलेला संतापाचा साठा यामुळे अधिकार असलेल्या व्यक्तींशी - पोलीस, शिक्षक, मालक - वारंवार भांडणं होणं साहजिकच होतं. या भांडणांमुळे त्याचा हा समज दृढ झाला की 'ज्या व्यक्तींकडे त्याला देण्याजोगं काही आहे, अशा व्यक्ती विश्वासास पात्र नाहीत.' त्याला नकाशा सुधारण्याच्या अनेक संधी मिळाल्या परंतु त्या व्यर्थ ठरल्या. या जगात विश्वास ठेवण्याजोगे काही लोक आहेत हे जाणण्याचा एकच मार्ग होता, तो म्हणजे त्यांच्यावर विश्वास ठेवण्याचा धोका पत्करणं आणि त्यासाठी प्रथम त्याला त्याच्या नकाशापासून दूर जाणं गरजेचं होतं. दुसरं म्हणजे त्याला त्याच्या पालकांबद्दलचा दृष्टिकोनसुद्धा बदलावा लागला असता. त्याच्या पालकांचं त्याच्यावर प्रेम नव्हतं, त्याचं लहानपण सामान्य नव्हतं, त्याच्या गरजांची दखल न घेणारे त्याचे पालक इतरांप्रमाणे नव्हते. प्रथम हे त्याला स्वीकारावं लागलं असतं. हे स्वीकारणं अतिशय दुःखदायक झालं असतं. तिसरं असं की त्याची सर्वांवर अविश्वास दाखविण्याची वृत्ती ही लहानपणी केलेली योग्य अशी तडजोड होती, ज्यामुळे त्याचं दुःख, यातना नक्कीच कमी झाल्या होत्या. एकदा लागू पडलेला उपाय सोडून देणं अतिशय कठीण असल्यामुळे त्याने अविश्वास दाखविणं सोडलं

नाही. नकळतपणे त्याने असे प्रसंग निर्माण केले ज्यातून हा समज दृढ झाला. तो इतरांपासून वेगळा पडत गेला. प्रेम, आपुलकी, जवळीक अनुभवणं त्याने स्वतःसाठी अशक्य करून ठेवलं. तो बायकोशीसुद्धा जवळीक साधू शकला नाही, तिच्यावरदेखील विश्वास ठेवू शकला नाही. त्याला फक्त त्याची दोन मुलं प्रिय होती. मुलांवर त्याचा ताबा होता, मुलं त्याच्यावर अधिकार गाजवू शकत नव्हती, त्यामुळे संपूर्ण जगात तो फक्त मुलांवर विश्वास ठेवू शकत होता.

हस्तांतरणाची समस्या असते तेव्हा नकाशा सुधारण्याचं काम मानसोपचार पद्धती करते. पेशंट उपचारासाठी येतात जेव्हा त्यांचे नकाशे निरुपयोगी ठरतात पण तरीही ते आपल्या नकाशाला कवटाळून बसतात व प्रत्येक पावलाला विरोध करतात. तो विरोध कधीकधी इतका तीव्र असतो की, उपचार करणंदेखील अशक्य होतं. जसं या व्यक्तीच्या बाबतीत घडलं. सुरुवातीला त्याने शनिवारची वेळ मागितली. तीन भेटी झाल्यावर त्याने येणं बंद केलं कारण त्याने शनिवार-रविवार माळ्याचं काम घेतलं होतं. मी त्याला गुरुवार संध्याकाळची वेळ देऊ केली. दोन वेळा आल्यानंतर तो येईनासा झाला कारण त्याला कारखान्यात जास्तीचं काम होतं. मी माझं वेळापत्रक बदलून त्याला सोमवार संध्याकाळची वेळ दिली, जी त्याला सोईस्कर होती पण परत काही दिवसांनी त्यानं येणं बंद केलं, कारण सोमवारीसुद्धा जास्तीचं काम सुरू झालं होतं. अशा परिस्थितीत उपचार करणं अशक्य आहे असं मी त्याला स्पष्ट केलं. जास्तीचं काम करणं तो नाकारू शकत होता, अशी कबुली त्याने दिली. मात्र तो म्हणाला की, त्याला पैशांची निकड आहे व काम त्याला उपचारांपेक्षाही जास्त महत्त्वाचं आहे. त्याने मला सांगितलं, की ज्या सोमवारी त्याला जास्तीचं काम नसेल त्या दिवशी संध्याकाळी तो माझ्याकडे येऊ शकतो. आणि दर सोमवारी चार वाजता तो फोन करून येणार की नाही ते कळवेल. मला मान्य नाही असं मी त्याला सांगितलं, कारण दर सोमवारी मी माझं वेळापत्रक ऐनवेळी बदलू शकत नव्हतो. त्याला वाटत होतं, की मी जराही तडजोड करत नाही, मला त्याची काळजीच नाही, मी फक्त स्वतःच्या वेळेला महत्त्व देतोय आणि त्यामुळे माझ्यावर विश्वास ठेवता येणार नाही. या मुद्द्यावर आमचे एकत्र काम करण्याचे प्रयत्न फसले आणि मी त्याच्या जुन्या नकाशालाच पुष्टी देणारी एक व्यक्ती बनलो.

हस्तांतरणाची समस्या ही फक्त मानसोपचारतज्ज्ञ व त्यांचे पेशंट यांमधील समस्या नाही तर ही पालक व मुले, पति-पत्नी, मालक-नोकर, मित्र,

वेगवेगळे गट आणि अगदी वेगवेगळे राष्ट्र यांमधील समस्या आहे. आंतरराष्ट्रीय घडामोडींमध्ये हस्तांतरण काय भूमिका बजावतं, याची कल्पना अवाक् करणारी आहे. आपले राजकीय नेतेसुद्धा माणसंच आहेत, जे लहानपणातील अनुभवांनी घडले आहेत. हिटलरचा नकाशा कसा होता? तो कसा तयार झाला असेल? व्हिएतनामचं युद्ध सुरू करणारे, चालू ठेवणारे अमेरिकेचे नेते कोणता नकाशा अनुसरत होते? नक्कीच तो पुढील पिढ्यांच्या नकाशांपेक्षा खूप वेगळा होता. भयंकर मंदीच्या काळाने (१९३० च्या दरम्यान) या नेत्यांचे नकाशे कशा प्रकारे घडविले? आणि साधारण १९५० ते १९७० या काळाने पुढच्या पिढीचे नकाशे कशा प्रकारे घडविले? १९३० ते १९४० दरम्यान देशाला (मंदीचे) काही अनुभव मिळाले होते. जर या घडामोडींनी राजकीय नेत्यांचे नकाशे घडविले होते आणि या नकाशांमुळे व्हिएतनामबरोबर युद्ध पुकारले गेले होते, तर हे त्यांचे नकाशे १९५० ते १९७० या काळात युद्ध पुकारताना कितपत लागू होते? यामुळे आपण आपले नकाशे शीघ्रगतीने कसे सुधारू शकतो, हा एक महत्त्वाचा प्रश्न आहे.

वस्तुस्थिती किंवा सत्य जेव्हा दुःखदायक असतं, तेव्हा ते टाळलं जातं. या दुःखाला सामोरं जाण्याची शिस्त आपल्याकडे असेल, तरच आपण आपले नकाशे सुधारू शकतो. अशी शिस्त असण्यासाठी आपण सत्याशी पूर्णपणे प्रामाणिक असायला हवं. सत्य हे आपल्यासाठी सुखकारक असण्यापेक्षा स्वतःच्या उन्नतीसाठी सर्वांत महत्त्वाचं असायला हवं. आपल्याला होणारा त्रास महत्त्वाचा नाही असं मानून सत्याचा शोध घेताना तो त्रास आनंदाने स्वीकारायला हवा. कितीही किंमत मोजावी लागली तरी सतत वस्तुस्थितीशी प्रामाणिक राहणं म्हणजेच मानसिक आरोग्य होय.

आव्हानांना खुलं असणं

सत्याशी पूर्ण प्रामाणिक असलेलं जीवन म्हणजे नक्की काय? असं जीवन म्हणजे अविरतपणे केलेलं काटेकोर आत्मपरीक्षण! जगाशी असलेल्या आपल्या नातेसंबंधांतूनच आपण जग जाणतो. म्हणून जग जाणून घेताना जगाचं परीक्षण करण्याबरोबरच परीक्षकाचंसुद्धा (स्वतःचं) परीक्षण व्हायला हवं. मानसोपचारतज्ज्ञांना हे शिकविलं जात असल्याने त्यांना माहीत असतं, की स्वतःचं हस्तांतरण व समस्या जाणून घेतल्याशिवाय ते पेशंटचे हस्तांतरण व समस्या समजू

शकत नाहीत. या कारणासाठी मानसोपचारतज्ज्ञांना शिक्षणाचा भाग म्हणून स्वतः मनोविश्लेषण प्रक्रियेतून जाण्याचा सल्ला दिला जातो. दुर्दैवाने सगळेच तज्ज्ञ असं मनोविश्लेषण करून घेत नाहीत. असे अनेक तज्ज्ञ आहेत जे काटेकोरपणे जगाचं परीक्षण करतात, मात्र स्वतःचं कधी करत नाहीत. जगाच्या दृष्टीने ते कर्तृत्ववान असतीलही परंतु ते सुज्ञ नक्कीच नसतात. चिंतन आणि कृती यांचा मिलाफ असलेलं जीवन म्हणजे सुज्ञतेचं जीवन आहे. पूर्वी अमेरिकन संस्कृतीत चिंतनाला विशेष महत्त्व नव्हतं. १९५०मध्ये लोकांनी अडलाई स्टिव्हनसन याला 'टकलू' असं टोपणनाव दिलं. त्यांना खात्री होती की तो चांगला पंतप्रधान बनू शकणार नाही कारण तो चिंतनशील, खोल विचार करणारा माणूस होता. मी काही पालकांना त्यांच्या कुमारवयातील मुलांना सांगताना ऐकलंय, ''तू खूपच विचार करतोस.'' खरंतर विचार करण्याची व आत्मपरीक्षण करण्याची कुवतच मानवाला इतर प्राण्यांपेक्षा श्रेष्ठ ठरविते. सुदैवाने ही वृत्ती आता बदलत आहे. त्यामुळे आपल्या लक्षात येऊ लागलं आहे, की जगाला जो धोका आहे त्याचं मूळ बाहेर नसून आपल्या आत आहे. सतत केलेलं आत्मपरीक्षण व चिंतन मानवजातीला तग धरण्यासाठी आवश्यक आहे पण अद्याप मोजक्याच लोकांची वृत्ती बदलत आहे. बाह्यजगाचं परीक्षण आतील जगाच्या परीक्षणाइतकं दुःखदायक नसतं. प्रामाणिक आत्मपरीक्षणातील दुःखामुळे बहुतेकजण त्यापासून पळ काढतात परंतु जेव्हा एखादा सत्याशी प्रामाणिक असतो, तेव्हा हे दुःख त्याला तितकंसं महत्त्वाचं वाटत नाही. मात्र तो जसजसा या आत्मपरीक्षणाच्या मार्गावर पुढे जातो, तसतसं हे दुःख कमी कमी होत जातं.

सत्याशी पूर्ण प्रामाणिक असलेलं जीवन म्हणजे स्वतःवरील आव्हानांना खुलं असणं. वस्तुस्थितीचा आपला नकाशा योग्य आहे याची खात्री करून घेण्याचा एकमेव मार्ग म्हणजे इतर व्यक्तींच्या टीका व आव्हानांसमोर आपला नकाशा खुला ठेवणे. एरवी आपण बंदिस्त वातावरणातच जगत असतो, सिल्व्हीया प्लाथच्या भाषेत, फिश टँकमध्ये, आपलाच उच्छ्वास पुन्हा आत भरून घेतो आणि भ्रमात खोलवर जातो. वस्तुस्थितीचा नकाशा सुधारण्यामधील दुःखामुळे आपण नकाशाला असलेलं आव्हान टाळतो. आपण आपल्या मुलांना म्हणतो, ''उलट उत्तर देऊ नकोस. मी तुझा बाबा आहे.'' आपल्या जोडीदाराला आपण सुचवितो, ''तू पण जग आणि मलाही जगू दे. माझ्यावर टीका केलीस तर कठीण जाईल आणि तुला पश्चात्ताप होईल.'' वयोवृद्ध व्यक्ती त्यांच्या कुटुंबाला व

इतरांना संदेश देतात, ''मी म्हातारा आहे, दुबळा आहे. मला त्रास दिलात तर मी मरेन किंवा माझे शेवटचे दिवस दुःखदायक केल्याचं पाप तुमच्या माथी येईल.'' आपल्या नोकरांना आपण म्हणतो, ''मला आव्हान द्यायचं असेल तर द्या पण परिणामांना तयार राहा.''

आव्हानं टाळण्याची वृत्ती माणसात इतकी नैसर्गिक आहे, की तो मानवी स्वभावाचा एक गुणविशेष म्हणता येईल पण याचा अर्थ असा नव्हे, की ती आवश्यक, उपयुक्त किंवा न बदलता येण्याजोगी वृत्ती आहे. चड्डीत सू-शी करणे, दात न घासणे हेसुद्धा नैसर्गिक आहे. तरीही आपण स्वतःला अनैसर्गिक गोष्टी करायला शिकवतो आणि मग अनैसर्गिकताच आपला स्वभाव बनते. खरंतर 'स्वतःला शिस्त लावणे' याची स्वतःला अनैसर्गिक गोष्टी करायला शिकविणे अशी नव्याने व्याख्या करता येईल. मानवी स्वभावाचा अजून एक गुणधर्म आहे, ज्यामुळेच आपण खऱ्या अर्थाने मानव गणले जातो – तो असा, की अनैसर्गिक गोष्टी करण्याची क्षमता, आपल्या स्वभावाच्या पलीकडे जाणे आणि त्यामुळे स्वभावात परिवर्तन करणे.

मानसोपचार घेण्याची कृती ही सर्वांत अनैसर्गिक कृती आहे व म्हणूनच जास्त मानवी आहे. या कृतीत आपण स्वतःला जाणीवपूर्वक दुसऱ्या मानवाने दिलेल्या आव्हानांसाठी खुलं करतो आणि दुसऱ्या व्यक्तीला या विश्लेषणाच्या कामाचा मोबदला देतो. मानसोपचारतज्ज्ञाच्या दवाखान्यातील कोचवर पहुडणे हे खरंतर आव्हानांसाठी खुलं असण्याचं प्रतीक आहे. हे उपचार घेण्यासाठी मोठं धाडस लागतं, खूप पैसा लागतो असं नाही. अनेक मानसोपचारतज्ज्ञसुद्धा स्वतःवरील उपचारपद्धतीसाठी वेळ काढत नाहीत. खरंतर त्यांना इतरांपेक्षा या प्रक्रियेला सामोरं जाण्याची जास्त गरज आहे. जे मनोरुग्ण उपचारपद्धती घेण्याचं धाडस दाखवितात, ते सर्वसामान्य माणसांपेक्षा जास्त खंबीर व सशक्त असतात.

मानसोपचार घेणं हे आव्हानांना खुलं राहण्याचं एक उत्तम साधन असलं तरी आपल्या दैनंदिन जीवनातील घडामोडीसुद्धा आपल्याला अनेकदा तशी संधी देतात : ऑफिसमधील कॅन्टीन, मीटिंग्ज, खेळाचं मैदान, घरचं जेवणाचं टेबल, रात्रीचा बिछाना, आपले सहकारी, वरिष्ठ, नोकर, आपले मित्र, जोडीदार, प्रेमी, पालक व मुलं यांच्याबरोबर. विशिष्ट केशभूषा करणारी माझी एक पेशंट थोडे दिवस उपचार घेतल्यानंतर क्लिनिकमधून निघताना तिने केस विंचरणं सुरू केलं.

या नवीन सवयीबद्दल विचारल्यावर ती म्हणाली, ''काही आठवड्यांपूर्वी, इथून गेल्यावर माझ्या नवऱ्याच्या लक्षात आलं की माझी केशरचना मागून चप्पट झाली आहे.'' किंचित हसत ती पुढे म्हणाली, ''मी कारण सांगितलं नाही, मी इकडे उपचारासाठी येते हे समजल्यावर तो मला चिडवेल अशी भीती मला वाटली.'' याचा अर्थ, आम्हाला आणखी एका समस्येवर काम करायचं होतं. मानसोपचारपद्धती सर्वांत मोलाची ठरते, जेव्हा पन्नास मिनिटात प्राप्त केलेलं ज्ञान पेशंटला दैनंदिन जीवनात व नातेसंबंधात उपयोगी पडतं. जोपर्यंत आव्हानांना खुलं असणं आपला जीवन जगण्याचा मार्ग बनत नाही, तोपर्यंत मनाच्या जखमा पूर्णपणे भरून निघत नाहीत. ही बाई पूर्णपणे बरी होणार नाही, जोपर्यंत ती माझ्याशी जशी मनमोकळी होती तशी नवऱ्याशी असेल.

मानसोपचारतज्ज्ञाकडे येणारे बहुतेकजण 'समस्येतून सुटका' या अपेक्षेने येतात. फार थोडेजण जाणीवपूर्वक आव्हान स्वीकारण्यासाठी किंवा शिस्त शिकण्यासाठी तज्ज्ञाकडे येतात. जेव्हा त्यांच्या लक्षात येतं, की त्यांना आव्हान स्वीकारावं लागणार आहे व मदतसुद्धा मिळणार आहे, तेव्हा त्यातील बरेच पेशंट पळून जातात आणि उरलेल्यांना पळून जाण्याचा मोह होतो. आव्हान स्वीकारणे व शिस्त आत्मसात करणे हाच समस्येवरचा खरा उपाय आहे, हे पेशंटना शिकविणं मोठं अवघड, वेळ लागणारं, बरेचदा अपयशी ठरणारं काम आहे. म्हणूनच पेशंट उपचाराच्या मोहात पडावेत असा आम्ही प्रयत्न करतो. वर्षानुवर्षं येणाऱ्या काही पेशंटच्या बाबतीत असंही म्हणू शकतो, ''त्यांनी खऱ्या अर्थाने उपचार घेणं सुरूच केलं नाहीए.''

मानसोपचारात पेशंटचं मन मोकळं करण्यासाठी 'फ्री असोसिएशन (मुक्त जोडणी)' या पद्धतीचा वापर केला जातो. या पद्धतीत पेशंटला असं सांगितलं जातं : ''तुझ्या मनात जे काही येईल ते शब्दात व्यक्त कर, कितीही निरर्थक, क्षुल्लक, लाजिरवाणं, दुःखदायक वाटलं तरी. एकाचवेळी दोन गोष्टी जर मनात आल्या तर जी गोष्ट बोलण्याचं तू टाळतो ती आधी शब्दात मांड.'' हे बोलणं सोपं आहे परंतु करणं कठीण आहे. जे पेशंट मनापासून प्रयत्न करतात, त्यांच्यात लवकर सुधारणा होते परंतु काहींचा इतका विरोध असतो, की ते फक्त नाटक करतात. ते इथलं तिथलं खूप बोलतात, परंतु महत्त्वाच्या गोष्टी मात्र वगळतात. एखादी स्त्री लहानपणाच्या कटू आठवणींबद्दल तासभर बोलेल परंतु बँकेतून एक हजार डॉलर जास्त काढल्याबद्दल नवऱ्याने सकाळी जाब विचारला तर त्या

विषयाला हातच घालणार नाही. असे पेशंट डॉक्टरसोबतचा एक तास टी.व्ही. वरच्या कृत्रिम मुलाखतीसारखा बनवून टाकतात. आव्हान टाळण्याच्या प्रयत्नात ते आपला वेळ फुकट घालवतात आणि बहुधा नकळतपणे ते खोटं बोलत असतात.

व्यक्ती किंवा संस्था यांना खरोखर आव्हानांना सामोरं जायचं असेल तर त्यांचा वस्तुस्थितीचा नकाशा जनतेने तपासण्यासाठी खुला करणं आवश्यक आहे. नुसत्या फुटकळ गप्पा कामाच्या नाहीत. पुढचा मुद्दा असा, की सत्याशी एकनिष्ठ असलेलं जीवन म्हणजे अत्यंत प्रामाणिक असं जीवन! ते जीवन म्हणजे अखंड आत्मपरीक्षणाची प्रक्रिया, ज्यायोगे आपल्याला वस्तुस्थिती किंवा सत्य जसं उमगलं आहे, तसंच तंतोतंत शब्दात व भावनेत व्यक्त करता येणं.

मात्र अशा प्रामाणिकपणासोबत दुःखसुद्धा येतं. आव्हानातील दुःख व त्याचे परिणाम टाळण्यासाठी लोक खोटं बोलतात. वॉटरगेटबद्दल प्रेसिडेंट निक्सन यांनी केलेलं असत्य भाष्य हे चार वर्षांच्या मुलानी मारलेल्या अस्सल थापेपेक्षा वेगळं नाही. जोपर्यंत आव्हान योग्य व न्यायसंगत असतं (जे बहुधा असतं), तोपर्यंत खोटं बोलणं म्हणजे योग्य व न्यायसंगत दुःख टाळण्याचा प्रयत्न करण्यासारखंच आहे. असं केल्याने मानसिक रोगांची निर्मितीच होते.

आव्हाने व दुःख टाळण्याच्या प्रयत्नांमधून 'शॉर्टकट घेणे' हा मुद्दा उपस्थित होतो. जेव्हा आपल्यासमोर अडथळा निर्माण होतो, तेव्हा तो चुकवून आपण आपल्या ध्येयाप्रत पोहोचण्याचा एखादा सोपा व जवळचा मार्ग - शॉर्टकट - शोधत असतो. आत्मिक विकास हे मानवी अस्तित्वाचं अंतिम ध्येय आहे असा विश्वास असल्यामुळे आपण वेगाने प्रगती व विकास करणं इष्ट आहे. त्यामुळे व्यक्तिगत उन्नती साधण्यासाठी योग्य शॉर्टकट वापरणं उचित आहे, परंतु येथे महत्त्वाचा शब्द आहे 'योग्य.' योग्य मार्ग सोडून अयोग्य मार्ग निवडण्याची मानवी वृत्ती आहे. उच्च शिक्षण घेताना पूर्ण पुस्तक वाचण्याऐवजी त्याचा सारांश वाचणं हा योग्य शॉर्टकट आहे. जर सारांश चांगला असेल आणि संपूर्ण अर्थ त्यात उतरला असेल तर वेळ व प्रयत्न वाचवून आवश्यक ज्ञान प्राप्त करता येतं. मात्र कॉपी करणे योग्य शॉर्टकट नव्हे. कॉपी केल्याने खूप वेळ वाचेल व पदवीसुद्धा मिळेल, परंतु आवश्यक ज्ञान प्राप्त होणार नाही. म्हणूनच ती पदवी खोटी असेल, विपर्यास्त असेल. ती पदवी जर आयुष्याचा पाया असेल तर आयुष्यच खोटं,

अवास्तव बनतं आणि हे असत्य झाकण्यासाठी संपूर्ण आयुष्य खर्ची पडतं.

प्रामाणिकपणे केलेले मानसोपचार व्यक्तिगत विकासाचा योग्य शॉर्टकट आहे, ज्याकडे बहुतेकदा दुर्लक्ष केलं जातं. त्यासाठी असं कारण दिलं जातं, 'मानसोपचार मला पंगू बनवेल व अशा कुबड्यांचा मला आधार घ्यायचा नाही.' पण खरंतर हे आपल्या आतल्या भीतीवर पांघरूण घालण्यासारखं आहे. मानसोपचार ह्या काही कुबड्या नव्हेत. या उपचारांशिवायसुद्धा वैयक्तिक प्रगती साधणं शक्य आहे परंतु ते काम अतिशय अवघड, वेळखाऊ व कंटाळवाणं असतं. उपलब्ध असलेल्या साधनांचा शॉर्टकट म्हणून वापर करणं हा खरंतर सुज्ञपणा आहे.

याउलट मानसोपचारपद्धतीचा अयोग्य शॉर्टकट म्हणूनसुद्धा वापर केला जाऊ शकतो. याचं उदाहरण म्हणजे आपल्या मुलांसाठी मानसोपचार करून घेणारे पालक. त्यांना त्यांच्या मुलांमध्ये काही बदल अपेक्षित असतात : मादक पदार्थांचं सेवन थांबविणं, भयानक हट्टीपणा सोडणं, अभ्यासात प्रगती करणं इत्यादी. मुलांना सुधारण्याचे सर्व उपाय संपल्यावर काही पालक तज्ज्ञांकडे येतात व समस्या सोडविण्यासाठी प्रयत्न करायला तयार होतात. काहीजणांना मुलांच्या समस्येचं कारण चांगलं माहीत असतं, परंतु त्यांना आशा असते, की मूळ प्रश्नाला हात न घालता मानसोपचारतज्ज्ञ मुलाची समस्या सोडवतील. उदा. काही पालक उघडपणे म्हणतात, 'आम्हाला माहीत आहे, की आमचं वैवाहिक जीवन तितकंसं सफल नाही आणि याचा आमच्या मुलाच्या समस्येशी काहीतरी संबंध असावा. तरीही आम्हाला आमच्या समस्यांसाठी मानसोपचार घ्यायचे नाही, तुम्ही फक्त आमच्या मुलावर मानसोपचार करा व त्याला आनंदी बनवा.' इतर काही तेवढे मोकळे नसतात. ते काहीही करण्याची तयारी दाखवितात, परंतु जेव्हा त्यांना सांगण्यात येतं, की त्यांच्या संपूर्ण जीवनशैलीविषयी मुलाच्या मनात असलेला तिरस्कार, या रूपात बाहेर पडतोय, तेव्हा ते म्हणतात, ''मुलासाठी आम्ही पूर्णपणे बदलणं हा विचार मूर्खपणाचा आहे.'' आणि ते दुसऱ्या मानसोपचारतज्ज्ञाच्या शोधात जातील, जो त्यांना दुःख नसलेला शॉर्टकट देऊ करेल. पुढे जाऊन ते आपल्या मित्रांना व स्वतःलाही सांगतील, ''आमच्या मुलासाठी आम्ही शक्य तेवढे सगळे उपाय केलेः आम्ही चार वेगवेगळ्या तज्ज्ञांकडे त्याला घेऊन गेलो, परंतु काहीही उपयोग झाला नाही.''

अशा प्रकारे आपण इतरांशीच नव्हे, तर स्वतःशीही खोटं बोलतो.

आपल्या जुन्या दृष्टिकोनाला - नकाशाला - आपल्या सदसद्विवेक बुद्धीने व वस्तुस्थितीच्या जाणिवेने दिलेलं आव्हान हे, इतरांनी दिलेल्या आव्हानाइतकंच योग्य व दुःखदायक असू शकतं. स्वतःशी बोललेल्या अनेक खोट्या गोष्टींपैकी दोन नेहमीच्या, पटणाऱ्या व घातक गोष्टी अशा, 'आमचं आमच्या मुलांवर प्रेम आहे' आणि 'आमच्या पालकांचं आमच्यावर खरंच प्रेम होतं.' खरं प्रेम असूदेखील शकतं, परंतु ते जेव्हा नसतं, तेव्हा ही जाणीव टाळण्यासाठी लोक कोणत्याही टोकाला जाऊ शकतात. मी मानसोपचार उपचारपद्धतींना 'सत्याचा खेळ', किंवा 'प्रामाणिकपणाचा खेळ' असंदेखील म्हणतो. कारण यात पेशंटला खोट्या गोष्टींना सामोरं जायला मदत केली जाते. आपल्याला सांगितल्या गेलेल्या व आपण स्वतःला सांगितलेल्या खोट्या गोष्टींच्या शृंखलांमध्ये मानसिक आजाराचं मूळ आहे. अशी मुळं अत्यंत प्रामाणिकपणाच्या वातावरणातच उघड होतात व छाटता येतात. असं वातावरण निर्माण करण्यासाठी तज्ज्ञाला पेशंटशी असलेल्या त्याच्या नात्यात खुलेपणा व प्रामाणिकपणा आणणं आवश्यक आहे. वस्तुस्थितीला सामोरं जाण्यातलं दुःख स्वतः सहन केल्याशिवाय पेशंटकडून तशी अपेक्षा कशी करणार? आपण जाऊन आलेल्या वाटेचंच आपण मार्गदर्शन करू शकतो.

सत्य दडवणे

खोटं बोलण्याचे दोन प्रकार आहेत : पूर्ण असत्य आणि अर्धसत्य. जेव्हा बोलणाऱ्याला आपलं विधान खोटं आहे हे माहीत असतं, तेव्हा त्याला पूर्ण असत्य असं म्हणतात. अर्धसत्य असं विधान आहे जे मुळात चुकीचं नसतं, परंतु त्यातून सत्याचा महत्त्वाचा भाग वगळलेला असतो. अर्धसत्य हे असत्याहून जराही कमी किंवा समर्थन करण्यायोग्य नाही. कारण तेदेखील पूर्ण असत्याइतकंच घातक असू शकतं. जे सरकार सुरक्षेच्या नावाखाली महत्त्वाची माहिती लोकांपासून दडवून ठेवतं, ते खोटं बोलणाऱ्या सरकारइतकंच प्रजासत्ताक, स्वतंत्र नाही. बँकेतून जास्तीचे पैसे काढले हे सांगायचं राहून गेलेली माझी पेशंट जरी अर्धसत्य बोलत असली, तरी पूर्ण असत्य बोलणाऱ्या पेशंटइतकाच तिनेही स्वतःच्या उपचारामध्ये अडथळा निर्माण केला होता. अर्धसत्य हा फार मोठा गुन्हा न वाटल्याने त्याचा सर्रास वापर होतो आणि ते शोधून काढण्यास खूप अवघड असल्यामुळे पूर्ण

असत्यापेक्षाही जास्त हानिकारक ठरतं.

'दुसऱ्याच्या भावना दुखवायच्या नाहीत' या सबबीखाली आपण समाजात अनेकदा अर्धसत्य बोलत असतो. तरीही आपले नातेसंबंध वरवरचे आहेत याचं आपल्याला वैषम्य वाटतं. मुलांच्या प्रेमापोटी व भल्यासाठी पालकांनी मुलांशी वेळोवेळी अर्धसत्य बोलणं योग्य आहे, असं मानलं जातं. ज्या पति-पत्नीचे एकमेकांशी मोकळे नातेसंबंध असतात, त्यांनासुद्धा आपल्या मुलांशी मोकळं राहणं अवघड जातं. ते मुलांना हे सांगत नाहीत, की ते सिगारेट ओढतात, कालच रात्री त्यांचं भांडण झालं, त्यांना मुलांच्या आजी-आजोबांचा राग येतो, एकाला किंवा दोघांनाही मानसिक आजार आहे, त्यांनी आर्थिक व्यवहारात धोका पत्करलाय किंवा बँकेत किती पैसे आहेत? अशी माहिती लपवणे म्हणजे मोकळेपणा नसणे. मात्र याचं कारण दिलं जातं - 'अनावश्यक काळजीपासून मुलांचं संरक्षण करण्याची प्रेमळ इच्छा'. बहुतेक वेळा असं संरक्षण अयशस्वीच ठरतं. मुलांच्या तसंही लक्षात येतं, की आई-बाबा सिगारेट ओढतात, काल रात्री त्यांचं भांडण झालं, त्यांना आजी-आजोबांचा राग आहे, आईला नैराश्य आलंय, बाबांना धंद्यात तोटा होतोय. अशाने मुलांचं संरक्षण होण्याऐवजी पैसा, आजार, मादक पदार्थ, लग्न, सेक्स, त्यांचे पालक, आजी-आजोबा आणि समाज या महत्त्वाच्या ज्ञानापासून त्यांना वंचित ठेवलं जातं. या विषयावर मोकळेपणाने चर्चा झाल्यानंतरही त्यातून मिळणारा विश्वास, दिलासा यापासून मुलं वंचित राहतात. महत्त्वाचं म्हणजे खुलेपणा व प्रामाणिकपणाचा आदर्श त्यांना पाहायला मिळत नाही. त्याऐवजी अर्धवट प्रामाणिकपणा, मर्यादित मोकळेपणा व मोजकं धैर्य याचं उदाहरण त्यांना दिसतं. काही पालक अतिप्रेमातून मुलांना जपतात, तर काही पालकांच्या बाबतीत मुलांचं संरक्षण करण्यामागे मुलांनी आपल्याला आव्हान देऊ नये व आपलं वर्चस्व कायम राहावं अशी इच्छा असते. अशा पालकांना हे म्हणायचं असतं, 'मुलांनो, तुम्ही लहान मुलांसारखंच वागा आणि आमच्या चिंता आमच्यावर सोडा. प्रेमाने तुमची काळजी घ्यायला आम्ही समर्थ, खंबीर आहोत या दृष्टीने आमच्याकडे पाहा. आमची अशी प्रतिमा आपल्या दोघांच्याही भल्यासाठी आहे. त्यामुळे तिला तडा जाऊ देऊ नका. यामुळे आम्हाला सशक्त झाल्यासारखं वाटतं व तुम्हाला सुरक्षित वाटतं आणि याबाबतीत खोलात न शिरणं आपल्या दोघांच्याही हिताचं आहे.'

प्रामाणिक राहण्याची इच्छा व मुलांच्या सुरक्षित गरजा या दोन गोष्टी जेव्हा

परस्परविरोधी असतात, तेव्हा खरी समस्या येते. उदा. ज्या जोडप्यांचं एकमेकांशी चांगलं पटतंय, त्यांच्यातसुद्धा क्वचित घटस्फोटाचा विषय निघतो, परंतु असं खरोखर घडण्याची शक्यता अतिशय कमी असते. अशा वेळी मुलांना त्याबद्दल सांगणं म्हणजे त्यांना विनाकारण ताण देणं आहे. घटस्फोटाची कल्पना मुलांच्या सुरक्षिततेच्या भावनेला जबरदस्त धक्का देणारी असते. इतकी धक्कादायक, की मुलांना ते समजून घेण्याची क्षमता नसते. घटस्फोटाची पुसट शक्यतासुद्धा मुलांना हादरवून सोडते. जेव्हा आई-वडिलांचे एकमेकांशी संबंध पार बिघडलेले असतात, तेव्हा पालक घटस्फोटाचा उल्लेख करोत वा ना करोत, मुलं ती शक्यता ओळखून असुरक्षित झालेली असतात. पालकांचे संबंध चांगले असतील तेव्हा मुलांना मोकळेपणी असं सांगणं, 'आई-बाबा काल रात्री घटस्फोटाबद्दल बोलत होते पण आम्ही खरंच घटस्फोट घेऊ असं नाही,' हे सुद्धा हिताचं नाही. दुसरं उदाहरण म्हणजे मानसोपचारतज्ज्ञांना सुरुवातीला स्वतःचे विचार, अनुमान व त्यांना झालेला बोध पेशंटपासून लपविण्याची आवश्यकता भासते. कारण पेशंट ती माहिती ग्रहण करण्याच्या किंवा हाताळण्याच्या मनःस्थितीत नसतात. मी काम सुरू केल्यावर पहिल्या वर्षी एका पेशंटने त्याच्या चौथ्या भेटीत त्याला पडलेलं एक स्वप्न सांगितलं, ज्यातून समलिंगी आकर्षणाची भीती व्यक्त होत होती. माझी हुशारी दिसावी व त्याची लवकर प्रगती व्हावी या हेतूने मी त्याला सांगितलं, 'तुझं स्वप्न असं दर्शवितंय की तुला समलिंगी आकर्षण असण्याची भीती वाटतेय.' त्याचा चेहरा अगदी चिंतातूर झाला व त्याने पुढच्या तीन भेटी रद्द केल्या. खूप प्रयत्न केल्यानंतरच मी खरंतर सुदैवाने परत उपचारासाठी त्याचं मन वळवू शकलो. आमच्या वीस भेटी झाल्या आणि मग त्याची कामानिमित्त बदली झाली. त्या भेटींचा त्याला बराच उपयोग झाला तरी आम्ही समलिंगी आकर्षणाचा विषय पुन्हा कधीही काढला नाही. जरी त्याच्या सुप्त मनात ही भीती असली तरी त्याचं जागृत मन हा विषय हाताळायला तयार नव्हतं. त्या विषयी मला झालेला बोध त्याला सांगून मी वास्तविक भयंकर चूक केली होती, ज्यामुळे यापुढे तो मानसोपचारासाठी कोणाकडेही गेला नसता.

राजकारण किंवा धंद्यात जर एखाद्याला सत्ता, महत्त्वाचं पद पाहिजे असेल तर वेळोवेळी त्याने आपलं मत व्यक्त न करायला शिकलं पाहिजे. जेव्हा एखादा प्रत्येक विषयावर आपलं मत मांडतो, तेव्हा वरिष्ठ त्याला बंडखोर समजतात व त्या संस्थेत यश मिळत नाही. एखाद्या संस्थेत यशस्वी व्हायचं असेल तर त्याला

काही प्रमाणात 'संस्थेचा माणूस' बनून राहायला हवं, स्वतःची मतं वेळप्रसंगी बाजूला ठेवून संस्था हीच आपली ओळख ठेवायला हवी. अगदी टोकाचं म्हणजे जेव्हा एखाद्याचं संस्थेत यशस्वी होणं हे एकमेव ध्येय असतं, तेव्हा तो फक्त अशी मतं व्यक्त करतो, ज्यांना संस्थेत विरोध होत नाही. तो स्वतःची ओळख, नीतिमूल्य हरवून बसतो व पूर्णपणे संस्थेचाच अविभाज्य भाग बनतो. स्वतःची ओळख व नीतिमूल्य जपणं आणि हरवणं यातील समतोल साधत चालण्याचा मार्ग चिंचोळा आहे. फार थोडे अधिकारी या मार्गावर चालण्यात यशस्वी होतात. शिवाय हे एक प्रचंड आव्हान आहे.

समाजात वावरताना आपली मतं, भावना, कल्पना, इतकंच काय पण अगदी ज्ञानसुद्धा व्यक्त करण्यावर वेळोवेळी नियंत्रण ठेवलं पाहिजे. मग जो सत्याशी एकनिष्ठ आहे त्याने यासाठी कोणते नियम पाळावे? सर्वप्रथम हे की खोटं कधी बोलू नये. दुसरं म्हणजे, सत्य लपवून ठेवणं हे असत्यासमान आहे हे नेहमी ध्यानात ठेवावं आणि अशा प्रसंगी स्वच्छ चरित्र ठेवून जाणीवपूर्वक निर्णय घेण्याची गरज आहे. तिसरं म्हणजे सत्य लपविण्याचा निर्णय कोणत्याही स्वार्थी हेतूने घेतला जाऊ नये. उदा. सत्ता मिळविण्यासाठी, आपली प्रतिमा जपण्यासाठी, आव्हानांपासून आपला नकाशा वाचविण्यासाठी. चौथं म्हणजे ज्या व्यक्तीपासून किंवा लोकांपासून सत्य लपवलं जात आहे, त्यामध्ये त्या लोकांचं भलं वा गरजांची पूर्तता होणे हा उद्देश्य असावा. पाचवं म्हणजे दुसऱ्यासाठी काय भलं आहे, हा अतिशय गुंतागुंतीचा व जबाबदारीचा निर्णय असल्यामुळे खरं प्रेम असलेल्या व्यक्तीनेच तो निर्णय घ्यावा. सहावं म्हणजे दुसऱ्याच्या गरजा व भल्याचा विचार करताना तो आपल्या आध्यात्मिक प्रगतीसाठी त्या सत्याचा उपयोग करू शकतो का, हेही ध्यानात घ्यायला हवं. सरतेशेवटी बहुतेकदा आपण सत्याचा उपयोग करून घेण्याची, दुसऱ्याची जी क्षमता असते, त्यापेक्षा आपण ती कमीच समजतो. हे लक्षात ठेवावं.

हे सगळं फार अवघड वाटेल, पूर्णपणे अनुसरणे अशक्य, सततचं ओझं, ओढाताण. ही सवय लावणे खरोखरच कठीण आहे. म्हणूनच लोक अप्रामाणिकपणा व बंदिस्तपणा असलेल्या आयुष्याची निवड करतात आणि स्वतःला व आपल्या नकाशांना जगापासून लपवून ठेवतात. हा सोपा मार्ग आहे. तरीही प्रामाणिकपणाने आयुष्य जगणं व सत्याशी एकनिष्ठ राहणं याचं फळ, केलेल्या प्रयत्नांपेक्षा मोठं असतं. खुल्या व्यक्तींची सतत प्रगती होत असते, कारण त्यांच्या नकाशाला सतत

आव्हान मिळत असतं. त्यांच्या खुलेपणामुळे ते जास्त चांगल्या प्रकारे लोकांशी जवळीक निर्माण करू शकतात व टिकवू शकतात. ते कधीच खोटं बोलत नाहीत, त्यामुळे जगातील अंदाधुंदीत आपण भर घातली नाही व त्याउलट आपण काही गोष्टी स्पष्ट केल्या, त्यांच्यावर प्रकाश टाकलाय असा विश्वास ते बाळगू शकतात. ते जसे आहेत तसे राहायला मुक्त असतात. काही लपविण्याचं दडपण त्यांच्यावर नसतं. त्यांना कधीही अपराधी वाटत नाही. पांघरूण घालणे किंवा बुरखा घेणे अशासाठी त्यांना प्रयत्न करावे लागत नाहीत. गोष्टी लपविण्यासाठी जेवढी ऊर्जा लागते, त्यापेक्षा फार कमी ऊर्जा प्रामाणिक होण्यासाठी लागते, याचा त्यांना उलगडा होतो. प्रामाणिक माणसाला कायम प्रामाणिक राहणं सोपं जातं, जसं एखाद्याला एक खोटं बोललं की कायम खोटं बोलावं लागतं. सत्याशी एकनिष्ठ असलेली माणसं त्यांच्या खुलेपणामुळे मुक्त आयुष्य जगतात आणि त्यांच्यात असलेल्या धाडसामुळे भीतीवर मात करतात.

समतोल साधणे

आत्तापर्यंत स्पष्ट झालं असेल की, शिस्त लावताना प्रयत्न करावे लागतात, कारण ते काम अवघड असल्याने त्यासाठी बदलण्याची तयारी व निर्णयक्षमता आवश्यक आहे. धाडसी लोकांनी सदैव पूर्ण प्रामाणिक राहण्याचा प्रयत्न केला पाहिजे, तरीही योग्य प्रसंगी सत्य लपविण्याची क्षमता बाळगली पाहिजे. प्रसंगी मुक्तपणे जगण्यासाठी आपण स्वतःची पूर्ण जबाबदारी घेतली पाहिजे, परंतु असं करताना आपली नसलेली जबाबदारी नाकारतासुद्धा आली पाहिजे. सुव्यवस्थित व कार्यक्षम असण्यासाठी, सुज्ञपणे जगण्यासाठी भविष्याकडे नजर ठेवत आनंद पुढे ढकलला पाहिजे. त्याचबरोबर आनंदी आयुष्य जगण्यासाठी अपाय होत नसेल तेव्हा वर्तमानात जगणं आणि उत्स्फूर्तपणे कृतीदेखील करता यायला हवी. याचा अर्थ, या शिस्तीला ज्या गोष्टीची शिस्त लावायची आहे, तिला मी 'समतोल साधणे' म्हणतो. जो चौथा व शेवटचा प्रकार मी समजावून सांगणार आहे.

समतोल साधणे ही अशा प्रकारची शिस्त आहे, जी आपल्यात बदलण्याची क्षमता आणते, मात्र यशस्वी जीवनासाठी स्वतःला बदलण्याची तयारी असायला हवी. उदाहरण म्हणून आपण राग व त्याचं व्यक्त स्वरूप लक्षात घेऊया. मानवामध्ये व कमी प्रगत जीवांमध्ये तग धरण्याच्या दृष्टीने राग ही भावना पिढ्यान्‌पिढ्या निर्माण

झाली आहे. आपल्याला अशा वेळी राग येतो, जेव्हा आपल्याला जाणवतं, दुसरा एखादा जीव आपल्या भौगोलिक किंवा मानसिक हद्दीत अतिक्रमण करतोय किंवा या ना त्या प्रकारे आपल्याला कमीपणा दाखवतोय. जेणेकरून आपण प्रतिहल्ला करण्यास उद्युक्त होतो. राग नसता तर आपल्याला कायम पायदळी तुडवलं गेलं असतं, पुरता नाश होईपर्यंत. खरंतर रागामुळेच आपला टिकाव लागतो. तरीही बरेचदा दुसरे आपल्यावर अतिक्रमण करतायत असं आपल्याला सुरुवातीला जाणवलं, तरी नीट निरीक्षण केल्यावर त्यांचा तसा हेतू नाही हे आपल्या लक्षात येतं. आणि जरी त्यांचा हेतू तसा असला तरीदेखील आपल्या लक्षात येतं की, रागाची प्रतिक्रिया आपल्या हिताची नाही. म्हणूनच आपल्या मेंदूच्या उच्च केंद्राने (विवेकबुद्धी) नीच केंद्रावर (भावना) नियंत्रण ठेवणं आवश्यक आहे. या क्लिष्ट जगात यशस्वीपणे कार्यरत असण्यासाठी आपल्याकडे राग व्यक्त करणे व राग व्यक्त न करणे अशा दोन्ही क्षमता असण्याची गरज आहे. त्याचबरोबर राग वेगवेगळ्या प्रकारे व्यक्त करण्याचीदेखील क्षमता आवश्यक आहे. कधी कधी राग आत्मपरीक्षण करून, विचारपूर्वक व्यक्त करणं आवश्यक आहे, तर कधी लगेचच उत्स्फूर्तपणे व्यक्त करणं आपल्या हिताचं असतं. कधीतरी तो शांतपणे, थंडपणे व्यक्त होणं उत्तम, तर काही वेळा जोरदार, कठोरतेने. कोणत्या वेळी, कशा प्रकारे राग व्यक्त करावा, हे जाणणे आपल्याला आवश्यक आहे. योग्यपणे व समर्थपणे राग हाताळण्यासाठी प्रतिसादाची यंत्रणा लवचीक व जाणीवपूर्वक हवी. राग हाताळायला शिकणे हे अत्यंत अवघड काम आहे, जे कुमारवयापर्यंत किंवा अगदी मध्यम वयापर्यंतसुद्धा शक्य होत नाही आणि बहुतेकदा तर ते पूर्ण होतच नाही, हे अगदी स्पष्ट आहे.

खरंतर सर्व लोकांच्या बाबतीत प्रतिसादाची लवचीक यंत्रणा थोड्याफार प्रमाणात सदोष असते. मानसोपचार पद्धतीत पेशंटना त्यांची प्रतिसादाची यंत्रणा जास्त लवचीक बनविण्यासाठी मदत केली जाते. चिंता, अपराधीपणा, असुरक्षितता या भावनांमध्ये पेशंट जेवढे जास्त गुरफटले असतील, तेवढे मुळापासून उपचार करणे आवश्यक असते, जे अत्यंत कठीण काम आहे. 'स्किझोफ्रेनिया' झालेल्या एक बत्तीस वर्षांच्या धीट स्त्रीला उपचार घेताना असा उलगडा झाला, की काही पुरुषांना तिने घरात प्रवेश नाकारला पाहिजे, तर काहींना हॉलपर्यंतच येऊ दिलं पाहिजे, परंतु बेडरुममध्ये नाही आणि काहींना बेडरुममध्ये येऊ द्यायला हरकत नाही. उपचारापूर्वी तिच्या प्रतिसाद यंत्रणेनुसार ती सर्वांना बेडरुमपर्यंत येऊ

देत होती, परंतु हा प्रतिसाद जेव्हा चालेना; तेव्हा तिने सर्वांना घरातच प्रवेश नाकारला. सगळ्यांच्यात मिसळल्यामुळे झालेला गोंधळ व एकाकीपणातला कंटाळा या दोन टोकांत ती दोलायमान झाली. याच बाईंबरोबर 'आभाराची चिठ्ठी' या संदर्भात माझ्या अनेक भेटी झाल्या. तिला मिळालेल्या प्रत्येक भेटवस्तू किंवा आमंत्रणासाठी ती विचारपूर्वक, सुंदर भाषाशैलीत, लांबलचक आभाराचं पत्र स्वतः लिहून पाठवत असे. हा नियम तिने स्वतःवर लादून घेतला होता. या नियमांचं ओझं तिला फार काळ वाहणं शक्य नसल्यामुळे तिने चिठ्ठी लिहिणं सोडलं किंवा भेटवस्तू व आमंत्रण नाकारणं सुरू केलं. मात्र उपचारानंतर तिला पुन्हा एकदा उमगलं, की प्रत्येक भेटवस्तूसाठी आभाराची चिठ्ठी लिहिण्याची गरजच नसते आणि खूपदा छोटी चिठ्ठीसुद्धा पुरेशी असते.

परिपक्व मानसिक आरोग्यासाठी परस्परविरोधी गरजा, उद्दिष्ट, कर्तव्य, जबाबदाऱ्या, शिकवण यांमधील समतोल कायम साधण्याची आवश्यकता आहे. समतोल साधणे या शिस्तीचा सार – '(काहीतरी) सोडून देणे' हा आहे. ही शिकवण मला प्रथम नऊ वर्षांचा असताना उन्हाळ्याच्या सुट्टीतील एका सकाळी मिळाली. नुकतंच मी सायकल चालवायला शिकलो होतो आणि आनंदाने नवीन गमतीजमती करून पाहत होतो. आमच्या घरापासून मैलभर अंतरावर डोंगरावरून सरळ खाली येणारा उताराचा रस्ता होता, जो पायथ्याशी तीव्र वळण घेत होता. त्या उतारावरून वेगाने खाली येताना मी रोमांचित झालो. ब्रेक दाबून या आनंदाला मुकणं म्हणजे स्वतःला शिक्षा देण्यासारखं वाटलं. म्हणून मी वेग कमी न करता खालच्या वळणावर नीट लक्ष देण्याचं ठरवलं. काही सेकंदात माझ्या आनंदावर विरजण पडलं, जेव्हा मी रस्त्यापासून दहा–बारा फूट लांब जंगलात फेकला गेलो. मला भरपूर लागलं होतं व माझ्या नवीन सायकलचं पुढचं चाक झाडावर आपटल्यामुळे मोडकळीस आलं होतं. माझा तोल सुटला होता.

समतोल साधणं ही एक प्रकारची शिस्त आहे, कारण काहीतरी सोडून देणं हे दुःखदायक असतं. वरील उदाहरणात, वळणावर माझा तोल सांभाळण्यासाठी रोमहर्षक वेग आवरता घेण्याचं दुःख भोगायला मी तयार नव्हतो, परंतु मी हे शिकलो, की तोल गेल्यामुळे भोगावं लागलेलं दुःख हे तोल सांभाळण्यासाठी जे सोडून द्यावं लागतं त्यापेक्षा खूप जास्त आहे. आयुष्यभर या ना त्या पद्धतीने हा धडा मी सतत गिरवतोय. इतरांनीसुद्धा हा धडा गिरवला पाहिजे कारण आयुष्याच्या प्रत्येक वळणावर वाटचाल करताना आपण सतत आपल्यातील काहीतरी सोडून

द्यायला हवं. या सोडून देण्याला एकच पर्याय आहे तो म्हणजे आयुष्याचा प्रवासच न करणं.

हे विचित्र वाटेल परंतु बरेचजण हा पर्याय निवडतात व आयुष्याचा प्रवास न करण्याचं ठरवितात - थोडं आधीच थांबतात - आपल्यातील काहीतरी सोडून देण्याचं दुःख टाळण्यासाठी. कदाचित तुम्हाला हे विचित्र वाटेल कारण त्यातील दुःखाची तीव्रता तुम्हाला समजत नाहीये. महत्त्वाचं काहीतरी 'सोडून देणं' हा मानवी अनुभवातील सर्वांत दुःखदायक अनुभव आहे. आत्तापर्यंत मी फारसं महत्त्वाचं नसलेलं सोडून देण्याबद्दल सांगत होतो – वेग कमी करणं किंवा राग त्वरित व्यक्त करण्याची चैन गमावणं, राग व्यक्त न करण्यातील सुरक्षितता सोडून देणं किंवा आभाराच्या चिठ्ठीतील नीटनेटकेपणा सोडून देणं. आता आपण स्वभाववैशिष्ट्ये, अंगवळणी पडलेल्या सवयी, मतं व समजुती आणि संपूर्ण जीवनशैली सोडून देणे हे विचारात घेऊया. हे फार महत्त्वाचे असलेले 'सोडून देण्याचे' प्रकार आहेत.जीवनाच्या प्रवासात फार पुढे जायचं असेल तर यांनासुद्धा सोडून द्यावं लागतं.

एका संध्याकाळी मला असलेला मोकळा वेळ मी माझ्या चौदा वर्षांच्या मुलीबरोबर घालवायचं ठरवलं, त्यामुळे आमचं नातं घट्ट होईल असं मला वाटलं. बऱ्याच दिवसांपासून ती मला बुद्धिबळ खेळण्याचा आग्रह करत होती म्हणून मी तो खेळूया असं सुचवलं. ती लगेच तयार झाली आणि आम्ही तोडीस तोड असल्यामुळे डाव रंगला. दुसऱ्या दिवशी शाळा असल्यामुळे रात्री नऊच्या सुम ारास माझ्या मुलीने मला खेळी लवकर लवकर करण्यास सांगितले, कारण तिला सकाळी सहाला उठायचं होतं. झोपेच्या बाबतीत ती अति शिस्तबद्ध होती हे मला माहीत होतं पण हा साचेबद्धपणा तिने कधीतरी सोडायला हवा असं मला वाटलं. मी तिला म्हणालो, ''एखाद्या दिवशी थोडं उशिरा झोप. सुरू केलेला डाव मध्येच कसा सोडायचा? आपल्याला मजा येतेय.'' आम्ही अजून पंधरा मिनिटं खेळलो परंतु ती अस्वस्थ दिसत होती. शेवटी ती काकुळतीने म्हणाली, ''डॅडी, प्लिज, लवकर खेळा.'' ''नाही, अजिबात नाही.'' मी म्हणालो, ''बुद्धिबळ लक्षपूर्वकच खेळायला हवं. नीट खेळायचं असेल तर सावकाश खेळायला हवं. मन लावून खेळायचं नसेल तर खेळूच नये.'' पुढची दहा मिनिटे अस्वस्थतेत घालविल्यावर तिला एकदम रडू कोसळलं. 'हा मूर्ख खेळ मला खेळायचाच नाही,' असं ओरडत, ती वरच्या मजल्यावर निघून गेली.

क्षणार्धात मला पुन्हा नऊ वर्षांचा झाल्यासारखं वाटलं. माझ्या सायकलशेजारी रक्तबंबाळ अवस्थेत, रस्त्याच्या कडेला झुडपात पडलेला. नक्कीच माझ्याकडून चूक झाली होती. नक्कीच मी हवं तेव्हा वळण घेऊ शकलो नाही. मुलीबरोबर संध्याकाळ मजेत घालविण्यासाठी मी खेळ सुरू केला. दीड तासाने ती माझ्यावर रागावली व तिला रडू आलं. काय चुकलं होतं? उत्तर स्पष्ट होतं परंतु मला उत्तराकडे पाहायचं नव्हतं. त्यामुळे वस्तुस्थिती स्वीकारण्यातल्या दुःखात मी दोन तास घालवले. वस्तुस्थिती अशी, की मुलीशी नातं घट्ट करण्याच्या इच्छेपेक्षा डाव जिंकण्याची माझी इच्छा जास्त प्रबळ असल्याने चांगलं घडण्याऐवजी बिघडलं होतं. मी अत्यंत निराश झालो. माझा तोल इतका कसा सुटला? हळुहळू मला उमगलं की, माझी जिंकण्याची इच्छा खूप जास्त तीव्र होती आणि ती थोडी सोडून देणं आवश्यक होतं. तरीही हे थोडंसं सोडून देणंसुद्धा मला जिवावर आलं होतं, अशक्य वाटलं होतं. आयुष्यभर ही जिंकण्याची इच्छा मला फायद्याची ठरली होती, मग बुद्धिबळाचा हा डाव मी न जिंकता कसा खेळणार? कोणतीही गोष्ट निरुत्साहीपणे करणं मला आवडत नसे. डाव उत्साहाने खेळायचा पण गंभीरपणे नाही, हे कसं साधणार? तरीही आता बदलणं भाग होतं कारण माझ्यातील उत्साह, गांभीर्य, विजिगीषा ही स्वभाववैशिष्ट्ये मला माझ्या मुलांपासून दूर करत होती. मी हा स्वभाव सोडला नाही तर अश्रू ढाळण्याचे व कडवटपणाचे प्रसंग येतच रहाणार, मी निराशेतच राहणार.

आता माझ्यातली निराशा संपली आहे. खेळात जिंकण्याची माझी इच्छा मी सोडून दिली आहे. माझा तो भाग आता मृत झालाय. त्याला मृत होणं भाग होतं. मी त्याला मारलंय. पालक म्हणून यशस्वी होण्यासाठी मी माझ्या इच्छेने त्याला मारलं. लहान असताना खेळात जिंकण्याची माझी इच्छा योग्य होती. पालक झाल्यावर माझ्या लक्षात आलं, की ती तर अडथळा बनतेय. त्यामुळे तिला जाणं भाग होतं. कारण काळ बदलला होता. काळाबरोबर चालण्यासाठी मला ती इच्छा सोडून द्यावी लागली. मला वाटलं होतं की, पुढे कठीण जाईल परंतु काहीही फरक पडला नाही.

नैराश्यातील निरोगीपणा

मानसोपचार पद्धतीत स्वतःला पेशंट म्हणविण्याचं धैर्य दाखविलेल्या माणसांना

कोणत्या प्रकारच्या गोष्टींचा त्याग करावा लागतो? हे या 'जिंकण्याच्या इच्छेच्या' छोट्या उदाहरणातून सांगितले गेले आहे. उपचारपद्धतीचा काळ हा मानसिक विकासाचा काळ असतो. जेवढे उपचार तीव्र, तेवढी प्रगती अधिक होते उपचारांदरम्यान पेशंट इतक्या बदलांतून जाऊ शकतो, जे काही लोक आयुष्यभरातसुद्धा अनुभवत नाहीत. जेवढा जास्त विकास हवा आहे, तेवढ्या प्रमाणात 'जुन्या मी'ला सोडून द्यावे लागते. मानसोपचार पद्धती यशस्वी होण्यासाठी, हे अपरिहार्य आहे. खरंतर सोडून देण्याची ही प्रक्रिया तज्ज्ञाची पहिली भेट घेण्यापूर्वीच सुरू झालेली असते. बहुतेक वेळा आपण मनोविकारतज्ज्ञाची मदत घ्यायला हवी, हे ठरविणेच स्वतःची उत्तम प्रतिमा सोडून देण्याची तयारी असल्याचं दर्शविते. 'मी ठीक आहे,' हे सोडून देणं आपल्या समाजातील पुरुषांना कठीण जातं. ज्यांच्यासाठी 'मला बरं नाही आणि मला काय झालंय हे जाणून घेण्यासाठी, बरं होण्यासाठी मला मदतीची गरज आहे' पण दुर्दैवाने याचा असा अर्थ लावला जातो की 'मी दुबळा, भेकड, असमर्थ आहे.' खरंतर ही सोडून देण्याची प्रक्रिया बहुधा तज्ज्ञाची मदत घेण्याचा निर्णय होण्यापूर्वीच सुरू होते. आधी म्हटल्याप्रमाणे सतत जिंकण्याची इच्छा सोडून देण्याच्या प्रक्रियेत मला नैराश्य आलं होतं. याचं कारण म्हणजे आवडणारं काहीतरी - किंवा आपला भाग असलेलं व ओळखीचं काहीतरी सोडून देताना तयार होणारी भावना म्हणजेच 'निराशा'. निरोगी व्यक्तीचा विकास मानसिकदृष्ट्या व्हायला हवा आणि काहीतरी सोडून देणं किंवा जुनं व्यक्तिमत्त्व गळून पडणं हे मानसिक उन्नतीचा अविभाज्य भाग आहे. म्हणूनच निराशा ही अगदी सामान्य आणि खरंतर निरोगी घडामोड आहे. मात्र सोडून देण्याच्या प्रक्रियेत काही अडथळा आला तर ती निराशा अपायकारक, प्रतिकूल बनते आणि त्यामुळे निराशेचा काळ लांबत जातो.

मानसोपचारासाठी येणारे बहुतेक लोक निराशेने ग्रस्त असतात. म्हणजे बऱ्याचदा तज्ज्ञाकडे येण्यापूर्वीच पेशंट सोडून देण्याच्या किंवा मानसिक विकासाच्या प्रक्रियेतून जात असतात. मग ही विकासाची प्रक्रियाच त्यांना तज्ज्ञाची मदत घ्यायला प्रवृत्त करते. त्यामुळे आधीच सुरू झालेली ही प्रक्रिया पूर्ण करण्यात पेशंटला मदत करणे हे तज्ज्ञाचं काम असतं. याचा अर्थ असा नव्हे की, पेशंटना आपल्याबाबतीत काय घडतंय याची जाणीव असते. या उलट त्यांना फक्त निराशेतून सुटका हवी असते 'ज्यामुळे (त्यांच्यासाठी) सगळ्या गोष्टी पूर्वीसारख्या सुरळीत होतील.' त्यांना कल्पना नसते, 'गोष्टी कधीही पूर्ववत होणार नाहीत.'

परंतु अजागृत मनाला हे माहीत असतं. कारण सुज्ञ अशा अजागृत मनाला माहीत असतं, की 'गोष्टी जशा पूर्वी होत्या' त्या आत्ता उपयुक्त व विधायक नाहीत. त्याला हेसुद्धा माहीत असतं की, अजागृत पातळीवर सोडून देण्याची व विकासाची प्रक्रिया सुरू झाली आहे, यामुळेच निराशा जाणवते. पेशंट मात्र असं म्हणेल, 'मला निराशा का जाणवतेय याची मला कल्पना नाही' किंवा निराशेसाठी भलत्याच गोष्टींना जबाबदार धरेल. कारण पेशंट जाणीवपूर्वक लक्षात घ्यायला तयार नसतात, की 'जुना मी' व 'पूर्वी जशा गोष्टी होत्या' हे कालबाह्य झालेलं आहे. निराशा असं दर्शवतेय, की बदलत्या परिस्थितीशी जुळवून घेण्यासाठी स्वतः आमूलाग्र बदलण्याची गरज आहे. अजागृत मन हे जागृत मनाच्या एक पाऊल पुढे आहे हे वाचून काही वाचकांना विचित्र वाटेल, परंतु ही वस्तुस्थिती फक्त या प्रसंगालाच नव्हे तर सर्वसाधारणपणे इतक्या जास्त प्रमाणात लागू होते की, तो मानसिकतेचा मूलभूत नियमच आहे. पुस्तकाच्या शेवटच्या भागात या विषयावर सविस्तर विवेचन केलंय.

सध्या आपण 'मध्यमवयीन आणीबाणी' (मिडलाईफ क्रायसिस) याविषयी ऐकतो. एरिक एरिक्सनने बऱ्याच वर्षांपूर्वी आपल्याला शिकवलंय की, विकासाच्या अनेक महत्त्वाच्या टप्प्यांपैकी हा एक टप्पा आहे. (एरिक्सनने आणीबाणीचे आठ प्रकार निश्चित केले होते. परंतु त्यापेक्षा जास्त असू शकतील.) आयुष्यातील हा बदलाचा काळ, आणीबाणीचा काळ जो दुःखदायक, त्रासदायक असतो, त्यातून यशस्वीपणे मार्ग काढण्यासाठी आपण जतन केलेल्या समजुती, जुना दृष्टिकोन, जुन्या पद्धती सोडून दिल्या पाहिजेत. अनेकजण जे सोडून द्यायलाच हवं ते सोडताना होणारं दुःख सहन करायला तयार नसतात. परिणामी ते त्यांच्या जुन्या सवयींना, विचारांना चिकटून बसतात व त्यामुळे आणीबाणीतून मार्ग काढायला, उन्नती करायला अयशस्वी ठरतात. पुनरुज्जीवनातील आनंद व त्याबरोबर येणारी परिपक्वता अनुभवायला मुकतात. उत्क्रान्त होत राहणाऱ्या आयुष्यात सोडून द्यायच्या महत्त्वाच्या गोष्टी - समजुती, इच्छा, प्रवृत्ती - यांची घटनाक्रमानुसार सूची देत आहे. खरंतर या प्रत्येक गोष्टीवर एक संपूर्ण पुस्तक लिहिता येईल.

बाल्यावस्था, ज्यात बाह्य गोष्टींना प्रतिसाद देण्याची गरज नसते.

सर्वव्यापी असल्याचा भ्रम.

आई-वडिलांवर संपूर्ण हक्क गाजविण्याची इच्छा.

लहानपणातील परावलंबित्व.

पालकांबद्दलची अतिरंजित प्रतिमा.

कुमारवयात सर्वव्यापी असल्याची कल्पना.

कुमारवयातील बंधनमुक्तता.

तारुण्यातील चपळता.

तारुण्यातील मादक सौंदर्य किंवा कर्तृत्व.

अमर असल्याची भ्रामक कल्पना.

स्वतःच्या मुलांवर अधिकार गाजविणे.

या जगात मिळविलेली कोणतीही सत्ता.

निरोगी शरीरामुळे असलेलं स्वातंत्र्य.

आणि अखेरचं म्हणजे स्वत्व आणि जीवन.

त्याग व पुनर्जन्म

वरील सूचीतील शेवटच्या गोष्टीबद्दल बऱ्याच जणांना वाटेल, की स्वत्व व जीवन सोडून देणे, अशी अपेक्षा करणं म्हणजे ईश्वराची निष्ठुरता आहे किंवा दुर्दैव आहे. असं असेल तर आपलं अस्तित्वच हास्यास्पद होईल आणि हे कधीच पूर्णपणे स्वीकारलं जाणार नाही. ही प्रवृत्ती सध्या विशेषतः पाश्चिमात्य संस्कृतीत दिसून येते. तिथे स्वत्वाला मान आणि मृत्यूला अपमान समजलं जातं. परंतु वस्तुस्थिती अगदी विरुद्ध आहे. खरंतर स्वत्व सोडून देण्यातच मानवाला चिरंतन, निखळ आनंद मिळू शकतो आणि मृत्यूच जीवनाला खरा अर्थ देतो. हे रहस्यच धर्मांचा गाभा आहे.

स्वत्व सोडून देण्याची प्रक्रिया (जिचा प्रेमाशी जवळचा संबंध आहे तो पुढील भागात वर्णन केला आहे.) आपल्यातील बहुतेकांसाठी हळुहळू घडणारी प्रक्रिया आहे जी मध्ये-मध्ये थांबून पुन्हा सुरू होते. स्वत्व तात्पुरतं सोडून देण्याच्या एका प्रकाराचा विशेष उल्लेख करायला हवा, कारण प्रौढ वयात महत्त्वाचे धडे

शिकण्यासाठी व मानसिक प्रगतीसाठी याचा अवलंब करणं अत्यंत आवश्यक आहे. समतोल साधणं या शिस्तीच्या एका उपप्रकाराचा मी संदर्भ देतोय, ज्याला मी 'कंसात घालणे' म्हणतो. कंसात घालणे म्हणजे मुख्यतः समतोल साधणे. स्थैर्याची गरज (स्वत्व धरून ठेवणे) नवीन ज्ञान व समजेची ओढ यातील समतोल. हे साधण्यासाठी स्वत्व तात्पुरते सोडून देणे आणि नवीन गोष्टी आत्मसात करण्यासाठी जागा निर्माण करणे. सॅमकीन या तत्त्ववेत्त्याने 'टू अ डान्सिंग गॉड' या आपल्या पुस्तकात शिस्तीच्या या प्रकाराचं चांगलं वर्णन केलं आहे.

> दुसरा टप्पा म्हणजे, जे आहे ते जाणण्याच्या आपल्या वैयक्तिक व अहंभावी दृष्टिकोनापलीकडे जाणे. आजवर जमा केलेले पूर्वग्रह जोपर्यंत योग्यपणे हाताळले जात नाहीत, तोपर्यंत परिपक्व जागरूकता अशक्य आहे. जे माझ्यासमोर सादर होतंय, त्याबाबत जागृती असणं म्हणजे मनाची दुहेरी हालचाल : परिचिताला शांत करणे आणि अपरिचिताचं स्वागत करणे. प्रत्येक वेळी मी जेव्हा अपरिचित गोष्ट, व्यक्ती किंवा घटना यांना सामोरं जातो, तेव्हा माझी अशी प्रवृत्ती असते की माझ्या वर्तमानातील गरजा, भूतकाळातील अनुभव किंवा भविष्यासाठीच्या अपेक्षा ठरवतात, की मला काय दिसेल? एखाद्या गोष्टीचं वेगळेपण लक्षात घ्यायचं असेल तर मला माझे पूर्वग्रह व माझी भावनिक प्रतिक्रिया यांची स्पष्ट जाणीव असायला हवी, ज्यामुळे या गोष्टींना 'कंसात घालून', बाजूला सारून मला नावीन्य व अद्भुतता यांचं माझ्या जाणिवांच्या जगात स्वागत करता येईल. हे कंसात घालणं, बाजूला सारणं किंवा शांत करणं या शिस्तीसाठी कणखरपणे व प्रामाणिकपणे आत्मपरीक्षण व्हायला हवं. ही शिस्त वापरली नाही तर प्रत्येक वर्तमान क्षण हा फक्त पूर्वी जे पाहिलं किंवा अनुभवलं, त्याची पुनरावृत्ती असतो. आपल्यामध्ये खऱ्याखुऱ्या नावीन्याचा उगम होण्यासाठी, गोष्टी, व्यक्ती व घटना यांचं वेगळेपण जाणविण्यासाठी माझ्या अहंभावाचं विकेंद्रीकरण झालं पाहिजे.

कंसात घालण्याची शिस्त, सोडून देणे व इतर सर्व शिस्तींचे सर्वाधिक परिणामी तथ्य स्पष्ट करते : आपण जेवढं सोडून देतो, त्याहून खूप जास्त मिळतं. स्वतःला शिस्त देणे, ही 'स्व'च्या विस्ताराची प्रक्रिया आहे. सोडून देण्याचं दुःख हे मृत्यूचं दुःख आहे, परंतु जुन्याचा मृत्यू म्हणजे नव्याचा जन्म आहे. मृत्यूचं दुःख हे जन्माचं दुःख आहे आणि जन्माचं दुःख हे मृत्यूचं दुःख आहे. आपल्यात नवीन व

जास्त चांगली कल्पना, समजूत, ज्ञान निर्माण होण्यासाठी जुनी कल्पना, समजूत, ज्ञान मृत व्हायला हवं. 'जर्नी ऑफ द मॅगी' या आपल्या कवितेत टी. एस. इलीयट यांनी 'ख्रिश्चन' धर्म स्वीकारताना जगाविषयीचा जुना दृष्टिकोन सोडून देताना तीन सुज्ञ व्यक्तींना झालेल्या दुःखाचं वर्णन केलं आहे.

मला आठवतंय, हे खूप पुर्वी घडून गेलंय.

आणि लक्षात घ्या मी हे पुन्हा करायला तयार आहे.

ध्यानात घ्याः

आमचा संपूर्ण प्रवास आम्हाला कशाप्रत घेऊन गेला,

जन्म की मृत्यु? तिथे जन्म तर नक्कीच झाला होता,

आमच्याकडे तसा पुरावा होता, शंकाच नाही.

मी जन्म व मृत्यु दोन्हीही पाहिलं होतं,

परंतु मला असं वाटलं होतं की ते वेगळे आहेत;

हा जन्म आमच्यासाठी अत्यंत क्लेषकारक व तीव्र

वेदना देणारा होता, अगदी आमच्या मृत्यु सारखा.

आम्ही आमच्या घरी परतलो, आमच्या राज्यात,

परंतु इथे आता स्वस्थता नव्हती, पुर्वीच्या जीवनशैलीत,

आपापल्या देवांना कवटाळणाऱ्या परक्या लोकांबराबर.

अजून एका मृत्युसाठी मला आनंद व्हायला हवा.

जन्म व मृत्यू एका नाण्याच्या दोन बाजू वाटतात, त्यामुळे पुनर्जन्माच्या कल्पनेकडे पाश्चिमात्य लोक जेवढं लक्ष देतात, त्याहून जास्त लक्ष देणं गरजेचं आहे. शारीरिक मृत्यूबरोबरच पुनर्जन्म होत असतो ही शक्यता स्वीकारा किंवा नाकारा, परंतु हे अगदी स्पष्ट आहे की 'हे' आयुष्य म्हणजे एकाच वेळी घडणारे जन्म व मृत्यू यांची मालिका आहे. दोन हजार वर्षांपूर्वी 'सेनेका' म्हणालाय, 'आयुष्यभर आपण सतत जगायला शिकलं पाहिलं आणि आश्चर्याची गोष्ट अशी की, आयुष्यभर आपण मरायलासुद्धा शिकलं पाहिजे.' हेदेखील स्पष्ट आहे

की, आयुष्याच्या प्रवासात आपण जितकं दूर जातो, तितके जास्त जन्म आपण अनुभवतो आणि त्यामुळे तेवढेच जास्त मृत्यू, तेवढा जास्त आनंद व दुःखसुद्धा आपण अनुभवतो.

यातून असा प्रश्न उपस्थित होतो की, या आयुष्यातील भावनिक दुःखापासून मुक्त होणं कधी शक्य होईल का? सौम्यपणे म्हणायचं झालं तर आध्यात्मिकदृष्ट्या एवढी उन्नती करणं शक्य आहे का? जिथे जगण्यातलं दुःख थोडंतरी कमी होतं. याचं उत्तर 'हो' आणि 'नाही' असं आहे. उत्तर 'हो' आहे कारण एकदा का दुःख पूर्णपणे स्वीकारलं, तर ते दुःख, दुःख राहत नाही. उत्तर 'हो' आहे कारण शिस्तीचा अविरतपणे अवलंब केल्यावर प्रभुत्व प्राप्त होते. ज्याप्रमाणे लहान मुलांच्या तुलनेत प्रौढ व्यक्ती कुशल असते, तसेच इतरांच्या तुलनेत आध्यात्मिकदृष्ट्या उन्नत व्यक्ती कुशल असते. ज्या गोष्टी लहान मुलांसाठी मोठ्या समस्या असतात, दुःख देतात, त्या प्रौढांच्या दृष्टीने महत्त्वाच्या नसतात. शेवटी उत्तर 'हो' आहे, कारण आध्यात्मिकदृष्ट्या प्रगत व्यक्ती अत्यंत प्रेमळ असते आणि त्यांच्या विलक्षण प्रेमातून ते अनोखा आनंद अनुभवतात. हा मुद्दा पुढच्या भागात सविस्तर मांडला आहे.

याचं उत्तर 'नाही' असं आहे कारण जगात कर्तृत्वाची पोकळी आहे, जी भरून काढली पाहिजे. ज्याप्रमाणे भुकेल्या बाळाला अन्न नाकारता येत नाही, त्याप्रमाणे अतिशय कर्तृत्ववान व प्रेमळ व्यक्ती त्यांचं कर्तृत्व, जगात अत्यंत गरज असताना, राखून ठेवू शकत नाहीत. आध्यात्मिक उन्नती साधलेल्या व्यक्ती प्रेम, कौशल्य व शिस्तीचा अवलंब या गुणांमुळे अत्यंत कर्तृत्ववान असतात. त्यांच्या कर्तृत्वामुळे जगाची सेवा करणे त्यांच्यावर सोपविण्यात येते आणि आपल्यातील प्रेमापोटी ते जबाबदारी स्वीकारतात. त्यामुळेच ते सामर्थ्यशाली असतात. मात्र जग त्यांना अगदी सामान्य समजतं, कारण ते त्यांच्या सामर्थ्याचा उपयोग शांतपणे किंवा बऱ्याचदा अप्रत्यक्षपणे करतात; परंतु ते सामर्थ्याचा उपयोग नक्की करतात आणि असं करत असताना ते बऱ्याचदा प्रचंड दुःख सहन करतात. कारण सामर्थ्याचा उपयोग करणं म्हणजे निर्णय घेणं आणि पूर्ण जागरूकतेने निर्णय घेणं म्हणजे अमर्याद दुःख आहे. त्या मानाने संकुचित, बोथट जागरूकतेमधून निर्णय घेणं कमी दुःखदायक आहे.(याच पद्धतीने बहुतेक निर्णय घेतले जातात व त्यामुळे शेवटी ते चुकीचे ठरतात.)

लष्करातील दोन उच्च अधिकाऱ्यांचं उदाहरण घेऊ या, ज्यांना दहा हजार सैनिकांच्या तुकडीला लढण्यासाठी पाठवायचं की नाही, याबाबत निर्णय घ्यायचा असतो. एकासाठी ही तुकडी म्हणजे फक्त एक वस्तू आहे, काम करणाऱ्यांचा एक संघ आहे, डावपेचाचं एक साधन आहे, दुसरं काहीही नाही. दुसऱ्या अधिकाऱ्याला या सर्व गोष्टींसह दहा हजार सैनिकांच्या जीवाची व त्यांच्या कुटुंबीयांचीदेखील जाणीव असते. मग निर्णय कोणासाठी सोपा आहे? नक्कीच तो त्या अधिकाऱ्यासाठी सोपा आहे, ज्याने स्वतःच्या जाणिवा बोथट केल्या आहेत, उच्च जाणिवांचं दुःख टाळण्याच्या हेतूने. 'अरे! पण आध्यात्मिक प्रगती झालेली व्यक्ती लष्करात अधिकारी असू शकेल?' कदाचित हा प्रश्न येऊ शकतो परंतु बाकी ठिकाणचे उच्च पदस्थ, डॉक्टर, शिक्षक, पालक यांनादेखील अशा प्रकारचे निर्णय घ्यावेच लागतात. दुसऱ्यांच्या आयुष्यावर परिणाम करणारे निर्णय नेहमीच घ्यावे लागतात. उत्तम निर्णय घेणाऱ्या व्यक्ती निर्णयातलं दुःख भोगायला तयार असतात व आपली निर्णयक्षमता कायम ठेवतात. माणसाच्या महानतेचं एक परिमाण म्हणजे दुःख सहन करण्याची क्षमता! तरीही त्या महान व्यक्ती आनंदी असतात. हा मोठा विरोधाभास आहे. बुद्धाने सोसलेलं दुःख बुद्धधर्मीय विसरतात आणि ख्रिस्ताचा आनंद ख्रिश्चन विसरतात. बुद्ध व ख्रिस्त दोन वेगळ्या व्यक्ती नव्हत्या. सुळावर ख्रिस्ताचं 'सोडून देण्याचं' दुःख आणि बोधीवृक्षाखाली बुद्धाचा 'सोडून देण्याचा' आनंद एकच आहे.

जर तुमचं उद्दिष्ट यातना टाळणं आणि दुःखापासून पळ काढणं हे असेल, तर मी तुम्हाला आध्यात्मिक प्रगती करण्याचा किंवा जाणिवांची उच्च पातळी गाठण्याचा सल्ला देणार नाही. पहिलं म्हणजे दुःख सोसल्याशिवाय तुम्हाला ते प्राप्त करता येणार नाही आणि दुसरं म्हणजे तुम्हाला जर ते प्राप्त झालंच, तर तुम च्याकडून अशा प्रकारच्या सेवेची अपेक्षा केली जाईल, जी तुमच्या कल्पनेपेक्षा अधिक दुःखदायक असेल, तुम्हाला सर्वस्व अर्पण करायला लावणारी असेल. मग तुम्ही विचाराल, प्रगती करायचीच कशाला? तुम्ही हा प्रश्न विचारलात तर, तुम्ही खरा आनंद कधी अनुभवलेलाच नाही, असाच त्याचा अर्थ होतो. कदाचित तुम्हाला त्याचं उत्तर पुस्तकाच्या उर्वरित भागात मिळेल किंवा कदाचित मिळणारदेखील नाही.

समतोल राखण्याच्या शिस्तीतील 'सोडून देणं' हे जे मर्म आहे, त्याचा शेवटचा मुद्दा म्हणजे, सोडून देण्यासाठी, तुमच्याकडे ते असावं लागतं. तुमच्याकडे नसलेलं

तुम्ही सोडून देऊ शकत नाही. तुम्ही न जिंकताच 'जिंकणं' सोडलंत, तर तुम्ही आहात तिथेच राहता - अपयशी! 'स्व'ला सोडून देण्याआधी तुम्हाला स्वतः चं व्यक्तिमत्त्व घडवायचं असतं. अहंकार सोडून देण्यापूर्वी अहंभाव असायला हवा. हे अगदी बाळबोध वाटेल, परंतु हे सांगण्याची गरज वाटते; कारण माझ्या माहितीत अशी कितीतरी माणसं आहेत, ज्यांना या विकासाचा व्यापक दृष्टिकोन ठाऊक आहे परंतु त्यासाठी लागणारी इच्छाशक्ती नाही. शिस्तीवर काम न करता शॉर्टकटने सहजपणे संतपद प्राप्त करणं शक्य आहे, असा त्यांचा विश्वास असतो. बहुतेक वेळा ते संतांची वरकरणी नक्कल करून, संसाराचा त्याग करून संतपद प्राप्त करण्याचा प्रयत्न करतात. काहींचा असाही गैरसमज होतो की, आपण खरोखरच संत किंवा महात्मे बनलोय. ते या दुःखद वस्तुस्थितीचा कधीही स्वीकार करत नाहीत, की ते अजून बाल्यावस्थेतच आहेत आणि त्यांना आरंभापासून सुरुवात करून, मध्य अवस्थेतून पुढे जात विकास करावा लागणार आहे.

शिस्तीची व्याख्या अशी : समस्या सोडविण्यातील दुःखाला टाळण्याऐवजी त्यांना योग्यरीत्या कुशलतेने सामोरे जाण्यासाठी असणाऱ्या तंत्रांची प्रणाली. या प्रणालीचा उपयोग करून जीवनातील सर्व समस्या सोडविणे शक्य होईल. यात चार मूलभूत तंत्र स्पष्ट केली आहेत : आनंद पुढे ढकलणे, जबाबदारी स्वीकारणे, वस्तुस्थितीशी एकनिष्ठ असणे व समतोल साधणे. शिस्त ही या तंत्रांची प्रणाली आहे. ही तंत्रं एकमेकांशी जोडली गेली आहेत. एखादी व्यक्ती एका कृतीत दोन, तीन किंवा सर्व तंत्रांचा एकाच वेळी उपयोग करू शकते. शिवाय ही तंत्रं वेगवेगळी करणं अशक्य आहे. ही तंत्रं वापरण्यासाठी लागणारं बळ, ऊर्जा व इच्छाशक्ती प्रेमातून मिळते, जे पुढील भागात स्पष्ट केलं आहे. तंत्रांचं मी केलेलं विश्लेषण संपूर्ण असेलच असं नाही. आणखी एखादं दुसरं तंत्र विचारात घ्यायचं राहून गेलं असेल, मात्र तशी शक्यता कमीच आहे. ध्यान-धारणा, योगसाधना, मानसोपचार पद्धती, बायोफिडबॅक ही तंत्र नाहीत का, असा प्रश्न उपस्थित होऊ शकतो. ज्याला माझं उत्तर असेल, की माझ्या दृष्टीने ती तंत्रं नसून साहाय्य करणारी साधनं आहेत. जरी ती खूप उपयुक्त असली तरी आवश्यक नाहीत. याउलट इथे स्पष्ट केलेल्या प्राथमिक तंत्राचा अविरतपणे व प्रामाणिकपणे अवलंब करणं साधकाला उच्च आध्यात्मिक पातळी गाठण्यासाठी पुरेसं आहे.

भाग दोन

प्रेम

प्रेमाची व्याख्या

शिस्त! मागे सुचविल्याप्रमाणे मानवाच्या आध्यात्मिक उत्क्रांतीसाठी आवश्यक असणारं साधन आहे शिस्त. या भागात शिस्तीच्या मुळाशी काय आहे, शिस्तीसाठी प्रेरणा, ऊर्जा कोण देतं, यावर विचार होणार आहे. माझ्या मते ही ऊर्जा म्हणजेच प्रेम आहे. प्रेम समजून घेताना आपण गूढ प्रांतात प्रवेश करणार आहोत, याची मला पूर्ण जाणीव आहे. अगदी खऱ्या अर्थाने आपण अनाकलनीय आकलन करण्याचा आणि अज्ञात जाणून घेण्याचा प्रयत्न करणार आहोत. प्रेम इतकं अमर्याद, सखोल आहे, की ते जाणणं, त्याचं मोजमाप करणं किंवा ते शब्दांच्या चौकटीत बसवणं अशक्य आहे. तरीही ते शब्दांत मांडणं आवश्यक आहे असा विश्वास असल्यामुळे मी तसा प्रयत्न करणार आहे, जरी ते प्रयत्न अपुरे असले तरी!

प्रेमाचं स्वरूप गूढ असल्यामुळे आजवर कुणीही प्रेमाची समाधानकारक, खरी व्याख्या करू शकलं नाही. ते समजून घेण्याच्या प्रयत्नात प्रेमाचे अनेक प्रकार विभागले गेले आहेत : शारीरिक प्रेम, बंधुप्रेम किंवा मैत्रभाव, शुद्ध प्रेम किंवा भक्ती, परिपूर्ण प्रेम, सदोष प्रेम, इत्यादी. मी प्रेमाची एक व्याख्या केली आहे. ती अनेक प्रकारे अपुरी असणार याची मला जाणीवदेखील आहे. 'स्वतःच्या किंवा इतरांच्या आध्यात्मिक उन्नतीसाठी स्वतःला विस्तृत करण्याची प्रेरणा.' अशी मी प्रेमाची व्याख्या करतो.

खोलात प्रवेश करण्यापूर्वी सुरुवातीलाच मला या व्याख्येबद्दल काही सांगायचं आहे. काही वेळा एखाद्या गोष्टीचं उद्दिष्ट, हेतू लक्षात घेऊन त्याची व्याख्या करण्यात येते. प्रेमाच्या बाबतीत आध्यात्मिक उन्नती हे उद्दिष्ट आहे. मात्र शास्त्रज्ञ अशा व्याख्यांना ग्राह्य धरत नाहीत.

ही व्याख्या तर्कबुद्धीतून आलेली नाही, तर मानसोपचाराचं दैनंदिन काम

करताना केलेल्या निरीक्षणातून, आत्मपरीक्षणातून आलेली आहे. माझ्या कामात प्रेमाच्या व्याख्येला बरंच महत्त्व आहे. कारण प्रेमाच्या स्वरूपाबद्दल पेशंट अगदी गोंधळलेले असतात. उदा. एक घाबरट तरुण मला सांगत होता, 'माझ्या आईचं माझ्यावर इतकं प्रेम होतं, की मी अगदी मोठा होईपर्यंत ती मला स्कुल बसने जाऊ द्यायचीच नाही. ती माझी खूप काळजी करायची व त्यामुळे तिला कितीही त्रास झाला तरी ती मला शाळेत सोडायला व आणायला यायची. तिचं माझ्यावर खरोखर प्रेम होतं.' या तरुणाच्या भीतीवर उपचार करताना, बहुतेक पेशंटप्रमाणे, त्याला हे शिकवणं आवश्यक होतं, की त्याच्या आईच्या वागण्याच्या मुळाशी प्रेम नसून दुसरंच काहीतरी होतं. जे प्रेम वाटतं ते बऱ्याचदा प्रेम नसतं. अशा अनुभवातूनच कोणतं प्रेम आहे आणि कोणतं नाही, याची उदाहरणं जमा झाली. त्या दोहोंमधला महत्त्वाचा फरक असा की, त्या व्यक्तीच्या मनात कळत-नकळत असलेलं उद्दिष्ट.

लक्षात घ्यायची दुसरी गोष्ट म्हणजे प्रेमाचं अद्भुत असं चक्र आहे. कारण स्वतःला विस्तृत करणं ही उत्क्रांतीची प्रक्रिया आहे. जेव्हा आपण आपल्या मर्यादा विस्तृत करतो, तेव्हा खरंतर आपण आपलं स्वरूप विशाल करतो. अशा रीतीने प्रेम करणं म्हणजे स्वतःची उत्क्रांती करणं. मग जरी या कृतीमागचं उद्दिष्ट दुसऱ्याची उन्नती असेल तरी. उत्क्रांतीकडे वाटचाल करतच आपली उत्क्रांती होते.

तिसरं म्हणजे या प्रेमाच्या व्याख्येत इतरांवरील प्रेमाबरोबर स्वतःवरील प्रेमाचादेखील समावेश होतो. मी मनुष्य आहे, तुम्ही मनुष्य आहात, मनुष्यप्राण्यांवर प्रेम करणं म्हणजे स्वतःवरसुद्धा प्रेम करणे. मानवाच्या आध्यात्मिक प्रगतीसाठी झोकून देणं म्हणजे आपल्या स्वतःच्या व इतरांच्या प्रगतीसाठी झोकून देणं होय. आपलं स्वतःवर प्रेम असल्याशिवाय आपण इतरांवर प्रेम करू शकत नाही, जसं आपल्याला शिस्त असल्याखेरीज आपण मुलांना शिस्त लावू शकत नाही. इतरांच्या आध्यात्मिक प्रगतीसाठी आपल्या आध्यात्मिक प्रगतीकडे दुर्लक्ष करणं खरंतर अशक्य आहे. स्वतःच्या बाबतीत निष्काळजी राहून तुम्ही दुसऱ्याची काळजी घेऊ शकत नाही. स्वतः खंबीर असल्याखेरीज तुम्ही दुसऱ्यांना आधार देऊ शकत नाही. प्रेमाचं स्वरूप जाणून घेताना हे स्पष्ट होईल, की स्वतःवरचं प्रेम व इतरांवरचं प्रेम यांचा घनिष्ठ संबंध आहे. इतका, की त्यांना वेगळं करताच येत नाही.

चौथं, स्वतःच्या मर्यादा विस्तृत करण्यासाठी प्रयत्न आवश्यक आहेत. मर्यादांच्या पलीकडे जाऊनच मर्यादा विस्तृत करता येतात आणि त्यासाठी प्रयत्न करावे लागतात. आपलं एखाद्यावरचं प्रेम आपल्या प्रयत्नांतून स्पष्ट दिसून येतं, त्या व्यक्तिसाठी (किंवा स्वतःसाठी) आपण मर्यादेच्या पलीकडे जातो. प्रेम हे सहजसाध्य नसून ते प्रयत्नांती आहे.

सरतेशेवटी 'प्रेरणा' हा शब्द वापरून मी इच्छा व कृती यातील अंतर नाहीसं करण्याचा प्रयत्न केलाय. प्रत्येक इच्छेचं कृतीत रूपांतर होईल असं नाही. प्रेरणा ही अशी प्रबळ इच्छा आहे, जिचं कृतीत रूपांतर होतं. या दोहोंतला फरक म्हणजे ''आज रात्री मला पोहायला जायला आवडेल'' आणि ''आज रात्री मी पोहायला जाणार आहे'' या दोन वाक्यांतील फरक होय. आपल्या समाजात प्रत्येकाला प्रेमळ होण्याची इच्छा असते तरीही बरेचजण प्रेमळ नसतात. म्हणून मी या निष्कर्षाप्रत पोहोचलोय, की प्रेम असण्याची इच्छा म्हणजे प्रेम नव्हे. प्रेमळ कृती म्हणजे प्रेम. प्रेम ही जाणीवपूर्वक कृती आहे. त्यामध्ये निवड करणं सुद्धा आलं. प्रेम केलंच पाहिजे असं बंधन नसतं, प्रेम करण्याचा पर्याय आपण निवडतो. आपण प्रेमळ आहोत असं आपल्याला कितीही वाटलं, आपली तशी सदिच्छा असली तरी आपण प्रेमळ नसतो कारण प्रेम न करण्याचा पर्याय आपण निवडलेला असतो. या उलट आपण जेव्हा आध्यात्मिक उन्नतीसाठी प्रयत्नशील असतो, तेव्हा खरंतर आपण निवड केलेली असते, आपण प्रेम करण्याचा पर्याय निवडलेला असतो.

मानसोपचार घेण्यासाठी आलेले पेशंट बहुतेक वेळा प्रेमाच्या स्वरूपाबद्दल गोंधळलेले असतात. कारण प्रेमाच्या रहस्याभोवती अनेक गैरसमजुती आहेत. हे पुस्तक प्रेमातील गूढता नाहीशी करणार नाही, परंतु त्याच्याविषयी गैरसमजुती दूर करण्याइतपत सुस्पष्टता नक्की देईल. त्या गैरसमजुतींमुळे पेशंटसह प्रत्येकाला आपल्या अनुभवाचा अर्थ लावत असताना दुःख भोगावं लागतं. त्यातील काही दुःख अनावश्यक आहे आणि प्रेमाची योग्य व्याख्या करून, गैरसमज दूर करून ते दुःख निश्चितच कमी करता येईल. प्रेम काय नाही, हे समजून घेऊन प्रेमाचं स्वरूप शोधण्याचा मी प्रयत्न केलाय.

प्रेमात पडणे

'प्रेमात पडणं' हेच 'प्रेम' आहे किंवा निदान 'प्रेमाचं व्यक्त स्वरूप' आहे, ही प्रेमाबाबतची सर्वांत मोठी व सर्वत्र आढळणारी गैरसमजूत होय. हा मोठा गैरसमज तयार होतो, कारण प्रेमात पडणारी व्यक्ती हा अनुभव प्रभावीपणे घेते. जेव्हा एखादी व्यक्ती प्रेमात पडते, तेव्हा तिला खात्रीने असं वाटतं, 'माझं त्याच्यावर प्रेम आहे,' किंवा 'माझं तिच्यावर प्रेम आहे.' परंतु दोन समस्या लगेचच उभ्या राहतात. पहिली समस्या म्हणजे प्रेमात पडण्याचा अनुभव हा लैंगिक आकर्षणातून निर्माण होणारा आहे. आपण आपल्या मुलांच्या प्रेमात पडत नाही, जरी आपलं त्यांच्यावर खूप प्रेम असलं तरी. आपण समलिंगी मित्रमैत्रिणींच्या प्रेमात पडत नाही, जरी ते आपल्याला अत्यंत प्रिय असले तरी. आपण प्रेमात पडतो फक्त जेव्हा आपण जाणीवपूर्वक किंवा अजाणतेपणी लैंगिकतेच्या प्रभावाखाली असतो. दुसरी समस्या अशी, की प्रेमात पडण्याचा अनुभव हा अल्पकालीन असतो. कितीही प्रेमात असलो तरी लवकरच आपण प्रेमातून बाहेर पडतो. याचा अर्थ असा नव्हे, की आपलं त्या व्यक्तीवरील प्रेम संपतं, परंतु प्रेमात पडण्याच्या अनुभवातील अत्यानंदाची भावना नाहीशी होते. मधुचंद्र नेहमीच संपतो. खुललेला प्रणय नेहमीच कोमेजतो.

प्रेमात पडणं व त्याची क्षणभंगुरता जाणून घेण्यासाठी अहंभावाच्या सीमारेषांचं स्वरूप जाणून घेणं आवश्यक आहे. अप्रत्यक्ष पुराव्यांनुसार असं दिसतंय की, नवजात शिशू पहिले काही महिने स्वतः व उर्वरित जग यामध्ये फरक करत नाही. त्याने हात-पाय हलविले की जग हलतं. ते भुकेलं असतं तेव्हा जग भुकेलं असतं. आई हालचाल करते तेव्हा जणू ते हालचाल करतं. आई गाते तेव्हा त्यांना समजत नाही की आपण गात नाही. ते पाळणा, खोली, आईवडील यांपासून स्वतःला वेगळं ओळखू शकत नाहीत. त्याच्यासाठी सजीव व निर्जीव एकच असतात. मी व दुसरा असा फरकच नसतो. ते आणि जग एकच असतं. सीमारेषा नसतात, विभागणी नसते. स्वतःची ओळख नसते.

कालांतराने ते मूल 'स्व'चा वेगळा अनुभव घेऊ लागतं. जगापासून वेगळं असलेलं एक अस्तित्व! मग त्याला भूक लागते, त्या प्रत्येक वेळी आई हजर असते असं नाही. त्याला खेळायचं असतं, तेव्हा दरवेळी आई खेळतेच असं

नाही. त्याला अनुभव येऊ लागतो की, त्याच्या सर्व इच्छा आई पूर्ण करत नाही. त्याची इच्छा व आईचं वागणं यात फरक आहे असा अनुभव ते घेऊ लागतं. 'मी'ची जाणीव मूळ धरू लागते. आई व मुलामधील नातं ही अशी जमीन आहे, ज्यातून मुलाच्या 'स्व'ची वेगळी जाणीव वाढू लागते. जेव्हा या नात्याची गुणवत्ता धोक्यात असते- उदा. जेव्हा आई नसते, आईच्या जागी दुसरं कोणी नसतं किंवा आईच्या मानसिक आजारामुळे ती काळजी घ्यायला असमर्थ असते, तेव्हा मूल मोठं झाल्यावर त्याची 'स्व'ची मूलभूत जाणीव सदोष असते.

मूल जेव्हा स्वतःची इच्छा ही जगाची नसून स्वतःची म्हणून ओळखायला लागतं, तेव्हा ते स्वतः व दुसऱ्यांमध्ये इतर प्रकारचे फरक ओळखायला शिकतं. जेव्हा त्याला हालचाल करायची असते, तेव्हा त्याला आपला हात हलताना दिसतो; परंतु इच्छेनुसार पाळणा व छत हालत नाही. अशा प्रकारे मूल शिकतं की, त्याचा हात व इच्छा यांचा संबंध आहे आणि म्हणून हात त्याचा स्वतः चा आहे, इतर कुणाचा नाही. अशा तऱ्हेने वयाच्या पहिल्या वर्षी आपण कोण आहोत व कोण नाही, आपण काय आहोत आणि काय नाही, याचं मूलभूत ज्ञान मूल मिळवतं. पहिल्या वर्षाच्या अखेरपर्यंत आपल्याला आपले हात, पाय, डोकं, डोळे, नाक, कान आणि स्वतःचा दृष्टिकोन, आवाज, विचार, पोटदुखी, भावना माहीत असतात. आपल्याला आपलं आकारमान व शारीरिक मर्यादा माहीत होतात. या मर्यादांची मनात असलेली जाणीव म्हणजेच अहंभावाची सीमारेषा.

अहंभावाची सीमारेषा विकसित होण्याची प्रक्रिया कुमारवयापर्यंत आणि प्रौढ वयापर्यंतसुद्धा चालूच राहते, परंतु नंतर तयार झालेल्या सीमारेषा मात्र शारीरिकपेक्षा मानसिक जास्त असतात. दोन ते तीन या वयात मुलांना आपल्या कुवतीची समज येते. आपली प्रत्येक इच्छा आई पूर्ण करत नाही हे आत्तापर्यंत मूल शिकलेलं असतं, तरीही तिने आपल्या इच्छा पूर्ण कराव्यात या अपेक्षेला ते धरून राहतात. या आशेमुळे, भावनेमुळे दोन वर्षांची मुलं एखाद्या हुकूमशहाप्रमाणे वागतात आणि पालकांना, भावंडांना हाताखालच्या नोकराप्रमाणे हुकूम सोडतात. ऐकलं नाही तर संतापतात. म्हणूनच या वयातील मुलांचे पालक हैराण होतात. तिसऱ्या वर्षापर्यंत मुलं शांत होतात; कारण आपण असमर्थ असल्याची वस्तुस्थिती ते स्वीकारतात. तरीही सर्वशक्तिमान असल्याची कल्पना इतकी सुखद असते, की वर्षानुवर्षं स्वतः दुबळे आहोत या दुःखाला सामोरं जाऊनसुद्धा ती पूर्णपणे सोडून देता येत नाही. ते अधुनमधून त्या कल्पनाविश्वात रमतात. सुपर मॅन व कॅप्टन मार्वेल यांचं हे विश्व

असतं. हळुहळू हे हिरो मागे पडतात आणि कुमारवयातील मुलांना जाणीव होते की, त्यांना व्यक्ती म्हणून काही मर्यादा आहेत. ते दुर्बळ व असमर्थ असल्याने इतरांशी, समाजाशी सहकार्य करूनच त्यांना जगता येईल. समाजापासून ते वेगळे नसतात, परंतु त्यांना स्वतःचं असं व्यक्तिमत्त्व, मर्यादा, सीमारेषा असतात.

या सीमारेषांच्या आत त्यांना एकाकी वाटतं. मानसोपचारतज्ज्ञ ज्यांना 'स्किझॉइड' म्हणतात, अशा व्यक्ती बालपणातील दुःखद, ताणतणावाच्या अनुभवांमुळे बाहेरील जगाला अत्यंत धोकादायक, प्रतिकूल, गुंतागुंतीचं, शोषण करणारं समजतात. अशा व्यक्तींना आपल्या सीमारेषा आरामदायी, संरक्षण करणाऱ्या वाटतात आणि आपल्या एकाकीपणात त्यांना सुरक्षितता जाणवते. परंतु बहुतेकजणांना आपला एकाकीपणा दुःखदायक वाटतो. ते आपल्या सीमारेषांपासून पलायन करून बाहेरील जगाशी एकरूप होण्यासाठी आतुर असतात. प्रेमात पडण्याचा अनुभव आपल्याला तात्पुरतं का होईना, ही संधी देतो. प्रेमात पडण्याच्या घडामोडींचं मूलभूत तत्त्व असं, की व्यक्तीच्या अहंभावी सीमारेषेचा भाग अचानक गळून पडतो व आपलं व्यक्तिमत्त्व दुसऱ्या व्यक्तिमत्त्वात मिसळणं साध्य होतं. स्वतःपासून स्वतःची अचानक सुटका होणं, स्वतःतून भरभरून प्रिय व्यक्तीला देणं आणि अहंभावाच्या सीमारेषा कोसळल्यामुळे एकाकीपणा नाहीसा होणं हा अनुभव बहुतेकांना अत्यानंदाचा वाटतो. आपण व आपली प्रिय व्यक्ती एक असतो! एकाकीपणा नसतो!

काही बाबतीत (पण सर्व बाबतीत नव्हे) प्रेमात पडणं म्हणजे भूतकाळात मागे जाणं असतं. प्रिय व्यक्तीशी एकरूप होण्याच्या अनुभवामध्ये गर्भावस्थेत आईशी एकरूप असलेल्या काळाचे पडसाद असतात. एकरूपतेबरोबर आपण सर्वशक्तिमान असल्याची जाणीवसुद्धा पुन्हा अनुभवतो, जी मोठं होत असताना आपल्याला सोडून द्यावी लागते. सर्व गोष्टी आवाक्यातील वाटू लागतात! प्रिय व्यक्तीसोबत एकरूप झाल्यावर आपण जग जिंकू असं वाटतं. आपला विश्वास असतो की, आपल्या प्रेमाच्या जोरावर आपण विरोधकांना नतमस्तक करून त्यांचा विरोध नाहीसा करू शकतो. सर्व समस्या सोडविता येतील, भविष्यकाळ उज्ज्वल असेल. प्रेमात पडल्यानंतरची भावना, दोन वर्षांच्या मुलाच्या भावनेइतकीच अवास्तव असते, ज्याला वाटतं, की तो कुटुंबाचा व जगाचा बादशहा आहे.

ज्याप्रमाणे दोन वर्षांच्या मुलाचं सर्वशक्तिमान असल्याचं स्वप्न भंग पावतं व वस्तुस्थिती उभी ठाकते, त्याचप्रमाणे प्रेमात पडलेल्या जोडप्याची एकरूपतेची

कल्पना गळून पडते व वस्तुस्थिती समोर येते. लवकरच दैनंदिन जीवनातील समस्या सोडविताना दोघेही स्वतःचंच खरं समजतात. त्याला सेक्स हवा असतो तर तिला नको असतो. तिला सिनेमा पाहायचा असतो तर त्याला नको असतो. त्याला पैसे बँकेत जमा करायचे असतात तर तिला खरेदी करायची असते. प्रत्येकाला आपापल्या नोकरीबद्दल बोलायचं असतं. तिला त्याचे मित्र आवडत नाहीत, त्याला तिचे. अशा प्रकारे दोघांनाही आतल्याआत हे कटू सत्य जाणवतं की, ते दुसऱ्याशी एकरूप झालेले नाहीत. समोरच्याला स्वतःच्या अशा वेगळ्या इच्छा, आवडी, मतं व वेळापत्रक आहे. हळूहळू किंवा अचानक त्यांच्या अहंभावाच्या सीमारेषा पूर्ववत होतात आणि ते प्रेमातून बाहेर पडतात. आता पुन्हा एकदा त्या दोन वेगळ्या व्यक्ती असतात. या वळणावर एकतर ते एकमेकांतील नातेसंबंध संपवतात किंवा जाणीवपूर्वक खरं प्रेम करायला शिकण्याची सुरुवात करतात.

मी 'खरं' प्रेम म्हणतो, कारण प्रेमात पडल्यावर आपण प्रेम करतोय ही समजूत खोटी असते–आपला प्रेमळपणा हा एक आभास असतो. खऱ्या प्रेमाचं सविस्तर वर्णन या भागात पुढे करण्यात आलं आहे. प्रेमातून बाहेर पडलेलं जोडपं कदाचित खरं प्रेम करायला लागेल असं जेव्हा मी म्हणेन, तेव्हा मला असंही सुचवायचं आहे, की खऱ्या प्रेमाचं मूळ प्रेमाच्या भावनेत नसतं. या उलट बऱ्याचदा प्रेमाची भावना नसताना, प्रेम वाटत नसताना आपण प्रेमळ कृती करतो, तेव्हा खरं प्रेम घडतं. प्रेमाच्या ज्या व्याख्येने आपण सुरुवात केली त्यानुसार 'प्रेमात पडण्याचा' अनुभव म्हणजे खरं प्रेम नव्हे. त्याची कारणे पुढे नमूद केली आहेत.

प्रेमात पडणं जाणीवपूर्वक नसतं. आपण कितीही खुले, आतुर असलो तरी हा अनुभव आपल्याला मिळेलच असं नाही. उलट आपली अजिबात अपेक्षा नसताना, आपल्यासाठी हिताचं नसताना, परिस्थिती प्रतिकूल असतानादेखील हा अनुभव आपल्याला गाठू शकतो. आपण कोणत्याही व्यक्तीच्या प्रेमात पडू शकतो, मग ती आपल्याला अनुरूप असो वा विजोड असो. आपल्या प्रिय व्यक्तीची स्वभाववैशिष्ट्ये एरवी आपल्याला आवडतीलच असं नाही. आणि कितीही प्रयत्न केले तरी आपण अशा व्यक्तीच्या प्रेमात पडू शकत नाही, जिच्या गुणवैशिष्ट्यांचं आपल्याला कौतुक आहे, जी व्यक्ती आपल्याला अनुरूप आहे. पण याचा अर्थ असा नव्हे, की प्रेमात पडण्याला शिस्त लागू होत नाही. उदा. मानसोपचारतज्ज्ञ बऱ्याचदा त्यांच्या पेशंटच्या प्रेमात पडतात व पेशंट तज्ज्ञांच्या. तरीही कर्तव्याच्या जाणिवेतून ते खूपदा त्यांच्या अहंभावाच्या सीमारेषा कोसळत

असतानाच स्वतःला सावरतात आणि पेशंटला प्रिय व्यक्ती मानणं सोडून देतात. अशा शिस्तीचा उपयोग करणं अतिशय अवघड व दुःखदायक असतं. जाणीवपूर्वक शिस्त वापरून आपण हा अनुभव रोखू शकतो परंतु तो निर्माण करू शकत नाही. प्रेमात पडण्याच्या अनुभवाला कसा प्रतिसाद द्यायचा याची निवड आपण करू शकतो, परंतु त्या अनुभवाची निवड आपण करू शकत नाही.

प्रेमात पडणं म्हणजे स्वतःच्या सीमारेषा विस्तारित करणं नव्हे, तर त्या सीम रेषांचं तात्पुरतं कोसळणं आहे, दूर होणं आहे. स्वतःच्या मर्यादा विस्तारित करण्यासाठी प्रयत्नांची आवश्यकता असते, प्रेमात पडायला प्रयत्न लागत नाहीत. उत्साही व तत्पर व्यक्तींप्रमाणेच आळशी व बेशिस्त व्यक्तीदेखील प्रेमात पडू शकतात. एकदा का तो प्रेमात पडण्याचा मौल्यवान क्षण सरला व सीमारेषा पूर्ववत झाल्या, की व्यक्तीचा भ्रमनिरास होतो. खरं प्रेम मात्र 'स्व' विस्तृत होण्याचा कायमस्वरूपी अनुभव आहे. तेव्हा सीमारेषा विस्तारल्या जातात, ताणल्या जातात व त्या तशाच राहतात.

प्रेमात पडण्याचा स्वतःची जाणीवपूर्वक आध्यात्मिक उन्नती करण्याशी काहीही संबंध नाही. आपण प्रेमात पडण्यामागे जर काही उद्दिष्ट असेलच तर तो आपला एकाकीपणा दूर करणे व लग्नाद्वारे ही अवस्था सुरक्षित करण्याचा प्रयत्न करणे हा असू शकतो. आपली आध्यात्मिक उन्नती हा हेतू नक्कीच नसतो. आपण प्रेमात पडल्यावर व प्रेमातून बाहेर पडण्यापूर्वी आपल्याला असं वाटतं की, आपण पोहोचलो, सर्वोच्च शिखर गाठलं, यापुढे जाण्याची गरज नाही व शक्यताही नाही. आपल्याला वाटत नाही, की प्रगती करण्याची आवश्यकता आहे, आपण जिथे आहोत तिथे समाधानी आहोत. आपलं मन शांत असतं. आपल्या प्रिय व्यक्तीलादेखील आध्यात्मिक प्रगतीची गरज आहे असं आपल्याला वाटत नाही. याउलट आपल्याला ती व्यक्ती परिपूर्ण दिसते. शिवाय आपल्या प्रिय व्यक्तीमध्ये जर काही कमतरता दिसलीच, तर ती अगदी नगण्य वाटते.

प्रेमात पडणं म्हणजे अहंभावाच्या सीमारेषांचं तात्पुरतं कोसळणं होय. हे सोडून प्रेमात पडणं म्हणजे अजून काय? मला माहीत नाही, परंतु त्या प्रक्रियेतील लैंगिक आकर्षणाचा विचार करता मला असं वाटतं, की प्रेमात पडणं म्हणजे समागमासाठी असलेली उपजत वृत्ती होय. दुसऱ्या शब्दात व्यक्त करायचं म्हणजे प्रेमात पडणं हा आतील लैंगिक प्रवृत्ती व बाहेरील लैंगिक उत्तेजन यांना दिलेला साचेबद्ध

प्रतिसाद, ज्यायोगे समागमाची शक्यता वाढते व मानवजातीचा वंशविस्तार साध्य होतो. याचाच अर्थ, प्रेमात पडणं म्हणजे आपल्या मनाला फसवून लग्नाच्या जाळ्यात ओढण्यासाठी जनुकांनी केलेली क्लृप्ती आहे. जेव्हा ही क्लृप्ती फसते, तेव्हा व्यक्तींना समलिंगी आकर्षण वाटतं किंवा पालकांची ढवळाढवळ होते. मानसिक आजार, परस्परविरोधी जबाबदाऱ्या, शिस्तीचा जाणीवपूर्वक वापर या गोष्टी व्यक्तींना एकत्र येण्याच्या आड येतात. परंतु ही क्लृप्ती आहे म्हणून आणि या अनुभवात गर्भावस्थेतील एकरूपतेच्या व बाल्यावस्थेतील सर्वशक्तिमान असल्याच्या जाणिवेचे पडसाद आहेत, त्यामुळेच आज इतके लोक लग्नाच्या बंधनात अडकले आहेत अन्यथा त्यांनी या बंधनात अडकण्यापासून माघार घेतली असती, ही वस्तुस्थिती आहे.

स्वप्नाळू प्रेमातला भ्रम

प्रेमात पडण्याचा अनुभव मोठ्या कौशल्याने आपल्याला लग्नाच्या जाळ्यात ओढतो. त्याचं एक वैशिष्ट्य म्हणजे हा अनुभव कायम टिकेल असा भ्रम. हा भ्रम स्वप्नाळू प्रेमाच्या दंतकथांमुळे दृढ होतो. या प्रेमाचं मूळ आपल्या लहानपणीच्या आवडत्या परीकथेमध्ये असतं, ज्यात राजकुमार व राजकुमारी एकत्र आल्यानंतर कायम सुखाने नांदत राहतात. स्वप्नाळू प्रेमाची दंतकथा आपल्याला सांगते, की जगातील प्रत्येक तरुणासाठी एक तरुणी आहे व प्रत्येक तरुणीसाठी एक तरुण आहे आणि ते एकमेकांसाठीच बनले आहेत. या गाठी पूर्वीच स्वर्गात बांधल्या गेल्या आहेत. त्या व्यक्तीची ओळख तेव्हा होते, जेव्हा आपण प्रेम ात पडतो. म्हणून ईश्वराने योजलेल्या व्यक्तीशी भेट झाल्यावर, जोडी अनुरूप असल्याने आपण एकमेकांच्या सर्व गरजा कायम पूर्ण करून निरंतर आनंदात राहू शकतो. काही काळानंतर मात्र परस्परांच्या गरजा पूर्ण करू शकत नाही व भांडणं होतात आणि आपण प्रेमातून बाहेर येतो. मग आपल्या लक्षात येतं, की मोठी चूक झालीय, ईश्वरी संकेतांचा आपण चुकीचा अर्थ काढलाय, आपली गाठ चुकीच्या व्यक्तीशी पडली आहे, आपल्याला वाटलेलं प्रेम खरं नव्हतं. आता या परिस्थितीबाबत आपण काहीही करू शकत नाही. यापुढे फक्त दुःखात जगू शकतो किंवा घटस्फोट घेऊ शकतो.

बहुतेक वेळा मला असं दिसलंय, की महान दंतकथा महत्त्वाच्या असतात

कारण त्यांच्यात महान वैश्विक सत्य दडलेलं असतं (या पुस्तकात अशा अनेक दंतकथांचा संदर्भ आला आहे.) परंतु स्वप्नाळू प्रेमाची दंतकथा हा एक मोठा भ्रम आहे. कदाचित हा भ्रम गरजेचाही आहे, कारण लग्नाच्या जाळ्यात अडकविणाऱ्या प्रेमात पडण्याच्या अनुभवाला तो भ्रम दुजोरा देतो, समर्थन करतो. त्या योगे मानवजात टिकून राहणं शक्य करतो. मात्र एक मानसोपचारतज्ज्ञ म्हणून माझं हृदय पिळवटतं, कारण हा भ्रम फार दुःख व गैरसमज वाढवतो. हजारो लोक त्यांच्या वस्तुस्थितीला दंतकथेतील फोलपणाशी मिळतीजुळती करण्याच्या प्रयत्नात दररोज अमाप ऊर्जा वाया घालवतात. अपराधीपणाच्या भावनेतून सौ.'अ' नवऱ्याचं वर्चस्व सहन करते. कारण तिचं म्हणणं असं आहे, की तिने प्रेमाचं नाटक केलं व त्याला लग्न करायला भाग पाडलं. त्यामुळे तिला आता तक्रार करायचा हक्कच नाही, आता तो जे म्हणेल ते तिला मान्य करायलाच हवं. श्री. 'ब' ला 'क' शी लग्न न केल्याची खंत आहे. कारण त्याच्या मते त्या दोघांनी सुखाचा संसार केला असता, परंतु त्या वेळी त्याची प्रेमभावना तेवढी प्रबळ नव्हती. म्हणून ती योग्य जोडीदार नसावी असं त्यांनी गृहीत धरलं. सौ. 'ड' हिला लग्नानंतर दोन वर्षांनी नैराश्याने ग्रासलं, तेव्हा तिला कारण कळलं नाही, तरीही तिने मानसोपचार सुरू केले. तिच्या म्हणण्यानुसार तिला कसलीही कमतरता नव्हती. वैवाहिक जीवनसुद्धा सुरळीत होतं. काही महिने उपचार घेतल्यानंतर तिने ही वस्तुस्थिती स्वीकारली, की आता तिचं नवऱ्यावर प्रेम राहिलं नव्हतं. परंतु ही काही फार मोठी चूक नव्हे. श्री. 'ई' याला लग्नानंतर दोन वर्षांनी दररोज संध्याकाळी डोकेदुखीचा त्रास सुरू झाला आणि हे मानसिक आहे हे स्वीकारणं त्याला कठीण जातंय. तो म्हणतो, ''माझ्या घरी सगळं सुरळीत आहे. माझं माझ्या बायकोवर प्रेम आहे. मला जशी हवी होती तशी ती आहे.'' तरी एक वर्षापर्यंत त्याची डोकेदुखी सुरूच राहिली, नंतर मात्र त्याने कबूल केलं, की ''माझ्या पगाराचा विचार न करता ती सारखी काहीतरी मागत राहते आणि मला भंडावून सोडते.'' हे स्वीकारल्यावर तो तिच्याशी या उधळ्या स्वभावाबद्दल बोलू शकला. श्री. व सौ. 'फ' हे कबूल करतात, की त्यांचं एकमेकांवर प्रेम राहिलेलं नाही आणि एकमेकांना त्रास व्हावा म्हणून ते खरं प्रेम शोधत राहतात. मात्र त्यांच्या हे लक्षात येत नाही, की प्रेम नाही असं कबूल करणं हा लग्नाचा शेवट नसून लग्नानंतरच्या खऱ्या वाटचालीची सुरुवात आहे.

जेव्हा पति-पत्नी कबूल करतात, की नवलाईचे दिवस संपले असून, स्वप्नाळू

प्रेम आटलं आहे, तरी ते त्यांच्या नात्याबद्दल प्रामाणिक आहेत, तेव्हासुद्धा ते त्या दंतकथेला चिकटून बसतात व आपलं आयुष्य त्याच्याशी मिळतंजुळतं करायचा प्रयत्न करतात. ते असा विचार करतात, आपलं प्रेम संपलं असलं तरी इच्छाशक्तीच्या जोरावर पुन्हा आपलं प्रेम फुलेल. अशी जोडपी एकत्र राहण्याला महत्त्व देतात. जेव्हा ते जोडप्यांसाठी असणाऱ्या सामूहिक उपचारपद्धतीत भाग घेतात, तेव्हा ते एकत्र बसतात, एकमेकांची बाजू मांडतात, एकमेकांच्या दोषांचं समर्थन करतात आणि इतर सदस्यांना आपली एकी आहे असं दाखवतात. त्यांचा असा विश्वास असतो, की ही एकी त्यांचं वैवाहिक जीवन सुदृढ असल्याचं दर्शविते आणि ही गोष्ट त्यांचं नातं आणखी सुधारण्यासाठी आवश्यक आहे. लवकरच आम्हाला अशा जोडप्यांना सांगावं लागतं, की लग्नाचा त्यांच्यावर खूप जास्त प्रभाव आहे, ते जरा जास्तच एकत्र आहेत आणि त्यांच्या समस्या योग्य रीतीने सोडविण्यासाठी त्यांना स्वतःची विचारशक्ती असणं आवश्यक आहे. काही वेळा तर त्यांना एकमेकांपासून दूर बसवण्याची गरज भासते. एकमेकांची बाजू मांडणे, समर्थन करणे अशा गोष्टींपासून त्यांना परावृत्त करण्याची गरज पडते. पुनःपुन्हा आम्हाला सांगावं लागतं, 'जॉन, मेरी तिच्याबद्दल स्वतः बोलेल' आणि 'मेरी, जॉन स्वतःची बाजू मांडेल, तो तेवढा खंबीर आहे.' उपचारपद्धती सुरू ठेवली तर शेवटी सर्व जोडपी आपलं व दुसऱ्याचं स्वतंत्र असं वेगळं व्यक्तिमत्त्व आहे, हे मनापासून स्वीकारायला शिकतात. आणि हाच परिपक्व सहजीवनाचा पाया आहे, ज्यातून खरं प्रेम फुलतं.

अहंभावी सीमारेषांबद्दल थोडं विस्ताराने

'प्रेमात पडणं' हा भ्रम आहे आणि ते अजिबात खरं प्रेम नव्हे, असं मी आधी म्हटलंय. आता मात्र मी अगदी विरुद्ध बाजू मांडणार आहे. प्रेमात पडणं हे खऱ्या प्रेमाच्या अगदी जवळ आहे. त्यात सत्याचा अंश असल्यामुळे ते खरं प्रेम आहे, असा गैरसमज होणं स्वाभाविक आहे.

खऱ्या प्रेमात आपण 'स्व'च्या मर्यादा विस्तृत करतो. या मर्यादा म्हणजेच अहंभावी सीमारेषा आहेत. प्रेमाच्याद्वारे आपण आपल्या मर्यादा विस्तृत करतो, असं करताना आपण आपल्या प्रिय गोष्टीप्रत स्वतःला झोकून देतो, त्या गोष्टीच्या विकासासाठी. हे साधण्यासाठी प्रिय गोष्ट प्रिय बनायला हवी, याचाच

अर्थ, ‘स्व’च्या सीमारेषेबाहेरील त्या वस्तूचं आपल्याला आकर्षण वाटायला हवं, निष्ठा हवी, गुंतवणूक हवी. आकर्षण, निष्ठा, गुंतवणूक या प्रक्रियेला ‘ओढ’ (cathexis) म्हणता येईल. आपण आपल्या प्रिय गोष्टीकडे ओढले जातो किंवा आकर्षित होतो. ‘स्व’च्या बाहेरील एखाद्या गोष्टीशी जेव्हा आपण आकर्षित होतो, तेव्हा ती गोष्ट आपण मानसिकदृष्ट्या ‘स्व’मध्ये समाविष्ट करतो. त्यासाठी बागकामाची आवड असणाऱ्या व्यक्तीचं उदाहरण घेऊ या. हा छंद त्याला समाधान देतो व त्याचा वेळ चांगला जातो. त्याला बागकाम प्रिय आहे. त्याला त्याची बाग मोलाची आहे. त्याला त्याच्या बागेची ओढ आहे. त्याला ती बाग आकर्षक वाटते, त्याने बागेत स्वतःला गुंतवून घेतलंय, ते काम तो मनापासून करतोय, इतकं की रविवारी सकाळीसुद्धा लवकर उठून तो तेच करतो. तो दूर प्रवास करायचं टाळतो आणि बागकाम करण्यासाठी स्वतःच्या बायकोकडेसुद्धा दुर्लक्ष करू शकतो. या बागकामाच्या ओढीमुळे, झाडंझुडपं फुलं वाढवत असताना तो खूप काही शिकतो. बागकामातील अनेक गोष्टी - माती, खतं, मुळं धरणं, झाडांची छाटणी याबद्दल त्याला बऱ्याच गोष्टी समजू लागतात. त्याला त्याच्या बागेची चांगली जाण आहे. इतकंच काय, पण तिचा इतिहास, त्यातील झाडांचे व फुलांचे प्रकार, तिची रचना, तिच्या समस्या आणि तिचं भविष्यदेखील. बाग जरी बाहेर अस्तित्वात असली तरी तिच्या ओढीने त्याच्या आतदेखील बाग अस्तित्वात आली आहे. बागेबद्दलचं त्याचं ज्ञान व बागेचं त्याच्यासाठी असलेलं महत्त्व त्याचाच भाग बनलेत, त्याची ओळख बनलेत. त्याच्या इतिहासाचा, त्याच्या सुज्ञतेचा भाग बनलेत. बागेवरील प्रेमातून, ओढीतून त्याने खरोखरच ती बाग स्वतःमध्ये समाविष्ट केली, ज्यामुळे त्याचा ‘स्व’ व्यापक झालाय आणि त्याच्या अहंभावी सीमारेषा विस्तृत झाल्यात.

वर्षानुवर्षांच्या या प्रेमातून, आपल्या आवडीच्या गोष्टीसाठी, आपल्या मर्यादा विस्तृत करण्यातून आपला ‘स्व’ हळूहळू व्यापक होतो, बाहेरील जग आत सामावलं जातं आणि आपल्या अहंभावी सीमारेषांचा विस्तार होतो आणि त्या ताणल्या जाऊन विरळ होत जातात. अशा रीतीने आपण ‘स्व’चा जितका जास्त विस्तार करू, जितकं जास्त प्रेम करू, तितकं ‘स्व’ आणि जग यातील भेद विरून जातो आणि आपण जगाशी एकरूप होतो. जशा आपल्या अहंभावी सीमारेषा विरत जातात, तसा आपण अत्यानंदाचा अनुभव घेऊ लागतो. जो अत्यानंद प्रेमात पडल्यावर अहंभावी सीमारेषा काही प्रमाणात कोसळल्यावर

अनुभवतो. एकाच प्रिय गोष्टीशी अजाणतेपणी व तात्पुरतं एकरूप होण्याऐवजी आपण जाणीवपूर्वक व कायमचं जगाशी एकरूप होतो. संपूर्ण जगाशी अद्वैत शक्य होतं. या एकरूपतेमधील अत्यानंदाची भावना 'प्रेमात पडण्याच्या' भावनेएवढी नाट्यमय नसली तरी ही हळुवार भावना चिरंतन, संपूर्ण संतोष देणारी आहे. प्रेमात पडण्याला 'शिखराचा' अनुभव म्हटलं, तर खऱ्या प्रेमाला 'पठाराचा' अनुभव म्हणता येईल. खऱ्या प्रेमात अचानक उंचीचं दर्शन झालं आणि मग दिसेनासं झालं असं कधी होत नाही, ती उंची कायमस्वरूपी गाठली जाते.

हे स्पष्टच आहे, की प्रेम आणि समागम या दोन वेगळ्या गोष्टी आहेत. समागम ही प्रेमाची कृती नव्हे तरीही समागमाचा अनुभव आणि विशेष करून शिगेची उत्कटता (एकट्याने गाठली असली तरी) हा सुद्धा कमी-जास्त प्रमाणात अहंभावी सीमारेषा कोसळण्याचा व अत्यानंदाचा अनुभव आहे. या सीमारेषांच्या कोसळण्यामुळे शिगेची उत्कटता गाठण्याच्या क्षणी आपण वेश्येला सुद्धा प्रेमाने चीत्कारू शकतो. परंतु अहंभावी सीमारेषा पूर्ववत झाल्यावर आपल्याला तिच्याबद्दल किंचितही प्रेम, ओढ, वाटत नाही. याचा अर्थ असा नव्हे, की शिगेच्या उत्कटतेतील अत्यानंद आपल्या प्रिय व्यक्तीबरोबर द्विगुणित करता येत नाही. तो करता येतो, परंतु प्रिय व्यक्ती नसताना किंवा कुणीही जोडीदार नसला तरी उत्कटतेसह अहंभावी सीमारेषांचं कोसळणं संपूर्ण असू शकतं. क्षणभर का असेना, आपण आपलं अस्तित्व विसरतो, स्थळ-काळाचं भान विसरतो, स्वतःतून बाहेर पडतो, दूर नेले जातो. आपण विश्वाशी एकरूप होऊ शकतो. मात्र अगदी क्षणभरासाठीच!

शिगेच्या उत्कटतेतील क्षणिक एकरूपतेच्या तुलनेत खऱ्या प्रेमातील जगाशी कायमचं एक होणं याचं वर्णन करण्यासाठी मी 'अद्वैत' हा शब्द वापरलाय. अद्वैत म्हणजे 'एकता' हेच सत्य असल्याचा विश्वास. अद्वैत मानणारे म्हणतात, तारे, ग्रह, झाडं, पक्षी, घरं, आपण स्वतः - अशा सर्व गोष्टींच्या सीमारेषांनी एकमेकांपासून विलग केलेल्या विविध वस्तूंनी सामावलेलं जग दिसणं हा एक भ्रमच आहे. ज्ञानेंद्रियांच्या गैरसमजुतीमुळे या भ्रामक जगाला बहुतेकजण खरं मानण्याची चूक करतात. हिंदू व बौद्ध याला 'माया' असं म्हणतात. ते व अद्वैत मानणारे असं म्हणतात, अहंभाव सोडून देऊन एकत्व अनुभवल्यावरच सत्य जाणता येतं. जोपर्यंत आपण स्वतःला एक स्वतंत्र, इतर जगापासून वेगळी अशी वस्तू म्हणून पाहतो, तोपर्यंत विश्वाचं एकत्व पाहणं अशक्य आहे. म्हणूनच हिंदू आणि

बौद्ध मानतात, की अहंभावी सीमारेषा तयार होण्यापूर्वी नवजात शिशूंना सत्याची जाणीव असते, प्रौढांना ही जाणीव नसते. आत्मज्ञान किंवा सत्य – 'एकत्व' आहे हे ज्ञान मिळविण्यासाठी आपण भूतकाळात मागे जाणं किंवा बाल्यावस्थेत जाणं आवश्यक आहे, असं काहीजणांचं म्हणणं आहे. ज्या तरुण मंडळींना प्रौढ वयातील जबाबदाऱ्या भीतीदायक, कठीण, नकोशा वाटतात, त्यांना बाल्यावस्थेत परत जाणं सोयीस्कर वाटतं. त्यांच्यासाठी हे ज्ञान धोकादायक ठरू शकतं. अशी व्यक्ती विचार करेल, 'मला प्रौढ बनण्याच्या प्रक्रियेतून जाण्याची गरज नाही. त्यापेक्षा मी आत्मज्ञान मिळवेन,' परंतु असं केल्याने आत्मज्ञान मिळणार नाही तर मानसिक रोग होईल.

सर्व ज्ञानी मंडळींना एक वास्तव माहीत असतं, ज्याबद्दल आपण 'शिस्त' या विषयाच्या शेवटी चर्चा केलीय. एखादी गोष्ट सोडून देण्याआधी ती प्रथम आपल्याकडे असायलाच हवी किंवा आपण ती आधी मिळवली पाहिजे आणि मग ती सोडून दिल्यानंतर आपल्याला कुशलपणे जगता आलं पाहिजे. छोटं बाळ, अहंभावी सीमारेषा नसल्यामुळे सत्याच्या जास्त जवळ असतं परंतु त्याला जगण्यासाठी पालकांची मदत लागते. कारण ते आपला सुज्ञपणा व्यक्त करू शकत नाही. आत्मज्ञानाचा मार्ग प्रौढतेतून जातो. यासाठी सोपा, सरळ, झटपट मार्ग अन्य नाही. अहंभावी सीमारेषा विरण्याआधी त्या बळकट असायला हव्यात. व्यक्तिमत्त्वाच्या पलीकडे जाण्यापूर्वी ते घडायला हवं. स्वत्व सोडण्याअगोदर ते सापडायला हवं. प्रेमात पडणं, समागम किंवा अमली पदार्थांचं सेवन याम ुळे अहंभावी सीमारेषा तात्पुरत्या कोसळतात व आपल्याला अद्वैताचं, निर्वाण अवस्थेचं क्षणिक दर्शन होऊ शकतं, परंतु कायमस्वरूपी मिळत नाही. या पुस्तकाचा सारांश असा आहे, की अद्वैत, आत्मज्ञान किंवा खरी आध्यात्मिक उन्नती साध्य करण्यासाठी खरं प्रेम सतत कृतीत उतरविलं पाहिजे.

थोडक्यात, प्रेमात पडणं व समागम यातून अहंभावी सीमारेषा तात्पुरत्या कोसळतात. ज्यामुळे एकतर आपण अशा व्यक्तींशी जोडले जातो, ज्यांच्याशी खरं प्रेम फुलू शकतं. दुसरं म्हणजे आयुष्यभर खरं प्रेम केल्यावर आपल्याला जो चिरंतन अत्यानंद मिळणार असतो, त्याचा स्वाद आपण आधीच घेऊ शकतो. म्हणूनच प्रेमात पडणं हे खरं प्रेम नसलं तरी ते अद्‌भुत अशा प्रेमाच्या योजनेचाच एक भाग असतो.

परावलंबित्व

प्रेमाबद्दलचा दुसरा मोठा गैरसमज असा, की प्रेम म्हणजे 'अवलंबून असणे'. मानसोपचारतज्ज्ञांना दररोज या गैरसमजावर काम करावं लागतं. या गैरसमजाचा परिणाम अतिशय स्पष्टपणे अशा व्यक्तीच्या बाबतीत दिसून येतो, जी जोडीदाराने, प्रिय व्यक्तीने नाकारल्यावर किंवा सोडून दिल्यावर आत्महत्येचा प्रयत्न करते वा तशी धमकी देते किंवा निराशेच्या गर्तेत जाते. अशी व्यक्ती म्हणते, 'मला जगायचं नाही, मी जोडीदाराशिवाय जगूच शकत नाही, माझं तिच्यावर/त्याच्यावर खूप प्रेम आहे.' आणि मी नेहमीप्रमाणे म्हणतो, 'तुझा गैरसमज होतोय, तुझं तुझ्या नवऱ्यावर प्रेम नाही.' रागामध्ये मला प्रश्न विचारला जातो, 'तुम्हाला काय म्हणायचंय? मी आत्ताच सांगितलं, की मी त्याच्याशिवाय/तिच्याशिवाय जगूच शकत नाही.' मी समजावण्याचा प्रयत्न करतो, 'तू जे म्हणतेस ते प्रेम नव्हे तर ते 'बांडगूळत्व'/'परावलंबित्व' आहे. जेव्हा तुला जगण्यासाठी दुसऱ्या व्यक्तीची गरज पडते, तेव्हा तू बांडगूळ असतेस. तुझ्या नातेसंबंधात निवड स्वातंत्र्य नाही, मोकळीक नाही. प्रेमापेक्षा ती तुझी गरज बनलीय. प्रेमात निवड करण्याचं पूर्ण स्वातंत्र्य असतं. दोन व्यक्तींचं एकमेकांवर प्रेम असतं, जेव्हा ते एकमेकांशिवाय जगूही शकतात, परंतु एकमेकांबरोबर जगण्याचा पर्याय निवडतात.'

माझ्या मते परावलंबित्व म्हणजे पूर्णत्वाचा अनुभव घेता न येणं किंवा कोणीतरी सतत आपली काळजी घेतंय असा विश्वास असेल तरच काही करू शकणं. शारीरिक निरोगी व्यक्तीने परावलंबी असणे हा एक प्रकारचा रोग आहे, मानसिक आजाराचं किंवा दोषांचं एक व्यक्त रूप! 'दुसऱ्यावर अवलंबून राहणं' या नेहमीच्या गरजेपेक्षा हे परावलंबित्व वेगळं आहे. आपण कितीही नाकारलं तरी आपल्यातील प्रत्येकाला दुसऱ्यावर अवलंबून राहण्याची गरज भासते. आपल्या प्रत्येकालाच इच्छा असते, की आपले लाड व्हावेत, आपण काहीही न करता आपलं पालनपोषण व्हावं, आपली खरी काळजी असणाऱ्या सशक्त व्यक्तीने आपली देखभाल करावी. आपण कितीही समर्थ, जबाबदार, दुसऱ्याची काळजी घेणारे असलो तरीही आपण आत डोकावलं तर कधीतरी आपलीही काळजी घेतली जावी अशी इच्छा मनात असते. कितीही प्रौढत्व आलं तरी आपल्यातील प्रत्येकाला असं वाटतं, की आयुष्यात आईसमान किंवा वडिलांसमान आधार देणारी व्यक्ती असायला हवी, परंतु आपल्यातील बऱ्याच जणांची ही इच्छा प्रबळ

नसते. तिला आपल्या आयुष्यात फार महत्त्वाचं स्थान नसतं. जेव्हा ही इच्छा आपल्या आयुष्यावर हुकमत गाजवते, तेव्हा ती फक्त एक भावना राहत नाही, तर आपणच परावलंबी बनतो. हे परावलंबित्व एक प्रकारचं मानसिक असंतुलन आहे. ज्याला आम्ही 'परावलंबी व्यक्तिमत्त्वाचं असंतुलन' असं नाव दिलंय. हे असंतुलन सर्वांत जास्त आढळून येणारं असंतुलन आहे.

हे असंतुलन असलेल्या व्यक्ती दुसऱ्याकडून प्रेम मिळविण्यात इतक्या मग्न असतात, की दुसऱ्यावर प्रेम करण्याची ताकदच त्यांच्यात राहत नाही. जणूकाही त्यांच्या आत मोठी पोकळी असते, तळ नसलेल्या भांड्याप्रमाणे, जे कितीही भरलं तरी पूर्ण भरत नाही. त्यांना कधीही परिपूर्ण वाटत नाही किंवा स्वतःमध्ये पूर्णत्वाची जाणीव होत नाही. त्यांना सतत स्वतःमध्ये कमतरता जाणवते. ते एकटेपणा सहन करू शकत नाहीत. आत कमतरता जाणवल्यामुळे त्यांना स्वतः ची अशी ओळख नसते आणि ते त्यांच्या नातेसंबंधांतून स्वतःला शोधत असतात. अतिशय नैराश्यात असलेला तीस वर्षांचा एक पंच ऑपरेटर, त्याच्या दोन मुलांना घेऊन पत्नी त्याला सोडून गेल्यावर तीन दिवसांनी मला भेटायला आला. त्याचं तिच्याकडे व मुलांकडे अजिबात लक्ष नसल्यामुळे तिने त्याला तीनदा सोडून जाण्याची धमकी दिली होती. प्रत्येक वेळी त्याने चूक सुधारण्याचं कबूल केलं होतं व तिला राहण्याची विनंती केली होती, परंतु त्याची सुधारणा एखाद दिवसाच्यावर टिकत नव्हती. मात्र या वेळी तिने आपली धमकी खरी केली. त्यानंतर तो दोन रात्री झोपू शकला नव्हता, काळजीने थरथरत होता, डोळ्यांतून अश्रू वाहत होते आणि आत्महत्येचा विचार त्याच्या मनात घोळत होता. "माझं त्यांच्यावर इतकं प्रेम आहे, की मी त्यांच्याशिवाय जगूच शकत नाही." तो हुंदके देत म्हणाला.

मी त्याला म्हणालो, "तू मला सांगितलंस, की तुझ्या बायकोचं म्हणणं बरोबर आहे, याचं मला आश्चर्य वाटतंय. तू तिच्यासाठी काहीही केलं नाहीस, तुला हवं तेव्हा तू घरी यायचास, तुझी तिच्याशी शारीरिक किंवा भावनिक जवळीक नव्हती, तुझा मुलांशी महिनोन्-महिने काहीही संवाद होत नव्हता, तू त्यांच्याबरोबर कधी खेळत नव्हतास, कधी त्यांना कुठे फिरायला नेत नव्हतास, तुझे घरच्यांशी अजिबात संबंध नव्हते मग मला समजत नाही, की जे नव्हतंच ते गमावल्यावर तुला त्याचा इतका त्रास का होतोय?"

तो म्हणाला, ''तुमच्या लक्षात कसं येत नाही? मी आता कोणीच उरलो नाही. मला बायको नाही, मुलं नाहीत. मी कोण आहे, ते मला कळेनासं झालंय. मला त्यांची काळजी नसेल पण माझं त्यांच्यावर प्रेम होतं. त्यांच्याशिवाय मी शून्य आहे.''

तो इतका निराश झाला होता की, कुटुंबाने दिलेली ओळख गमावून बसला होता. त्यामुळे मी त्याला लगेच दोन दिवसांनी भेटण्याची वेळ दिली. थोडी सुधारणा होईल अशी माझी अपेक्षा होती परंतु पुढच्या वेळी त्याने उत्साहाने हसत हसत जाहीर केलं, ''सगळं काही ठीक आहे.''

''तुझी बायको, मुलं परत आली?'' मी विचारलं.

''नाही, नाही,'' तो आनंदाने म्हणाला. ''त्यांचं पुढे काय झालं, हे मला माहीत नाही; पण मला मात्र काल रात्री बारमध्ये एक मुलगी भेटली. ती म्हणाली, तिला मी खूप आवडलो. याशिवाय माझ्यासारखी तीसुद्धा एकटीच आहे. आज रात्री आम्ही पुन्हा भेटणार आहोत. मला पुन्हा माणसात आल्यासारखं वाटतंय, बहुतेक मला आता तुमच्या उपचारांची गरज पडणार नाही.''

परावलंबी व्यक्तिमत्त्वाचं एक वैशिष्ट्य म्हणजे शीघ्रतेने होणारे बदल. ते कोणावर अवलंबून आहेत हे महत्त्वाचं नसतं, कुणीतरी आहे ज्यांवर ते अवलंबून असू शकतात, हे त्यांच्यासाठी पुरेसं असतं. त्यांची काय ओळख आहे, याला महत्त्व नाही जोपर्यंत ती ओळख देणारं कुणीतरी आहे. परिणामतः त्यांचे नातेसंबंध उत्कट दिसले तरी खरंतर अतिशय उथळ असतात. अशा व्यक्तींमध्ये आंतरिक पोकळी भरून काढण्याची इच्छा इतकी प्रबळ असते, की ती इच्छा पूर्ण करण्यासाठी त्या फार काळ वाट बघू शकत नाहीत. एका सुंदर, बुद्धिमान निरोगी मुलीचे वयाच्या सतरा ते एकवीस वर्षांपर्यंत तिच्यापेक्षा बुद्धीने व कर्तृत्वाने कमी असलेल्या पुरुषांशी सततचे लैंगिक संबंध होते. ती एकाला सोडून दुसऱ्याला धरत होती. तिची समस्या अशी होती, की योग्य व्यक्तीची वाट पाहण्याची किंवा तयार असलेल्या अनेकांपैकी निवड करण्याचासुद्धा धीर तिच्याकडे नव्हता. आधीचं नातं संपल्यावर चोवीस तासांच्या आत बारमध्ये भेटणाऱ्या पहिल्या व्यक्तीला ती निवडत असे आणि आमच्या पुढच्या सेशनमध्ये त्याची स्तुती गात राही. ''मला माहीत आहे, की त्याला नोकरी नाही, तो खूप पितो परंतु मुळात तो हुशार आहे आणि त्याला मी खरंच आवडते. मला खात्री आहे आमचं चांगलं जुळेल.''

मात्र त्यांचं कधीच जुळलं नाही. कारण एकतर तिची निवड योग्य नसे आणि नंतर ती त्या माणसाला पकडून ठेवत असे, पुनःपुन्हा त्याला प्रेमाचा पुरावा मागत असे, तो सतत बरोबर राहावा याचा आग्रह धरीत असे. 'माझं तुझ्यावर इतकं प्रेम आहे, की मी तुझ्यापासून दूर राहूच शकत नाही,' असं ती वारंवार म्हणत असे. त्यामुळे लवकरच त्याला पूर्णपणे तिच्या प्रेमपाशात अडकल्यासारखं, जराही मोकळीक नसल्यासारखं वाटत असे. जोरदार भांडण होऊन त्यांचं नातं संपुष्टात येत असे आणि दुसऱ्या दिवशी तिचं पुन्हा तेच चक्र सुरू होत असे. तीन वर्षांच्या उपचारानंतरच तिला या चक्रातून बाहेर पडणं शक्य झालं. उपचारांदरम्यान ती स्वतःची बुद्धिमत्ता व गुणवैशिष्ट्ये ओळखायला शिकली. स्वतःमधील पोकळी व ती भरून काढण्याची इच्छा बघायला शिकली. ही इच्छा म्हणजे खरं प्रेम नव्हे असंही शिकली. पोकळी भरून काढण्याच्या इच्छेमुळे ती नातं जोडून पकडून ठेवत असे, जे तिच्यासाठी हानिकारक होतं, याचीसुद्धा तिला जाणीव झाली. आपल्या गुणांचा उपयोग करून घ्यायचा असेल, तर कठोर शिस्त बाळगून इच्छेवर ताबा मिळवायलाच हवा हेदेखील ती शिकली.

परावलंबी व्यक्तिमत्त्व या शब्दांतील 'पर' दर्शवितो, की या व्यक्तींना दुसरा आपल्यासाठी काय करू शकेल, यात रस असतो, आपण स्वतःसाठी काय करू शकतो यात नव्हे. पाच अविवाहित परावलंबी व्यक्तिमत्त्व असलेल्या गटाबरोबर मी एकदा काम करत होतो. मी त्यांना विचारलं, की पुढील पाच वर्षांत त्यांना कोणतं उद्दिष्ट साध्य करायचंय आहे? सर्वांनी या ना त्या प्रकारे एकच उत्तर दिलं, 'मला अशा व्यक्तीशी लग्न करायचं आहे, जिचं माझ्यावर खूप प्रेम असेल.' मात्र एकानेही असं उत्तर दिलं नाही, की त्याला किंवा तिला मोठ्या पदावर आव्हानं असलेली नोकरी करायची आहे, एखादी कलाकृती निर्माण करायची आहे, समाजासाठी काही करायचं आहे, मुलांना जन्म द्यायचा आहे. त्यांच्या कल्पनेत प्रयत्नांना स्थान नव्हतं. त्यांनी फक्त दुसऱ्याकडून सहजपणे मदत व दिलासा मिळण्याची कल्पना केली होती. मी त्यांना सांगितलं, 'दुसऱ्यांनी प्रेम करावं हेच तुमचं उद्दिष्ट असेल तर ते असफलच होईल. प्रेम तुम्हाला मिळावं याची खात्री करून घेण्याचा एकच मार्ग आहे, तुम्ही अशी व्यक्ती बना जिच्यावर प्रेम केलं जाऊ शकतं. तशी तुमची योग्यता बनवा. तुमचं आयुष्यातील प्राथमिक ध्येय जर परावलंबी बनून फक्त प्रेम मिळवणं हेच असेल, तर तुम्ही अयोग्य व्यक्ती ठरता.' याचा अर्थ असा नव्हे, की परावलंबी व्यक्ती दुसऱ्यासाठी काहीही करत नाहीत, त्या करतात; परंतु त्यामागे त्यांचा असा हेतू असतो, की दुसरा आपल्याला मदत

करेल. दुसऱ्याकडून मदतीची शक्यता नसेल तेव्हा त्यांना दुसऱ्यासाठी काही करणं जड जातं. या ग्रुपमधील प्रत्येकाला घर विकत घेण्यात, आई-वडिलांपासून वेगळं राहण्यात, नोकरी मिळविण्यात, न आवडणारी सध्याची नोकरी सोडण्यात किंवा छंद जोपासण्यात मोठी समस्या होती.

वैवाहिक जीवनात नवरा-बायको वेगवेगळ्या भूमिका स्वीकारतात, ज्याद्वारे कामाची योग्य अशी वाटणी होते. साधारणपणे स्त्रिया स्वयंपाक करतात, घर सांभाळतात, मुलांना मोठं करतात. पुरुष नोकरी करतात, पैशाचे व्यवहार पाहतात. लॉनची कापणी करतात, दुरुस्तीची कामं करतात. सुज्ञ जोडपं अधुनमधून आपल्या भूमिकांची सहजच अदलाबदल करतं. नवरा एखाद दिवशी जेवण बनवतो, सुट्टीचा दिवस मुलांबरोबर घालवतो, घर स्वच्छ करून बायकोला चकित करतो, बायको घर सांभाळून छोटीशी नोकरी करते, नवऱ्याच्या वाढदिवसाला स्वतः लॉन कापते किंवा एखादं वर्ष बँकेचे व्यवहार पाहते. पति-पत्नी या बदलाकडे एकप्रकारचा खेळ म्हणून पाहू शकतात, ज्यामुळे त्यांच्या जीवनात नावीन्य व रंगत येते परंतु यापेक्षा महत्त्वाचं म्हणजे, नकळत का होईना, त्यांचं एकमेकांवर अवलंबून राहणं कमी होतं. याचाच अर्थ, दुसऱ्याच्या पश्चात आपलं जीवन सुरळीत राहण्यासाठी ते स्वतःला तयार करत असतात. मात्र परावलंबी व्यक्तीसाठी जोडीदाराला गमावण्याचा विचार इतका भयावह असतो, की ते त्यासाठी तयारी करूच शकत नाहीत. आपलं अवलंबित्व कमी करणं व दुसऱ्याला जास्त मोकळीक देणं हे ते सहन करूच शकत नाहीत. त्यामुळे लग्न झालेल्या परावलंबी व्यक्तीचं ठळक स्वभाववैशिष्ट्य म्हणजे त्यांच्या भूमिका अगदी ठाम असतात आणि ते एकमेकांवरच अवलंबून राहणं कमी करण्याऐवजी वाढवतात. त्यायोगे लग्नाला ते एक जाळं बनवून एकमेकांना त्यात अडकवून ठेवतात. असं करून प्रेमाच्या नावाखाली ते परस्परांचं स्वातंत्र्य व कार्यक्षमता कमी करतात. क्वचितप्रसंगी परावलंबी व्यक्ती लग्नाआधी मिळवलेलं कौशल्यसुद्धा गमावतात. याचं नेहमीचं उदाहरण म्हणजे लग्नानंतर बायकोला गाडी चालवता 'न येणं.' त्यातील काही गाडी चालवायला शिकल्या नसतील परंतु बाकीच्या लग्नानंतर झालेल्या छोट्या अपघाताची सबब पुढे करून गाडी चालवायचा धसका घेतात. या धसक्याचा परिणाम म्हणजे ती पूर्णपणे नवऱ्यावर अवलंबून असते आणि तिच्या असहायतेमुळे नवरा तिच्याशी जखडला जातो. आता त्याला बाजार एकतर स्वतः करावा लागतो किंवा ड्रायव्हर बनून बायकोबरोबर खरेदीच्या मोहिमेवर निघावं लागतं. असं

वागल्याने दोघांचीही एकमेकांवर अवलंबून राहण्याची गरज पूर्ण होते. त्यामुळे याकडे समस्या म्हणून पाहिलं जात नाही. अतिशय हुशार अशा बँक ऑफिसरच्या सेहेचाळीस वर्षांच्या बायकोने जेव्हा कसल्याशा भीतीने अचानक गाडी चालवणं थांबविलं, तेव्हा मी त्याला सुचविलं, की तिला मानसिक उपचारांची गरज असावी. तेव्हा तो म्हणाला, 'नाही, डॉक्टर म्हणालेत की हे 'मेनापॉझ' मुळे झालंय आणि त्याबद्दल काही करण्यासारखं नाही.' मात्र बायकोला समाधान होतं, की तिला व मुलांना बाहेर घेऊन जाण्यात गुंतल्यामुळे तो बाहेर प्रेमप्रकरण करणार नाही आणि तिला सोडून जाणार नाही. त्याला समाधान होतं, की ती एकटी बाहेर लोकांना भेटणार नाही, त्यामुळे ती प्रेमप्रकरण करणार नाही. अशी परावलंबी लग्नं सुरक्षित असतील व कायम टिकतीलसुद्धा, परंतु हे नातं स्वस्थ आहे आणि यात खरं प्रेम आहे असं म्हणता येणार नाही. त्यात सुरक्षितता असली तरी स्वातंत्र्य गमावलेलं असतं आणि अशा नातेसंबंधात दोघांचीही वैयक्तिक उन्नती खुंटते. आम्ही जोडप्यांना वारंवार सांगतो, की 'दोघेही खंबीर व स्वतंत्र असतील तरच ते लग्न स्वस्थ, निकोप असतं.'

परावलंबित्वाची मुळं प्रेमाच्या कमतरतेत आहेत. परावलंबी व्यक्तींमध्ये आतील पोकळीची जी भावना असते, त्याचं कारण म्हणजे लहानपणी आईवडिलांकडून लक्ष न दिलं जाणं, प्रेमाची, काळजीची गरज पूर्ण न होणं हे आहे. पहिल्या भागात म्हटल्याप्रमाणे लहानपणी ज्या मुलांना सतत प्रेम मिळतं, लक्ष दिलं जातं, त्या मुलांमध्ये प्रौढवयात पदार्पण करताना, आपण प्रेमास पात्र आहोत व आपण महत्त्वाचे आहोत अशी दृढ भावना असते. आणि जोपर्यंत ते स्वतःशी प्रामाणिक आहेत, तोपर्यंत त्यांना प्रेम मिळत राहील. ज्या मुलांना एकतर प्रेम मिळत नाही किंवा क्वचितच मिळतं, ती मुलं असुरक्षिततेच्या भावनेने प्रौढवयात पदार्पण करतात. त्याचबरोबर, 'माझ्याकडे पुरेसं नाही', 'जग विश्वास ठेवण्यायोग्य नाही, ते काहीही देत नाही', 'मी कोणाच्या प्रेमास पात्र नाही, मी महत्त्वाचा नाही,' अशा भावना असतात. त्यामुळे प्रेम, आपुलकी, लक्ष मिळविण्यासाठी ते धडपड करतात व मिळताच त्याला पकडून ठेवतात, ज्यामुळे अशा व्यक्ती धूर्त व रूक्ष बनतात. अशा वागण्याने जे नातं त्यांना जपायचं असतं, त्याचाच ते नाश करतात. मागच्या भागात सांगितल्याप्रमाणे प्रेम आणि शिस्त एकमेकांशी संलग्न असतात. प्रेम न करणारे, काळजी न घेणारे पालक शिस्तीच्या बाबतीतही कमी पडतात आणि ते मुलांना प्रेम देऊ शकत नाहीत. याशिवाय शिस्त जोपासण्याची क्षमतादेखील

देऊ शकत नाहीत. परावलंबी व्यक्तींचा अवलंबून राहण्याचा स्वभाव म्हणजे त्यांच्या व्यक्तिमत्त्वातील दोषांचं व्यक्तरूप आहे. परावलंबी व्यक्ती शिस्त जोपासू शकत नाहीत. लक्ष वेधून घेण्याची इच्छा ते पुढे ढकलू शकत नाहीत. भावनिक गुंतवणूक करण्यासाठी व जपण्यासाठी बऱ्याचदा ते प्रामाणिकपणा वाऱ्यावर सोडतात. ते जीर्ण झालेल्या नातेसंबंधांना पकडून बसतात, जेव्हा त्यांनी ते सोडून द्यायला हवे होते. मुख्य म्हणजे त्यांना स्वतःच्या जबाबदारीची जाणीव नसते. आपल्या आनंदासाठी व अपेक्षापूर्तीसाठी ते इतरांकडे, बहुधा आपल्या मुलांकडे आशेने पाहतात आणि जेव्हा अपेक्षापूर्ती होत नाही, आनंद मिळत नाही, तेव्हा ते इतरांना दोषी ठरवतात. ते सतत रागावलेले असतात, कारण दुसरे त्यांच्या गरजा नेहमीच पूर्ण करू शकत नाहीत किंवा त्यांना कायम आनंदी ठेवू शकत नाहीत. माझा एक डॉक्टर मित्र नेहमी लोकांना सांगत असतो, 'दुसऱ्यावर अवलंबून राहणे ही तुमच्यासाठी सर्वांत वाईट गोष्ट आहे. यापेक्षा मादक द्रव्याच्या आहारी जाणं बरं. जोपर्यंत ते उपलब्ध होतंय तोपर्यंत किमान ते तुम्हाला आनंद तरी देतं. परंतु तुमच्या आनंदासाठी तुम्ही एखाद्या व्यक्तीवर अवलंबून असाल तर घोर निराशा होईल.' परावलंबी लोकांच्या बाबतीत बरेच वेळा असं दिसून येतं, की नात्यांबरोबर ते दारू व मादक पदार्थांवरही अवलंबून असतात. त्यांचं 'आहारी जाणारं व्यक्तिमत्त्व' असतं. ते लोकांच्या आहारी जातात, त्यांना शोषून घेतात, त्यांचं लक्ष, ध्यान आधाशासारखं खातात आणि जेव्हा लोक मिळत नाहीत तेव्हा, ते बाटली, सुई, गोळी यांचा आधार घेतात.

थोडक्यात, अवलंबून राहणं म्हणजे प्रेम आहे असं वाटू शकेल कारण ते असं बळ आहे जे एकमेकांना घट्ट बांधून ठेवतं परंतु खरंतर ते प्रेम नाही, प्रेमाचा अभाव आहे. त्याचं मूळ पालकांकडून न मिळालेल्या प्रेमात आहे. प्रेम मिळालं नाही तर ते जबरदस्तीने मिळवलं जातं, दुसऱ्याला देण्याऐवजी फक्त मिळविण्याचा प्रयत्न असतो, यामध्ये वाढ होण्याऐवजी ती खुंटते. मुक्त करण्याऐवजी ते जाळ्यात अडकवतं. सरतेशेवटी परावलंबन नाती दृढ करण्याऐवजी नष्ट करतं आणि व्यक्तींना घडविण्याऐवजी संपवतं.

खरं प्रेम नसलेली ओढ

परावलंबी व्यक्तीचं वैशिष्ट्य म्हणजे त्यांना आध्यात्मिक उन्नतीमध्ये रस

नसतो. त्यांना फक्त स्वतःच्या गरजा पूर्ण करायच्या असतात, कमतरता भरून काढायची असते, आनंदी व्हायचं असतं. त्यांना उन्नती नको असते व उन्नतीच्या अनुषंगानी येणारं दुःख, एकटेपणा, यातना भोगायची त्यांची तयारीदेखील नसते. ते ज्या व्यक्तीवर अवलंबून आहेत, तिच्या आध्यात्मिक उन्नतीची त्यांना काळजी नसते, त्यांना फक्त आपल्या गरजा पूर्ण करण्यासाठी ती व्यक्ती हवी, एवढीच चिंता असते. आध्यात्मिक उन्नतीची बाब लक्षात घेतली नाही तर परावलंबित्व हे इतर अनेक प्रकारांपैकी एक आहे, ज्याला आपण प्रेम समजण्याची चूक करू शकतो. आपण आता यासारखेच इतर प्रकार पाहूया, ज्यातून असं स्पष्ट होतं, जिथे मानसिक उन्नती नाही, ते प्रेम नाही.

लोकांना निर्जीव वस्तू आवडतात किंवा एखादी गोष्ट करायला आवडते असं आपण नेहमी म्हणतो. जसं आपण म्हणतो, 'त्याला पैसा आवडतो, त्याला सत्ता आवडते', 'त्याला बागकाम प्रिय आहे', किंवा 'त्याला गोल्फ खेळणं प्रिय आहे.' नक्कीच एखादी व्यक्ती संपत्ती किंवा सत्ता मिळविण्यासाठी आठवड्याला साठ, सत्तर, ऐंशी तास काम करून स्वतःला आपल्या मर्यादेपलीकडे झोकून देऊ शकते पण कितीही धनदौलत गोळा केली, सामर्थ्य मिळवलं, तरी ते 'स्व'ला विस्तृत करणारं असेलच असं नाही. स्वकर्तृत्वाने मोठ्या झालेल्या एखाद्या व्यक्तीला आपण म्हणतो, 'तो अगदी कोत्या मनाचा, नीच व क्षुद्र माणूस आहे. त्याला संपत्ती व सत्ता किती प्रिय आहे.' त्याचं त्याच्या संपत्ती व सत्तेवर कितीही प्रेम असलं, तरी आपण त्याला प्रेमळ माणूस म्हणणार नाही. याचं कारण काय असेल? संपत्ती व सत्ता हेच त्याच्यासाठी साध्य बनलं आहे. खरंतर ते आध्यात्मिक उन्नतीचं ध्येय गाठण्यासाठी साधन म्हणून वापरलं जाणं योग्य होतं. प्रेमाचं खरं उद्दिष्ट फक्त आध्यात्मिक उन्नती किंवा मानवी उत्क्रांती हेच असू शकतं.

छंद 'स्व'चा विकास करतात. स्वतःवर प्रेम करण्यासाठी म्हणजेच 'स्व'चा विकास करण्यासाठी अशा गोष्टी आवश्यक आहेत, ज्या अप्रत्यक्षपणे आध्यात्मिक उन्नती साधतील. जसं, आत्म्याचं पोषण होण्यासाठी शरीराचं पोषण आवश्यक आहे. आपल्याला अन्न व निवारा आवश्यक आहे. आध्यात्मिक प्रगतीसाठी आपण कितीही एकनिष्ठ असलो, तरीही आपल्याला विश्रांती, खेळ व विरंगुळा यांची आवश्यकता भासते. संतांना झोप आवश्यक आहे, तसंच फकिरांना खेळाची गरज आहे. म्हणूनच छंद हे असं साधन आहे, ज्याद्वारे आपण स्वतःवर प्रेम करतो. मात्र छंद जर उद्दिष्ट बनले तर ते 'स्व'उन्नतीचं साधन

बनण्याऐवजी त्याचा पर्यायच बनतील. छंद हे 'स्व'उन्नतीचा पर्याय बनल्यामुळेच इतके लोकप्रिय झालेत. उदा. गोल्फच्या मैदानावर असे वयस्कर लोक दिसतील, ज्यांचं आयुष्यातील उर्वरित ध्येय अजून काही फटकारे मारणं हेच आहे. स्वतःचे कौशल्य सुधारण्यासाठी केलेले प्रयत्न त्यांच्यात प्रगतीची भावना निर्माण करतात, आपली खरी प्रगती थांबली आहे या वस्तुस्थितीकडे दुर्लक्ष करायला मदत करतात. खरी प्रगती थांबते कारण माणूस म्हणून विकास करण्याचा प्रयत्न त्यांनी सोडून दिलेला असतो. त्यांचं स्वतःवर जर खरं प्रेम असतं, तर ते असं मर्यादित ध्येय व संकुचित भविष्य यामध्येच आनंदाने गुरफटले नसते.

याउलट एखादं प्रेमळ उद्दिष्ट साध्य करण्यासाठी सत्ता व संपत्ती याचा साधन म्हणून वापर होऊ शकतो. उदा. एखादी व्यक्ती मानवजातीच्या हितासाठी राजकीय शक्तीचा उपयोग व्हावा म्हणून त्रास सहन करत राजकारण हे क्षेत्र निवडू शकते. काही माणसं श्रीमंत होण्यासाठी प्रयत्नशील असतात, तेही पैशासाठी नव्हे, तर मुलांच्या शिक्षणासाठी किंवा स्वतःच्या आध्यात्मिक उन्नतीसाठी वेळ देता यावा म्हणून. अशा व्यक्तीचं सत्ता किंवा संपत्तीवर नव्हे, तर मानवतेवर प्रेम असतं.

आपण प्रेम हा शब्द इतका सहज, निरर्थकपणे वापरतो, की प्रेम जाणून घेण्यातच त्याचा अडथळा बनतो. या बाबतीत भाषा बदलेल अशी मी मोठी अपेक्षा ठेवत नाही. आपल्याला आवडणाऱ्या, महत्त्वाच्या गोष्टीशी आपलं असलेलं नातं जाणून न घेता ते व्यक्त करण्यासाठी जोपर्यंत आपण प्रेम या शब्दाचा वापर कराल, तोपर्यंत खऱ्या प्रेमात फरक करणं आपल्याला अवघडच जाईल.

माझ्या प्रेमाच्या व्याख्येनुसार हे स्पष्ट आहे, की आपण फक्त मनुष्यप्राण्यावर प्रेम करू शकतो. कारण फक्त मनुष्यप्राण्याचीच आध्यात्मिक उन्नती होऊ शकते. त्यासाठी आपण पाळीव प्राण्यांचं उदाहरण घेऊया. घरातल्या कुत्र्यावर आपलं खूप प्रेम असतं. आपण त्याला खाऊ घालतो. आंघोळ घालतो, लाड करतो, वळण लावतो व त्याच्याशी खेळतो. तो आजारी पडल्यावर सर्व कामं बाजूला टाकून त्याला डॉक्टरकडे नेतो. तो पळून गेला, मरण पावला तर आपण दुःखात बुडून जातो. हे पाळीव प्राणी मुलं नसलेल्या काही लोकांसाठी जगण्याचं एकमेव कारण बनतात. हे प्रेम नाही तर काय आहे? परंतु पाळीव प्राण्याशी असलेलं आपलं नातं व मनुष्यप्राण्याशी असलेलं नातं यांतील भेद जाणून घ्या. पहिला म्हणजे पाळीव

प्राण्यांशी होणारा आपला संवाद इतर व्यक्तींशी होणाऱ्या संवादाच्या तुलनेत अगदी मर्यादित असतो. पाळीव प्राणी काय विचार करतायत हे आपल्याला माहीत नसतं. या अज्ञानामुळे आपण आपले विचार, भावना त्यांच्यात पाहतो आणि त्यायोगे त्यांच्याशी भावनिक जवळीक अनुभवतो, जी खरंतर वस्तुस्थिती नसते. दुसरं, त्यांच्या इच्छा-अपेक्षा जोपर्यंत आपल्याशी मिळत्याजुळत्या असतात, तोपर्यंत ते आपल्याला आवडतात, याच आधारावर आपण त्यांची निवड करतो. त्यांच्या इच्छा-अपेक्षा आपल्यापेक्षा फार वेगळ्या असतील, तर आपण त्यांना सोडून देतो. पाळीव प्राणी जेव्हा ऐकत नाहीत, विरोध करतात, तेव्हा आपण त्यांना फार काळ जवळ ठेवत नाही. त्यांच्या प्रगतीसाठी आपण त्यांना फक्त आज्ञाधारक बनवणाऱ्या शाळेत पाठवतो. मनुष्याच्या बाबतीत मात्र बहुतेक वेळा त्याने 'स्वतःची स्वतंत्र इच्छा-अपेक्षा' ठेवावी, अशी आपण इच्छा ठेवतो. हे दुसऱ्याचं वेगळेपण स्वीकारणंच खऱ्या प्रेमाचं एक वैशिष्ट्य आहे. सरतेशेवटी पाळीव प्राण्यांशी असलेल्या आपल्या नात्यात आपण त्यांचं परावलंबन वाढवितो. ते मोठे व्हावेत, त्यांनी घर सोडून जावं, हे आपल्याला नको असतं. आपल्याला ते सदैव आपल्या मदतीसाठी तत्पर आणि शेपूट घालून बसलेले बरे वाटतात. म्हणून आपण त्यांच्या स्वातंत्र्यापेक्षा त्यांच्या आपल्यावर असलेल्या प्रेमालाच जास्त महत्त्व देतो.

पाळीव प्राण्यांबद्दलचं प्रेम हा महत्त्वाचा मुद्दा आहे, कारण बऱ्याच व्यक्ती फक्त पाळीव प्राण्यांवरच प्रेम करू शकतात. इतर व्यक्तींवर करू शकत नाहीत. जर्मनी, इटली, जपान या देशात युद्धासाठी असलेल्या बऱ्याच अमेरिकन सैनिकांनी स्थानिक स्त्रियांशी लग्न केली, ज्यांच्याशी ते सुरुवातीला संवाद साधू शकत नव्हते. मात्र जेव्हा त्या स्त्रिया इंग्रजी शिकल्या, तेव्हा मात्र त्यांची लग्नं मोडू लागली. कारण त्या स्त्रिया भाषा शिकल्यावर ते सैनिक आपले विचार, भावना, इच्छा, ध्येय त्यांच्यामध्ये पाहू शकले नाहीत आणि त्यांच्याशी पाळीव प्राण्यांसारखी जवळीक अनुभवू शकले नाहीत. मग त्यांच्या ध्यानात आलं, की या स्त्रियांनाही स्वतःची अशी मतं कल्पना, उद्दिष्टं आहेत, जी त्यांच्यापेक्षा वेगळी आहेत. हे लक्षात आल्यावर काहींचं प्रेम वाढू लागलं, परंतु बहुतेकांचं संपुष्टात आलं. एखादा पुरुष अतिलाडाने स्त्रीला काही संबोधत असेल आणि ती मुक्या प्राण्यासारखी असेल तरच त्याचं तिच्यावर प्रेम असतं, तेव्हा तिने सावध व्हायला हवं. कारण अशा व्यक्तीला तिचं सामर्थ्य, स्वतंत्र व्यक्तिमत्त्व याचा आदर नसतो.

याचं सर्वांत दुःखद उदाहरण म्हणजे बऱ्याच स्त्रिया आपल्या मुलांवर फक्त ती तान्ही बाळं असेपर्यंतच प्रेम करू शकतात, अशा स्त्रिया सर्वत्र आढळतात. मुलं दोन वर्षांची होईपर्यंत त्या आदर्श माता असतात - अतिशय कोमल, आनंदाने स्तनपान देणाऱ्या, मिठीत घेणाऱ्या, त्यांच्याशी खेळणाऱ्या, सतत लाड करणाऱ्या, त्यांच्या संगोपनासाठी स्वतःला वाहून घेतलेल्या व मातृत्वाचा आनंद उपभोगणाऱ्या. मात्र अचानकपणे चित्र बदलतं, जेव्हा मूल आपलं मत ठामपणे मांडायला लागतं - न ऐकणे, किरकिर करणे, खेळण्यास नकार देणे, कधी कधी जवळ न घेऊ देणे, इतर व्यक्तींशी जवळीक होणे, बाहेरच्या जगात एकट्याने पाऊल टाकणे - त्यानं असं केल्यावर आईचं प्रेम संपुष्टात येतं. तिला मुलात रस वाटेनासा होतो, ओढ कमी होते, त्याचा त्रास वाटू लागतो. त्याच वेळी कदाचित तिला दुसरं मूल हवंसं वाटू लागेल. दुसरा मुका प्राणी! तसं झालं तर चक्र पुन्हा सुरू होतं. नाही तर त्या आजुबाजूची छोटी बाळं सांभाळायला सुरुवात करतात, स्वतःच्या मोठ्या मुलांकडे दुर्लक्ष करतात. अशा आईच्या मुलांची बाल्यावस्था वयाच्या दुसऱ्या वर्षी तर संपतेच परंतु आईच्या प्रेमाचा अनुभवसुद्धा संपुष्टात येतो. त्यांचं दुःख व कष्ट इतरांच्या लक्षात येतात, परंतु त्यांची आई मात्र नवीन बाळामध्ये मग्न झालेली असते. याचा परिणाम असा होतो, की मुलं मोठी होताना निराश वृत्तीची आणि/किंवा परावलंबी होतात.

यावरून असं दिसून येतं, की छोटी बाळं, पाळीव प्राणी, स्वतःची मतं नसणारा, आज्ञाधारी जोडीदार यांच्याबद्दलचं प्रेम हे उपजतच असतं. याला अंगी असलेलं 'मातृत्व' किंवा स्वभावात असलेलं 'पालकत्व' म्हणता येईल. याची तुलना आपल्याला 'प्रेमात पडणं' या स्वाभाविक वृत्तीशी करता येईल. प्रेमात पडणं जे खरं प्रेम नाही, ज्यात प्रयत्न नसतात, जे जाणीवपूर्वक केलेलं नसतं, ज्यात निवड केलेली नसते, जे वंशविस्तारासाठी, मानवजातीच्या संरक्षणासाठी गरजेचं असतं. मात्र ते त्यांच्या आध्यात्मिक उन्नतीच्या हेतूने केलेलं नसतं. हे खऱ्या प्रेमासारखं आहे, कारण यातसुद्धा दुसऱ्यांप्रति झोकून देणं आहे, पण यातून असा अनुबंध निर्माण होऊ शकतो, ज्यातून खरं प्रेम फुलू शकतं. मात्र निरामय, सर्जनशील सहजीवनासाठी, शारीरिक व मानसिकदृष्ट्या निकोप असलेलं मूल वाढविण्यासाठी, मानवी उत्क्रांतीला हातभार लावण्यासाठी याहून बऱ्याच गोष्टींची आवश्यकता असते.

मुद्दा हा आहे, की संगोपन करणं म्हणजे साधं खाऊ घालण्यापेक्षा बरंच

काही आहे आणि आध्यात्मिक प्रगती साधणं ही उपजत वृत्तीनुसार केलेल्या कृतीपेक्षा अत्यंत क्लिष्ट अशी प्रक्रिया आहे. आपल्या मुलाला बसने शाळेत जाऊ न देणारी आई हे याचं उदाहरण आहे. त्याची शाळेत ने-आण करून ती देखभाल करत होती परंतु अशा देखभालीची त्याला गरज नव्हती, ज्यामुळे त्याची उन्नती होण्याऐवजी ती खुंटली होती. इतरही अनेक उदाहरणं आहेत. जाड्या मुलांना जेवण कोंबणाऱ्या आया, मुलांना घरभर खेळणी व मुलींना ढीगभर कपडे आणणारे वडील, कसलंच बंधन न घालणारे व सर्व लाड पुरविणारे पालक. प्रेम म्हणजे फक्त देणं नव्हे, तर योग्य ते देणं व अयोग्य ते नाकारणं. योग्य तेव्हा स्तुती करणं व योग्य तेव्हा टीका करणं. योग्य तेव्हा आधार देणं, जवळ करणं, त्याच बरोबर आवश्यक तेव्हा विरोध करणं, वादविवाद करणं, लढा देणं, सक्ती करणं, दूर सारणं. असं करणं म्हणजे मार्गदर्शन करणं आहे. योग्य-अयोग्य ठरविण्यासाठी सदसद्विवेक बुद्धीची आवश्यकता आहे, जी उपजत वृत्तीपेक्षा जास्त प्रगल्भ आहे, ज्यात विचारपूर्वक आणि बहुधा कटू निर्णय घेण्याची गरज असते.

स्वतः त्याग करणे

अनावश्यक देणं व हानिकारक संगोपन यामागे अनेक उद्दिष्टं आहेत परंतु त्यात एक गोष्ट समान आहे. 'देणारा' प्रेमाच्या नावाखाली स्वतःची गरज भागवत असतो आणि तेही घेणाऱ्याच्या आध्यात्मिक उन्नतीचा विचार न करता! एक पाद्री नाइलाजाने माझ्याकडे आला, कारण त्याच्या पत्नीला नैराश्याने ग्रासलं होतं आणि त्याची मुलं कॉलेज सोडून घरी बसली होती, मानसोपचार घेत होती. त्याचं संपूर्ण कुटुंब 'आजारी' असलं तरी त्यांच्या आजारासाठी आपण जबाबदार असू शकतो हे स्वीकारायला सुरुवातीला तो तयारच नव्हता. तो म्हणाला, ''त्यांच्यासाठी मी माझ्या आवाक्यातील सर्व काही करतो. प्रत्येक क्षणी मी त्यांचाच विचार करत असतो.'' परिस्थितीचा आढावा घेतल्यावर लक्षात आलं, की हा माणूस खरोखरच कुटुंबाच्या गरजा पूर्ण करण्यासाठी प्रयत्नांची पराकाष्ठा करत होता. मुलांनी स्वतःच्या पायांवर उभं राहावं अशी जरी त्याची इच्छा असली तरी त्याने दोन्ही मुलांना नवीन गाड्या घेऊन दिल्या व त्यांचा विमादेखील तोच भरत होता. सुट्टीच्या दिवशी तो बायकोबरोबर शहरात सिनेमा किंवा ऑपेरासाठी जायचा. खरंतर त्याला शहरात जाणं व ऑपेरा पाहणं अजिबात आवडत नव्हते.

कामाचा ताण असला तरी तो उरलेला वेळ कुटुंबासोबत, घरकामासाठी देत असे. कारण बायको–मुलांना साफसफाईची अजिबात आवड नव्हती. मी विचारलं, ''तू त्यांच्यासाठी इतकं करतोयस तर तुला दमायला होत नाही?'' तो उत्तरला, ''हो, नक्कीच दमतो. पण दुसरं काय करू शकतो? माझं त्यांच्यावर प्रेम आहे. त्यांची काळजी न घेण्याइतका मी निष्ठुर नाही. त्यांच्या गरजा पूर्ण होईपर्यंत मला चैन पडत नाही. मी बुद्धिमान नसेन परंतु माझ्यात प्रेम आहे, वात्सल्य आहे.''

पुढे असं उलगडलं, की त्याचे वडील अतिशय बुद्धिमान, प्रतिष्ठित होते परंतु त्याचबरोबर त्यांना दारूचं व्यसनही होतं व ते चारित्र्यहीन होते. त्यांना कुटुंबाची काळजी नव्हती म्हणून त्यांनी कुटुंबाकडे संपूर्ण दुर्लक्ष केलं होतं. काही काळ उपचार घेतल्यानंतर माझ्या पेशंटला स्पष्ट झालं, लहानपणी त्याने मनाशी पक्कं ठरवलं की आपल्या वडिलांपेक्षा शक्य तितकं वेगळं बनायचं. वडील बेपर्वा, निर्दयी होते तर आपण प्रेमळ, कुटुंबवत्सल व्हायचं. पुढे त्याच्या असंही लक्षात आले, की त्याची ही प्रतिमा जपणं त्याच्यासाठी अत्यंत महत्त्वाचं होतं. म्हणून त्या दृष्टीनेच त्याने कामाचं हे क्षेत्र निवडलं होतं व त्याचं वागणंही त्यानुसार होतं. त्याच्या कुटुंबीयांना परिपक्व होऊ न देण्यामागे तो कसा कारणीभूत होता, हे मात्र तो लवकर समजू शकला नाही. तो त्याच्या बायकोला नेहमी 'माझी बछडी' म्हणायचा व मोठ्या मुलांना 'माझी बाळं' म्हणायचा. ''मग मी कसं वागायला हवं?'' त्याने समर्थन केलं. ''वडिलांबद्दलच्या माझ्या अनुभवामुळे मी प्रेमळ झालो असेन पण त्याचा अर्थ असा नव्हे की मी निष्ठुर व्हावं, व्यभिचारी व्हावं.'' प्रेम करणं ही एवढी सरळ–सोपी कृती नसून एक क्लिष्ट कृती आहे ज्यात त्याच्या संपूर्ण अस्तित्वाचा सहभाग असायला हवा – त्याचं डोकं व त्याचं हृदयसुद्धा, हे अक्षरशः त्याला शिकवावं लागलं. वडिलांपेक्षा अगदी वेगळं होण्याच्या प्रयत्नात प्रेम अनेक पद्धतींनी व्यक्त करता येतं, हे तो शिकू शकला नाही. योग्य वेळी नाकारणं ही अयोग्य वेळी देण्यापेक्षा जास्त प्रेमळ कृती आहे आणि स्वतःची काळजी घेऊ शकणाऱ्यांना स्वावलंबी होऊ देणं ही त्यांची काळजी घेण्यापेक्षा जास्त प्रेमळ कृती आहे, हे तो शिकला नव्हता. स्वतःच्या गरजा, राग, नाराजी व अपेक्षा व्यक्त करणं हे त्याच्या त्यागाइतकंच, कुटुंबाच्या मानसिक आरोग्यासाठी आवश्यक आहे. प्रेम हे सहज स्वीकारणं व विरोध करणं या दोन्हीतून व्यक्त व्हायला हवं, हे तो शिकला नव्हता.

त्याने कुटुंबाला कसं अपरिपक्व, परावलंबी राहू दिलं, हे हळुहळू लक्षात

आल्यावर तो बदलू लागला. त्याने घरात इतरांची कामे करणं सोडून दिलं आणि मुलांनी घर आवरलं नाही तर त्यांच्यावर राग व्यक्त करू लागला. त्याने मुलांच्या गाड्यांचा विमा भरणं बंद केलं व तो खर्च तुमचा तुम्ही करा असं बजावलं. ऑपेरासाठी बायकोने एकटीने जावं असं त्याने सुचविलं. हे बदल करताना त्याला वाईटपणा घ्यावा लागत होता आणि कुटुंबाच्या सर्व गरजा पुरविणारा ही भूमिका सोडावी लागली होती. जरी त्याच्या आधीच्या वागण्यामागे 'प्रेमळ व्यक्ती' ही प्रतिमा जपणं हे उद्दिष्ट असलं, तरी तो मुळात खरोखर प्रेमळ होता. त्यामुळेच त्याला स्वतःमध्ये बदल करणं शक्य झालं. बायको व मुलं सुरुवातीला त्याच्यावर रागावली पण लवकरच एक मुलगा पुन्हा कॉलेजला जाऊ लागला आणि दुसऱ्याला चांगली नोकरी मिळाली. मग त्याने स्वतःसाठी घर विकत घेतलं. त्याची बायको नव्याने मिळालेल्या स्वातंत्र्यातील आनंद उपभोगू लागली व तिच्या कक्षा रुंदावल्या. तो स्वतःचं कामही अधिक प्रभावीपणे करू लागला. त्यामुळे त्याचं आयुष्य आनंदमय झालं.

स्वतःला क्लेश देण्यात सुख अनुभवणाऱ्या मानसिक रोग्याच्या विकृत प्रेम सारखं ह्या पाद्र्याचं कुटुंबावरील अतिरेकी प्रेम होतं. दुसऱ्याला दुःख देऊन सुख अनुभवणं (परदुःखसंतोष) व स्वतःला दुःख देण्यात सुख अनुभवणं (स्वदुःखसंतोष) याचा संबंध सामान्य माणूस फक्त लैंगिक कृतीशी लावतो. या विकृतीच्या लोकांना शारीरिक दुःखातून लैंगिक सुख मिळतं, परंतु हा मानसिक रोग फार कमी प्रमाणात दिसून येतो. सर्वत्र आढळणारा व अतिशय गंभीर स्वरूपाचा मानसिक रोग म्हणजे 'सामाजिक स्वपरदुःखसंतोष', ज्यामध्ये लोक नातेसंबंधांमधून दुसऱ्याला दुःख देण्याची आणि दुसऱ्याकडून दुःखी होण्याची इच्छा नकळतपणे करतात. एक काल्पनिक उदाहरण पाहूया. एखादी स्त्री नवरा सोडून गेल्यावर आलेल्या नैराश्यामुळे मानसोपचार घ्यायला येते. ती तज्ज्ञाला नवऱ्याने सतत केलेल्या गैरवर्तनाच्या अनेक कथा सांगते. तो तिच्याकडे दुर्लक्ष करत असे, त्याची बाहेर अनेक प्रकरणं होती, घरखर्चाचे पैसे तो जुगारात उडवत असे, त्याला हवं तेव्हा बरेच दिवस तो घरातून गायब होत असे, दारू पिऊन तो तिला व मुलांना मारत असे आणि आता अगदी ख्रिसमसच्या सणाला तो तिला व मुलांना सोडून गेला. एखादा कमी अनुभवी डॉक्टर या गरीब बिचाऱ्या बाईला सहानुभूती दाखवेल परंतु तिच्याबद्दल जास्त माहिती कळल्यावर ही सहानुभूती उडून जायला वेळ लागणार नाही. प्रथम त्याच्या लक्षात येतं, की गैरवर्तनाचं हे

चक्र गेली वीस वर्षं सुरू होतं आणि या बिचाऱ्या बाईने या सैतान नवऱ्याला दोन वेळा घटस्फोट दिला होता, तरी त्याच्याशीच पुन्हा दोनदा लग्नसुद्धा केलं होतं. अनेक वेळा दुरावल्यानंतर पुढे अनेक वेळा समेट झाले होते. ती वेगळी झाल्यावर तिला स्वतंत्रपणे उभं राहण्यासाठी एक-दोन महिने तज्ज्ञाकडून मार्गदर्शन मिळाल्यावर, सगळं सुरळीत झाल्यावर, ती स्त्री नवरा नसल्यामुळे नांदणारी शांतता उपभोगत आहे, असं दिसल्यानंतरसुद्धा तज्ज्ञाला ते चक्र पुन्हा सुरू झालेलं दिसतं. एक दिवस ती स्त्री तज्ज्ञाकडे येऊन आनंदाने जाहीर करते, ''हेन्री परत आलाय. त्याने फोन केला, की त्याला मला भेटायचंय, मग मी भेटले. त्याने घरात येण्याची विनंती केली, तो खरंच बदललाय असं मला दिसलं म्हणून मी त्याला परत घेतलं.'' जेव्हा तज्ज्ञ दाखवून देतो, हे तेच हानिकारक चक्र आहे, जे पुन्हा सुरू होतंय. तेव्हा ती स्त्री म्हणते, ''पण माझं त्याच्यावर प्रेम आहे आणि प्रेम नाकारता येत नाही.'' असं प्रेम जर तज्ज्ञाने सखोलपणे तपासून पाहण्याचा प्रयत्न केला तर पेशंट उपचार बंद करतात.

या उदाहरणात काय झालंय, हे समजून घेताना तज्ज्ञाला आठवतं, की नवऱ्याने केलेल्या छळाच्या गोष्टी ती किती उत्साहाने सांगत होती. मग अचानक त्याला एक विचित्र कल्पना सुचते. ही स्त्री नवऱ्याचं गैरवर्तन सहन करते आणि एवढंच नाही तर तशी इच्छासुद्धा करते. फक्त त्याबद्दल बोलून आनंद मिळविण्यासाठी! परंतु हा आनंद कशा प्रकारचा आहे? तज्ज्ञाला बाईचं सद्वर्तन आठवतं. असं तर नसेल, की या स्त्रीच्या आयुष्यात नैतिकतेला सर्वांत जास्त महत्त्व आहे आणि या नैतिकतेमध्ये स्वतःला उंचावण्यासाठी तिच्याशी गैरवर्तन होणं आवश्यक आहे? तिच्या साचेबंद वागण्यामागचं उद्दिष्ट आता स्पष्ट झालं. इतरांना स्वतःशी वाईट वागू दिल्याने तिला श्रेष्ठ झाल्यासारखं वाटत होतं. त्याशिवाय नवरा परत यायची विनवणी करताना पाहून तिला परदुःखसंतोषदेखील होऊ शकतो. हतबल झालेल्या नवऱ्याला परत घ्यायचं की नाही, हा निर्णय सर्वस्वी तिचा असल्यामुळे तिला वरचढ झाल्यासारखं वाटू शकतं. या क्षणी तिचा सूड पूर्ण होतो. अशा स्त्रियांचं म नोविश्लेषण केल्यावर असं लक्षात येतं, की बहुतेकदा लहानपणी त्यांना मानहानी सहन करावी लागली असावी. त्यामुळे आपण नैतिकदृष्ट्या श्रेष्ठ आहोत या जाणिवेतून त्या सूड उगवतात. ज्यासाठी समोरून सतत अपमान व गैरवर्तनाची गरज पडते. जग आपल्याशी चांगलं वागत असेल, तर सूड घेण्याची गरज नसते परंतु सूड घेणं हे आपलं मुख्य उद्दिष्ट असेल, तर त्याचं समर्थन करण्यासाठी तुम्ही

खात्री करून घेता, की जग तुम्हाला वाईट वागवतंय. स्वदुःखात सुख अनुभवणारे आपल्या सहनशीलतेला प्रेम समजतात, परंतु त्यांच्या अशा वर्तनाच्या मुळाशी सूड उगविण्याची इच्छा व द्वेष असतो.

स्वदुःखसंतोष ही वृत्ती प्रेमाबद्दलचा आणखी एक मोठा गैरसमज सुस्पष्ट करते - प्रेम म्हणजे स्वतः त्याग करणे. या समजुतीमुळे वरील उदाहरणातील स्वदुःखसंतोषी स्त्री नवऱ्याचं गैरवर्तन सहन करण्याला, त्याग करणे व म्हणूनच प्रेम समजली. तो पाद्रीसुद्धा स्वतःच्या त्यागाला प्रेम समजला. त्याच्या वागण्याच्या मुळाशी कुटुंबाची गरज नसून 'स्वतःची प्रतिमा जपणे' ही त्याची खरंतर गरज होती. उपचार घेत असताना, सुरुवातीला तो सतत आपण बायको-मुलांसाठी काय केलं, याबद्दल बोलत असे, जणू काही या कृतींतून त्याला काहीच मिळत नव्हतं, परंतु त्याला मिळत होतं. आपल्याला जेव्हा वाटतं, की आपण 'दुसऱ्यासाठी' काहीतरी करत आहोत, तेव्हा खरंतर आपण स्वतःची जबाबदारी नाकारत असतो. कारण आपण जे काही 'दुसऱ्यांसाठी' करतो ते करण्याची 'निवड' आपण केलेली असते. आपण तशी निवड केलेली असते कारण कुठेतरी त्या निवडीतून आपल्यालाच संतुष्टी मिळत असते. आपण दुसऱ्यासाठी काहीतरी करतो, कारण त्यातून आपली गरज पूर्ण होत असते. जे पालक मुलांना म्हणतात, 'आम्ही तुमच्यासाठी खूप केलंय,' त्यांच्यात मोठ्या प्रमाणात प्रेमाची कमतरता असते. जेव्हा आपण खरं प्रेम करतो, तेव्हा आपल्याला खरं प्रेम करण्यातील आनंद माहीत असतो. आपल्याला प्रेम करायचं आहे, म्हणून आपण प्रेम करतो. आपल्याला मुलं असतात कारण ती आपल्यालाच हवी असतात आणि आपण त्यांचे प्रेमळ पालक असतो. आपल्याला तसं व्हायचं असतं. हे खरं आहे की प्रेमात स्वतःला बदलावं लागतं, परंतु ही स्व-विस्तृती असते, त्याग नव्हे. खरं प्रेम हे 'स्व'ला पुन्हा भरून काढणारी कृती आहे. खरंतर ते त्याहून अधिक आहे, ती 'स्व'ला विशाल करणारी, पूर्तता करणारी कृती आहे. खरंतर प्रेम हे प्रेम नसण्याइतकंच स्वार्थी आहे. प्रेम एकाच वेळी स्वार्थी आहे आणि निःस्वार्थीसुद्धा आहे, हा एक विरोधाभास आहे. खरं प्रेम हे स्वार्थी- निःस्वार्थीपणावर अवलंबून नसून ते प्रेमामागील उद्दिष्टावर अवलंबून आहे. खऱ्या प्रेमाच्या बाबतीत उद्दिष्ट नेहमीच आध्यात्मिक उन्नती हेच असतं. खरं प्रेम नसतं, तेव्हा उद्दिष्ट नेहमीच इतर काहीतरी असतं.

प्रेम ही भावना नव्हे

मी म्हटलंय, प्रेम ही कृती आहे. म्हणूनच प्रेमाविषयीचा हा शेवटचा गैरसमज दूर करण्याची गरज आहे. प्रेम ही 'भावना' नव्हे. प्रेमाची भावना असलेली अनेक माणसं त्या भावनेला प्रतिसाद देताना अगदी हानिकारक व प्रेम नसलेली कृती करतात. या उलट खरी प्रेमळ व्यक्ती त्यांना न आवडणाऱ्या, अगदी तिरस्कार वाटणाऱ्या व्यक्तीच्या बाबतीत प्रेमाची भावना नसताना सुद्धा नेहमी आवश्यक, प्रेमळ कृती करतात.

ओढ व आकर्षणाच्या अनुभवात जी भावना असते, ती प्रेमभावना असते. तुमच्या लक्षात असेल, की ओढ किंवा आकर्षणामध्ये एखादी वस्तू आपल्यासाठी खूप महत्त्वाची बनते. मग अशा प्रेमाच्या वस्तूमध्ये आपण आपली ऊर्जा गुंतवतो, जणुकाही ती आपलाच एक भाग आहे. मग त्या वस्तूबरोबरील आपल्या नात्याला ओढ म्हणतो. अशी अनेक नाती आपण एकाच वेळी बाळगत असतो. म्हणूनच आपल्याला अनेक आकर्षणं असतात. आपल्या आवडत्या वस्तूमधील आपली ऊर्जा काढून घेणे, ज्यायोगे तिचं महत्त्व कमी होतं, या प्रक्रियेला अनासक्ती म्हणतात. प्रेम ही एक 'भावना' आहे, असा गैरसमज होतो. कारण आपण आसक्तीला प्रेम समजतो. असा गोंधळ होणे स्वाभाविक आहे. कारण त्यांच्यात खूप साम्य आहे परंतु स्पष्ट फरकसुद्धा आहे. पहिला म्हणजे आपल्याला सजीव किंवा निर्जीव वस्तूंची, कशाचीही ओढ, आसक्ती वाटू शकते. एखाद्याला शेअर मार्केटची ओढ असते तर एखादीला दागिन्यांचं आकर्षण असतं. मग त्याविषयी प्रेम वाटू शकतं. दुसरं म्हणजे आपल्याला ओढ वाटणाऱ्या व्यक्तीच्या आध्यात्मिक प्रगतीचं आपल्याला महत्त्व असेलच असं नव्हे. जोडीदारावर अवलंबून असलेल्या व्यक्तीला जोडीदाराच्या उन्नतीची खरंतर भीती वाटते. कुमारवयातील मुलाला शाळेत स्वतः ने-आण करणाऱ्या आईला नक्कीच मुलाची ओढ होती, तो तिच्यासाठी महत्त्वाचा होता, परंतु त्याची आध्यात्मिक प्रगती नव्हे. तिसरं म्हणजे आपल्या ओढीच्या तीव्रतेचा सुज्ञतेशी किंवा वचनबद्धतेशी (किंवा जबाबदारीशी) काहीही संबंध नसतो. पार्टीमध्ये भेटलेल्या दोन अनोळखी व्यक्तींना एकमेकांची अशी ओढ वाटू शकते, की त्या क्षणी त्यांना त्यांच्या नियोजित भेटीगाठी, इतरांना दिलेली आश्वासनं किंवा कौटुंबिक स्थैर्य यांचं महत्त्व त्यांच्या समागमापेक्षा जास्त राहत नाही. शेवटचं म्हणजे आपल्याला वाटणारी ओढ क्षणभंगुर असू शकते.

समागमानंतर लगेचच त्यांची एकमेकांबद्दलची आसक्ती नाहीशी होऊ शकते. ओढ व आकर्षण जितक्या लवकर निर्माण होतं, तितक्याच लवकर ते नष्टही होतं.

या उलट खरं प्रेम म्हणजे वचनबद्धता व सुज्ञता. जेव्हा आपल्याला एखाद्याची आध्यात्मिक प्रगती होणं महत्त्वाचं असतं, तेव्हा आपल्याला माहीत असतं, की त्याच्या आध्यात्मिक प्रगतीसाठी, इच्छिलेल्या गोष्टी पूर्ण होण्यासाठी वचनबद्धता किंवा जबाबदारी आवश्यक आहे. याच कारणास्तव मानसोपचारातील नात्यात वचनबद्धता हा पाया आहे. तज्ज्ञाशी विश्वासाचं नातं असल्याशिवाय पेशंटचं व्यक्तिमत्त्व विकसित होणं अशक्य आहे. मोठ्या बदलातून जाण्यासाठी पेशंटला सशक्त व सुरक्षित वाटणं आवश्यक आहे. तज्ज्ञ कायम आपल्या पाठीशी आहे या विश्वासातून ही भावना मिळते. असं नातं निर्माण होण्यासाठी तज्ज्ञाने पेशंटला मोठ्या कालावधीसाठी स्थैर्य असलेली नियमित काळजी दर्शविणे गरजेचे असते, जे फक्त वचनबद्धतेच्या क्षमतेतूनच शक्य आहे. याचा अर्थ असा नव्हे, की तज्ज्ञाला नेहमीच पेशंटचं बोलणं ऐकायची 'इच्छा' असली पाहिजे, परंतु वचनबद्धता असते तेव्हा, आवडो वा न आवडो, तज्ज्ञ पेशंटचं बोलणं ऐकतात. वैवाहिक जीवनातदेखील असंच असतं. यशस्वी विवाहांमध्ये त्याचप्रमाणे यशस्वी उपचारपद्धतीत दोघांनी एकमेकांकडे व त्यांच्या नात्याकडे सतत जाणीवपूर्वक लक्ष पुरविलं पाहिजे. मग तसं करण्याची 'भावना/इच्छा' असो वा नसो. आधी म्हटल्याप्रमाणे जोडीदारांमधील प्रेम लवकरच संपतं आणि वंशविस्ताराची सहजप्रेरणा ओसरल्यावर 'खऱ्या प्रेमाची' शक्यता निर्माण होते. जेव्हा आपण सतत एकत्र असावं, असं दांपत्याला वाटणं बंद होतं; ते थोडा वेळ तरी दुसरीकडे राहणं पसंत करतात, तेव्हा प्रेमाची कसोटी सुरू होते व प्रेम आहे की नाही हे स्पष्ट होतं.

सखोल मानसोपचार पद्धती किंवा यशस्वी विवाह यासारख्या दृढ व सकारात्मक नातेसंबंधात जोडीदारांना एकमेकांची, त्यांच्या नात्याची ओढ किंवा आसक्ती नसते असा याचा अर्थ नाही. त्यांना आसक्ती असतेच, किंबहुना त्यांचं खरं प्रेम या आसक्तीपलीकडे असतं. जेव्हा खरं प्रेम असतं, तेव्हा आसक्ती असो वा नसो, प्रेमाची भावना असो वा नसो, यामुळे खऱ्या प्रेमाला फरक पडत नाही. उलट, ओढ असताना, प्रेमभावना असताना खरं प्रेम करणं सोपं असतं, खरंतर त्यात गंमत असते, परंतु ओढ व प्रेमभावना नसतानाही खरं प्रेम करणं शक्य

असतं. यामुळेच तर खरं प्रेम ओढ किंवा आसक्तीपासून वेगळं बनतं. ओढ आणि खरं प्रेम यातील फरकाचा मुख्य मुद्दा आहे 'प्रेरणा'. माझी प्रेमाची व्याख्या अशी आहे– स्वतःच्या किंवा इतरांच्या आध्यात्मिक उन्नतीसाठी स्वतःला विस्तृत करण्याची 'प्रेरणा'! खरं प्रेम करणाऱ्या व्यक्तीने तसा निर्णय घेतलेला असतो. प्रेमभावना असो वा नसो, ती व्यक्ती प्रेमाशी एकनिष्ठ असते. प्रेमभावना असली तर उत्तमच, परंतु नसली तरी प्रेमासाठीची वचनबद्धता कमी होत नाही. म्हणूनच जाणीवपूर्वक प्रेम केलं जातं. उलट, काही वेळा अशा व्यक्तीला प्रेमभावनेच्या भरात कृती न करणं आवश्यक असतं व त्याला ते शक्यदेखील असतं. समजा मला एखाद्या स्त्रीविषयी प्रेमभावना आहे, परंतु ते माझ्या वैवाहिक जीवनासाठी घातक असल्यामुळे मी असं म्हणेन किंवा विचार करेन, 'मला तुझ्यावर प्रेम करावंसं वाटतंय परंतु मी करणार नाही.' त्याचप्रमाणे मी एखादी नवीन आकर्षक पेशंट, जिला माझी उपचारपद्धती सहज लागू पडू शकते, तिला वेळ देणं नाकारू शकतो. कारण माझा वेळ दुसऱ्या एका अनाकर्षक व कठीण समस्या असलेल्या पेशंटसाठी देण्याचं मी आधीच कबूल केलंय. माझ्यातील प्रेमभावना अमर्याद असू शकते, परंतु माझी प्रेम करण्याची क्षमता मात्र मर्यादित आहे. म्हणून कोणावर प्रेम करायचं याची निवड मलाच करायला हवी. खरं प्रेम ही भारावून टाकणारी भावना नाही, तो जाणीवपूर्वक घेतलेला निर्णय असतो.

प्रेमाची, प्रेमभावनेशी गल्लत केल्यामुळे लोकांना भ्रमात राहणं शक्य होतं. एखाद्या दारुड्याच्या कुटुंबीयांना त्याची अत्यंत गरज असतानाही तो बारमध्ये अश्रू ढाळत लोकांना सांगतो, त्याचं कुटुंबावर किती प्रेम आहे! मुलांकडे पूर्णपणे दुर्लक्ष करणारे पालक स्वतःला अतिशय प्रेमळ समजतात. अशा प्रकारे प्रेम व प्रेमभावना यांची गल्लत होते. कारण एखाद्याच्या भावनांमध्ये प्रेम शोधणं अगदी सोपं असतं, मात्र कृतीतून ते दिसणं कठीण असतं परंतु खरं प्रेम ही जाणीवपूर्वक केलेली कृती आहे, जी प्रेमाच्या क्षणिक भावनेच्या, आकर्षणाच्या पलीकडे आहे. 'प्रेमातून केलेली कृतीच प्रेम आहे,' ही म्हण योग्यच आहे. खरंतर प्रेम असणं वा नसणं हे वस्तुनिष्ठ आहे, आत्मनिष्ठ नाही.

लक्ष देण्याचं कार्य

प्रेम म्हणजे काय नाही, हे जाणून घेतल्यावर आता प्रेम म्हणजे काय, ते

पाहूया. या भागाच्या सुरुवातीला असा उल्लेख केलाय, की प्रेमाच्या व्याख्येत प्रयत्न गृहीत धरलेत. जेव्हा आपण स्वतःला विस्तृत करतो, एक पाऊल पुढे टाकतो, तेव्हा आपण आपल्यातील आळशीपणावर, जडत्वावर किंवा भीतीच्या प्रतिकारावर मात करत असतो. स्वतःला विस्तृत करणं किंवा जडत्व, आळशीपणा यांच्या विरोधाला न जुमानता काम करण्याला आपण 'कार्य' म्हणतो. भीतीला न जुमानता बाहेर पडण्याला आपण 'धाडस' म्हणतो. म्हणूनच खरं प्रेम एक प्रकारचं कार्य आहे, धाडस आहे. स्वतःची किंवा इतरांची आध्यात्मिक उन्नती होण्याच्या दिशेने होणारं कार्य किंवा धाडस म्हणजे 'खरं प्रेम'! आपण इतरही अनेक उद्दिष्टांसाठी कार्य करू शकतो, धाडस दाखवू शकतो, मात्र त्याला आपण प्रेम म्हणू शकत नाही, परंतु प्रेमात स्वतःला विस्तृत करण्याची आवश्यकता असल्याने प्रेम नेहमीच कार्य किंवा धाडस ठरतं. जर कृतीमध्ये कार्य किंवा धाडस नसेल, तर ती खऱ्या प्रेमाची कृती नव्हे.

प्रेमामध्ये मुख्य प्रकारचं जे कार्य आहे, ते म्हणजे 'लक्ष देणं' (ध्यान देणं) होय. जेव्हा आपलं एखाद्यावर प्रेम असतं, तेव्हा आपण त्या व्यक्तीकडे लक्ष देतो, आपण त्या व्यक्तीच्या प्रगतीकडे लक्ष पुरवितो. जेव्हा आपलं स्वतःवर प्रेम असतं, तेव्हा आपण आपल्या प्रगतीकडे लक्ष देतो. जेव्हा आपण एखाद्या व्यक्तीकडे लक्ष पुरवितो, तेव्हा आपल्याला त्या व्यक्तीची काळजी असते. लक्ष देण्याच्या कृतीत आपलं सुरू असलेलं कार्य प्रयत्नपूर्वक बाजूला सारावं लागतं आणि जाणीवपूर्वक लक्ष तिकडे वळवावं लागतं. लक्ष देणं हे आपल्या मनाच्या जडत्वाच्या विरोधात जाऊन केलेलं कार्य आहे, जाणीवपूर्वक केलेली कृती आहे. रोलो मे म्हणतो, 'मनोविश्लेषणाच्या आधुनिक साधनांच्या साहाय्याने 'प्रेरणे'बद्दल समजून घेताना आपण उद्दिष्ट किंवा 'लक्ष देणे' यापर्यंत येऊन पोहोचतो. प्रेरणेतून होणाऱ्या कृतीसाठी लागणारा प्रयत्न हा खरंतर लक्ष देण्यासाठी लागणारा प्रयत्न आहे. अशा कृतीमधील ताण म्हणजे मन स्थिर ठेवण्याचा प्रयत्न, लक्ष एकाग्र करण्याचा प्रयत्न आहे.'...

लक्ष देण्याचा एक महत्त्वाचा मार्ग म्हणजे ऐकणं! आपण ऐकण्यात बराच काळ घालवतो, जो बहुधा व्यर्थ असतो. कारण आपल्यातील बहुतेक जणांना लक्ष देऊन ऐकणं साध्य होत नाही. एका मानसोपचारतज्ज्ञाने माझ्या निदर्शनास आणलं, की शाळेत मुलांना शिकविलेले विषय मोठे झाल्यावर ती मुलं व्यवहारात क्वचितच वापरतात. कंपनीतील अधिकारी कामातील एक तास वाचनात, दोन

तास बोलण्यात व आठ तास ऐकण्यात घालवतो. तरीही शाळेत जास्तीत जास्त वेळ मुलांना वाचायला शिकवलं जातं. थोडा वेळ त्यांना बोलायला शिकविण्यात घालवतात पण ऐकावं कसं, ते मात्र अजिबात शिकवत नाहीत. आपण शालेय शिक्षणानंतर जे करतो, तेच शाळेत शिकविलं जावं या मताचा मी नाही. तरीही मला असं वाटतं, की मुलांना ऐकण्याच्या बाबतीत थोड्या सूचना देणं हिताचं होईल. त्यांना ऐकणं सोपं व्हावं यासाठी नव्हे, तर लक्ष देऊन ऐकणं किती कठीण आहे हे समजण्यासाठी. नीट ऐकणं ही लक्ष देण्याची कृती आहे, कठोर प्रयत्न आहेत. बहुतेक लोकांना हे समजत नाही किंवा परिश्रम घेण्याची त्यांची तयारी नसते म्हणून ते नीट ऐकूही शकत नाहीत.

एकदा मी एका नामवंत व्यक्तीचं मानसशास्त्र व धर्म यांतील परस्पर संबंध या विषयावरील व्याख्यान ऐकायला गेलो होतो. या विषयात रस असल्याने माझा त्यात अभ्यास होता. ते मोठे गुरू असल्याचं मी लगेच ओळखलं. ज्या अमूर्त गहिऱ्या गोष्टी ते आम्हा श्रोत्यांना इतक्या कळकळीने सांगत होते, त्यातील प्रेम मला जाणवलं. मी शक्य तितक्या एकाग्रतेने त्यांचं भाषण ऐकू लागलो. ते सतत दीड तास बोलत होते, पण वातानुकूलित सभागृहातदेखील माझ्या चेहऱ्यावरून घाम ओघळत होता. त्यांचं भाषण संपेपर्यंत माझं डोकं चांगलंच ठणकू लागलं. एकाग्र होण्याच्या प्रयत्नात माझी मान आखडली होती. मला संपूर्ण गळून गेल्यासारखं वाटलं. जरी मी म्हणतोय की त्या महान गुरूने सांगितल्यापैकी मला फक्त पन्नास टक्केच समजलं असेल, तरी त्यांनी दिलेल्या विलक्षण ज्ञानाने मी हरखून गेलो होतो. या कार्यक्रमाला सुसंस्कृत, प्रतिष्ठित मंडळी उपस्थित होती. चहापानाच्या वेळी त्यांच्याशी बोलून मी त्यांची मतं जाणून घेतली. बहुतेकजणांचा अपेक्षाभंग झाला होता. त्या गुरूची कीर्ती खूप असल्याने लोकांच्या अपेक्षा उंचावल्या होत्या. गुरूचं बोलणं त्यांना समजायला कठीण वाटलं आणि त्यांचं भाषण गोंधळात टाकणारं वाटलं. लोकांच्या अपेक्षेइतकं गुरूचं वक्तृत्व प्रभावी नव्हतं. एका बाईने तर जाहीर केलं, 'खरंतर त्यांनी आपल्याला काहीच सांगितलं नाही', यावर अनेकांनी होकार दिला.''

या उलट मी त्या महान गुरूचं बोलणं नीट ऐकू शकलो, कारण ऐकण्याचं कार्य करण्याची माझी तयारी होती. दोन कारणांसाठी. एक, मी त्या गुरूंची महानता ओळखली होती आणि त्यांचे शब्द खूप महत्त्वाचे आहेत हे जाणलं होतं. दुसरं, मला त्या विषयात रस असल्यामुळे मला त्यांचं बोलणं खोलवर ग्रहण करायचं

होतं, ज्यायोगे माझ्या ज्ञानात भर पडेल व आध्यात्मिक उन्नती होईल. त्यांचं बोलणं मी लक्ष देऊन ऐकणं ही प्रेमाचीच कृती होती. माझं त्यांच्यावर प्रेम होतं कारण लक्ष देण्याजोगी ती महत्त्वाची व्यक्ती आहे अशी माझी समजूत होती. शिवाय माझं स्वतःवर प्रेम होतं, कारण माझ्या प्रगतीसाठी काम करायची माझी तयारी होती. ते गुरू होते व मी विद्यार्थी होतो, ते देणारे होते व मी घेणारा होतो, माझ्या प्रेमाची दिशा स्वतःकडेच होती. माझं प्रेम, मला काय मिळेल या हेतूने केलेलं होतं, पण मी काय देऊ शकेन या हेतूने नव्हे. तरीही असंसुद्धा शक्य आहे, की श्रोत्यांमधील माझी कळकळ, माझं प्रेम, माझी एकाग्रता, माझं लक्ष गुरूंना जाणवलं असेल आणि हेच त्यांच्यासाठी बक्षीस असेल. त्यामुळे हेच स्पष्ट होतं, प्रेम ही परस्परपूरक घडामोड आहे, ज्यात देणारा घेतो व घेणारा देतो.

घेणाऱ्याच्या भूमिकेतून ऐकण्याचं उदाहरण आपण पाहिलं, आता देणाऱ्याच्या भूमिकेतून ऐकण्याची संधी कशी प्राप्त होते ते पाहूया : मुलांचं बोलणं लक्ष देऊन ऐकणं. मुलांच्या वयानुसार ऐकण्याची प्रक्रिया बदलते. सहा वर्षाच्या पहिलीतील मुलाचं उदाहरण घेऊया. संधी मिळाली तर हे मूल अखंड बोलत राहील. या सततच्या बडबडीचं पालकांनी काय करायचं? बोलण्यास मनाई करणे हा पहिला आणि सगळ्यात सोपा मार्ग आहे. तुमचा विश्वास बसो वा न बसो, अशी काही कुटुंबं आहेत, ज्यात मुलांना बोलायला मनाई असते. अशा घरांमध्ये 'मुलं फक्त दिसायला हवी, त्यांचा आवाज नको' ही म्हण लागू पडते. अशी मुलं मूकपणे कोपऱ्यात बसून मोठ्यांना न्याहाळताना दिसतात. दुसरा मार्ग म्हणजे बोलायला परवानगी देणं, परंतु ते अजिबात न ऐकणं. इथे मूल तुमच्याशी संवाद न साधता हवेशी बोलत राहतं, स्वतःशीच बोलत राहतं, हा त्याचा आवाज काहींना त्रासदायक वाटतो तर काहींना वाटत नाही. तिसरा मार्ग म्हणजे ऐकण्याचं नाटक करणं. आपलं काम, आपलं विचारचक्र चालू ठेवताना मुलांकडे आपलं लक्ष आहे असं भासविणं आणि त्यांच्या स्वगताला अधूनमधून 'हं, हं' किंवा 'छान' असा वेळी-अवेळी प्रतिसाद देणं. चौथा मार्ग म्हणजे निवडक ऐकणं. ज्यामध्ये ऐकण्याचं नाटक करताना अधुनमधून लक्ष देणं, मूल काहीतरी महत्त्वाचं सांगतंय असं वाटलं तरच लक्ष देणं. हे म्हणजे कमीतकमी प्रयत्नात फोलपटातून गहू वेगळं करण्यासारखं असतं. या प्रकारातील समस्या म्हणजे मानवी मनाची निवडण्याची क्षमता फारशी प्रभावी नसते. परिणामी गहू निसटतो व फोलपट ठेवलं जातं. पाचवा आणि शेवटचा मार्ग म्हणजे मुलाचं बोलणं लक्षपूर्वक ऐकणं, प्रत्येक

शब्दाला महत्त्व देऊन प्रत्येक वाक्य समजून घेणं.

मुलांच्या बोलण्याला प्रतिसाद देण्याचे हे पाच मार्ग आहेत, जे लागणाऱ्या प्रयत्नांच्या क्रमानुसार मांडले आहेत. ज्यात पाचवं जे लक्षपूर्वक ऐकणं आहे, त्यात इतर प्रकारांच्या तुलनेत पालकांना ऊर्जेची विलक्षण उडी घ्यावी लागते. वाचकांना वाटेल, की पालकांनी नेहमीच मुलांचं अतिशय लक्षपूर्वक ऐकावं असं मी आवर्जून सांगेन. नक्कीच नाही! सहा वर्षांच्या मुलाची बोलण्याची क्षमता इतकी असते, की त्यांचं सगळं बोलणं लक्षपूर्वक ऐकायचं ठरवलं, तर दुसरं काही करायला पालकांकडे वेळ व ऊर्जा शिल्लक राहणारच नाही आणि तसंही त्यांचं बोलणं रटाळ असतं. त्यामुळे या पाच प्रकारांचा समतोल साधण्याची आवश्यकता असते. काही वेळा मुलांना गप्प बसविण्याची गरज असते - आपण एकाग्रतेने दुसरं काही करत असताना किंवा आपण दुसऱ्याशी बोलत असताना विनाकारण ते आपलं लक्ष वेधून घेतात तेव्हा. बऱ्याचदा पाच-सहा वर्षांची मुलं स्वतःशीच बोलण्यात रमतात, त्या वेळी ते फक्त बोलण्याचा आनंद घेत असतात. त्यांच्याकडे लक्ष देण्यात अर्थ नसतो, कारण त्यांची तशी अपेक्षाही नसते. काही वेळा मुलांना पालकांशी संवाद साधायचा असतो आणि तरीही ऐकण्याचं नाटक करून त्यांची गरज भागविता येऊ शकते. अशा वेळी मुलांना संवादाची नव्हे तर सहवासाची जास्त गरज असते. मुलं स्वतः चंचल असतात त्यामुळे पालकांचं अधूनमधून ऐकणं त्यांना समजू शकतं कारण ते सुद्धा त्यांच्या विचारप्रवाहातील अधलंमधलंच बोलतात. हाच नियम आहे असं ते समजतात. म्हणूनच पाच-सहा वर्षांची मुलं अगदी मोजक्या वेळाच आपल्या बोलण्याला लक्षपूर्वक प्रतिसादाची अपेक्षा करतात. पालकत्वातील एक मोठं आव्हान म्हणजे ऐकण्याच्या पद्धतींमधील समतोल साधत मुलांच्या बदलत्या गरजांप्रमाणे योग्य तो प्रतिसाद देणं होय.

हा समतोल साधणं बऱ्याचदा आवश्यक असतं, कारण लक्षपूर्वक ऐकण्यासाठी लागणारी ऊर्जा, अगदी थोडा वेळही द्यायला पालक तयार नसतात. बहुधा सर्वच पालक! त्यांना वाटतं, ते स्वतः खरंच ऐकतायत, परंतु ते एकतर ऐकण्याचं नाटक करत असतात किंवा अधूनमधून ऐकत असतात. हे स्वतःला फसवण्यासारखंच आहे. आपल्या आळसापासून पलायन करणं आहे. अगदी कमी वेळासाठीसुद्धा जरी तुम्ही लक्षपूर्वक ऐकण्याचा प्रयत्न केला, तरी कठोर प्रयत्नांची आवश्यकता असते. पहिलं म्हणजे पूर्ण एकाग्रतेची गरज असते. लक्षपूर्वक ऐकताना तुम्ही

दुसरं काहीही करू शकत नाही. पालकांना मुलांचं लक्षपूर्वक ऐकायचं असेल तर हातातलं काम दूर सारायला हवं, तो वेळ पूर्णपणे मुलासाठीच द्यायला हवा. जोपर्यंत तुम्ही स्वतःच्या चिंता, डोक्यातले विचार बाजूला सारत नाही, तोपर्यंत लक्षपूर्वक ऐकण्याची तुमची तयारी नसते. दुसरं असं, की एखाद्या महान वक्त्याचं भाषण ऐकण्यापेक्षा, सहा वर्षांच्या मुलाचं बोलणं ऐकून घेण्यासाठी खूप जास्त प्रयत्नांची आवश्यकता असते. कारण, लहान मुलांची बोलण्याची पद्धत वेगळी असते, काही शब्द बोलून ते मध्येच थांबतात आणि तेच तेच बोलतात, ज्यामुळे लक्ष देणं अवघड होतं. मुलं ज्या गोष्टींबद्दल बोलतात, त्यात मोठ्यांना रस नसतो. त्या उलट वक्त्याच्या विषयात श्रोत्यांना रस असतो. याचाच अर्थ, सहा वर्षांच्या मुलाचं बोलणं इतकं रटाळ असतं, की लक्ष एकाग्र करणं कठीण जातं. म्हणूनच या वयाच्या मुलांकडे लक्ष देणं हे खरंतर प्रेमातून केलेले कष्ट आहेत. प्रेम असल्याखेरीज पालक हे करूच शकले नसते.

एवढे श्रम कशासाठी? सहा वर्षांच्या मुलाची बडबड ऐकण्यासाठी एवढे प्रयत्न कशाला? पहिलं म्हणजे तुम्ही जेव्हा असं करता, तेव्हा मुलाला महत्त्व देता. तुम्ही एखाद्या महान वक्त्याएवढं महत्त्व मुलाला देत असाल तर मूल नक्कीच स्वतःला महत्त्वाचं समजेल. मुलांच्या मनात स्वतःबद्दलचं महत्त्व आणि किंमत तयार करण्याचा एकमेव मार्ग म्हणजे तुम्ही त्यांना महत्त्व द्या. स्वतःबद्दल महत्त्व किंवा किंमत मिळाली तरच मूल तुमच्या अपेक्षांप्रमाणे उंची गाठण्याचा प्रयत्न करतं. दुसरं म्हणजे मुलाचं लक्षपूर्वक ऐकल्यावर तुम्हाला उमगेल, की बोलताना मध्ये मध्ये थांबण्यात, अडखळण्यात, निरागस बडबडीत तुमच्या मुलाला काही महत्त्वाचं सांगायचं आहे. 'निरागस उक्तीतून सुज्ञतेची प्रचिती' याचा अनुभव मुलांचं बोलणं प्रेमाने ऐकणाऱ्याला येत असतो. तुमच्या मुलांकडे नीट लक्ष देऊन ऐका, म्हणजे तुम्हाला समजेल, की 'तो' किंवा 'ती' अगदी अद्भुत आणि असामान्य व्यक्ती आहे. तुम्हाला तुमचं मूल जेवढं असामान्य वाटतं, तेवढं जास्त ऐकायची तुम्ही तयारी दर्शविता आणि तेवढं जास्त तुम्ही शिकता. तिसरं म्हणजे जेवढं जास्त तुम्ही मुलाला ओळखता, तेवढ्या चांगल्याप्रकारे तुम्ही त्याला शिकवू शकता. मुलांना जाणत नसाल तर अशा गोष्टी शिकवाल, ज्या ते आत्मसात करू शकत नाहीत किंवा ज्या त्यांना आधीच माहीत आहेत, कदाचित तुमच्यापेक्षा जास्त चांगल्या. सरतेशेवटी तुम्ही मुलांना महत्त्व देताय, त्यांना असाम ान्य समजताय हे त्यांच्या लक्षात आल्यावर ते तुमचं म्हणणं लक्षपूर्वक ऐकतील व

तुम्हालादेखील तेवढंच महत्त्व देतील. तुम्ही त्यांना जेवढं जास्त ओळखता, तेवढी तुमची शिकवण योग्य ठरते. त्याचप्रमाणे मुलं तुमच्याकडून शिकायला जास्त उत्सुक होतात. जेवढं जास्त शिकतात, तेवढे ते असामान्य बनतात. वाचकांना जर या प्रक्रियेत चक्र जाणवलं तर ते बरोबरच आहे आणि जेवढं प्रेम द्याल तेवढं मिळेल हे सत्यसुद्धा त्यांना उमगलं असेल. दुष्टचक्राच्या विरुद्ध असं हे उन्नतीचं सर्जनशील चक्र आहे. नीतिमूल्यातूनच नीतिमूल्य निर्माण होतात व प्रेमातूनच प्रेम निर्माण होतं. पालक व मुलं एकत्रितपणे, वेगाने गिरक्या घेत पुढे जातात.

आपण सहा वर्षांच्या मुलाचं उदाहरण पाहिलं. मूल मोठं झाल्यावर ऐकणं आणि न ऐकणं यातील समतोल बदलत जातो, परंतु मुळात पद्धत हीच असते. अगदी छोट्या मुलांबरोबर शब्दाद्वारे संवाद कमी होतो पण तरीही बऱ्याच वेळा पूर्ण लक्ष देण्याची आवश्यकता असते. आपलं मन दुसरीकडे गुंतलं असेल तर मुलांशी एखादा खेळ खेळणं अवघड होतं. तुम्ही त्याच्याबरोबर एखादा खेळ अर्धवट मनाने किंवा निरुत्साहीपणे खेळलात तर मूल निरुत्साही होण्याची भीती असते. कुमारवयातील मुलांना, लहान मुलांपेक्षा कमी वेळ लक्ष दिलं तरी पुरेसं असतं, परंतु पूर्ण लक्ष देण्याची गरज असते. ते लहान मुलांप्रमाणे व्यर्थ बडबड करत नाहीत, परंतु जेव्हा ते बोलतात तेव्हा पालकांनी पूर्ण लक्ष देऊन त्यांचं ऐकावं ही त्यांची किमान अपेक्षा असते.

पालकांनी लक्ष देऊन ऐकावं ही मुलांची गरज कधीच संपत नाही. तीस वर्षांचा एक उच्चशिक्षित मुलगा आत्मविश्वासाच्या अभावाने आलेल्या अस्वस्थतेसाठी माझ्याकडे आला होता. त्याच्याकडे अशा अनेक आठवणी होत्या, ज्यात त्याच्या उच्चशिक्षित पालकांनी त्याचं बोलणं ऐकून घेण्यात रस दाखविला नव्हता, किंवा त्याच्या बोलण्याला विशेष महत्त्व दिलं नव्हतं. मात्र यातील सर्वांत स्पष्ट व दुःखदायक आठवण होती, जेव्हा तो बावीस वर्षांचा होता. जेव्हा त्याने लिहिलेल्या प्रबंधामुळे त्याला गौरवपूर्वक पदवी देण्यात आली होती. महत्त्वाकांक्षी असलेले त्याचे पालक त्याला मिळालेल्या या गौरवामुळे अत्यंत आनंदी झाले परंतु बैठकघरात समोरच दिसेल अशी ठेवलेली त्याच्या प्रबंधाची कॉपी वर्षभर दोघांनी एकदाही वाचायचे कष्ट घेतले नाही. त्याने वारंवार हलक्या रीतीने सुचवूनदेखील पालकांनी ती एकदाही हातात घेतली नाही. ''मी जर त्यांना सरळ जाऊन म्हणालो असतो, की कृपया तुम्ही माझा प्रबंध वाचाल का? मी काय विचार करून कसं काम केलंय हे जाणून घेऊन तुम्हाला जर ते आवडले तर मला

कळवाल का? तर मला खात्री आहे, की त्यांनी तो वाचला असता, इतकंच काय पण अगदी कौतुकदेखील केलं असतं'' असं त्याने उपचार संपत असताना कबूल केलं. ''परंतु असं करणं म्हणजे त्यांचं लक्ष आकर्षित करण्यासाठी याचना करण्यासारखं होतं. शिवाय बाविसाव्या वर्षी तसं करणं खरंच कठीण होतं. याचना करून मिळविलेल्या गोष्टीचं काय महत्त्व? असं केल्याने माझ्या मनात स्वतःची किंमत वाढली नसती तर आणखी कमीच झाली असती.'' असं त्याचं म्हणणं होतं.

लक्षपूर्वक ऐकणं, दुसऱ्यावर मन एकाग्र करणं हे प्रेमाचं व्यक्त स्वरूप आहे. लक्षपूर्वक ऐकणं म्हणजे स्वतःची मतं, इच्छा, संदर्भ तात्पुरते बाजूला सारून बोलणाऱ्याचं जग त्याच्या अंतरंगात शिरून अनुभवणं. अशा प्रकारे बोलणाऱ्याचं व ऐकणाऱ्याचं एकरूप होणं म्हणजे आपलं विस्तृत, विशाल होणं आहे. यातूनच नवीन ज्ञान प्राप्त होतं. लक्षपूर्वक ऐकण्यात 'कंसात घालणं' आलं व 'स्व'ला दूर करणंसुद्धा आलं. त्यामुळे त्यात तात्पुरतं दुसऱ्याला पूर्णपणे स्वीकारणंसुद्धा येतं. हे पूर्णपणे स्वीकारणं जाणवल्यामुळेच बोलणाऱ्याला जास्तीतजास्त विश्वास वाटून तो किंवा ती आपल्या खोल मनातील दालनं ऐकणाऱ्यासमोर खुली करतात. असं घडतं, तेव्हा बोलणारा व ऐकणारा यांचा एक सुंदर ताळमेळ बसतो आणि जणू त्यांचं प्रेमाचं एकत्र नृत्यच सुरू होतं. 'स्व'बाजूला सारून, 'कंसात घालणे' या शिस्तीचा वापर करत, लक्ष एकाग्र करण्याच्या कृतीसाठी इतक्या ऊर्जेची आवश्यकता असते, जी फक्त प्रेमानेच साध्य होऊ शकते. तिथे एकमेकांच्या विकासासाठी स्वतःला विस्तृत करण्याची प्रेरणा असते. पण बऱ्याचदा आपल्यातच ही ऊर्जा कमी पडते. एखाद्या व्यवहारात किंवा समाजातील नातेसंबंधात जरी आपल्याला वाटलं, की आपण नीट ऐकतोय तरीही आपण ऐकण्याच्या बाबतीत निवडक असतो, मनात आधीच काहीतरी ठरवून, अपेक्षित परिणाम कसा साधता येईल, याचा विचार करत, हा संवाद लवकरात लवकर कसा संपेल, आपल्याला हवं त्या दिशेने कसा वळेल, असाच विचार आपण करत असतो.

लक्षपूर्वक ऐकणं हे कृतीमध्ये उतरलेलं प्रेम आहे, म्हणूनच ते वैवाहिक जीवनासाठी जास्त लागू पडतं. तरीही बरेच पति-पत्नी एकमेकांचं नीट ऐकत नाहीत. परिणामी जेव्हा ते आमच्याकडे उपचार घ्यायला येतात, तेव्हा उपचार यशस्वी होण्यासाठी प्रथम आम्हाला 'ऐकावं कसं' हे महत्त्वाचं काम त्यांना शिकवावं लागतं, पण आम्हाला बऱ्याचदा अपयश येतं, कारण यासाठी आवश्यक

असलेली ऊर्जा देण्याची त्यांची तयारी नसते किंवा शिस्त अवगत करण्याइतकी लीनता नसते. जेव्हा आम्ही त्यांना सांगतो की, एक वेळ नियोजित करून, ठरवून त्यांनी एकमेकांशी बोललं पाहिजे, तेव्हा त्यांना आश्चर्याचा धक्काच बसतो. जेव्हा खास वेळ काढला जातो, परिस्थिती पूरक असते फक्त तेव्हाच लक्षपूर्वक ऐकणं शक्य होतं. गाडी चालवताना, स्वयंपाक करताना, दमलेले असताना, झोप आलेली असताना, सहज व्यत्यय येऊ शकत असेल अशा वेळी किंवा घाई असताना लक्षपूर्वक ऐकणं शक्य नसतं. प्रेमात पडणं सहज, सोपं आहे मात्र खरं प्रेम व लक्षपूर्वक ऐकणं यासाठी लागणारे प्रयत्न करायला, शिस्त जोपासायला ते दांपत्य तयार नसते, परंतु जेव्हा ते तयार होतात तेव्हा परिणाम आनंददायी असतात. लक्षपूर्वक ऐकण्याची प्रक्रिया सुरू केल्यावर अनेकदा एक जोडीदार दुसऱ्याला अत्यंत आनंदाने सांगतो, ''आपल्या एकोणतीस वर्षांच्या सहजीवनात तुझ्याबद्दल ही गोष्ट मला माहीतच नव्हती.'' असे अनुभव आम्ही डॉक्टर्स नेहमी घेतो आणि तेव्हा आम्हाला जाणवतं, की त्यांच्या वैवाहिक जीवनात उन्नतीला सुरुवात झाली आहे.

लक्षपूर्वक ऐकण्याची क्षमता काळानुरूप सुधारते परंतु ही प्रक्रिया प्रयत्नहीन कधीही बनत नाही. यात प्रयत्नांची नेहमीच आवश्यकता असते. लक्षपूर्वक ऐकण्याची क्षमता असणं हे मानसोपचारतज्ज्ञांसाठी अत्यावश्यक आहे, तरीही पन्नास मिनिटांच्या सत्रात पाच-सहा वेळा तरी पेशंटच्या बोलण्याकडे जेव्हा माझं लक्ष नसतं, असे क्षण येतात. कधी कधी तर आमच्यातील संभाषणाचा धागा माझ्याकडून सुटतो व मला असं म्हणावं लागतं. ''सॉरी, एक क्षण माझं मन भरकटलं होतं आणि माझं तुमच्याकडे लक्ष नव्हतं. तुमची शेवटची काही वाक्यं पुन्हा सांगाल का?'' आश्चर्य म्हणजे पेशंटना या गोष्टीचा राग येत नाही. या उलट ते सहजप्रेरणेने जाणतात, की लक्षपूर्वक ऐकण्याच्या क्षमतेतील महत्त्वाचा भाग म्हणजे, मन भरकटलंय हे लक्षात येणं आणि तसं कबूल केल्याने पेशंटना खात्री वाटते, की बहुतेक वेळा मी लक्षपूर्वक त्यांना ऐकत आहे. आपलं व्यवस्थित ऐकून घेतलं जातंय ही जाणीव पेशंटला स्वस्थ करणारी असते. पंचवीस टक्के पेशंटच्या बाबतीत उपचारपद्धतीच्या पहिल्या काही महिन्यांतच उल्लेखनीय, आश्चर्यजनक सुधारणा दिसून येते. अगदी समस्येच्या मुळाशी जाऊन तिचं विश्लेषण होण्यापूर्वीच हे परिणाम दिसतात. या घडामोडीमागे अनेक कारणं आहेत, परंतु माझ्यामते त्यातील महत्त्वाचं कारण म्हणजे आपलं लक्षपूर्वक ऐकून घेतलं जातंय ही त्यांची

जाणीव. काहींच्या बाबतीत त्यांना ऐकून घेणं बऱ्याच वर्षांनी पहिल्यांदाच होत असतं, काहींच्या बाबतीत आयुष्यात पहिल्यांदा होत असतं.

लक्ष देण्याचा महत्त्वाचा प्रकार, ऐकणं हा असला तरी प्रेमळ नात्यांमध्ये विशेषतः मुलांबरोबर दुसऱ्या प्रकारांचीसुद्धा आवश्यकता असते. या प्रकारांमध्ये विविधता आहे. त्यात एक आहे त्यांच्याशी खेळणं. तान्ह्या मुलांशी नाच रे मोरा, कुक्-कुक् करणं, सहा वर्षांच्या मुलाशी लपा-छपी, जादूचे प्रयोग, साप-शिडी, बारा वर्षांच्या मुलांबरोबर बॅडमिंटन, बुद्धिबळ खेळणं, लहान मुलांना पुस्तक वाचून दाखविणं आणि मोठ्या मुलांना अभ्यासात मदत करणं म्हणजे त्यांच्याकडे लक्ष पुरवणंच होय. कुटुंबाने एकत्र आखलेले कार्यक्रम महत्त्वाचे असतात. जसं, सिनेमा, नाटक, सहली, फिरायला जाणं, जेवायला जाणं, खरेदी वगैरे लक्ष देण्याचे काही प्रकार मुलांना विशेष उपयुक्त ठरतात. चार वर्षांच्या मुलाला समुद्रकिनारी घेऊन जाणं किंवा आठ-नऊ वर्षांच्या मुलांना कारमधून फिरवणं. लक्ष देण्याच्या या सर्व प्रकारात आणि ऐकण्यातसुद्धा एक गोष्ट समान आहे ती म्हणजे मुलांबरोबर वेळ घालविणं. खरंतर लक्ष देणं म्हणजे वेळ देणंच होय, मात्र लक्ष देण्याची गुणवत्ता ही तुम्ही किती एकाग्रतेने लक्ष देताय यावरच अवलंबून असते. या कार्यक्रमांदरम्यान मुलांबरोबर घालविलेला वेळ योग्यरीत्या वापरला गेला तर पालकांना मुलांचं निरीक्षण करून त्यांना जाणण्याच्या अनेक संधी उपलब्ध होतात. मुलं अपयश कसं पचवतात, घरचा अभ्यास कसा पूर्ण करत आहेत व कसं शिकत आहेत, त्यांना काय भावतंय व काय नाही, ते कधी निर्भय असतात व कधी घाबरतात-प्रेमळ पालकांसाठी ही अगदी महत्त्वाची माहिती असते. या काळात मुलांना वेगवेगळी शिस्त व कौशल्यं शिकविण्याच्या अनेक संधी पालकांना मिळतात. मुलांबरोबर वेळ घालवून त्यांचं निरीक्षण करणं व त्यांना योग्य शिकवण देणं हे 'खेळाद्वारे उपचारपद्धती'चं मुख्य तत्त्व आहे. लहान मुलांचे अनुभवी तज्ज्ञ मुलांबरोबर खेळण्यात वेळ घालवतात व अत्यंत कुशलतेने महत्त्वाची निरीक्षणं करून उपचार करतात.

समुद्रकिनारी चार वर्षांच्या मुलावर नजर ठेवणं, सहा वर्षांच्या मुलाची मोडकी तोडकी गोष्ट मन लावून ऐकणं, कुमारवयातील मुलाला गाडी चालवायला शिकवणं, तुमच्या जोडीदाराचा दिवस ऑफिसमध्ये किंवा घरकामात कसा गेला ते लक्षपूर्वक ऐकून तिची किंवा त्याची समस्या मुळापासून समजून घेणं, शक्य तितकं सहनशील राहणं आणि शक्य तितक्या 'स्व'च्या गोष्टी कंसात घालणं, या सर्व

गोष्टी खरंतर अगदी कंटाळवाण्या, त्रासदायक व ऊर्जा शोषून घेणाऱ्या आहेत. या सर्व गोष्टी म्हणजे प्रयत्नपूर्वक केलेलं कार्य आहे. आपण आळशी असतो तर ते कधीच केलं नसतं. आपण कमी आळशी असतो तर ते बऱ्याचदा व चांगलं केलं असतं. प्रेम म्हणजे 'कार्य' आहे म्हणूनच प्रेम नसणं म्हणजे 'आळस' आहे. आळशीपणाविषयी जाणून घेणं फार महत्त्वाचं आहे. 'शिस्त' या पहिल्या भागात व 'प्रेम' या दुसऱ्या भागात हेच तर अप्रत्यक्षपणे व्यक्त करण्याचा प्रयत्न केला आहे. पुस्तकाच्या शेवटच्या भागात आपण त्याच्याकडे विशेष लक्ष पुरविणार आहोत, जेव्हा आपला दृष्टिकोन विस्तृत झालेला असेल.

गमावण्यातील धोका

प्रेमाची कृती - स्वतःला विस्तृत करणं - यासाठी आळशीपणाच्या जडत्वापासून दूर जाण्याची (कार्य) किंवा भीतीच्या विरोधाला न जुमानता बाहेर जाण्याची (धैर्य) आवश्यकता आहे. प्रेमाचं कार्य पाहिलं, आता प्रेमाचं धैर्य पाहूया. जेव्हा आपण 'स्व' विस्तृत करतो, तेव्हा 'स्व' नवीन व अनोळखी प्रांतात प्रवेश करतो. आपलं 'स्व' आता नवीन व वेगळं 'स्व' बनतं. आपण सवय नसलेल्या गोष्टीही करू लागतो. आपण पूर्णपणे बदलतो. हा बदलाचा अनुभव, सवयीच्या नसलेल्या कृती, अपरिचित प्रांतात असणं, वेगळ्या पद्धतीने काही गोष्टी करणं हे घाबरवून टाकणारं असतं. हे नेहमी असंच होतं आणि असंच राहणार आहे. बदलाची ही भीती लोक वेगवेगळ्या प्रकारे हाताळतात पण त्यांना जर खरंच बदलायचं असेल, तर ही भीती टाळता येत नाही. धैर्य म्हणजे भीती नसणं असं नव्हे, तर भीती असतानादेखील कृती करणं होय, भीतीच्या विरोधाला न जुमानता अज्ञातात, भविष्याकडे वाटचाल करणं होय. आध्यात्मिक उन्नतीसाठी व प्रेमासाठी नेहमीच धैर्याची आवश्यकता असते आणि त्यात धोका असतो. प्रेमामधील धोका आता आपण पाहणार आहोत.

तुम्ही जर चर्चमध्ये नियमितपणे जात असाल, तर नक्कीच पाहिलं असेल, की चाळिशीतील एक बाई दर रविवारी प्रार्थना सुरू होण्याच्या पाच मिनिटं आधी न चुकता पाठीमागची एक ठरावीक जागा पकडते. प्रार्थना संपताच ती शांतपणे, पटकन दारातून निघून जाते. जर तुम्ही तिची भेट घेऊ शकलात- जे

अगदी अवघड आहे- आणि तिला कॉफीचं आमंत्रण दिलं तर ती नम्रपणे नकार देईल, नजर चुकवत बाहेर जायची सबब देऊन घाईघाईने निघून जाईल. तिचा पाठलाग करत तुम्ही घरापर्यंत पोहोचलात तर तुम्हाला दिसेल, की ती थेट घरी गेली. छोटंसं घर, ज्याचे पडदे कायम बंद असतात. ती दार उघडून आत जाते व लगेच दार बंद करते आणि त्या दिवशी मग पुन्हा बाहेर पडतच नाही. तुम्ही पाळत ठेवलीत तर समजेल की, ती एका मोठ्या ऑफिसमध्ये टायपीस्टची साधीशी नोकरी करत आहे. तिथे ती न बोलता, चुका न करता तिचं काम करत आहे. स्वतःच्या टेबलवर एकटीच डबा खाते, तिला मैत्रिणी नाहीत. घरी येताना सुपर मार्केटमध्ये खरेदी करते आणि घराच्या बंद दरवाजाआड जी गायब होते, ती थेट दुसऱ्या दिवशी कामावर हजर होते. शनिवारी दुपारी ती एकटीच जवळच्या सिनेमागृहात जाते, जिथे दर आठवड्याला नवीन सिनेमा लागतो. तिच्या घरी टेलिव्हिजन आहे, परंतु फोन नाही. तिला कधीही पत्रं येत नाहीत. तुम्ही जर तिच्याशी बोलू शकला व म्हणालात, की तिचं जीवन एकाकी आहे तर ती म्हणेल, तिला एकांतच प्रिय आहे. ती एखादा प्राणी का पाळत नाही, असं विचारल्यावर ती म्हणेल, तिच्याकडे एक कुत्रा होता, जो तिला खूप आवडत होता, परंतु आठ वर्षांपूर्वी त्याचा मृत्यू झाला आणि दुसरा कोणताही कुत्रा त्याची जागा घेऊ शकत नाही.

ही स्त्री कोण आहे? आपल्याला तिच्या मनातलं गुपित माहीत नाही. आपल्याला एवढंच माहीत आहे की, तिचं पूर्ण आयुष्य धोका टाळण्यात गेलंय. या प्रयत्नात 'स्व'ला विस्तृत करण्याऐवजी त्याला संकुचित केलंय, अगदी अस्तित्व न उरण्याइतकं. ती कोणत्याही सजीव वस्तूमध्ये गुंतलेली नाही, तिला कोणत्याही सजीव वस्तूची ओढ नाही. आपण आधी म्हटलंय, की ओढ, आकर्षण म्हणजे प्रेम नव्हे. प्रेम आकर्षणापलीकडे असतं. हे जरी खरं असलं तरी प्रेमासाठी सुरुवातीला ओढ असणं गरजेचं आहे. आपल्याला महत्त्वाच्या असलेल्या गोष्टींवरच आपण प्रेम करू शकतो. परंतु ओढ, आकर्षण यात गमावण्याचा, नकार मिळण्याचा धोका नेहमीच असतो. तुम्ही ओढ वाटून एखाद्याकडे गेलात तर ती व्यक्ती तुमच्यापासून दूर जाण्याचा धोका नेहमीच असतो. ती व्यक्ती दूर गेल्यावर तुम्ही पूर्वीपेक्षा अधिक दुःखी व एकटे होऊ शकता. कोणत्याही सजीव वस्तूवर प्रेम करा- व्यक्ती, पाळीव प्राणी, झाड-परंतु ते मृत पावणारच आहे. कोणावरही विश्वास ठेवा, तुम्ही दुःखी होण्याची शक्यता नाकारता येत नाही. कोणावरही

अवलंबून राहा, विश्वासघात होण्याची शक्यता नाकारता येत नाही. याचाच अर्थ ओढ, आकर्षणासाठी दुःख ही किंमत चुकवावीच लागते. जर एखाद्याला दुःख नको असेल, तर अशा व्यक्तीने या गोष्टी टाळल्या पाहिजेत. मुलं होऊ देणं, लग्न करणं, समागमातील अत्यानंद, महत्त्वाकांक्षेतील आशेचा किरण, मैत्री – ज्या गोष्टी जीवनाला चैतन्यमय, अर्थपूर्ण, महत्त्वपूर्ण बनवतात. बाहेर पडा आणि कोणत्याही स्तरावर प्रगती करा, आनंद व दुःख बक्षीस म्हणून तुम्हाला मिळेलच. परिपूर्ण आयुष्यात भरपूर दुःख असेल, परंतु या दुःखाला पर्याय म्हणजे भरभरून न जगणं किंवा जगणंच सोडून देणं हाच होय.

जीवनाचं मूलतत्त्व 'बदल' हा जो आहे, तो प्रगती व नाशासाठी आवश्यक आहे. म्हणून तुम्ही जीवन व प्रगती याची निवड करा पण तुम्ही बदल व मृत्यूची शक्यता यांची निवड करता. उदाहरणातील स्त्रीने एकाकी व संकुचित जीवन निवडलं, त्यामागे मृत्यूचे एक किंवा अनेक अनुभव असू शकतील, जे तिला इतके दुःखदायक वाटले की, तिने तो अनुभव पुन्हा न घेण्याचा निश्चय केला. तेही अगदी आयुष्य न उपभोगण्याची किंमत मोजून. मृत्यूचा अनुभव टाळण्यासाठी तिने प्रगती व बदल यांना नाकारलं. तिने अशा जीवनाची निवड केली, ज्यात नावीन्य नसून एकसुरीपणा होता, अनपेक्षितता, धोके, आव्हानं नव्हती, हे जिवंतपणीच मृत असल्याप्रमाणे होतं. मी आधीच म्हटल्याप्रमाणे तिने जे सहन करायला हवं, ते दुःख टाळल्यामुळे मानसिक आजार उद्भवतात. बऱ्याचशा मानसिक रुग्णांना (आणि खरंतर बहुतेक सर्वांनाच, कारण मानसिक रोग अपवादाने आढळत नसून तो सर्वत्र आहे.) मृत्यू ही वस्तुस्थिती पूर्णपणे स्वीकारायला कठीण जातं. तरीही मानसशास्त्राने या घडामोडींचं महत्त्व जाणायला नुकतीच सुरुवात केली आहे. मृत्यू हा आपला कायमचा सोबती आहे. आपल्या डाव्या खांद्यावर बसून प्रवास करतोय ही जाणीव जर आपल्यात दृढ झाली, तर डॉन ज्युॲनच्या शब्दात, मृत्यू आपला 'मित्र' होऊ शकेल, भीतीदायक असला तरीही सतत सुज्ञ म ार्गदर्शन करणारा. मृत्यूच्या मार्गदर्शनामुळे ही जाणीव आपल्यात सतत राहील की जगण्यासाठी व प्रेम करण्यासाठी आपल्याकडे मर्यादित वेळ आहे. त्यामुळे आपण नेहमीच आपल्या वेळेचा सदुपयोग करून परिपूर्ण जीवन जगायला हवं. परंतु डाव्या खांद्यावर असलेल्या मृत्यूचं भीतीदायक अस्तित्व आपण पूर्णपणे स्वीकारलं नाही, तर त्याच्या मार्गदर्शनाला आपण मुकतो आणि खुलेपणाने जगणं किंवा प्रेम करणं शक्य होत नाही. जेव्हा आपण मृत्यूला, सतत होणाऱ्या बदलाला दूर

सारतो, तेव्हा आपण जीवनालाच दूर सारतो.

स्वातंत्र्यातील धोका

अशा प्रकारे संपूर्ण आयुष्यच धोकादायक आहे आणि जेवढं प्रेमळपणे आपण आयुष्य जगतो, तेवढा जास्त धोका पत्करतो. आयुष्यभर घेतलेल्या लाखो आव्हानांपैकी सर्वांत महत्त्वाचं आव्हान म्हणजे मोठं होणं! मोठं होणं म्हणजे बालपणातून प्रौढ वयात पदार्पण करणं होय. असं करणं म्हणजे खरंतर एक पाऊल टाकणं नसून भीतीदायक उडी घेण्यासारखं आहे आणि काही लोक तर आयुष्यभर ही उडी मारतच नाहीत. वरकरणी जरी ते प्रौढ दिसत असले, अगदी यशस्वी असले, तरी बरीचशी मोठी माणसं त्यांच्या मृत्यूपर्यंत मानसिकरीत्या लहान मुलंच राहतात. ते त्यांच्या पालकांपासून व पालकांच्या प्रभावापासून कधीच विलग झालेले नसतात. 'मोठं होणं' हे माझ्या इतकं जिव्हाळ्याचं आहे की, मी स्वतःच्या उदाहरणातून ते स्पष्ट करू शकतो आणि त्यातील प्रचंड धोका मी प्रौढपणात मारलेल्या मोठ्या उडीतून वर्णन करू शकतो. ती उडी मी पंधराव्या वर्षी म्हणजे बऱ्याच लवकर मारली होती. जरी हा निर्णय मी जाणीवपूर्वक घेतला होता, तरीही त्या वेळी मी जे करतोय ते 'मोठं होणं' आहे, याची मला कल्पना नव्हती. हे अज्ञातात उडी घेणं आहे, एवढंच मला माहीत होतं.

वयाच्या तेराव्या वर्षी मी घरापासून दूर 'फिलिप्स एक्झेटर ॲकॅडमी' या नावाजलेल्या शाळेत प्रवेश घेतला. या शाळेत माझ्या मोठ्या भावानेदेखील शिक्षण घेतले होते. मी नशीबवान असल्यामुळे तिथे शिक्षणाची संधी मिळाली, याची मला पूर्ण जाणीव होती. त्या शाळेचा अभ्यासक्रम इतका उच्च दर्जाचा होता, की नामवंत कॉलेजमध्ये सहज प्रवेश मिळाला असता. अशा शैक्षणिक पार्श्वभूमीमुळे नोकरीच्या अनेक आकर्षक संधी उपलब्ध झाल्या असत्या. सर्वोत्तम शिक्षण घेण्याची ऐपत असलेल्या घरात माझा जन्म झाल्याने मी स्वतःला नशीबवान समजत होतो. यासोबत माझी वाटचाल योग्य मार्गाने चालू आहे असा मला विश्वास होता. परंतु शाळा सुरू झाल्यावर लगेचच मी निराश झालो. माझ्या निराशेचं कारण मला तेव्हा उमगलं नाही आणि आजही ते एक कोडंच आहे. का कोण जाणे, मी कुणाशीही जुळवून घेऊ शकत नव्हतो. शिक्षक, बरोबरीचे विद्यार्थी, निवडलेले विषय, शाळेची इमारत, संपूर्ण वातावरण या कशाशीही मी

जुळवून घेऊ शकत नव्हतो. परंतु हा मार्ग माझ्यासाठी इतका योग्य होता, की माझ्यातील कमतरता भरून त्या वातावरणाशी जुळवून घेण्याशिवाय दुसरा पर्यायच नव्हता आणि अडीच वर्षं मी तसा प्रयत्न केला. दिवसेंदिवस मला आयुष्य अर्थहीन वाटू लागलं व मी अतिशय दुःखी झालो. शेवटचं एक वर्ष मी जास्तीतजास्त वेळ झोपूनच काढलं, कारण फक्त झोपल्यावरच मला शांतता मिळत होती. आता त्या परिस्थितीचा विचार केला तर मला असं वाटतं, की कदाचित झोपेत मला विश्रांती मिळत होती आणि जी उडी मी घेणार होतो त्याची नकळत तयारी करत होतो. ती उडी मी तिसऱ्या वर्षाला असताना सुट्टीत घरी आलो तेव्हाच घेतली आणि मी पुन्हा त्या शाळेत जाणार नाही, असं सांगून टाकलं. ''नाही, तू असं सोडू नकोस - इतकं उच्च दर्जाचं शिक्षण मिळायला भाग्य लागतं. तुझ्या लक्षात येतंय का तू कोणती संधी नाकारतोयस?'' वडील म्हणाले.

''मला माहीत आहे, की ती उत्तम शाळा आहे, तरीही मी परत जाणार नाही.'' मी उत्तर दिलं.

''तू आणखी एकदा प्रयत्न करून का बघत नाहीस?'' माझ्या पालकांनी विचारलं.

''नाही, ती शाळा का आवडत नाही याचं कारणदेखील मला माहीत नाही. परंतु मला ती शाळा आवडत नाही आणि मी तेथे परत जाणार नाही.'' उत्तर देताना मला गळून गेल्यासारखं वाटलं.

''मग तू काय करणार आहेस? तू तुझ्या भविष्याशी खेळतोयस, तू पुढचा काही विचार केलायस का?''

''मला माहीत नाही, परंतु मी पुन्हा तिथे जाणार नाही.'' मी काकुळतीने म्हणालो.

माझ्या पालकांना परिस्थितीचं गांभीर्य लक्षात आलं आणि त्यांनी मला एका मानसोपचार तज्ज्ञाकडे नेलं. ते डॉक्टर म्हणाले, की मला नैराश्य आलंय आणि महिनाभर हॉस्पिटलमध्ये राहण्याचा सल्ला त्यांनी दिला. मला नक्की काय हवंय, हा निर्णय घेण्यासाठी त्यांनी मला एक दिवस दिला. फक्त त्याच रात्री मी आत्महत्येचा विचार केला. मनोरुग्णालयात दाखल होण्याची माझी तयारी होती. डॉक्टरांच्या म्हणण्याप्रमाणे मला नैराश्य आलं होतं. माझ्या भावाला ती शाळा आवडली होती, मग मला का नाही? मला माहीत होतं, की जुळवून न घेणं हा

माझा दोष होता आणि मी असमर्थ, अपुरा, लायकी नसलेला आहे असं मला वाटलं. त्याहून वाईट म्हणजे माझ्या डोक्यावर परिणाम झालाय असं पण मला वाटलं. माझे वडीलसुद्धा म्हणाले होते. ''एवढं चांगलं शिक्षण सोडून द्यायला तुला वेड लागलंय का?'' मी जर त्या शाळेत परत गेलो तर मी सुरक्षित, उचित, विधायक, सर्वमान्य, निश्चित व ज्ञात याकडे जाणार होतो. परंतु तो मी नसेन. माझ्या अंतरंगात मी जाणलं होतं, की हा माझा मार्ग नव्हे. मग माझा मार्ग कोणता? मी शाळेत परत गेलो नाही, तर यापुढील मार्ग माझ्यासाठी अज्ञात, अनिश्चित, असुरक्षित, अप्रतिष्ठित, अनपेक्षित असा होता. असा मार्ग निवडणारा नक्कीच मूर्ख असणार. मी खूप घाबरलो, परंतु अत्यंत निराशेच्या त्या क्षणी माझ्या अंतरंगातून एकामागून एक शब्द उमटले, जणूकाही अपरिचित आवाजात अव्यक्तातून उत्तर मिळालं. ''जीवनाच्या असुरक्षिततेमधील आनंद लुटण्यातच जीवनाची खरी सुरक्षितता आहे.'' जरी हे मूर्खपणाचं होतं, जगमान्य गोष्टीपासून फारकत घेणारं होतं, तरीही मी 'मी' राहायचं ठरवलं होतं. मी शांत झालो. दुसऱ्या दिवशी सकाळी मी डॉक्टरांकडे जाऊन त्यांना म्हणालो, ''मी त्या शाळेत पुन्हा जाणार नाही. मी हॉस्पिटलमध्ये दाखल व्हायला तयार आहे.'' आता मी अज्ञातात उडी मारली होती. मी माझं भविष्य माझ्या हातात घेतलं होतं.

मोठं होण्याची प्रक्रिया सर्वसाधारणपणे अज्ञातात अनेक छोट्या छोट्या उड्या मारत हळूहळू होत असते. उदा. आठ वर्षांचा मुलगा एकटाच सायकल घेऊन जवळच्या दुकानात जातो. पंधरा वर्षांचा मुलगा-मुलगी त्यांच्या गर्लफ्रेंड किंवा बॉयफ्रेंड बरोबर पहिल्यांदाच बाहेर जातात. यात आव्हान आहे याची तुम्हाला शंका असेल तर तुमच्या वेळची काळजी, चिंता तुम्ही विसरलायत. अगदी सुदृढ, सशक्त मुलांना नवीन, मोठी माणसं करतात ती कामं करण्याची उत्सुकता असते, परंतु त्याचबरोबर चलबिचल, टाळाटाळ, सुरक्षित व परिचित यांना पकडून ठेवणं, बालपण, परावलंबन यांना धरून बसणं हेदेखील त्यांच्यात असतं. त्याचप्रमाणे प्रौढांमध्येसुद्धा सूक्ष्म पातळीवर ही वृत्ती दिसून येते. वृद्ध तर जुनं, ज्ञात, परिचित याला नेहमीच कवटाळून बसतात. वयाच्या चाळिसाव्या वर्षी गोष्टी वेगळ्या पद्धतीने करण्याच्या, प्रगती करण्याच्या संधी अप्रत्यक्षपणे दररोज माझ्यासमोर येतात. अजूनही मी मोठा होत आहे, मात्र अगदी पूर्वीच्या वेगाने नव्हे. आपण घेत असलेल्या छोट्या छोट्या उड्यांबरोबर काही प्रचंड मोठ्या उड्यासुद्धा असतात. शाळा सोडताना माझ्यावर झालेले संस्कार, माझी संपूर्ण जीवनशैलीच सोडून

देताना मी घेतलेली उडी. मात्र बरेचजण आयुष्यात अशा प्रचंड उड्या कधीच घेत नाहीत आणि परिणामतः कधीच मोठे होत नाहीत. त्यांचं बाह्यरूप काहीही असो, ते मानसिकदृष्ट्या मात्र त्यांच्या पालकांची मुलंच राहतात, पालकांनी केलेल्या संस्कारांच्या आधारे, पालकांची मान्यता विचारात घेत (फार पूर्वी ते मृत असले तरी), स्वतःचं भविष्य स्वतःच्या हातात घ्यायचं धैर्य न दाखविता जगत राहतात.

अशा प्रचंड उड्या साधारणपणे कुमारवयात मारल्या जातात परंतु खरंतर त्या कोणत्याही वयात मारता येतात. पस्तीस वर्षांची, तीन मुलांची आई जिचा नवरा वर्चस्व गाजविणारा, हेकेखोर, स्त्रियांना तुच्छ लेखणारा असा होता. मग तिच्या हळूहळू लक्षात येतं, की तिचं त्याच्यावर व कुटुंबावर अवलंबून असणं म्हणजे जिवंतपणी नरकयातना भोगणं आहे. तो त्या दोघांचं नातं सुधारण्याचे तिचे सर्व प्रयत्न फेटाळून लावत असतो. अत्यंत धैर्याने ती घटस्फोट घेते, त्याने केलेल्या खोट्या आरोपांचं, शेजाऱ्यांच्या टीकेचं ओझं बाळगत आणि मुलांच्या भविष्याची जबाबदारी एकटीने घेत ती या निर्णयावर चालते. परंतु आयुष्यात पहिल्यांदाच ती मुक्तपणे जगू शकते. हार्ट अ‍ॅटॅक येऊन गेल्यावर निराश झालेला बावन्न वर्षांचा व्यावसायिक आपल्या गतआयुष्याकडे पाहतो तेव्हा जास्तीत जास्त पैसे व यश मिळवण्याची महत्त्वाकांक्षा त्याला अर्थहीन वाटू लागते. सखोल चिंतन केल्यावर त्याच्या लक्षात येतं, की वर्चस्व गाजविणाऱ्या, सतत टीका करणाऱ्या आईकडून प्रशंसा मिळवणे हे वास्तविक त्याच्या महत्त्वाकांक्षेमागचं कारण होतं. तिच्या नजरेत यशस्वी ठरण्यासाठी त्याने जीवतोड मेहनत केली होती. आयुष्यात पहिल्यांदाच आईच्या नापसंतीची पर्वा न करता, बायको-मुलांचा रोष ओढावून - बायको व मुलांना आपली उच्चभ्रू जीवनशैली सोडून द्यायची नव्हती - त्याने गावी जाऊन छोटंसं दुकान थाटलं. असे मोठे बदल, स्वातंत्र्य व स्वनिश्चय यात मारलेल्या उड्या ह्या कोणत्याही वयात फार दुःखदायक असतात आणि त्यासाठी अत्यंत धैर्याची गरज असते. मानसोपचारांनंतर बऱ्याचदा असे परिणाम दिसून येतात. अशा उड्या मारण्यात, बदल करण्यात प्रचंड धोका असतो आणि म्हणूनच मानसोपचाराची गरज पडते. त्या उपचारांमुळे धोका कमी होतो असं नव्हे तर धैर्य मिळते, आधार मिळतो.

मात्र मोठं होण्याचा प्रेमाशी काय संबंध? हे खरंय की प्रेमामध्ये स्वतःला झोकून देणं हा नव्या मितीत झालेला 'स्व'चा विस्तार आहे. आधी उल्लेख केलेले

बदल व सर्वच महत्त्वाचे बदल या स्वप्रेमाच्या कृती आहेत. माझं स्वतःवर प्रेम होतं म्हणूनच मी दुःख सहन करत त्या शाळेत राहायला तयार नव्हतो. माझ्या गरजा पूर्ण होत नाहीत अशा वातावरणाशी जुळवून घ्यायला तयार नव्हतो. त्या स्त्रीचं स्वतःवर प्रेम होतं, म्हणून ती अशा संसारात अडकून पडली नाही, ज्यामध्ये तिला स्वातंत्र्य नव्हतं, तिचं व्यक्तिमत्त्व दडपलं जात होतं. त्या व्यावसायिकाला स्वतःची काळजी होती, म्हणून आईच्या अपेक्षांचा ताणतणाव न बाळगता त्यानं ते जीवघेणं काम थांबवलं. दुसरं म्हणजे स्वतःवरील प्रेम हे मोठ्या बदलांसाठी प्रेरणादायी तर असतंच, त्याचप्रमाणे त्या बदलातील धोका पत्करण्याचं धैर्यदेखील प्रेमच देतं. माझ्या आई-वडिलांचं माझ्यावर प्रेम होतं, म्हणूनच त्यांच्या अपेक्षा भंग करण्याचा व त्यांनी निवडलेला मार्ग पूर्णपणे नाकारण्याचं धैर्य, आत्मविश्वास माझ्याकडे होता. तसं करताना मी असमर्थ, अपूर्ण, लायकी नसलेला, कदाचित मूर्ख आहे असं मला वाटलं, तरीही या भावना मी सहन करू शकलो. कारण खोल कुठेतरी मला जाणवत होतं, मी वेगळा असलो तरी एक चांगली व्यक्ती आहे. हे असं जगावेगळं असण्याचं धैर्य दाखविताना खरंतर मी आईवडिलांनी वेळोवेळी दिलेल्या शेकडो प्रेमळ संदेशांना प्रतिसाद देत होतो. जे असे होते, ''तू सुंदर आहेस व आम्हाला अत्यंत प्रिय आहेस. तू जसा आहेस तसं असणं चांगलं आहे. तू जो आहेस तो राहून काहीही केलंस तरी आमचं तुझ्यावर प्रेम राहील. तू जसा आहेस तसाच राहा.'' माझ्या आईवडिलांचं प्रेम माझ्या स्वतःवरील प्रेमात प्रतिबिंबित झालं होतं. त्या प्रेमाचा आधार नसता तर मी अज्ञाताची नव्हे तर ज्ञाताची निवड केली असती. त्यासाठी माझ्या 'स्व'च्या आगळ्यावेगळ्या स्वरूपाची किंमत देऊन माझ्या पालकांनी निवडलेल्या मार्गावर वाटचाल केली असती. सरतेशेवटी, अपरिचित स्व, मानसिक खुलेपणा व स्वतंत्र व्यक्तिमत्त्व याम ध्ये उडी मारतो तेव्हा आध्यात्मिक उन्नतीच्या प्रगत मार्गावर वाटचाल करण्यास आणि सर्वोच्च मितीमध्ये प्रेम व्यक्त करण्यास तो मुक्त असतो. जेव्हा एखादा पालकांच्या किंवा इतर कुणाच्या, संपूर्ण समाजाच्या अपेक्षा पूर्ण करण्यासाठी लग्न करतो, व्यवसाय निवडतो किंवा मुलांना जन्म देतो, तेव्हा त्या जबाबदारीचं स्वरूप अगदी उथळ असतं. पालकांनी प्रेमळपणे वागलं पाहिजे म्हणून जर एखादा आपल्या मुलांवर प्रेम करत असेल तर तो आपल्या मुलांच्या काही सूक्ष्म गरजांच्या बाबतीत संवेदनशील नसतो. आणि म्हणूनच अत्यंत महत्त्वाच्या पद्धतीने प्रेम व्यक्त करायला तो असमर्थ ठरतो. प्रेमाची सर्वोच्च व्यक्त रूपं म्हणजे मिळतंजुळतं घेणं नसून पूर्ण निवडस्वातंत्र्य आहे.

जबाबदारी स्वीकारण्यातील धोका

कोणत्याही प्रेमळ नात्याची जबाबदारी स्वीकारणं हा पाया आहे. मग ते वरकरणी असो वा खोलवर. मनापासून जबाबदारी स्वीकारल्याने ते नातं यशस्वी होईलच असं नव्हे, परंतु इतर कशाहीपेक्षा हे पाऊल महत्त्वाचं आहे. वरकरणी स्वीकारलेली जबाबदारी कालांतराने दृढ होऊ शकते; तसं झालं नाही तर ते नातं तुटतं किंवा विरत जातं. बरेचदा जबाबदारी पूर्णपणे स्वीकारण्यातील धोक्याच्या तीव्रतेची आपल्याला जाणीव नसते. मी आधी म्हटल्याप्रमाणे प्रेमात पडण्याच्या सहजप्रवृत्तीचं एक प्रमुख कार्य म्हणजे लग्न करण्यात असलेल्या धोक्यावर सुखद जादुई पडदा टाकणं. माझ्याबाबतीत अगदी लग्नाच्या घडीपर्यंत मी तसा शांत होतो, परंतु माझी पत्नी समोर येऊन उभी राहताच माझ्या संपूर्ण शरीराचा थरकाप उडाला. नंतर मी इतका घाबरलो, की पुढच्या समारंभातील मला काहीच आठवत नाही. मात्र ही जबाबदारी स्वीकारण्याची जाणीवच 'प्रेमात पडण्याचं' रूपांतर 'खऱ्या' प्रेमात करते. तीच जाणीव गर्भधारणेनंतर आपल्याला फक्त जन्म देणारे नव्हे तर आयुष्य घडविणारे पालक बनविते. कोणत्याही खऱ्याखुऱ्या प्रेमळ नात्यात जबाबदारी स्वीकारणं असतंच. दुसऱ्याच्या मानसिक प्रगतीची कळकळ असणारा कुणीही अजाणतेपणाने किंवा विचारपूर्वक जाणतो, की ती प्रगती साधणं हे विश्वासाचं नातं टिकून राहण्यावर अवलंबून आहे. अनिश्चिततेच्या वातावरणात, आपल्याला सोडून दिलं जाण्याच्या दडपणाखाली मुलांची मानसिक प्रगती होऊ शकत नाही. वैवाहिक जीवनातील सगळीकडे आढळणाऱ्या समस्या - अवलंबून असणं आणि नसणं, वर्चस्व गाजविणं व नमतं घेणं, स्वातंत्र्य व स्वैराचार - सोडविताना नातंच संपुष्टात येणार नाही याची खात्री असल्याखेरीज पति-पत्नी त्या समस्या खेळीमेळीने सोडवू शकत नाहीत.

जबाबदारी स्वीकारण्याच्या समस्येतून बरेचसे मानसिक रोग निर्माण होतात आणि उपचारपद्धतीत जबाबदारी हाच महत्त्वाचा मुद्दा बनतो. परिस्थितीला दोषी मानणाऱ्या व्यक्ती जबाबदारी वरवर स्वीकारतात आणि हा रोग बळावल्यावर पूर्णपणे जबाबदारी नाकारतात. ते जबाबदारी स्वीकारायला घाबरतात असं नव्हे; तर जबाबदारी म्हणजे काय, हेच त्यांना माहीत नसतं. कारण त्यांच्या पालकांनी खऱ्या अर्थाने कधीही मुलांची जबाबदारी घेतलेली नसते आणि जबाबदारीचा अनुभव न घेताच ते मोठे झालेले असतात. जबाबदारीचं त्यांचं चित्रच अस्पष्ट

असतं. स्वतःला दोषी मानणाऱ्या व्यक्तींना जबाबदारीची जाणीव असते परंतु बऱ्याचदा ती स्वीकारण्याच्या भीतीने त्या व्यक्ती गळून जातात. त्यांच्या अनुभवानुसार पालकांनी लहानपणी त्यांची पुरेपूर जबाबदारी स्वीकारलेली असते, ज्यायोगे ते पालकांची जबाबदारी स्वीकारायला तयार असतात. परंतु पुढे मृत्यू, सोडून देणं किंवा नाकारणं यामुळे पालकांचं प्रेम संपुष्टात येतं आणि परिणामतः त्यांच्या प्रेमाची परतफेड न झाल्यामुळे तो एक दुःखदायक अनुभव ठरतो. मग नवीन नाती जोडायला ते घाबरतात. पुढे एखादं जवळचं व आनंदमय नातं निर्माण झालं, तर ही जखम भरून निघू शकते. म्हणूनच मानसोपचार डॉक्टर व पेशंट या नात्याचा जबाबदारी हा आधारस्तंभ आहे. दीर्घकाळ उपचारासाठी मी जेव्हा एखादा पेशंट स्वीकारतो, तेव्हा घेतलेल्या प्रचंड जबाबदारीच्या जाणिवेने माझा थरकाप होतो. मुळापासून उपचार होण्यासाठी तज्ज्ञाला नवीन पेशंटशी खोलवर जबाबदारीची जाणीव असलेलं नातं निर्माण करावं लागतं, जसं प्रेमळ पालकांचं त्यांच्या मुलांशी असतं. या दीर्घ कालावधीत तज्ज्ञाची जबाबदारीची जाणीव व पेशंटची काळजी इतकी पणाला लागते, की निश्चितच तो एक प्रेमळ पालक बनतो.

रेचेल नावाची सत्तावीस वर्षांची निर्विकार, अलिप्त तरुणी लग्नानंतर लगेचच विभक्त झाल्यावर मला भेटायला आली. तिचा नवरा, मार्क, याने तिला तिच्या अतिथंडपणामुळे सोडलं होतं. रेचेलने कबूल केलं, ''मला माहीत आहे, की मी थंड आहे. मला वाटलं होतं, मी मार्कबरोबर लवकरच जवळीक साधू शकेन, पण तसं झालंच नाही. फक्त मार्कच नाही, तर मी कोणाबरोबरच सेक्सचा आनंद घेतला नाही. आणि खरंतर मला सेक्स हवाय का? हेदेखील मला माहीत नाही. माझं एक मन म्हणतंय, की मला हवाय, कारण सुखी संसारासाठी तो आवश्यक आहे आणि मला सामान्य माणसासारखं जगायचंय - कारण सामान्य माणसांना सेक्स आवडतो असं दिसतंय. परंतु दुसरं मन म्हणतं, मी जशी आहे त्यात आनंदी आहे. मार्क नेहमी म्हणायचा, 'शिथिल हो, ताण घेऊ नकोस.' बहुतेक मला शिथिल होता आलं असतं तरी व्हायचं नव्हतं.''

उपचार सुरू असताना तिसऱ्या महिन्यात मी रेचेलला सांगितलं, प्रत्येक वेळी खुर्चीवर बसण्याआधीच ती मला निदान दोनदा तरी धन्यवाद देत असे. पहिल्यांदा ती वेटिंग रूममध्ये बसलेली असताना मी आत प्रवेश करतो तेव्हा आणि पुन्हा ती माझ्या रूममध्ये दार उघडून प्रवेश करते तेव्हा. ''नम्र असण्यात गैर काय

आहे?'' तिने विचारलं.

मी उत्तर दिलं, ''गैर असं काही नाही, परंतु इथे ते अनावश्यक आहे. तू इकडे पाहुणी असल्यासारखी व अगदी बुजल्यासारखी वागतेस.''

''पण मी इथे पाहुणीच आहे. हे तुझं घर आहे.''

''खरं आहे.'' मी म्हणालो, ''परंतु तू इथे येण्याचे मला तासाचे चाळीस डॉलर देतेस. तू हा वेळ आणि ही ऑफिसची जागा यांचा मोबदला दिलाय आणि म्हणूनच तुझा त्याच्यावर हक्क आहे. हे ऑफिस, ही वेटिंग रूम आणि माझा वेळ यावर तुझा हक्क आहे. ते तुझं आहे. त्यासाठी तू पैसे मोजले आहेस. मग जे तुझं आहे त्यासाठी मला धन्यवाद कशाला देतेस?

''तुला खरंच असं वाटतं?'' रेचेल उद्गारली.

मी प्रत्युत्तर दिलं, ''मग तू हेदेखील खरं मानशील, की मला हवं तेव्हा मी तुला धक्के देऊन बाहेर काढीन. आणि एखाद्या दिवशी तू इथे आल्यावर मी म्हणेन, रेचेल, तुझ्याबरोबर काम करणं कंटाळवाणं झालंय. मी आता तुला न भेटायचं ठरवलंय. अच्छा, टाटा.''

''मला अगदी असंच वाटतं,'' रेचेल म्हणाली, ''यापूर्वी माझा कशावर हक्क आहे, निदान कोणा व्यक्तीबाबत असा मी विचार केला नव्हता. तुझं म्हणणं आहे, तू मला इथून बाहेर काढू शकत नाहीस?''

''काढू शकतो, पण मी काढणार नाही. मला काढायचंही नाही कारण ते माझ्या नीतिमूल्यांत बसत नाही. हे बघ रेचेल,'' मी म्हणालो, ''दीर्घकाळ उपचारासाठी जेव्हा मी तुझ्यासारखी एखादी केस स्वीकारतो, तेव्हा मी त्या पेशंटची, त्या केसची पूर्ण जबाबदारी स्वीकारतो. आणि आता मी तुझी जबाबदारी स्वीकारलीय. कितीही वर्षे लागोत, तुला गरज आहे तोपर्यंत मी तुझ्याबरोबर काम करणार. उपचार पूर्ण झाल्यावर किंवा त्यापूर्वीही तू सोडून जाऊ शकतेस परंतु आपल्यातलं नातं संपविणारी तू असशील. अगदी माझ्या मृत्यूपर्यंत माझे उपचार तुला हवे असतील तर मिळतील.''

खरंतर रेचेलची समस्या समजून घेणं माझ्यासाठी कठीण नव्हतं. उपचारांच्या सुरुवातीलाच तिच्या नवऱ्याने, मार्कने मला सांगितलं होतं, ''मला वाटतं रेचेलच्या ह्या स्थितीला तिची आई कारणीभूत आहे. ती कर्तृत्ववान स्त्री आहे. अगदी

'जनरल मोटर्स'ची प्रेसिडेंट होऊ शकते, परंतु ती उत्तम आई आहे असं मला वाटत नाही.'' योग्यच होतं. रेचेल अशा वातावरणात वाढली होती, ज्यामुळे तिच्या मनात भीती होती, की तिने आज्ञापालन केलं नाही तर तिच्यावर तोफ डागली जाईल, तिला हाकलून दिलं जाईल. घरातील तिचं स्थान अगदी सुरक्षित आहे असा विश्वास- जो फक्त जबाबदार पालक देऊ शकतात- देण्याऐवजी रेचेलच्या आईने सातत्याने अगदी उलट गोष्ट तिच्यावर बिंबविली होतीः एखाद्या कर्मचाऱ्याप्रमाणे रेचेलचं स्थान फक्त तेव्हाच सुरक्षित राहील, जेव्हा ती तिच्या अपेक्षेप्रमाणे वागेल, आवश्यक ती कृती करेल. लहानपणी जर तिच्याच घरात तिचं स्थान सुरक्षित नव्हतं तर माझ्याकडे तिचं स्थान सुरक्षित आहे असं तिला कसं वाटणार?

पालकांना जबाबदारी न घेता आल्यामुळे होणाऱ्या जखमा थोड्याशा शब्दांनी, वरवरच्या आश्वासनांनी भरून येत नाहीत. वारंवार सखोलतेनं त्यांच्यावर काम करावं लागतं. म्हणून एक वर्षानंतरदेखील तिच्यावर आणखी काम करण्याची गरज भासली. रेचेल माझ्यासमोर कधीच रडली नव्हती- स्वतःला मोकळं न होऊ देता येणे, शिथिल न करता येणं याचं अजून एक उदाहरण- या वस्तुस्थितीचा आम्ही विचार करत होतो. भावना व्यक्त न करण्याच्या प्रयत्नात आलेल्या भयानक एकटेपणाबद्दल बोलत असताना मला जाणवलं, की आता तिला रडू फुटणार परंतु माझ्याकडून थोड्या मदतीची गरज आहे असं वाटल्याने मी काहीतरी वेगळं केलं. तिच्या कोचापाशी जाऊन तिचं डोकं थोपटत मी म्हणालो, ''बिचारी रेचेल, बिचारी रेचेल.'' माझा अंदाज चुकला. रेचेलने लगेचच भावनांवर ताबा मिळवला आणि ती उठून बसली. मग ती म्हणाली, ''मी हे करू शकत नाही. मी स्वतःला सोडून देऊ शकत नाही.'' आमची भेट संपताना हे घडलं. पुढच्या भेटीच्या वेळी रेचेल कोचावर झोपण्याऐवजी बसली. ''आता तुझी बोलण्याची पाळी आहे.'' ती म्हणाली.

''तुला काय म्हणायचंय?'' मी विचारलं.

''आता तू मला माझे दोष दाखवणार आहेस.''

मला प्रश्नच पडला. ''मला अजून समजत नाहीये तुला काय म्हणायचंय?''

''ही आपली शेवटची भेट आहे. आता तू माझे सगळे दोष एकएक करून मांडणार आहेस आणि तू माझ्यावर उपचार का करू शकणार नाहीस, याची कारणं

देणार आहेस.''

''तुझ्या डोक्यात काय चाललंय याची मला जराही कल्पना करता येत नाहीये.'' मी म्हणालो.

आता रेचेल गोंधळलेली दिसत होती. ती म्हणाली, ''मागच्या वेळी मी रडावं असं तुला वाटत होतं. बऱ्याच दिवसांपासून तुला तसं वाटतंय. मागच्या वेळी तर मी रडावं म्हणून तू हरप्रकारे प्रयत्न केलेस आणि तरीही मला जमलं नाही. म्हणून तू माझ्यावर उपचार करणं सोडून देणार आहेस. मी जे करावं असं तुला वाटतंय ते मी करू शकत नाही. म्हणून आज आपली शेवटची भेट असेल.''

''तुला खरंच असं वाटतंय, की मी तुला हाकलून देणार आहे?''

''हो, कोणीही हेच करेल.''

''नाही रेचेल, सगळेजण असं करणार नाहीत. तुझ्या आईने कदाचित केलं असतं परंतु मी तसं करणार नाही. सगळं जग तुझ्या आईसारखं नाही. मी म्हणेन ते करायला, तू काही माझी नोकर नाहीस. तुला हवं ते, हवं तेव्हा करायला तू येथे आली आहेस. मी तुला उत्तेजन देऊ शकतो, परंतु जबरदस्ती नाही. मी तुला कधीही हाकलून देणार नाही. तुला हवं तितक्या वेळा तू माझ्याकडे येऊ शकतेस.''

लहानपणी पालकांनी तेवढं प्रेम दिलं नसेल, तेवढा आधार दिला नसेल तर मोठेपणी नातेसंबंधात अशी समस्या येऊ शकते. याला म्हणतात, 'तू सोडून देण्याआधी मीच तुला सोडून देतो/देते.' हे लक्षण. हे लक्षण अनेक प्रकारे व्यक्त होतं किंवा अनेक रूपं धारण करतं. रेचेलच्या बाबतीत तिच्या अतिथंडपणाच्या रूपात हे व्यक्त झालं होतं. अजाणतेपणी रेचेलचा थंडपणा तिच्या नवऱ्याला व प्रियकरांना हे व्यक्त करत होता, 'मी स्वतःला तुमच्या अधीन करणार नाही कारण तुम्ही लवकरच मला सोडून जाल हे मला पक्कं माहीत आहे.' रेचेलच्या दृष्टीने लैंगिक किंवा इतर बाबतीत स्वतःला अधीन करणं म्हणजे वचनबद्ध होण्यासारखं होतं आणि ती ही जबाबदारी स्वीकारायला तयार नव्हती, कारण तिच्या पूर्वानुभवाच्या नकाशानुसार त्या बदल्यात तिला प्रेम, आधार मिळणार नाही अशी तिला खात्री होती.

रेचेलसारखी एखादी व्यक्ती जेव्हा कुणाच्या जास्त जवळ येते, तेव्हा, 'तू

सोडून देण्याआधी मीच तुला सोडून देतो/देते' हे लक्षण बळावतं. एक वर्ष उपचार घेतल्यानंतर रेचेलने स्पष्ट केलं, की आता तिला आठवड्यातून दोनदा येणं परवडणार नाही. कारण घटस्फोटानंतर पैसे देणे कठीण जात असल्यामुळे एकतर तिला उपचार तरी बंद करावे लागतील किंवा आठवड्यातून एकदाच येणं शक्य होईल, परंतु तिच्या म्हणण्यात तथ्य नव्हतं. रेचेलचा पगार बऱ्यापैकी होता आणि वारसाहक्काने तिला पन्नास हजार डॉलर मिळाले होते. शिवाय समाजामध्ये तिचं कुटुंब श्रीमंत समजलं जात होतं. एरवी मी तिला माझ्याशी निर्माण झालेल्या नात्यापासून दूर पळण्यासाठी ती हे पैशाचं कारण पुढे करत आहे, असं स्पष्ट सांगितलं असतं, परंतु मला हेदेखील ठाऊक होतं की, वारसाहक्काने मिळालेले ते पैसे रेचेलसाठी नुसतेच पैसे नसून असुरक्षित जगात तिचा आधारस्तंभच होते. ते तिचे होते जे तिला कधीच सोडून जाणार नव्हते. मी म्हणू शकलो असतो, की वारसाहक्कातल्या पैशातून माझी फी दे, परंतु तेवढा धोका पत्करण्याची तिची तयारी नव्हती आणि जर मी तसा आग्रह केला असता तर ती नक्कीच पळून गेली असती. तिच्या हिशोबानुसार तिला आठवड्याला पन्नास डॉलर फी देणं शक्य होतं व तिने मला एका भेटीसाठी ती देऊ केली. प्रत्येक भेटीसाठी पंचवीस डॉलर घेऊन मी तिला आठवड्यातून दोनदा भेटेन, असं मी तिला सांगितलं. भीती, अविश्वास व आनंद या मिश्र भावनांनी तिने माझ्याकडे पाहिलं. ''तू खरंच असं करणार आहेस?'' तिने विचारलं. मी होकार दर्शविला. बराच वेळ शांतता पसरली. प्रथमच तिच्या डोळ्यांत अश्रू तरळले. ती म्हणाली, ''श्रीमंत कुटुंबातली असल्यामुळे गावातील सर्व दुकानदार माझ्याकडून जास्तीतजास्त पैसे काढतात, पण तू मला सूट देतोयस, जी मला कधीच मिळाली नाही.''

आमचं नातं वाढू द्यायचं की नाही, याबाबत मनात संघर्ष चालल्यामुळे रेचेलने पुढे अनेक वेळा उपचार घेणं सोडून दिलं पण प्रत्येक वेळी फोन करून, पत्र लिहून एकदोन आठवड्यांत मी तिचं मन वळवू शकलो. दुसऱ्या वर्षाच्या शेवटी आम्ही तिच्या या समस्येबद्दल स्पष्टपणे बोलू शकलो. रेचेल कविता करते हे मला समजल्यानंतर मी तिला त्या दाखवायला सांगितलं. पहिल्यांदा तिने नकार दिला, पण मग ती तयार झाली. मात्र पुढचे अनेक दिवस ती त्या कविता आणायला विसरत होती. मी लक्षात आणून दिलं, की तिच्या कविता माझ्यापासून दूर ठेवणं हे मार्क किंवा इतर प्रियकरांपासून तिची लैंगिकता राखून ठेवण्यासारखं आहे. स्वतःच्या कविता मला देऊ करणं हे स्वतःला दुसऱ्याच्या अधीन करण्यासारखं

तिला का वाटतं? आपली लैंगिकता देऊ करणं म्हणजे स्वतःला दुसऱ्याच्या अधीन करणं आहे असं तिला का वाटतं? मी तिच्या कवितांना दाद दिली नाही तर तो तिच्यासाठी नकार आहे का? ती चांगली कवयित्री नाही या कारणास्तव मी आमचं नातं संपवणार होतो का? मला कविता दाखविल्यामुळे कदाचित आमचं नातं दृढ झालं असतं, अशा दृढ संबंधांची तिला भीती का वाटत होती? इत्यादी इत्यादी.

उपचार चालू असताना तिसऱ्या वर्षी रेचेलने आमच्या नात्याबद्दल तिलासुद्धा कळकळ आहे, ही वस्तुस्थिती स्वीकारली. तेव्हा कुठे ती माझ्याबरोबर मोकळी झाली. तिने एकदाचं मला कविता दाखविण्याचं धाडस केलं. मग दुःखी असताना ती माझ्यासमोर रडू शकली. आमचं नातं जे कृत्रिम, तुटक होतं, ते आता स्नेहपूर्ण, उत्स्फूर्त, आनंदी व खेळकर झालं. ती म्हणाली, ''एखाद्या व्यक्तीबरोबर इतकं मोकळं वाटू शकतं हे यापूर्वी मला माहीत नव्हतं. आयुष्यात प्रथमच मला या ठिकाणी अगदी सुरक्षित वाटतंय.'' माझ्या ऑफीसमध्ये मिळालेली सुरक्षितता व आम्ही एकत्र घालवलेला वेळ यामुळे लवकरच ती इतर नाती जोडू शकली. तिच्या लक्षात आलं, की सेक्स म्हणजे दुसऱ्याच्या अधीन होणं नव्हे तर ते स्वतःला व्यक्त करणं आहे, खेळकरपणा आहे, नव्याचा शोध आहे, शिकणं आहे व आनंदाने 'स्व'ला विसरणं आहे. थोडंसं खरचटलं तरी एखाद्या तत्पर आईप्रमाणे मी नेहमीच सोबत असेन अशी खात्री असल्यामुळे तिने तिची लैंगिकता बहरू दिली. तिचा थंडपणा वितळला. चवथ्या वर्षी उपचार थांबविले, तेव्हा रेचेल आनंदी व उत्साही बनली होती आणि मानवी नात्यातून मिळणारं सर्व काही उपभोगण्यास मुक्त होती.

लहानपणी ज्या प्रेम, आपुलकी, आधाराला ती मुकली होती, ते मी सुदैवाने तिला उपचारांद्वारे देऊ शकलो. मी नेहमीच इतका सुदैवी ठरलो नाही. हस्तांतरणाची (transference) समस्या असलेला संगणक तंत्रज्ञ हे याचं उदाहरण. मी त्याची संपूर्ण जबाबदारी घ्यावी ही त्याची अपेक्षा मात्र मी पूर्ण करू शकलो नाही. तज्ज्ञानी संपूर्ण जबाबदारी घेतली नाही तर त्यांचं अस्थिर नातं तग धरू शकत नाही आणि पेशंटचा रोग मुळापासून बरा होत नाही. याउलट जर तज्ज्ञाने पुरेशी जबाबदारी स्वीकारली तर बहुधा पेशंटमध्ये जबाबदारीची जाणीव निर्माण होते आणि ते उपचार पद्धती व तज्ज्ञ यांना गांभीर्याने प्रतिसाद देतात. जेव्हा पेशंट अशी जबाबदारी घेताना दिसतो, तेव्हा उपचारपद्धती महत्त्वाचं वळण घेते.

रेचेलसाठी हे वळण आलं, जेव्हा ती मला तिच्या कविता दाखवू शकली. आश्चर्य म्हणजे काही पेशंट वर्षानुवर्षं न चुकता आठवड्यातून दोन ते तीन वेळा उपचारासाठी येतात, परंतु या महत्त्वाच्या वळणावर येऊन पोचत नाहीत. मात्र काहीजण काही महिन्यांतच या वळणावर पोचतात, परंतु बरं होण्यासाठी या वळणावर पोहोचण्याची आवश्यकता असते. हा टप्पा गाठणं तज्ज्ञासाठी अत्यंत आनंदाचा व सफलतेचा क्षण असतो, कारण तेव्हा पेशंटने बरं होण्याची जबाबदारी स्वीकारलीय आणि त्यामुळे आता उपचार लागू पडणार आहेत, हे तज्ज्ञांच्या लक्षात येतं.

बरं होण्याची जबाबदारी ही केवळ जबाबदारी नसून 'स्व'ला सामोरं जाऊन बदल स्वीकारणं आहे. सत्याशी एकनिष्ठ असणं हे शिस्तीचं तंत्र समजावून सांगताना स्वतःचा वस्तुस्थितीचा नकाशा, जगाकडे पाहण्याचा दृष्टिकोन बदलण्यातील समस्यांचं मी सविस्तर वर्णन केलंय. समस्या असल्या तरी प्रेमपूर्ण आयुष्य जगण्यासाठी बदल होणं आवश्यक आहे. आध्यात्मिक प्रगतीच्या मार्गावर असे अनेक प्रसंग येतात, जेव्हा नवीन दृष्टिकोनाला अनुरूप अशा अपरिचित, नावीन्यपूर्ण कृती तुम्ही करता. मग जरी तुम्ही एकटे असा किंवा तज्ज्ञाची साथ असो, अशी नवीन कृती करणं- वर्षानुवर्षांची वागण्याची पद्धत बदलणं- यासाठी असामान्य धाडस लागतं. सुप्त समलिंगी आकर्षण असलेला तरुण पहिल्यांदाच एका मुलीला बाहेर घेऊन जाण्यासाठी पुढाकार घेतो; जगात कुणावरही विश्वास नसलेला माणूस मानसोपचारतज्ज्ञाच्या कोचावर पहुडतो; पूर्ण वेळ घर सांभाळणारी पत्नी आपल्या हुकूमशहा नवऱ्याला स्पष्टपणे सांगते की, त्याला पसंत असो वा नसो, ती नोकरी करणार आहे, ती तिचं आयुष्य हवं तसं जगणार आहे. पन्नास वर्षं वयाचं आईचं बाळ आईला ठणकावून सांगतं, की मला लाडाच्या नावाने हाक मारणं बंद कर; भावनांवर ताबा असलेला, स्वयंसिद्ध, कणखर मनुष्य सर्वांसमक्ष स्वतःला रडू देतो; किंवा रेचेल स्वतःवरचा ताबा सोडून माझ्या ऑफिसमध्ये पहिल्यांदा रडते... ह्या किंवा अशा अनेक कृतींसाठी एखाद्या सैनिकाला युद्ध सुरू करताना आवश्यक असलेल्या धाडसापेक्षा जास्त धाडस लागतं. सैनिक लढाईतून पळून जाऊ शकत नाही, परंतु प्रगती करू इच्छिणारी व्यक्ती तो विचार सोडून देऊन पुन्हा जुन्या अंगवळणी पडलेल्या सवयी अंगीकारू शकते.

मानसोपचारतज्ज्ञ म्हणून यशस्वी होण्यासाठी तज्ज्ञाने पेशंटइतकंच धाडस व जबाबदारीची जाणीव त्यांच्या नात्यात आणण्याची गरज आहे. परिस्थितीनुरूप

बदलण्याचा धोका त्याने पत्करायला हवा. आम्हाला शिकविल्या गेलेल्या महत्त्वाच्या नियमांपैकी अनेक नियम मी वेळोवेळी मोडले आहेत, आळस किंवा बेशिस्तपणामुळे नव्हे तर पेशंटच्या उपचारासाठी ते आवश्यक होते. म्हणून त्यांच्या काळजीपोटी व कळकळीने मी अनेकदा सुरक्षित, साचेबद्ध अशा तज्ज्ञाच्या भूमिकेतून बाहेर पडून वेगळा व आत्मनिर्भर बनण्याचं धाडस दाखविलं. मागे वळून मी जेव्हा माझ्या यशस्वी केसेसकडे पाहतो, तेव्हा मला जाणवतं, की वेळोवेळी मी व्यक्तिगत धोके पत्करले आहेत. अशा वेळी तज्ज्ञाला खूप सोसावं लागतं पण उपचारासाठी हे महत्त्वाचं आहे. पेशंटला हे जेव्हा जाणवतं, (जे बहुधा जाणवतंच) तेव्हाच उपचार लागू पडतात. पेशंटसाठी तज्ज्ञाने झोकून देणं व पेशंटबरोबर सोसणं यातून तज्ज्ञाचा मानसिक विकास होतो, त्याच्यात बदल होतो. प्रत्येक यशस्वी केसमुळे माझा दृष्टिकोन, प्रवृत्ती यामध्ये अत्यंत महत्त्वाचे व आमूलाग्र बदल झाले. आणि ते असेच व्हायलाही हवेत. जोपर्यंत आपण एखाद्या व्यक्तीसाठी स्वतःमध्ये जागा निर्माण करत नाही, तोपर्यंत त्या व्यक्तीला पूर्णपणे समजून घेणं शक्यच नसतं. ही जागा निर्माण करणं म्हणजेच स्वत्व तात्पुरतं सोडून देण्याची (कंसात घालण्याची) शिस्त आहे, ज्यासाठी 'स्व'ला विस्तृत करून त्यायोगे बदल होणं आवश्यक आहे.

हे तत्त्व जसं मानसिक उपचारांसाठी लागू आहे, तसंच ते चांगल्या पालकत्वासाठीदेखील लागू आहे. आपल्या मुलांचं बोलणं लक्षपूर्वक ऐकणं म्हणजे 'स्व'ला तात्पुरतं सोडून देणं व 'स्व'चा विस्तार करणं आहे. त्यांच्या योग्य गरजांना प्रतिसाद देण्यासाठी आपण स्वतःलाच बदलायला हवं. जर आपली बदल सहन करण्याची तयारी असेल, तरच आपण मुलांचे खरे पालक बनू शकतो. मुलं सतत वाढत असतात, त्यांच्या गरजा बदलत राहतात, त्यामुळे आपल्याला बदलणं, परिपक्व होणं भागच पडतं. आपल्याला असे पालक माहीत आहेत, ज्यांचं मुलांशी कुमारवयापर्यंत घट्ट नातं असतं, परंतु नंतर ते अपयशी ठरतात. कारण मोठ्या झालेल्या, बदललेल्या आपल्या मुलांशी ते जुळवून घेऊ शकत नाहीत व स्वतःही बदलत नाहीत. प्रेमाप्रमाणे पालकत्वामध्येही जे बदलणं आहे, सोसणं आहे, तो खरंतर त्याग नसून विकास आहे. जे पालक मुलांबरोबर बदलायला, वाढायला व मुलांकडून शिकायला तयार नसतात, ते कळत नकळत वार्धक्यच निवडतात. मग त्यांची मुलं व जग त्यांना मागे सोडून पुढे निघून जातात. मुलांकडून शिकत राहिलं तरच तुमचं म्हातारपण अर्थपूर्ण होतं. दुर्दैवाने अनेकजण ही संधी गमावतात.

विरोध करण्यातील धोका

प्रेमामधील सर्वांत मोठा धोका म्हणजे नम्रपणे स्वतःच्या सामर्थ्याचा वापर करणे. प्रेमळपणे केलेला विरोध हे याचं उत्तम उदाहरण आहे. जेव्हा आपण एखाद्याला विरोध करतो, तेव्हा आपण त्याला खरंतर म्हणत असतो, 'तुझं चुकतंय, माझं बरोबर आहे.' जेव्हा पालक मुलाला विरोध करत म्हणतात, 'तू लबाड आहेस,' तेव्हा त्याचा अर्थ असा असतो, 'तुझी लबाडी चुकीची आहे, मला तुझ्यावर टीका करण्याचा हक्क आहे, कारण मी स्वतः लबाड नाही आणि माझंच बरोबर आहे.' जेव्हा नवरा बायकोला तिच्या थंडपणाबद्दल विरोध करत म्हणतो, 'तू अतिशय थंड आहेस, मला लैंगिकदृष्ट्या प्रतिसाद देत नाहीस म्हणून तू चुकीची आहेस, कारण माझ्यात कसलीही कमतरता नाही आणि मी बरोबर आहे.' जेव्हा बायको नवऱ्याला आपलं मत सुनावते, की तो तिला व मुलांना पुरेसा वेळ देत नाही, तेव्हा तिला म्हणायचं असतं, 'तू कामात जो खूप जास्त वेळ घालवतोयस ते चुकीचं आहे. जरी मी तू करतोयस ती नोकरी करत नसले तरी मला तुझ्यापेक्षा जास्त स्पष्ट दिसतं. मला हेसुद्धा माहीत आहे, की तू तुझा वेळ वेगळ्या पद्धतीने घालवणं तुझ्यासाठी योग्य आहे.' 'माझं बरोबर आहे, तुझं चुकतंय व तू बदलायला हवं' अशा पद्धतीने विरोध करणं बऱ्याच जणांना सहजपणे जमतं. पालक, जोडीदार आणि इतर भूमिका करणारे अनेकजण असं नेहमीच करतात. दुसऱ्यांवर इथून तिथून टीका करणं, असा विरोध बहुधा सारासार विचार न होता, रागातून, वैतागून होतो आणि यामुळे जगात सुव्यवस्था नांदण्याऐवजी अंदाधुंदी पसरते.

खऱ्याखुऱ्या प्रेमळ व्यक्तीला टीका, विरोध करणं सहज शक्य होत नाही. कारण त्यांना जाणीव असते, की या कृतीत उद्धटपणा दडला आहे. आपल्या प्रिय व्यक्तीला विरोध करणं म्हणजे त्या व्यक्तीच्या तुलनेत स्वतःला नैतिक किंवा बौद्धिकदृष्ट्या श्रेष्ठ समजणं होय, निदान त्या विशिष्ट बाबतीत तरी. खरं प्रेम समोरच्या व्यक्तीचं वेगळेपण ओळखतं व त्याच्या आदर करतं. (याचा खुलासा मी पुढे करणार आहे.) खरी प्रेमळ व्यक्ती आपल्या जोडीदाराचं वेगळेपण लक्षात घेऊन 'माझं बरोबर आहे, तुझं चुकतंय; तुझ्यासाठी काय योग्य आहे ते तुझ्यापेक्षा मला जास्त चांगलं माहीत आहे' असा समज करून घेत नाही, परंतु परिस्थिती

अशी असते की, कधीतरी दुसऱ्या व्यक्तीचं हित पहिल्या व्यक्तीला जास्त चांगलं कळतं. त्या विशिष्ट बाबतीत पहिल्या व्यक्तीकडे जास्त ज्ञान किंवा सुज्ञता असते. अशा वेळी सुज्ञ व्यक्तीने दुसऱ्या व्यक्तीच्या मानसिक प्रगतीसाठी प्रेमापोटी विरोध करणं आवश्यक असतं. म्हणूनच प्रेमळ व्यक्तीची अनेकदा द्विधा होते, एकीकडे प्रिय व्यक्तीने निवडलेल्या मार्गाविषयी आदर आणि दुसरीकडे प्रिय व्यक्तीला निकड असताना प्रेमळ मार्गदर्शन करण्याची जबाबदारी.

प्रेमळ व्यक्ती स्वतःच्या सुज्ञपणाचं मोजमाप करून मार्गदर्शन करण्यामागचं आपलं उद्दिष्ट तपासून पाहते. असं निग्रहाने केलेलं आत्मपरीक्षण द्विधा दूर करू शकतं. 'मला गोष्टी स्पष्ट दिसतायत, की मी त्या गृहीत धरल्यात? माझ्या प्रिय व्यक्तीला मी नीट समजून घेतलंय का? असं तर नाही ना, की माझ्या प्रिय व्यक्तीने निवडलेला मार्ग योग्य आहे आणि माझ्या संकुचित दृष्टिकोनामुळे मला तो अयोग्य वाटतोय? प्रिय व्यक्तीला मार्गदर्शनाची गरज आहे या माझ्या विश्वासामागे माझं काही हित दडलं आहे का? प्रेमळ व्यक्तींनी असे प्रश्न स्वतःला सतत विचारत राहिलं पाहिजे. त्रयस्थपणे केलेलं आत्मपरीक्षण हा नम्रपणा आहे, ही लीनता (meekness) आहे. चौदाव्या शतकातील ब्रिटिश आध्यात्मिक गुरूच्या शब्दात, 'स्वतःला आहे तसं जाणणं व सत्य जाणणं ही लीनता आहे.'

अशा प्रकारे दुसऱ्या व्यक्तीला विरोध करण्याच्या किंवा टीका करण्याच्या दोन पद्धती आहेत : एक विचार न करता, उत्स्फूर्तपणे खात्री असणं, की स्वतःचं बरोबर आहे किंवा निग्रहाने केलेल्या आत्मपरीक्षणातून बहुधा माझं बरोबर आहे असा विश्वास असणं. पहिला मार्ग उद्धटपणाचा आहे; दैनंदिन जीवनात, पालक, जोडीदार, शिक्षक व इतर व्यक्ती तोच मार्ग अवलंबितात; बहुतेक वेळा तो अयशस्वी ठरतो आणि विकास होण्याऐवजी द्वेष पसरतो, अनपेक्षित दुष्परिणाम उद्भवतात. दुसरा मार्ग नम्रतेचा आहे; तो मार्ग सर्वजण निवडत नाहीत, यात स्वतःला विस्तृत करण्याची गरज पडते म्हणून हा मार्ग यशस्वी होण्याची जास्त शक्यता असते आणि माझ्या अनुभवाप्रमाणे तो कधीही हानिकारक ठरत नाही.

अशा अनेक व्यक्ती आहेत, ज्यांनी समोरच्याला उद्धटपणे विरोध करण्याची उपजत वृत्ती दाबून टाकली आहे, परंतु पुढे न जाता, सौम्यपणाच्या नावाखाली ते जबाबदारी टाळतात. याचं उदाहरण म्हणजे नैराश्याने ग्रासलेल्या माझ्या मध्यमवयीन पेशंटचे वडील, जे पाद्री होते. माझ्या पेशंटची आई अतिशय रागीट,

हिंसक वृत्तीची बाई होती, जी घरात हुकूम चालवायची. ती बाई नवऱ्याला मुलीसमोर खूपदा मारहाण करायची. पाद्री स्वतः तर कधीही प्रतिकार करायचा नाही, शिवाय मुलीला त्याने दुसरा गाल पुढे करून आईसमोर नमतं घे असं समजावलं होतं. मी जेव्हा उपचार सुरू केले तेव्हा माझी पेशंट वडिलांचा त्यांच्या सौम्यपणासाठी, प्रेमळपणासाठी खूप आदर करायची, परंतु तिच्या लवकरच लक्षात आलं, की तो त्यांचा सौम्यपणा नसून कमकुवतपणा होता. त्यांनी आपल्या नाकर्तेपणामुळे तिला चांगल्या पालकत्वापासून वंचित ठेवलं, जेवढं तिच्या आईने स्वतःच्या स्वकेंद्रितपणामुळे ठेवलं होतं. शेवटी तिला स्पष्ट उमगलं, की आईच्या दुष्कृत्यांपासून वाचवण्यासाठी वडिलांनी आईला विरोध कधी केलाच नव्हता. ज्यामुळे तिच्या आईचा दुष्टपणा आणि वडिलांचा तथाकथित नम्रपणा हे तिचे आदर्श बनले. एखाद्याच्या मानसिक विकासासाठी विरोध करण्याची गरज असतानाही तो न करणे हेसुद्धा प्रेम न करण्यासारखंच आहे. हेदेखील अगदी विचार न करता केलेल्या टीका-टिप्पणी, विरोध व काळजी न घेण्याच्या इतर कृतींप्रमाणेच आहे. पालकांचं मुलांवर प्रेम असेल तर त्यांनी आवश्यकता असेल तेव्हा, विचारपूर्वक मुलांना थेट विरोध केला पाहिजे, टीका केली पाहिजे. त्याचबरोबर मुलांनाही स्वतःवर विरोध, टीका करू दिली पाहिजे. त्याचप्रमाणे जोडीदाराचा मानसिक विकास साधायचा असेल तर वैवाहिक जीवनात प्रेमळ जोडीदाराने दुसऱ्याला सतत विरोध केला पाहिजे. नवरा बायको एकमेकांचे उत्तम टीकाकार असल्याखेरीज संसार यशस्वी होऊच शकत नाही. मैत्रीच्या बाबतीतसुद्धा हे तत्त्व लागू पडतं. पूर्वी म्हटलं जायचं, की मैत्रीचं नातं संघर्षरहित असायला हवं, 'मी तुला मदत करतो, तू मला कर' अशा प्रकारची सोय आणि सुसंस्कृतपणाला शोभेशी मदत व स्तुतीची देवघेव असलेली अशी नाती वरवरची असतात व जवळीक टाळतात. म्हणून त्यांना मैत्रीचं नाव देणं अयोग्य ठरतं, पण सुदैवाने आता मैत्रीच्या नात्याची संकल्पना खोल होऊ लागलीय अशी चिन्हं दिसतायत. एकमेकांना प्रेमापोटी विरोध करणं हा यशस्वी व अर्थपूर्ण मानवी नातेसंबंधांचा महत्त्वाचा भाग आहे. विरोध नसेल तर नातेसंबंध एकतर अयशस्वी किंवा वरवरचे असतात.

विरोध किंवा टीका करणं हा सत्ता गाजविण्याचाच प्रकार आहे. सत्ता गाजविणं म्हणजे स्वतःच्या कृतीने माणसांवर किंवा घडामोडींवर प्रभाव पाडणं होय. जेव्हा आपण एखाद्याला विरोध करतो किंवा टीका करतो, तेव्हा खरंतर आपल्याला

त्याच्या आयुष्याचा मार्ग बदलायचा असतो. मात्र घडामोडींवर प्रभाव पाडण्याचे याहून चांगले अनेक मार्ग आहेत : सल्ला देणं, गोष्टी सांगणं, आपला आदर्श ठेवणं, बक्षीस व शिक्षा देणं, जाब विचारणं, परवानगी देणं किंवा नाकारणं, अनुभव देऊ करणं, इतरांची मदत घेणं इत्यादी. सत्ता गाजविण्याची कला या विषयावर अनेक खंड लिहिता येतील, परंतु आपल्यासाठी एवढंच पुरेसं आहे की, प्रेमळ व्यक्तीने दुसऱ्याच्या मानसिक प्रगतीची कळकळ असल्यामुळे सत्ता गाजविण्याचा सर्वांत प्रभावी मार्ग शोधून काढला पाहिजे. प्रेमळ पालकांनी प्रथम स्वतःचं व स्वतःच्या नीतिमूल्यांचं परीक्षण करून आपल्या मुलांचं हित आपल्याला समजतं का, हे ठरविलं पाहिजे. हे ठरविल्यावर मुलाचा स्वभाव व क्षमता लक्षात घेऊन ते विरोधाला योग्य प्रतिसाद देतील का, यावर सखोल विचार झाला पाहिजे. यानंतर प्रभाव पाडण्याच्या कोणत्या मार्गाला म्हणजे, टीका, स्तुती, गोष्ट सांगणं, जास्त लक्ष देणं इत्यादी ते मूल चांगला प्रतिसाद देईल हे निश्चित करायला हवं. मूल जर आपल्या विरोधाला योग्य प्रतिसाद देण्याची क्षमता ठेवत नसेल, तर असा विरोध करणे म्हणजे वेळेचा अपव्यय तर आहेच, याचबरोबर त्याचा उलट परिणामसुद्धा होऊ शकतो. आपलं जर त्याने ऐकून घ्यायला हवं असेल, तर ऐकणाऱ्याला समजेल अशा भाषेत, त्याच्या पातळीवर येऊन बोललं पाहिजे. आपलं प्रेम असेल तर प्रिय व्यक्तीच्या क्षमतेनुसार आपली भाषाशैली मिळतीजुळती केली पाहिजे.

हे खरं आहे, की प्रेमापोटी विरोध करण्यासाठी खूप परिश्रम लागतात, असे का? कारण, माणूस जितका प्रेमळ, तितका तो नम्र; आणि तो जितका नम्र तितकं त्याला सत्ता गाजविण्यात उद्धटपणा आहे हे दिसतं. ही खरी समस्या आहे. मानवी घडामोडींवर प्रभाव पाडणारा मी कोण? माझ्या मुलाचं, जोडीदाराचं, देशाचं, मानवजातीचं हित कशात आहे, हे ठरविण्याचा मला काय अधिकार आहे? माझाच समज खरा आहे असा विश्वास ठेवून, माझी इच्छा जगावर लादण्याचा अधिकार मला कुणी दिला? ईश्वराची भूमिका साकारणारा मी कोण? हा धोका आहे. कारण जेव्हा आपण सत्ता गाजवत असतो, तेव्हा आपण जगातील घडामोडी, मानवजात यावर प्रभाव पाडण्याचा प्रयत्न करत असतो, त्यायोगे ईश्वराचीच भूमिका साकारत असतो. मात्र बहुतेक पालक, शिक्षक, नेते- सत्ता गाजविणारे सर्वजण- यांना ही जाणीव नसते. प्रेमातून तयार झालेल्या पूर्ण जागृतीत नव्हे तर उद्धटपणातून आपण जेव्हा सत्ता गाजवितो, तेव्हा आपण देवाची भूमिका साकारत

आहोत या वस्तुस्थितीबाबत अज्ञानी असतो. या अज्ञानात आनंद असला तरी ते घातक असते. मात्र जे खरं प्रेम करतात आणि मानसिक विकासासाठी प्रयत्नशील असतात ते जाणतात, की कृती करणं म्हणजे ईश्वराची भूमिका साकारणं आहे. शिवाय याला दुसरा पर्याय नाही. आपण जे करतोय, ती ईश्वराची भूमिका आहे, ही जाणीव कायम ठेवून ती भूमिका करायला प्रेम आपल्याला भाग पाडतं. अशा दृढ जाणिवेतून प्रेमळ व्यक्ती ईश्वर बनण्याची जबाबदारी स्वीकारते आणि ईश्वरी इच्छा पूर्ण करते. आता आपण अजून एका विरोधाभासापर्यंत पोहोचलो : प्रेमातून आलेल्या नम्रपणामुळे माणूस ईश्वर बनण्याचं धाडस दाखवू शकतो.

प्रेम ही शिस्त आहे

मी उल्लेख केलाय की शिस्त प्राप्त करण्यासाठी लागणारी ऊर्जा प्रेमातून मिळते व ती प्रेरणेचं रूप घेते. याचाच अर्थ, प्रेमाचे जेव्हा कृतीत रूपांतर होते, तेव्हा ती शिस्त असते. एवढंच नव्हे तर खऱ्या प्रेमळ व्यक्तीची वर्तणूक शिस्तबद्ध असते आणि खरं प्रेमळ नातं शिस्तमय असतं. माझं दुसऱ्यावर खरं प्रेम असेल तर त्या व्यक्तीच्या आध्यात्मिक प्रगतीसाठी मी माझी वर्तणूक पूरक बनवेन. एक तरुण, बुद्धिमान, मुक्त कलाकार जोडपं माझ्याकडे उपचारासाठी आलं होतं. त्यांचं चार वर्षांचं वैवाहिक जीवन आरडाओरड, मारामाऱ्या, फेकाफेक आणि अधूनमधून भानगडी व एकमेकांना सोडून जाणं यांनी भरलेलं होतं. उपचार सुरू केल्यावर थोड्याच दिवसांत त्यांच्या दोघांच्याही लक्षात आलं, की त्यांना वागण्याची शिस्त प्राप्त करावी लागणार आहे व परिणामी त्यांचं नातं साचेबद्ध होणार आहे. ते म्हणाले, ''परंतु तू आमच्या नात्यातील उत्कटता, उत्स्फूर्तता काढून घेणार आहेस. तुझ्या प्रेमाच्या व्याख्येत या भावनांना स्थानच नाही.'' लगेचच त्यांनी माझ्याकडे येणं थांबविलं. मला नंतर समजलं, की तीन वर्षं वेगवेगळे उपचार घेऊनसुद्धा त्यांच्या वैवाहिक जीवनातील सावळा गोंधळ व व्यक्तिगत आयुष्यातील वैफल्य कायम राहिलं. हे खरं आहे की एका अर्थाने त्यांचं सहजीवन रंगतदार होतं. जणू लहान मुलांचं चित्र ज्यात प्राथमिक रंग कागदावर मुक्तपणे उधळलेत, क्वचित सुंदर वाटलं तरी जराही विविधता नसलेले बालीश! डच चित्रकार रेमब्रॅन्ड याच्या तरल, संयमित चित्रातसुद्धा एखाद्याला रंगातील संपन्नता, अद्वितीयता व अर्थ जाणवेल. उत्कटता ही खोलवर अनुभवली जाणारी भावना आहे. तरीही संयमित

भावनासुद्धा खोलवर अनुभवता येतात. म्हणतात ना 'उथळ पाण्याला खळखळाट फार'. 'समुद्र खोलवर अगदी शांत असतो,' याचा प्रत्यय आम्ही मानसोपचारतज्ज्ञ नेहमी घेत असतो. भावना संयमित, सौम्य असलेल्या व्यक्तीमध्ये उत्कटता नसते हा गैरसमज आहे.

भावनांची गुलामी पत्करू नये हे जरी खरं असलं, तरी भावना संयमित करणं म्हणजे भावनाशून्य होणं असं नव्हे. मी नेहमी पेशंटना सांगतो, की तुमच्या भावना तुमच्या गुलाम आहेत आणि शिस्त अवगत करण्याची कला म्हणजे भावनांचे मालक बनण्याची कला आहे. पहिलं म्हणजे भावनांतून आपल्याला ऊर्जा मिळते; ज्यायोगे आपण जीवनातील कार्य पार पाडू शकतो. भावना आपल्यासाठी कार्यरत असतात म्हणून आपण त्यांचा आदर राखला पाहिजे. मालक दोन प्रकारच्या चुका करू शकतो, ज्या अगदी विरुद्ध आणि टोकाच्या आहेत. पहिल्या प्रकारचा मालक आपल्या गुलामांना शिस्त लावत नाही, त्यांना कामाचं स्वरूप समजावून सांगत नाही, त्यांना बंधन घालत नाही, मार्गदर्शन करत नाही आणि मालक कोण, हेसुद्धा स्पष्ट करत नाही. मग थोड्याच दिवसात असं घडतं, की त्याचे गुलाम काम करणं थांबवितात, बंगल्यात शिरतात, दारूचा साठा हस्तगत करतात, सामानाची तोडफोड करतात. मग लवकरच मालकाच्या लक्षात येतं की तो गुलामांचा गुलाम बनलाय. तो त्याच सावळ्या गोंधळात जगतोय, जसं परिस्थितीला दोषी मानणारं जोडपं जगतंय.

अगदी या उलट प्रकारचा मालक जो स्वतःला दोषी मानणारा आहे, तो आपल्या भावनांवर अति परिश्रम घेतो आणि हेदेखील घातक आहे. या मालकाला इतकी टोकाची भीती असते, की त्याचे गुलाम (भावना) त्याच्या नियंत्रणाबाहेर जातील व त्याला त्रास देतील. म्हणून निग्रहाने तो त्यांना नमविण्यासाठी वरचेवर मारहाण करतो आणि त्यांनी डोकं वर काढण्याचं चिन्ह दिसताच त्यांना टोकाची शिक्षा देतो. या प्रकारात गुलाम हळूहळू आपली कार्यक्षमता गमावतात कारण कठोर वागणुकीमुळे त्यांच्यातील ऊर्जा शोषून घेतली जाते. किंवा त्या ऊर्जेचं बंडखोरीत रूपांतर होतं. हे असंच बराच काळ चालू राहिलं तर मालकाची भीती खरी ठरते आणि एखाद्या रात्री गुलाम बंड करून उठतात व मालक आत असतानाच बंगला पेटवून देतात. काही प्रकारच्या गंभीर मानसिक रोगांचं हे मूळ असू शकतं. म्हणून स्वतःच्या भावना योग्यपणे हाताळण्यासाठी समतोल साधणं आवश्यक आहे, जे क्लिष्ट असून त्यात सततच आत्मपरीक्षण व त्या अनुषंगाने कृती करणं आहे.

यात मालक स्वतःच्या भावनांशी (गुलाम) आदराने वागतो, योग्य अन्न देऊन त्यांचं पोषण करतो, त्यांना निवारा देतो, त्यांच्या आरोग्याची काळजी घेतो, त्यांच्या म्हणण्याकडे लक्ष पुरवून प्रतिसाद देतो, प्रोत्साहन देतो आणि तरीही त्यांचं नियोजन करतो, त्यांना संयमित करतो, त्यांच्यातून योग्य निवड करतो, योग्य दिशा देतो व शिकवितो आणि हे सर्व करताना आपण मालक असल्याची जाणीव त्यांना देत राहतो. हा शिस्त अवगत करण्याचा निरामय मार्ग आहे.

इतर भावनांप्रमाणे प्रेमाच्या भावनेवरसुद्धा नियंत्रण ठेवणं आवश्यक आहे. मी आधी म्हटल्याप्रमाणे ही भावना म्हणजे खरं प्रेम नसून ती ओढीतून निर्माण झालेली भावना असते. ती भावना आपल्यात सर्जनशील ऊर्जा आणते. त्यामुळे तिचा आदर केला पाहिजे व जोपासली पाहिजे, परंतु तिला वाहावत जाऊ दिलं तर तिचं रूपांतर खऱ्या प्रेमात होणार नाही आणि परिणामी संभ्रम व विफलता समोर येतील. खऱ्या प्रेमामध्ये स्वतःला विस्तृत करायचं असतं, ज्यासाठी प्रचंड ऊर्जा आवश्यक असते, पण वस्तुस्थिती अशी आहे, की आपली ऊर्जा मर्यादित आहे. सर्वांवर प्रेम करणं आपल्याला शक्य नाही. आपलं पूर्ण मानवजातीवर प्रेम असू शकतं आणि या प्रेमातूनच आपल्याला काही ठरावीक व्यक्तींवर खरं प्रेम व्यक्त करण्याइतपत ऊर्जा मिळते. मात्र काही मोजक्या व्यक्तींवरच खरं प्रेम करणं आपल्या आवाक्यात आहे. आपल्या मर्यादेच्या पलीकडे जाणं म्हणजे आपल्याकडे आहे त्यापेक्षा जास्त देऊ करणं. मग अशी वेळ येते, जेव्हा सर्वांवर प्रेम करण्याच्या प्रयत्नात आपण ज्यांच्यावर खरं प्रेम करायला हवं, त्यांच्यावर अन्याय करतो. सुदैवाने आपले लक्ष मिळावे अशी खूप जणांची अपेक्षा असेल तर ज्यांच्यावर आपण प्रेम करणार आहोत अशा व्यक्तींची निवड करायला हवी. अशी निवड करणं सोपं नाही; ते अतिशय दुःखदायक आहे. तरीही निवड करावीच लागते. अनेक गोष्टी ध्यानात घ्याव्या लागतात, महत्त्वाची म्हणजे प्रेम स्वीकारणाऱ्याची त्या प्रेमातून आध्यात्मिक उन्नती साधण्याची क्षमता! ही क्षमता व्यक्तिनुरूप बदलते; पुढच्या भागात याचं स्पष्टीकरण दिलंय परंतु काही व्यक्तींचं मन इतकं बंदिस्त असतं की, त्यांच्यासाठी केलेले विकासाचे सर्व प्रयत्न निष्फळ ठरतात, हे वास्तव आहे. जो तुमच्या प्रेमाचा मानसिक विकासासाठी उपयोग करू शकत नसेल, त्याच्यावर प्रेम करणं म्हणजे तुमच्या ऊर्जेचा अपव्यय आहे; नापीक जमिनीवर बी पेरण्यासारखं आहे. खरं प्रेम मौल्यवान आहे आणि खरं प्रेम करू शकणारे जाणतात, की शिस्तीचा अवलंब करून ते योग्य व्यक्तीवर केंद्रित

व्हायला हवं.

सर्वांवर प्रेम करणं याच्या अगदी विरुद्ध टोकाची समस्या लक्षात घेऊया. एकापेक्षा जास्त व्यक्तींवर प्रेम करणं, अनेक प्रेमळ नाती एकाचवेळी जोपासणं काहीजणांना शक्य होतं, परंतु हीच समस्या बनते. त्याचं एक कारण म्हणजे मनावर बिंबवलेली एक रम्य कल्पना 'हे दोघं एकमेकांसाठी बनले आहेत.' याचा दुसरा अर्थ असा की, ते इतर कोणाहीसाठी नाहीत. ही कल्पना प्रेमाच्या नात्यात खासकरून लैंगिक नात्यात 'फक्त याच दोन व्यक्ती, इतर वगळून' याला दुजोरा देते. या कल्पनेमुळे मानवी नात्याला स्थैर्य व सफलता प्राप्त होते, कारण फक्त पत्नी आणि मुलांशी प्रेमळ नातं जोपासतानाच व्यक्तीची क्षमता पणाला लागते. खरोखरच जर एखादा म्हणू शकत असेल, की माझे बायको-मुलांशी प्रेमळ संबंध आहेत, तर बहुतेकांना जे आयुष्यभर जमत नाही - ते त्याने करून दाखविलंय असं म्हणता येईल. त्या व्यक्तीच्या बाबतीत काहीतरी विचित्र आणि दयनीय असतं, जी व्यक्ती कौटुंबिक नाती जपायला असफल झाली आहे आणि बाहेर प्रेमळ नात्याचा सतत शोध घेतेय. खऱ्या प्रेमळ व्यक्तीचं पहिलं कर्तव्य कुटुंबाप्रत असतं. तरीही काहीजणांची प्रेम करण्याची क्षमता इतकी जास्त असते, की कुटुंबाव्यतिरिक्त इतरांशी प्रेमळ नातं जोडण्याची ऊर्जा त्यांच्यात असते. अशा व्यक्तींसाठी फक्त कुटुंबावर प्रेम करणं हे अनावश्यक बंधन ठरतं.

आपल्या प्रेमाच्या मर्यादा विस्तृत करणं शक्य आहे, परंतु त्यासाठी शिस्त प्राप्त करण्याची आवश्यकता आहे. कारण स्वतःच्या मर्यादा विस्तृत करताना त्या विरळ होण्याची समस्या उद्भवू शकते. 'द न्यु मोरॅलिटी' या पुस्तकाचा लेखक जोसेफ फ्लेचर, याच क्लिष्ट समस्येविषयी माझ्या मित्राशी बोलताना म्हणाला, ''मुक्त प्रेम ही आदर्श कल्पना आहे, परंतु दुर्दैवाने ती कल्पना प्रत्यक्षात आणण्याची क्षमता फारच थोड्याजणांकडे आहे.'' त्याला म्हणायचं होतं, की फारच थोड्याजणांकडे कुटुंबात किंवा त्या बाहेर प्रेमळ नातं जोपासण्यासाठी हवी असलेली शिस्त बाळगण्याची क्षमता असते. मुक्त प्रेम व शिस्त जोपासणं एकमेकांना पूरक आहे; खऱ्या प्रेमाची शिस्त प्राप्त केली नाही, तर मुक्त प्रेम विनाशकारी ठरतं.

शिस्त अवगत करण्याबद्दल एवढं वाचून काही वाचकांना वाटेल, की आता पुरे झालं. सतत शिस्त जोपासणं! सतत आत्मपरीक्षण! कर्तव्य! जबाबदारी! ते

याला शिस्तप्रियता म्हणतील. कोणी काहीही म्हणा, परंतु आयुष्यात पुरेसा आनंद मिळवण्याचा एकमेव मार्ग म्हणजे शिस्त अवगत करून विकसित केलेलं खरं प्रेम! दुसरा मार्ग स्वीकारला तर तुम्हाला अत्यानंदाचे दुर्मीळ क्षणच मिळतील, जे अल्पजीवी व मृगजळाप्रमाणे असतील. जेव्हा मी खरं प्रेम करतो, तेव्हा 'स्व'ला विस्तृत करत असतो आणि त्यायोगे माझा विकास होत असतो. मी जेवढं जास्त प्रेम करतो, जितका जास्त काळ प्रेम करतो, तेवढा मी विस्तृत होतो. खरं प्रेम 'स्व'मधील उणीव भरून काढतं. इतरांची आध्यात्मिक उन्नती करताना माझी आध्यात्मिक उन्नती साधली जाते. मी अगदी स्वार्थी माणूस आहे. मी कोणासाठी काही करतो असं नव्हे, तर स्वतःसाठीच हे करतो. प्रेमातून माझा विकास होत असताना माझा आनंद सतत वाढत राहतो. हो, आहे मी शिस्तप्रिय! परंतु मी आनंदी, प्रेमीदेखील आहे. जसं जॉन डेनव्हर गातो :

प्रेम सर्वत्र आहे, मला दिसतंय.

तेवढंच साधायचं आहे, झोकून द्यायचंय.

जीवन परिपूर्ण आहे, मी विश्वास बाळगलाय.

हा खेळ आपल्याला आनंदाने खेळायचाय.

प्रेम म्हणजे स्वतंत्रता

दुसऱ्याचा मानसिक विकास साधताना स्वतःची मानसिक उन्नती होत असली तरी, खऱ्या प्रेमाचा गुणधर्म आहे, ज्यात दोहोंमधला भेद राखला जातो, जपला जातो. प्रेमळ व्यक्ती ज्याच्यावर प्रेम करते, तिलाही स्वतःचं असं वेगळं व्यक्तिमत्त्व आहे हे ती जाणते. एवढंच नव्हे तर ही प्रेमळ व्यक्ती दुसऱ्याच्या स्वतंत्र व्यक्तिमत्त्वाचा आदर करते, वेगळेपणाला प्रोत्साहन देते परंतु बहुतेकजण दुसऱ्याचं वेगळेपण लक्षात घेत नाहीत, त्याचा आदर करत नाहीत आणि हेच मानसिक रोगांचं व अनावश्यक दुःखाचं मूळ आहे.

हे वेगळेपण न ओळखण्याचा टोकाचा प्रकार म्हणजे पराकोटीचा आत्मकेंद्रितपणा (नारसिसिझम). अशा व्यक्तींना इतरांनाही आपल्याहून वेगळ्या भावना असू शकतात हेच समजत नाही, मग त्या व्यक्ती जोडीदार, मुलं, मित्र

कुणीही असोत. एक स्किझोफ्रिनीक पेशंट, जिला सुझॅन डिसुझा म्हणूया – तिच्या पालकांशी बोलताना मला नारसिसिझम पहिल्यांदा समजला. सुझॅन त्या वेळी एकतीस वर्षांची होती. वयाच्या अठराव्या वर्षांपासून तिला सतत कोणत्या ना कोणत्या मानसिक रुग्णालयात ठेवावं लागलं होतं. योग्य उपचार मिळाल्यामुळे तिची स्थिती सुधारू लागली होती. माझ्याकडे उपचार घेत असताना काही महिन्यांतच ती विश्वासार्ह व्यक्तींवर विश्वास ठेवायला लागली होती. आता तिला विश्वास ठेवण्यायोग्य व न ठेवण्यायोग्य यांतला फरक समजू लागला होता. आपल्याला मानसिक आजार आहे व त्यासाठी आयुष्यभर स्वतःवर नियंत्रण ठेवावं लागणार आहे हे तिनं स्वीकारलं होतं. तिचा आत्मविश्वास वाढला होता आणि इतरांवर अवलंबून न राहता ती स्वतःची काळजी स्वतःच घेऊ लागली होती. तिने दाखविलेल्या प्रगतीमुळे मला वाटलं, सुझॅनने हॉस्पिटल सोडून पहिल्यांदाच यशस्वीपणे स्वतंत्र जगण्याचा क्षण जवळ आला आहे. त्याचवेळी सुझॅनच्या पालकांशी – पन्नाशीतलं, आकर्षक, श्रीमंत जोडपं – माझी भेट झाली. सुझॅनमध्ये झालेली लक्षणीय प्रगती त्यांना सांगण्यात मला अतिशय आनंद होत होता परंतु आश्चर्य म्हणजे मी सांगत असताना सुझॅनची आई रडू लागली. माझे उत्साहवर्धक शब्द ऐकत असतानासुद्धा तिचं रडणं चालूच राहिलं. सुरुवातीला मला वाटलं ते आनंदाश्रू आहेत, परंतु चेहऱ्यावरील भाव मात्र दुःख दर्शवित होते. शेवटी मी म्हणालो, ''मिसेस डिसुझा, मी गोंधळून गेलोय, मी इतकं सकारात्मक बोलतोय आणि तुम्ही मात्र दुःखी दिसताय.''

''हो, खरंच मला वाईट वाटतंय,'' तिने उत्तर दिलं. ''सुझॅनला किती सोसावं लागतंय याचा विचार करून मला रडू येतंय.''

मी सविस्तरपणे समजावू लागलो, की सुझॅनने या आजारपणात खूप सोसलंय हे जरी खरं असलं, तरी या दुःखातून ती खूप काही शिकतेय, त्यातून बाहेरसुद्धा आली आहे आणि माझ्या अंदाजाप्रमाणे भविष्यात तिला पुन्हा असा त्रास होणार नाही. खरंतर आपल्या सर्वांपेक्षा तिला कमी त्रास होईल कारण स्किझोफ्रिनीयाशी लढा दिल्याने ती जास्त सुज्ञ बनली. तरीही मिसेस डिसुझा मूकपणे रडतच राहिली.

''खरंच, मला अजून आश्चर्य वाटतंय मिसेस डिसुझा,'' मी म्हणालो, ''गेली तेरा वर्षं तुम्ही अनेक वेळा सुझॅनच्या तज्ज्ञांची अशी भेट घेतली असेल आणि माझ्याइतकं सकारात्मक कुणीही नसेल. तुम्हाला थोडाही आनंद होत नाही का?''

"सुझॅनचं आयुष्य किती कठीण आहे एवढाच विचार मी करू शकते." मिसेस डिसुझा अश्रू पुसत म्हणाली.

"हे बघा, सुझॅनबद्दल मी अजून काय बोलायला हवं, म्हणजे तुम्हाला आनंद होईल?" मी विचारलं.

"बिचाऱ्या सुझॅनचं आयुष्य किती दुःखमय आहे." मिसेस डिसुझा हुंदके देत म्हणाली.

अचानक माझ्या लक्षात आलं, की ती सुझॅनसाठी नव्हे तर स्वतःसाठी रडतेय. ती स्वतःचं दुःख व यातना यासाठी रडत होती. आमची ही भेट सुझॅनबद्दल होती आणि ती सुझॅनचं कारण पुढे करून स्वतः रडत होती. आता मला प्रश्न पडला, ती असं का करत होती? मग माझ्या लक्षात आलं, की मिसेस डिसुझा स्वतःमध्ये व सुझॅनमध्ये फरक करू शकत नव्हती. तिला जे वाटतंय, तेच सुझॅनला वाटलं पाहिजे. ती स्वतःच्या भावना व्यक्त करायला सुझॅनचा वापर करत होती. हे सर्व ती जाणीवपूर्वक किंवा वाईट हेतूने करत नव्हती. खरंतर भावनिक पातळीवर ती सुझॅनला स्वतःहून वेगळं समजतच नव्हती. ती म्हणजेच सुझॅन होती. तिच्या मनात सुझॅन असं वेगळं व्यक्तिमत्त्व, सुझॅनचं वेगळं आयुष्य अस्तित्वात नव्हतं. बहुतेक तिच्या मनात कोणाचंच वेगळं आयुष्य अस्तित्वातच नव्हतं. बौद्धिक पातळीवर मिसेस डिसुझा इतरांना आपल्याहून वेगळं समजू शकत होती, परंतु मुळात तिच्या मनात इतरांना वेगळं अस्तित्वच नव्हतं. तिच्या मनात खोलवर संपूर्ण जग म्हणजे केवळ ती आणि तीच होती. फक्त मिसेस डिसुझा!

पुढच्या अनुभवांवरून मला असं दिसून आलं, की स्किझोफ्रिनीक मुलांच्या आई बऱ्याचदा नारसिस्टिक असतात, मिसेस डिसुझाप्रमाणे. स्किझोफ्रिनीया हे अतिशय गुंतागुतीचं मानसिक असंतुलन आहे, ज्यासाठी आनुवंशिकता व भोवतालचं वातावरण कारणीभूत आहे. नारसिस्टिक आईमुळे सुझॅनला बालपणी किती समस्यांना तोड द्यावं लागलं, याची आपण कल्पना करू शकतो. एखाद्या नारसिस्टिक आईचा आपल्या मुलाशी होणारा संवाद प्रत्यक्षात पाहून तुम्हाला याचा अनुभव येईल. एखाद्या दुपारी मिसेस डिसुझा दुःखी असताना शाळेतून घरी आलेली सुझॅन उत्तम शेरा मिळालेलं आपलं चित्र आईला दाखविते. तिने चित्रकलेत केलेली प्रगती आईला उत्साहाने सांगत असताना मिसेस डिसुझा मात्र असा प्रतिसाद देतात : "सुझॅन, जा आता जरा वेळ झोप. शाळेतल्या

अभ्यासाचा इतका ताण घेऊ नकोस. हल्ली शिक्षणपद्धतीला काहीही अर्थ उरला नाही. त्यांना मुलांची काळजी नाही.'' आणि याउलट दुसऱ्या एखाद्या दिवशी जेव्हा मिसेस डिसुझा आनंदात असतील व सुझॅन स्कुल बसमध्ये मुलांनी दमदाटी केल्यामुळे रडत घरी आली असेल – तरी त्या असं म्हणू शकतील, ''बस ड्रायव्हर मि. जोन्स किती चांगले आहेत, तुमची दंगामस्ती किती शांतपणे सहन करतात. ख्रिसमसच्या सणाला त्यांना एखादी चांगली भेटवस्तू देऊ या.'' नारसिस्टिक व्यक्ती दुसऱ्याला वेगळं न समजता स्वतःचाच एक भाग समजतात. त्यामुळे दुसऱ्याच्या भावना स्वतः अनुभवण्याची क्षमता (सहानुभूती) त्यांच्याकडे नसते. सहानुभूती नसल्यामुळे नारसिस्टिक पालक मुलांच्या भावनिक गरजांना चुकीचा प्रतिसाद देतात. त्यांच्या भावना न ओळखल्याने त्यांच्या भावनांमध्ये सहभागी होत नाहीत. त्यामुळेच अशा मुलांना मोठं झाल्यावर स्वतःच्या भावना ओळखणं, त्या स्वीकारणं व त्या हाताळणं अत्यंत कठीण जातं.

बरेचसे पालक, मिसेस डिसुझाइतके नारसिस्टिक नसले तरी, मुलांचं वेगळेपण ओळखायला व पूर्णपणे मान्य करायला ते तयार नसतात. याची अनेक उदाहरणे देता येतील. पालक मुलांना म्हणतात, 'खाण तशी माती.' किंवा 'तू अगदी तुझ्या काकांसारखा आहेस,' जणूकाही मुलं त्यांची किंवा कुटुंबातील कोणाची प्रतिकृती आहेत परंतु खरंतर आनुवंशिकतेच्या गुणधर्मानुसार मुलं कोणत्याही एका पालकासारखी किंवा पूर्वजांसारखी नसून संयोग झाल्यामुळे अगदी वेगळी होतात. क्रीडापटू पालक आपल्या बुद्धिमान मुलाला फुटबॉल खेळायला लावतात व बुद्धिमान वडील आपल्या खेळाडू मुलाला अभ्यास करायला लावतात. त्या मुलांना विनाकारणच ताण, अपराधीपणा सोसायला लावतात. आर्मीमधील अधिकाऱ्याची पत्नी आपल्या सतरा वर्षांच्या मुलीची तक्रार करते, ''घराच्या एका कोपऱ्यात बसून सॅली दुःखी कविता लिहीत बसते. डॉक्टर, हे खूप भयंकर आहे. ती आमच्याबरोबर समारंभांना यायला स्पष्ट नकार देते. मला काळजी वाटते, की तिला काहीतरी मोठी समस्या आहे.'' आकर्षक व उत्साही अशा सॅलीची भेट घेतल्यावर मला समजलं, ती शाळेत एक हुशार विद्यार्थिनी आहे व तिला भरपूर मित्रमंडळी आहेत. मी तिच्या पालकांना सांगतो, की सॅलीला कोणतीही समस्या नाही आणि तिच्यावर पालकांसारखं बनण्याची सक्ती करू नका असा सल्लादेखील देतो. आता ते पालक दुसऱ्या मानसोपचारतज्ज्ञाचा शोध घेतील, जो सॅलीच्या वेगळेपणाला विक्षिप्तपणा ठरवेल.

कुमारवयातील मुलं नेहमीच तक्रार करतात, की त्यांचे पालक काळजीपोटी नव्हे तर समाजातील स्वतःची प्रतिमा जपण्यासाठी त्यांना शिस्त लावतात. एखादा मुलगा म्हणतो, "माझे आई-वडील केस कापण्यासाठी सारखे माझ्या मागे लागतात. मी केस का वाढवू नयेत, याचं कोणतंही सबळ कारण त्यांच्याकडे नाही. आपल्या केस वाढविलेल्या मुलांना कोणी पाहू नये असं त्यांना वाटतं. त्यांना माझी अजिबात पर्वा नाही. त्यांना फक्त स्वतःची प्रतिमा जपायची आहे." त्यांचा हा राग योग्यच आहे. खरोखरच असे पालक आपल्या मुलांचं वेगळेपण ओळखत नाहीत आणि मुलांना स्वतःचाच एक भाग समजतात, जसे त्यांचे उत्तम कपडे, त्यांचं आलिशान घर, त्यांची नवी कोरी गाडी त्यांचा एक भाग आहे व जे जगासमोर त्यांच्या प्रतिष्ठेचं द्योतक आहे. अशा या सूक्ष्म तरीही हानिकारक प्रकारच्या नारसिस्टिक पालकत्वावर खलील जिब्रानने एक अप्रतिम कविता लिहिली आहे.

तुमची मुलं खरंतर तुमची नव्हेत
ती म्हणजे चैतन्याची स्वतःसाठी व्यक्त झालेली रूपं आहेत.
तुम्ही निमित्त आहात, ही तुमची निर्मिती नव्हे.
असली जरी त्यांची संगत, ती नाही तुमची अमानत.
तुमचं प्रेम देऊ करा, नका देऊ तुमचे विचार
त्यांना आहेत त्यांचे सारासार विचार.
तुमच्या सदनी वसती करते केवळ त्यांची काया, नाही त्यांचा आत्मा.
कारण त्यांचे आत्मे विसावतात उद्याच्या अंतरंगात,
जो प्रवास नसतो तुम्हाला शक्य, अगदी स्वप्नातही!
त्यांच्यासारखं बनण्याचा करा प्रयत्न, नका बनवू त्यांना तुमच्यासारखं.
जीवनचक्र मागे फिरत नाही, काळ कधी थांबत नाही.
तुम्ही कमान आहात आणि सुटणारे चैतन्यमय तीर म्हणजे तुमची मुलं.
अमर्याद मार्गातील लक्ष्याप्रत नेम घेऊन तिरंदाज
आपल्या सर्व शक्तीने वाकवितो कमान
जेणेकरून त्याचा तीर जाईल दूरवर, वेगात.
तिरंदाजाकडून वाकविलं जाण्याचा करा आनंदाने स्वीकार;

कारण जसं त्याचं वेगवान तीरावर प्रेम आहे तसंच

स्थिर कमानीवरदेखील.

जवळच्या व्यक्तीचं वेगळेपण पूर्णपणे जाणून न घेता येणं या मानवी समस्येमुळे पालकत्व व वैवाहिक जीवन यात अडथळा येतो. दांपत्याच्या एका कार्यक्रमात एक सदस्य म्हणाला, त्याच्या पत्नीचं कार्य व उद्दिष्ट म्हणजे 'त्यांचं घर आणि त्याचं खाणंपिणं सांभाळणं.' त्याचे ठाम पुरुषप्रधान विचार ऐकून मी चक्रावलो. मी अजून काहीजणांना तोच प्रश्न विचारला आणि भयानक आश्चर्य म्हणजे स्त्री व पुरुष मिळून सहाजणांनी या अर्थाचंच उत्तर दिलं. प्रत्येकाने आपल्या जोडीदाराचं कार्य व उद्दिष्ट याचं स्वतःच्या अनुषंगाने वर्णन केलं; जोडीदाराला वेगळं अस्तित्व आहे किंवा वैवाहिक जीवन सोडून इतर काही भवितव्य आहे याची त्यांना जाणीवच नव्हती. मी म्हटलं, ''प्रत्येकाला स्वतःचं असं वेगळं विधिलिखित पूर्ण करायचं आहे हे जोपर्यंत तुमच्या लक्षात येत नाही, तोपर्यंत तुम्हाला समस्या राहतील.'' माझं वक्तव्य ऐकून ते सर्वजण पार गोंधळून गेले व त्यांनी वैतागून माझ्या पत्नीचं कार्य व उद्दिष्ट मला विचारलं. मी प्रतिसाद दिला, ''लिलिचं कार्य व उद्दिष्ट म्हणजे तिनं तिच्या क्षमतेचा पूर्ण उपयोग करून स्वतःचा विकास साधायला हवा, माझ्यासाठी नव्हे तर तिच्या स्वतःसाठी आणि ईश्वरी इच्छेसाठी.'' थोडा वेळ त्यांना काहीही अर्थबोध झाला नाही.

वेगळेपण न ओळखता येण्याच्या या पूर्वापार समस्येमुळे माणूस सैतान बनत चाललाय. वैयक्तिक पातळीपेक्षा राजकीय दृष्टिकोनातून या समस्येकडे जास्त लक्ष पुरविलं गेलंय. समाजवादाची मूळ तत्त्व वरील दांपत्यांच्या विचारांसारखीच आहेत. उदा. व्यक्तीचं कार्य व उद्दिष्ट म्हणजे जवळची नाती, ग्रुप, समूह, समाज यांची सेवा करणे. राष्ट्राचं भवितव्य जास्त महत्त्वाचं, व्यक्तीचं नव्हे. याउलट भांडवलशाहीमध्ये व्यक्तीचं भवितव्य महत्त्वाचं असतं. नाती, ग्रुप, समूह, समाज यांची पर्वा न करता. निराधार व अनाथ उपाशी राहिले तरी एखादा उद्योगपती स्वतःच्या कर्तृत्वाची फळं उपभोगायला मुक्त आहे. कोणत्याही तर्कनिष्ठ व्यक्तीला सहज लक्षात येईल, की असे टोकाचे उपाय ही वेगळेपणाची समस्या सोडवू शकणार नाहीत. व्यक्तीचं व समाजाचं स्वास्थ्य एकमेकांवर अवलंबून आहे. या दांपत्याबरोबर काम करत असताना मला आणि माझ्या पत्नीला वैवाहिक जीवन व गिर्यारोहकांचा बेस कॅम्प यांत साम्य आढळलं. गिर्यारोहण करताना चांगल्या बेस कॅम्पची गरज असते. हे निवाऱ्याचं व अन्नपुरवठ्याचं ठिकाण आहे आणि

पुढच्या मोहिमेवर निघण्यापूर्वी इथे त्यांना पोषण व विश्रांती मिळते. यशस्वी गिर्यारोहकांना माहीत असतं, की जेवढा वेळ ते शिखर सर करण्यात घालवतात तेवढा वेळ तरी त्यांनी बेस कॅम्प बनविण्यासाठी दिला पाहिजे. कारण त्यांचं तग धरणं, बेस कॅम्पची मजबुती व पुरेशी साधनसामग्री यावर अवलंबून असतं.

वैवाहिक जीवनात नेहमीची, पुरुषप्रधान समस्या अशी, की लग्न झाल्यावर नवरा आपली सर्व ऊर्जा पर्वत चढण्यात घालवतो, मात्र बेस कॅम्प किंवा संसार मजबूत करण्यात नाही. आणि तरीही अपेक्षा करतो की, जेव्हा तो विश्रांतीसाठी व ताजंतवानं होण्यासाठी परत येतो, तेव्हा तो सुस्थितीत असावं; तेही स्वतः काहीही जबाबदारी न स्वीकारता! लवकरच हा 'भांडवलशाहीचा' मार्ग अयशस्वी ठरतो आणि मोहिमेवरून परतल्यावर बेस कॅम्पची दूरवस्था त्याला दिसते. त्याची दुर्लक्षित पत्नी मनःस्थिती बिघडल्यामुळे रुग्णालयात असते किंवा दुसऱ्या कोणाबरोबर तरी पळून गेलेली असते. कॅम्प/संसार सांभाळण्याचं आपलं काम तिने सोडून दिलेलं असतं. वैवाहिक जीवनात नेहमीची स्त्रीप्रधान समस्या अशी, की लग्न झाल्यावर तिचं उद्दिष्ट पूर्ण झालं असं पत्नीला वाटतं. तिच्यासाठी बेस कॅम्प हेच शिखर असतं. नवऱ्याची यश मिळविण्याची व इतर अनुभव घेण्याची गरज ती समजू शकत नाही आणि मग त्याने घरासाठी जास्त वेळ द्यावा अशी अपेक्षा करत राहते. या समस्येसाठी ही 'समाजवादी' उपाययोजना दोघांतील नातं बिघडविते, नात्यात घुसमट निर्माण करते. ज्यामुळे बंदिस्त झालेला नवरा एखाद्या कमकुवत क्षणी पळून जाण्याची शक्यता असते. स्त्री-मुक्ती चळवळीने या समस्येवर आदर्श उपाययोजना दाखवून दिली आहे : विवाह ही खरी सहकारी संस्था आहे, ज्यामध्ये दोघांनी सहभाग, लक्ष, वेळ व ऊर्जा देण्याची गरज आहे परंतु आपापलं आध्यात्मिक उन्नतीचं शिखर गाठण्यासाठी प्रत्येक सदस्याचं पोषण करणं हे या संस्थेचं प्राथमिक उद्दिष्ट आहे. स्त्री व पुरुष दोघांनीही घराची निगा राखली पाहिजे व बाहेर कर्तृत्व गाजविलं पाहिजे.

'दोन जर एक असता तर ते आपण' अमेरिकन कवयित्री ॲन ब्रॅडस्ट्रिट हिचे नवऱ्याला उद्देशून बोललेले हे शब्द, मला कुमारवयात खूप भावले परंतु मोठं झाल्यावर माझ्या लक्षात आलं, की जोडीदारांमधील वेगळेपणच त्यांचं सहजीवन समृद्ध करतं. ज्या व्यक्तींना स्वतःमध्ये अपूर्णता, एकटेपणा जाणवतो, जे विवाहातून पूर्णता शोधतात, त्यांचे विवाह असफल ठरतात. खरं प्रेम दुसऱ्याला गमावण्याची फिकीर न बाळगता त्याच्या विकासासाठी प्रयत्नशील असतं. जीवनाचं अंतिम

उद्दिष्ट प्रत्येक व्यक्तीची आध्यात्मिक उन्नती हेच आहे, शिखराप्रत प्रवास एकट्याने करायचा आहे. यशस्वी वैवाहिक जीवन किंवा प्रगल्भ समाज यांच्या बळावरच लक्षणीय प्रवास साध्य होतो. असे वैयक्तिक प्रवास सुकर होण्यासाठीच विवाह व समाज अस्तित्वात आहेत परंतु खऱ्या प्रेमाप्रमाणेच दुसऱ्याच्या उन्नतीसाठी केलेल्या त्यागामुळे तुमची स्वतःची जास्त उन्नती होते. शिखराप्रत एकट्याने प्रवास करून पोषक विवाह व समाज याकडे परत आल्याने तेसुद्धा नवीन उंची गाठतात. अशा प्रकारे व्यक्तीची व समाजाची उन्नती एकमेकांवर अवलंबून आहे, परंतु प्रगतीचं शिखर सर करताना एकाकी वाटणं अटळ आहे. एकाकीपणातून आलेल्या सुज्ञतेमधून खलील जिब्रानने विवाहाविषयी हे शब्द लिहिलेत.

तुमच्या नात्यात पुरेशी मोकळीक असू द्या
आणि स्वर्गीय वारे तुमच्यामधून नृत्य करू द्या

एकमेकांवर करा प्रेम पण प्रेमाचं नको बंधन
तुमच्या आत्मरूपी किनाऱ्यांमधून वाहू द्या प्रेमरूपी नदी.
एकमेकांचे भरा प्याले परंतु पिऊ नका एकाच पेल्याने.
आपल्या भाकरीचा तुकडा द्या पण भाकरी वाटून खाऊ नका.
एकत्र हसा, खेळा, नृत्य करा पण दुसऱ्याचं वेगळेपण जपा.
वीणेच्या वेगवेगळ्या तारा निर्माण करतात एकच धून

देऊ करा हृदय पण नाही करायला जतन
कारण जीवनरूपी हातात असतं तुमच्या हृदयाचं स्पंदन.
एकत्र करा वाटचाल पण नको पायात पाय.
मंदिराचे खांब जसे राखून असतात अंतर
आणि वड, पिंपळ नाही वाढत एकमेकांच्या छायेत.

प्रेम आणि मानसोपचार

पंधरा वर्षांपूर्वी मी मानसशास्त्राच्या क्षेत्रात प्रवेश केला, तेव्हा त्यामागची प्रेरणा आणि विचारसरणी काय होती, ते मला आता स्पष्ट आठवत नाही. पण मला लोकांना 'मदत' करायची होती हे निश्चित! वैद्यकशास्त्राच्या इतर शाखांमध्ये लोकांना मदत करण्याच्या प्रक्रियेत तंत्रज्ञानाचा वापर जास्त होतो, ज्याची मला आवड नव्हती आणि त्यात रटाळपणा आहे असं मला वाटत होतं. लोकांच्या शरीरात खुपसाखुपशी करण्याऐवजी त्यांच्याशी बोलण्यात मला मजा यायची. शरीर आणि त्याला अपाय करणारे जंतू यापेक्षा मानवी मनाचा अभ्यास करणं मला जास्त आवडायचं. मानसोपचारतज्ज्ञ लोकांना कशी मदत करतात हे मला माहीत नव्हतं, परंतु त्या तज्ज्ञांकडे असे काही जादुई शब्द व तंत्र असतात, ज्यायोगे ते आश्चर्यकारकपणे मनातल्या गाठी सोडवितात अशी माझी रम्य कल्पना होती. बहुतेक मला जादूगार व्हायचं होतं. मात्र या कामातून पेशंटची आध्यात्मिक उन्नती होते व त्याचबरोबर माझी आध्यात्मिक उन्नती होईल याची मला अजिबात कल्पना नव्हती.

प्रशिक्षणाच्या पहिल्या दहा महिन्यांत मी गंभीर समस्या असलेल्या पेशंटबरोबर काम केलं, ज्यांना माझ्यापेक्षा औषध, शॉक ट्रिटमेंट व चांगली देखभाल याचा जास्त उपयोग होत होता. तरीही मी समुपदेशनाचं जादुई तंत्र शिकलो. प्रशिक्षण पूर्ण करून मी माझ्या पहिल्या पेशंटवर दीर्घकाळासाठी उपचार सुरू केले. तिला आपण मारिया म्हणूया. मारिया माझी आठवड्यातून तीनदा भेट घ्यायची. माझ्यासाठी हे खूपच कठीण काम होतं. मला हव्या असलेल्या गोष्टी, मला पाहिजे त्या पद्धतीने ती बोलत नव्हती आणि कधीकधी तर ती काहीच बोलत नसे. काही बाबतीत तर आमची मतं खूप वेगळी होती; या तडजोडीच्या काळात तिने तिची मतं काही प्रमाणात बदलली व मी माझी. जादुई शब्द, तंत्र, आसनांचे प्रकार यांचा माझ्याकडे पुरेपूर साठा असूनदेखील समस्या कायम राहिली आणि मारियात सुधारणा होण्याची काहीच चिन्हं दिसत नव्हती. त्याऐवजी खरंतर माझे उपचार सुरू केल्यानंतर लगेचच तिचे अनैतिक संबंध प्रमाणाबाहेर वाढले आणि स्वतःच्या गैरवर्तणुकीचे अनेक प्रसंग तिने मला सांगितले. एका वर्षाने सेशन सुरू असताना तिने मला मध्येच विचारले, ''तुला वाटतं का मी अगदी वाया गेलेली

मुलगी आहे?''

''माझं तुझ्याबद्दल काय मत आहे, हे तुला जाणून घ्यायचंय?'' हुशारीने प्रतिप्रश्न करून मी थोडा वेळ मिळवला.

ती म्हणाली, ''हेच तर मला जाणून घ्यायचंय.'' अशा परिस्थितीत मी काय करायला हवं? कोणत्या जादुई शब्द, तंत्र, आसनं यांचा मला उपयोग होईल? मी म्हणू शकलो असतो, ''तू असं का विचारतेस?'' किंवा ''तुझ्याबद्दल मला काय वाटतंय, याच्या तुझ्या काय कल्पना आहेत?'' किंवा ''मला तुझ्याबद्दल काय वाटतंय ते महत्त्वाचं नाही तर तुला स्वतःबद्दल काय वाटतंय ते महत्त्वाचं आहे.'' मी मूळ मुद्दा टाळत असलो तरी एक वर्ष नियमितपणे उपचार घेणाऱ्या मारियाला तिच्याविषयीचं माझं प्रांजळ मत जाणून घेण्याचा अधिकार आहे असं मला प्रकर्षाने जाणवलं. परंतु मला याचा काहीही अनुभव नव्हता. एखाद्या व्यक्तीला तोंडावर तो कसा आहे, हे स्पष्ट सांगणं मला माझ्या प्राध्यापकांनी शिकवलं नव्हतं. पेशंटशी अशा प्रकारचा संवाद माझ्या अभ्यासक्रमात समाविष्ट नव्हता. त्यामुळे नक्कीच त्याला संमती नव्हती. कोणताही चांगल्या मानसोपचारतज्ज्ञाने स्वतःवर अशी परिस्थिती ओढावून घेतली नसती. आता काय करावं? मला धडधडू लागलं व हातापायांना कंप जाणवला. मी म्हणालो, ''मारिया, गेलं एक वर्ष तू माझ्याकडे येत आहेस. तरीही आपल्यासाठी बऱ्याच गोष्टी सुरळीत झाल्या नाहीत. आपला बराचसा वेळ एकमेकांशी जुळवून घेण्यात जातोय आणि हे सगळं आपल्या दोघांसाठी कंटाळवाणं, त्रासदायक व चीड आणणारं आहे. हे तुला त्रासदायक असलं तरी चिकाटीने तू महिनोन्‌महिने मला भेटायला येतेस. स्वतःची प्रगती करण्याची तुझी प्रबळ इच्छा आणि त्यासाठी लागणारे कष्ट घेण्याची तुझी तयारी असल्यानेच तू हे करू शकलीस. जी व्यक्ती स्वतःच्या विकासासाठी इतकं सहन करायला तयार असते, ती वाया गेलेली नसते. म्हणून माझं उत्तर 'नाही' असं आहे. तू वाया गेलेली मुलगी नाहीस. खरंतर मला तुझं कौतुक वाटतंय.''

आपल्या डझनभर प्रियकरांमधून लगेचच मारियाने एकाची निवड केली आणि त्याच्याशी दृढ नातं निर्माण केलं, ज्याची परिणती एका यशस्वी व आनंदी वैवाहिक जीवनात झाली. पुढे तिने कधीही अनैतिक संबंध ठेवले नाहीत. आता ती स्वतःतील चांगल्या गोष्टींबद्दल बोलू लागली. लवकरच आमच्यातील विसंवादही संपला. आमचं काम आनंदाने पुढे सरकू लागलं आणि त्यात चांगली

प्रगती झाली. मी सकारात्मक भावना प्रामाणिकपणे व्यक्त केल्याने - ज्या गोष्टीला माझ्या क्षेत्रात संमती नव्हती - तिचे नुकसान होण्याऐवजी उपचार लागू पडले आणि तोच आमच्या कामातील निर्णायक क्षण ठरला.

याचा अर्थ काय होतो? यशस्वी मानसोपचार करण्यासाठी पेशंटबद्दल आपल्या चांगल्या भावना आहेत फक्त हे त्यांना सांगायचं? नक्कीच नाही. प्रथम म्हणजे उपचार करताना नेहमीच प्रामाणिक असण्याची आवश्यकता असते. मला खरोखरच मारियाविषयी कौतुक, प्रेम होतं. दुसरं म्हणजे माझ्या कौतुकाचं, प्रेमाचं तिला खरं महत्त्व होतं कारण उपचारासाठी आम्ही तेवढा वेळ एकत्र घालविला होता आणि प्रभावी अनुभव घेतले होते. खरंतर निर्णायक क्षण, माझं प्रेम व कौतुक यावर अवलंबून नसून तो आमच्या नात्यावर अवलंबून होता.

असाच एक निर्णायक क्षण हेलन नावाच्या तरुण पेशंटवर उपचार करताना नाट्यमयरीत्या आला. ती माझ्याकडे आठवड्यातून दोनदा उपचारासाठी येत होती परंतु नऊ महिने उलटले तरी थोडंसुद्धा यश मिळालं नव्हतं आणि मला तिच्याबद्दल सकारात्मक भावनादेखील वाटत नव्हत्या. खरंच इतका काळ गेल्यानंतरही हेलन कशी आहे व तिची समस्या काय आहे, याबद्दल मी मत बनवू शकलो नव्हतो. आधी असं कधीच घडलं नव्हतं. तिच्यामुळे मी अगदी गोंधळून गेलो होतो व अनेक रात्री तिच्या समस्या समजून घेण्यात घालविल्या होत्या, पण ते व्यर्थ होतं. मला एवढंच स्पष्ट झालं होतं, की तिचा माझ्यावर विश्वास नव्हता. मला तिची अजिबात काळजी नाही; मला फक्त फी महत्त्वाची होती अशी तिची तक्रार होती. नऊ महिन्यांनी एका सेशनमध्ये ती अशा तऱ्हेने बोलत होती : ''तुम्हाला माझ्यात अजिबात रस नाही, माझ्या भावनादेखील समजत नाहीत. अशा परिस्थितीत तुमच्याशी संवाद साधणं अत्यंत त्रासदायक आहे.''

मी उत्तर दिलं, ''हेलन, आपल्या दोघांसाठीही हे अत्यंत त्रासदायक आहे. तुला हे ऐकून कसं वाटेल माहीत नाही, परंतु माझ्या दहा वर्षांच्या कारकिर्दीत तुझी एकमेव केस अशी आहे. दुसऱ्या कोणत्याही पेशंटच्या बाबतीत मी इतका अयशस्वी ठरलो नाही. कदाचित तुझं बरोबर असेल, की तुझ्यासाठी मी योग्य डॉक्टर नव्हे. मला तुझी केस सोडून द्यायची नाही परंतु तुझ्याबाबतीत मी पूर्णपणे गोंधळून गेलोय एवढं खरं. आपल्या कामात काय चुकतंय, याचा विचार करून

मला वेड लागायची पाळी आलीय.''

हेलनचा चेहरा उजळला व ती हसून म्हणाली, ''तुला माझी इतकी काळजी आहे!''

''अं?'' मी विचारलं.

''माझी काळजी नसती तर तुला एवढा त्रास झाला नसता.'' हे अगदी स्पष्ट असल्यासारखं ती सहजपणे म्हणाली.

अगदी पुढच्याच सेशनपासून हेलन मला अशा गोष्टी सांगू लागली, ज्या तिने आधी लपवून ठेवल्या होत्या किंवा खोट्या सांगितल्या होत्या. मग एका आठवड्यातच तिच्या मूळ समस्येचा मला स्पष्ट उलगडा झाला, निदान करता आलं व उपचारपद्धती निश्चित करता आली.

हेलनसाठी माझा प्रतिसाद उपयोगी ठरण्यामागील कारण म्हणजे मला तिच्याविषयी असलेली अत्यंत कळकळ व आम्ही एकत्र केलेले दृढ प्रयत्न होय. आता आपल्याला समजू शकतंय, की मानसोपचार यशस्वी व प्रभावी बनण्यासाठी कोणते घटक आवश्यक आहेत. ते म्हणजे जादुई शब्द, तंत्र, आसनं, अगदी निरपेक्ष सकारात्मक भावना हे नसून आत्यंतिक कळकळ व चिकाटी हे आहेत. म्हणजेच, पेशंटच्या विकासासाठी तज्ज्ञाची स्वतःला झोकून देण्याची तयारी. या नात्यात भावनिक पातळीवर एकरूप होणं, पेशंटबरोबर भरपूर प्रयत्न करणं आलं. थोडक्यात, यशस्वी व विकास साधणाऱ्या मानसोपचार पद्धतीचा आवश्यक घटक 'प्रेम' हा आहे.

मात्र पश्चिमेकडे मानसशास्त्र या विषयावरील लिखाणातून प्रेम हा मुद्दा पूर्णपणे दुर्लक्षित झालाय. हिंदू गुरू मात्र आपल्या सामर्थ्याच्या मुळाशी प्रेम हीच वस्तुस्थिती असल्याचे ठामपणे सांगतात. यशस्वी व अयशस्वी मानसोपचारतज्ज्ञांचं विश्लेषण करून 'आस्था' व 'सहानुभूती' हे गुणधर्म यशस्वी मानसोपचारतज्ज्ञांमध्ये दिसून आल्याचा उल्लेख पाश्चिमात्य लेखांतून आलाय. पाश्चिमात्य लिखाण एवढंच काय ते प्रेम या मुद्द्याच्या जवळ गेलंय. खरंतर आपल्याला प्रेम हा विषय बौद्धिक पातळीवर महत्त्वाचा वाटत नाही. याला अनेक कारणं आहेत. पहिलं, खरं प्रेम व स्वप्नाळू प्रेम याची आपण पूर्वापार केलेली गल्लत. असे अनेक भ्रम मी पुस्तकाच्या या भागात स्पष्ट केलेत. दुसरं, शास्त्रशुद्ध औषधोपचार हे तर्कसंगत

हवेत आणि ते स्पष्ट दिसायला हवेत, मोजता यायला हवेत असं आपलं मत आहे. म्हणूनच मानसिक उपचारपद्धती या शास्त्रशुद्ध दृष्टिकोनातून विकसित झाली. प्रेमाचं स्वरूप मात्र अमूर्त, मोजता न येण्याजोगं, तर्कबुद्धीला आकलन न होणारं आहे. त्यामुळे प्रेमाचं शास्त्रशुद्ध विश्लेषण अशक्य आहे.

तज्ज्ञाने अलिप्त व त्रयस्थ असायला हवं, ही मानसोपचारातील परंपरा हे याचं आणखी एक कारण आहे, ज्यासाठी फ्रॉइड व त्याहीपेक्षा जास्त त्याचे अनुयायीच जबाबदार आहेत. याच परंपरेनुसार पेशंट व तज्ज्ञ यांच्यातील प्रेमभावनेला 'चुकीच्या ठिकाणी व्यक्त झालेली' (हस्तांतरण) समजली जाते. म्हणून तिला अयोग्य व 'उपाय न ठरवता अपायकारक' मानलं जाऊन टाळलं जातं. हे सगळं विचित्र आहे. मागच्या भागात म्हटल्याप्रमाणे 'हस्तांतरण' म्हणजे अयोग्य भावना, प्रतिसाद आणि अयोग्य आकलन. पेशंटला तज्ज्ञाबद्दल प्रेम वाटू लागणं साहजिक आहे, काही गैर नाही, जो तज्ज्ञ खुल्या मनाने तासन्‌तास त्यांचं ऐकतो, पूर्वी कधीही झाला नसेल असा त्यांचा स्वीकार करतो, त्यांच्यात स्वतः बद्दल विश्वासाची भावना निर्माण करतो आणि जो त्यांचं दुःख खऱ्या अर्थाने हलकं करतो. खरंतर हस्तांतरणाची समस्या असलेले बरेचसे पेशंट तज्ज्ञाशी प्रेमाचं नातं निर्माण करू शकत नाहीत, परंतु तज्ज्ञाला या समस्येवर काम करून पेशंटला प्रेमळ नात्याचा अनुभव घ्यायला शिकवायचं असतं, बहुधा पहिल्यांदा. त्याचप्रम ाणे एखादा पेशंट जेव्हा उपचार घ्यायला मनापासून तयार होतो, तज्ज्ञाला सहकार्य करतो, तज्ज्ञाकडून शिकायला तयार असतो आणि तज्ज्ञाशी असलेल्या नात्यातून स्वतःचा विकास साधू लागतो, तेव्हा अशा पेशंटबद्दल प्रेमभावना निर्माण होणं स्वाभाविक असतं. यात काहीही अयोग्य नाही. दीर्घ काळासाठी उपचार हे एक प्रकारचं पालकत्व आहे. जसं आई-वडिलांना आपल्या मुलांबद्दल प्रेम असतं, तसंच तज्ज्ञांना आपल्या पेशंटबद्दल प्रेम असणं काही गैर नाही. खरंतर उपचार लागू पडण्यासाठी तज्ज्ञाला पेशंटबद्दल प्रेम वाटणं आवश्यक आहे. आणि असं झालं तर पेशंटलाही तज्ज्ञाबद्दल प्रेम वाटू लागतं. पेशंटबद्दल वाटणाऱ्या खऱ्या प्रेमातून प्रेमभावना निर्माण होणं साहजिक आहे.

बहुतेकदा मानसिक आजार हे पालकांकडून मुलांना मिळणाऱ्या प्रेमाच्या कमतरतेतून किंवा अयोग्यतेमुळे उद्भवतात. खरंतर प्रेमाची आवश्यकता परिपक्वतेसाठी व मानसिक उन्नतीसाठी असते. त्यामुळे हे अगदी स्पष्ट आहे, की मानसोपचारामुळे बरं होण्यासाठी पेशंटला तज्ज्ञाकडून काही प्रमाणात तरी

खरं प्रेम मिळायलाच हवं, ज्यापासून तो वंचित राहिला होता. तज्ज्ञाचं खरं प्रेम नसेल तर पेशंट पूर्णपणे बरा होणार नाही. तज्ज्ञाने कितीही पदव्या, प्रशिक्षण घेतलं असलं, तरी जोपर्यंत तो पेशंटसाठी प्रेमाने स्वतःला झोकून देत नाही; तोपर्यंत तो यशस्वी होणार नाही. एखाद्या कमी शिकलेल्या तज्ज्ञाकडे पेशंटवर प्रेम करण्याची जास्त क्षमता असेल तर त्या तज्ज्ञाचे उपचार जास्त लागू पडतात.

प्रेम व सेक्स यांचा जवळचा संबंध असल्यामुळे तज्ज्ञ व पेशंटमधील लैंगिक नात्याचा इथे उल्लेख करणं आवश्यक आहे. प्रसारमाध्यमांमध्ये हा सध्या चर्चेचा विषय आहे. पेशंट व तज्ज्ञाच्या नात्यात प्रेम आणि जवळीक आवश्यक असते, ज्यामुळे तीव्र लैंगिक आकर्षण निर्माण होणं साहजिक आहे. या आकर्षणाची समागमात परिणती होण्याची ऊर्मी प्रबळ असते. जे तज्ज्ञ या गोष्टीचा निषेध करतात, ते स्वतः प्रेमळ नसतात आणि त्यांना ही ऊर्मी किती प्रबळ असते याची जाणीव नसते. जर एखाद्या वेळी खोलवर विचार करून मी या निष्कर्षाप्रत आलो, की आमच्यातील लैंगिक संबंधांमुळे माझ्या पेशंटच्या मानसिक विकासाला जर चालना मिळत असेल तर मी तसं करेन. परंतु माझ्या पंधरा वर्षांच्या कारकिर्दीत मात्र मला असा पेशंट भेटला नाही. शिवाय असा पेशंट अस्तित्वात असू शकतो हेसुद्धा शक्य नाही. मी आधी म्हटल्याप्रमाणे एखाद्या उत्तम तज्ज्ञाची भूमिका उत्तम पालकांप्रमाणे असते, ज्यांचं आपल्या मुलांवर खरं प्रेम असतं. मुलाला स्वतःच्या पायावर उभं करणं हे पालकांचं काम असतं, तेच काम तज्ज्ञांचं पेशंटच्या बाबतीत असतं. एखाद्या तज्ज्ञाचे पेशंटशी असलेले लैंगिक संबंध हे त्या तज्ज्ञाच्या स्वार्थासाठी नसून पेशंटला स्वतःच्या पायावर उभं करण्यासाठी कसे आहेत, हे समजून घेणं अत्यंत कठीण आहे.

लैंगिक प्रवृत्तीच्या काही पेशंटना त्यांच्या पालकांबद्दलसुद्धा तसं आकर्षण असण्याची शक्यता असते. मात्र ही प्रवृत्ती त्यांच्या विकासात अडथळा आणते. याबाबत जी काही माहिती उपलब्ध आहे त्यावरून दिसतं की, अशा पेशंटचे तज्ज्ञाबरोबर असलेले लैंगिक संबंध त्याला अपायकारक ठरतील. अशा पेशंटबरोबर प्रेमात पडणं, समागमामध्ये परिणती होवो वा न होवो, तज्ज्ञासाठी अत्यंत हानिकारक आहे, कारण प्रेमात पडल्यावर अहंभावी सीमारेषा कोसळून वेगळेपणाची नेहमीची जाणीव कमी होत जाते. यामुळे पेशंटच्या प्रेमात पडलेला तज्ज्ञ, पेशंटच्या गरजा व आपल्या गरजा यांत फरक करू शकत नाही.

पेशंटवर असलेल्या खऱ्या प्रेमामुळेच तज्ज्ञ पेशंटच्या प्रेमात पडण्यापासून स्वतःला रोखतात. खऱ्या प्रेमात प्रियजनांच्या स्वतंत्र व्यक्तिमत्त्वांचा आदर राखला जातो आणि म्हणूनच पेशंटचा जीवनमार्ग आपल्याहून वेगळा आहे, असं प्रेमळ तज्ज्ञ जाणतो व स्वीकारतोही. काही तज्ज्ञ सेशनचा एक तास सोडून बाहेरच्या जगात त्यांचा पेशंटशी काही संबंध नाही, असा याचा अर्थ काढतात. कदाचित हे योग्यही असेल, परंतु मला ते फार संकुचित वाटतं. मला असा एक अनुभव आहे, ज्यात मी माझ्या जुन्या पेशंटशी नातं ठेवणं पेशंटला हानिकारक ठरलं. तरीही असे अनेक अनुभव आहेत, जेव्हा हे नातं ठेवणं आमच्या दोघांसाठीही फायद्याचं ठरलं. सुदैवाने मला माझ्या अनेक जवळच्या मित्रांचं मनोविश्लेषण करण्याची संधी मिळाली. सेशनचा एक तास सोडून बाहेरच्या जगात पेशंटशी नातं ठेवताना तज्ज्ञाने काटेकोर आत्मपरीक्षण करून हे संबंध तज्ज्ञाच्या फायद्याचे असले तरी पेशंटसाठी हानिकारक नाहीत ना याची दक्षता बाळगली पाहिजे.

आपण येथे हे पाहिलं, की मानसोपचार यशस्वी होण्यासाठी, ते खऱ्या प्रेमातून व्हायला पाहिजेत. ज्याला पारंपरिक मानसशास्त्रात पाखंडी कल्पना म्हटलं जाऊ शकेल. या नाण्याच्या दुसऱ्या बाजूलासुद्धा तेवढंच पाखंडी म्हटलं जाईल : जर उपचार नेहमी खऱ्या प्रेमातून झाले पाहिजेत. असं असेल तर खरं प्रेमच नेहमी उपचार करतं का? आपलं आपल्या जोडीदारावर, मुलांवर, पालकांवर, मित्रमैत्रिणींवर खरं प्रेम असेल; आपण त्यांच्या आध्यात्मिक प्रगतीसाठी स्वतःला झोकून देत असाल तर आपण त्यांच्यावर मानसोपचार करत असतो का? माझं उत्तर आहेः 'हो निश्चितच'. वेळोवेळी मला समारंभात विचारलं जातं, ''डॉ. पेक, तुमचं खाजगी आयुष्य तुमच्या व्यावसायिक आयुष्यापासून वेगळं ठेवणं तुम्हाला कठीण जात असेल. एखादा आपल्या कुटुंबीयांचं व मित्रमंडळींचं सतत विश्लेषण करू शकत नाही नं?'' बहुधा असा वरवरचा प्रश्न विचारणाऱ्याला खरं उत्तर जाणून घेण्यात रस नसतो, तितकी आकलनशक्तीही नसते परंतु असा प्रश्न कधीतरी मला तिथल्यातिथे मानसोपचार वापरण्याची संधी देतो. मी त्यांना समजावतो, की माझं खाजगी आयुष्य माझ्या व्यावसायिक आयुष्यापासून वेगळं करण्याचा मी प्रयत्नसुद्धा का करत नाही. जेव्हा माझ्या लक्षात येतं, की माझी पत्नी, मुलं, पालक किंवा मित्रमंडळी यांना भ्रम, गैरसमजूत, अज्ञान किंवा कसलासा अडथळा आहे तर त्यांच्यावर मानसिक उपचार करण्यासाठी स्वतःला झोकून देणं माझं कर्तव्य आहे, जसं माझ्या पेशंटच्याबाबतीत आहे. ते माझ्याकडे

आले नाहीत, फी दिली नाही म्हणून मी माझी सेवा, माझं ज्ञान, प्रेम त्यांना देणार नाही का? नक्कीच देणार. मग मी एक चांगला मित्र, वडील, नवरा किंवा मुलगा कसा होणार? जर मी मला माहीत असलेलं त्यांना शिकवलं नाही, त्यांच्या आध्यात्मिक प्रगतीच्या मार्गात मला शक्य असलेली मदत त्यांना केली नाही, त्याचप्रमाणे त्यांनीदेखील तशाच प्रकारची मदत करावी अशी मी अपेक्षा करतो. माझ्या मुलांकडूनही मी खूप शिकतो, जरी त्यांची टीका कधीतरी बोचरी असते आणि विचार अपरिपक्व असतात. मी जेवढं माझ्या पत्नीला मार्गदर्शन करतो, तेवढंच ती मला करते. माझ्या मित्रांना मी मित्र कसं म्हणणार? जर त्यांचं प्रामाणिक मत ते माझ्यापासून लपविणार असतील आणि माझ्या प्रगतीच्या मार्गाबद्दल आस्था दाखविणार नसतील? त्यांच्या मदतीशिवाय झपाट्याने प्रगती करणं मला शक्य आहे का? खरं प्रेमळ नातं हे एकमेकांची मानसिक प्रगती साधत असते.

मात्र पूर्वीपासून माझा हा दृष्टिकोन नव्हता. आधी मला पत्नीने केलेली स्तुती आवडायची, टीका नव्हे. तिने माझ्यावर अवलंबून असणं आवडायचं. एक पती व पिता म्हणून माझी स्वतःची प्रतिमा 'पुरवठा करणारा' अशी होती; किराणासामान घरी आलं की माझी जबाबदारी संपत असे. घरी शांती असावी; आव्हानं नको अशी माझी इच्छा होती. तेव्हा मी हे मान्य केलं असतं, की तज्ज्ञाने कुटुंबीयांवर व मित्रमंडळींवर मानसोपचार करणं अनैतिक, हानिकारक व महाभयंकर आहे. पण यामागे माझ्या व्यवसायाचा गैरवापर हा हेतू नसून तो माझा आळशीपणा होता. प्रेमाप्रमाणेच मानसोपचार हे काम आहे आणि काम सोळा तासांपेक्षा आठच तास केलेलं बरं! तुमच्या ज्ञानाचं महत्त्व जाणणाऱ्या, ते मिळविण्यासाठी तुमच्या प्रांतात येणाऱ्या, तुमचं लक्ष मिळविण्यासाठी किंमत मोजणाऱ्या आणि एका सेशनमध्ये तुमच्यावर फक्त पन्नास मिनिटे हक्क असणाऱ्या व्यक्तींवर प्रेम करणं जास्त सोपं आहे, परंतु ज्या व्यक्ती तुम्ही त्यांच्यावर लक्ष देणं हा स्वतःचा अधिकार समजतात, ज्यांचा हक्क मर्यादित वेळेपुरता नसतो, जे तुम्हाला तज्ज्ञ या दृष्टीने पाहत नाहीत, ज्यांनी तुमचा सल्ला मागितला नाही, अशांवर प्रेम करणं कठीण आहे. घरामध्ये मानसोपचार करण्यासाठी ऑफिसइतके प्रयत्न व इच्छाशक्ती पुरेशी नसते, तर घरी वातावरण ऑफिसइतकं अनुकूल नसल्याने प्रेमाची व प्रयत्नांची जास्त गरज भासते. माझ्या शब्दांपासून प्रेरणा घेऊन इतर तज्ज्ञ जोडीदारांवर व मुलांवर लगेचच उपचार सुरू करणार नाहीत अशी मी

आशा करतो. एखाद्याचा आध्यात्मिक प्रगतीच्या मार्गावर प्रवास चालू असेल, तर त्याची प्रेम करण्याची क्षमता वाढतच जाते परंतु तरीही ती क्षमता मर्यादित आहे आणि त्यामुळे आपल्या क्षमतेइतकेच मानसोपचार करावेत. कारण प्रेमाच्या अभावी ते अयशस्वी व हानिकारक ठरतील. तुम्ही सहा तास प्रेमाने काम करू शकत असाल तर आनंद माना, कारण अनेकांपेक्षा तुमची क्षमता जास्त आहे; प्रवास लांबचा आहे आणि क्षमता वाढायला वेळ लागतो. कुटुंबीय, मित्रमंडळी यांच्यावर मानसोपचार करणं, पूर्ण वेळ एकमेकांवर प्रेम करणं ही आदर्श कल्पना आहे. शिवाय हे असं उद्दिष्ट आहे, जे प्रयत्नपूर्वक साध्य करायला हवं, जे अकस्मात होणं शक्यच नाही.

माझ्या म्हणण्यानुसार एखादी सामान्य व्यक्ती फारसं प्रशिक्षण न घेता मानसोपचार करू शकते, जर ती व्यक्ती प्रेमळ असेल तर! स्वतःच्या मित्रमंडळींना, कुटुंबीयांना मानसोपचार देण्याबद्दल मी जे आधी सांगितलं आहे, ते फक्त तज्ज्ञांना नव्हे तर सर्वांना लागू पडतं. कधी कधी पेशंट मला विचारतात, की त्यांचे उपचार कधी थांबविता येतील? तेव्हा मी उत्तर देतो, ''जेव्हा तुम्ही स्वतः चांगले तज्ज्ञ बनू शकाल.'' सामूहिक मानसोपचार केले जातात तेव्हा हे उत्तर जास्त लागू पडतं. कारण त्यात पेशंट एकमेकांवर उपचार करतात पण ज्याला तज्ज्ञाची भूमिका जमत नाही, त्याला ते दाखवून देता येतं. बऱ्याच पेशंटना हे उत्तर आवडत नाही व ते म्हणतात, ''हे फार मोठं काम आहे, असं करायचं झालं तर मला सतत माझ्या नात्यांचं परीक्षण करावं लागेल. मला एवढा विचार करायचा नाही. मला तेवढे प्रयत्न करायचे नाहीत. मला फक्त आनंदी व्हायचंय.'' पेशंट अशीच प्रतिक्रिया देतात, जेव्हा मी सांगतो की व्यक्तींमधील प्रत्येक संवाद ही शिकण्याची किंवा शिकवण्याची संधी असते. (उपचार देणं किंवा घेणं) मात्र जेव्हा ते संवादातून शिकत किंवा शिकवत नाहीत, तेव्हा खरंतर ते संधी गमावत असतात. ज्यांना इतकं कठीण उद्दिष्ट साध्य करायचं नसतं, किंवा तेवढे प्रयत्न करायचे नसतात, त्यांचं बरोबरच आहे. अगदी निष्णात व प्रेमळ तज्ज्ञाकडे आलेले बहुतेक पेशंटसुद्धा त्यांच्या क्षमतेएवढी प्रगती करण्यापूर्वीच उपचार थांबवितात. त्यांनी आध्यात्मिक प्रगतीच्या मार्गावर थोडीफार वाटचाल केली असेलही, परंतु पूर्ण प्रवास त्यांच्यासाठी नाही. तो खूप कठीण आहे किंवा वाटतो. ते सामान्य असण्यातच समाधान मानतात आणि ईश्वर बनण्यासाठी कष्ट घेत नाहीत.

प्रेमाचं रहस्य

सुरुवातीलाच मी उल्लेख केला, की प्रेम हा एक गूढ विषय आहे आणि आत्तापर्यंत तो दुर्लक्षित राहिलाय. या भागात अनेक प्रश्नांना उत्तर दिली गेली आहेत परंतु काही असे प्रश्न आहेत, ज्यांची उत्तरं सोपी नाहीत.

आत्तापर्यंत मी मांडलेल्या मुद्द्यांचा तर्कनिष्ठ विचार करता एक प्रश्न उपस्थित होतो. हे स्पष्ट झालं आहे, की मुळाशी प्रेम असल्याशिवाय शिस्त अवगत करता येत नाही. परंतु मुळात प्रेम येतं कोठून, हा प्रश्न अनुत्तरित आहे. या प्रश्नाबरोबरच दुसरा प्रश्न उपस्थित होतो, प्रेमाच्या अभावाचं मूळ काय आहे? असं दिसून आलंय, मानसिक रोगांचं मुख्य कारण प्रेमाची कमतरता हे आहे आणि उपचार लागू पडण्यासाठी 'प्रेमाचं असणं' हा अत्यावश्यक घटक आहे. असं असूनदेखील प्रेमाचा अभाव, पूर्ण दुर्लक्ष, अधूनमधून मारहाण अशा वातावरणात वाढलेल्या काही व्यक्ती या सर्वांवर मात करून, प्रेमळ तज्ज्ञाची कधी मदत न घेता, परिपक्व, निकोप अगदी साधु-संत कशा बनतात? या उलट सुज्ञ व प्रेमळ तज्ज्ञ असूनदेखील फारसे आजारी नसलेले काही पेशंट मानसोपचारांना पूर्णपणे प्रतिसाद देऊ शकत नाहीत. असं का?

अशा प्रश्नांना उत्तर देण्याचा प्रयत्न मी 'ईश्वर कृपा' या शेवटच्या भागात करणार आहे. उत्तराने कोणाचंही पूर्ण समाधान होणार नाही, अगदी माझंसुद्धा! परंतु मला आशा आहे, की या लिखाणामुळे थोडासा प्रकाश नक्की पडेल.

या भागातून प्रेमाबद्दल काही प्रश्न मुद्दामहून वगळले आहेत किंवा फार स्पष्ट केले नाहीत. माझी प्रियतमा माझ्या समोर पहिल्यांदा पूर्ण नग्नावस्थेत येते, तेव्हा माझ्या कणाकणात एक भावना उचंबळून येते, अवाक् होणं! का बरं? सेक्स ही जर सहजप्रवृत्ती आहे तर मला समागमाची ओढ, भूक का जाणवत नाही? मानवी वंश वाढविण्यासाठी ती भूक पुरेशी होती. मग हे अवाक् होणं का? सेक्स आणि आदर यांची सांगड का? आणि सौंदर्य तरी कशावरून ठरतं? मी म्हटलं, की खरं प्रेम व्यक्तीवर करायला हवं. कारण व्यक्तींचा मानसिक विकास होऊ शकतो. लाकडी कोरीवकाम करणाऱ्याच्या कलाकृतींचं काय? शिल्पकाराच्या मूर्तींचं काय? या निर्जीव वस्तूंवर त्यांच्या निर्मात्यांचं प्रेम नव्हतं का? निर्मात्यांच्या प्रेमामुळेच त्यांना सौंदर्य प्राप्त झालं का? निसर्गाच्या सौंदर्याचं

काय? ज्या निसर्गाला आपण ईश्वराची निर्मिती म्हणतो, सौंदर्याच्या सान्निध्यात किंवा आनंदाच्या क्षणी अश्रू येणं किंवा दुःखी वाटणं अशा विचित्र, विरुद्ध प्रतिक्रिया का बरं उमटतात? विशिष्ट संगीताची धून किंवा बोल आपल्याला आतून का हलवतात? टॉन्सिल्सच्या ऑपरेशननंतर हॉस्पिटलमधून नुकताच घरी आलेला माझा सहा वर्षांचा मुलगा, मी दमूनभागून जमिनीवर झोपलो असताना माझी पाठ हलकेच चेपून देतो, तेव्हा माझे डोळे का पाणावतात?

प्रेमाचे अनेक पैलू आहेत, ज्याचा मी उल्लेख केला नाही आणि जे समजून घ्यायला अवघड आहेत. ही मानवी भावना जीवशास्त्राच्या दृष्टिकोनातूनसुद्धा पूर्णपणे समजून घेता येत नाही. मानसशास्त्रातील अहंभावी सीमारेषा या संकल्पनेच्या साहाय्याने हे पैलू समजून घेणं थोड्या प्रमाणात शक्य आहे, परंतु तेही अगदी थोड्या प्रमाणात. या गोष्टी सर्वांत जास्त कोण जाणत असतील, तर ते गूढतत्त्वाचे अभ्यासक. या बाबतीत थोडं जरी जाणून घ्यायचं असेल तर त्यांच्याकडे वळायला हवं.

पुस्तकाच्या उर्वरित भागात धर्माच्या काही पैलूंवर विचार करण्यात आलाय. धर्म व विकासाची प्रक्रिया यांतील संबंध एवढाच मर्यादित विषय पुढील भागात हाताळण्यात आलाय. शेवटचा भाग ईश्वरीकृपा व विकासाच्या प्रक्रियेतील त्याचं स्थान यावर प्रकाश टाकतो. ईश्वरीकृपा ही संकल्पना धर्माला नवीन नाही परंतु ती शास्त्रासाठी, अगदी मानसशास्त्रासाठीदेखील अपरिचित आहे. तरीही मला असं वाटतं, की मानवी विकासाची प्रक्रिया संपूर्णपणे जाणून घेण्यासाठी प्रथम ईश्वरीकृपा जाणून घेणं आवश्यक आहे. धर्म व मानसशास्त्र यातील सामाईक क्षेत्र हळुहळू विस्तारत आहे आणि मी आशा करतो, की पुस्तकाचा पुढील भाग त्या क्षेत्रात मोलाची भर घालेल.

भाग तिसरा

उन्नती आणि प्रेम

जगाबद्दलचे दृष्टिकोन व धर्म

जेव्हा मनुष्य शिस्त अवगत करतो, तेव्हा त्याच्यात प्रेम वाढतं, त्याचे अनुभव समृद्ध होतात. हे जग व त्यातील स्वतःचं स्थान याबाबतची त्याची आकलनशक्ती वेगाने वाढते. या उलट शिस्त, प्रेम, अनुभव वाढले नाहीत तर माणसाची आकलनशक्ती वाढत नाही. त्यामुळे जीवनाचं स्वरूप जाणण्याची प्रत्येकाची कुवत वेगवेगळी असते.

हे आपल्याला झालेलं आकलनच आपला धर्म आहे. प्रत्येकाचा जगाविषयी स्वतःचा असा एक दृष्टिकोन असतो, मग तो कितीही मर्यादित, अप्रगत, अपरिपूर्ण असू शकतो. प्रत्येकाचा एक धर्म असतो – ही वस्तुस्थिती सर्वांनी जाणली नसली तरी अत्यंत महत्त्वाची आहे.

धर्माची अगदी संकुचित व्याख्या करण्याची आपली प्रवृत्ती दिसून येते. आपला असा समज असतो, की धर्मात ईश्वरावर श्रद्धा, विधी, पंथाचं सदस्यत्व यांचा समावेश असायला हवा. एखादी व्यक्ती चर्चमध्ये जात नसेल किंवा तिचा परमोच्च शक्तीवर विश्वास नसेल तर आपण म्हणतो, 'ती व्यक्ती धार्मिक नाही.' मी विद्वानांना असंही म्हणताना ऐकलंय : 'बुद्धधर्म हा खरा धर्म नव्हे,' किंवा 'गूढवाद हा धर्म नसून तत्त्वज्ञान आहे.' कारण आपला असा समज असतो की धर्मातील तत्त्व सर्वांना सारखीच लागू आहेत. मग अशी सोपी व्याख्या केल्यावर प्रश्न पडतो, की दोन अगदी भिन्न व्यक्ती स्वतःला एकाच धर्माच्या कशा म्हणवू शकतात? किंवा रोज चर्चमध्ये जाणाऱ्या व्यक्तीपेक्षा एखाद्या नास्तिक व्यक्तीमध्ये ख्रिश्चन धर्माची नीतिमूल्ये खोलवर गेलेली कशी दिसतात?

इतर मानसोपचारतज्ज्ञांना मार्गदर्शन करताना बघून माझ्या ध्यानात आलं, की ते आपल्या पेशंटचा जगाबद्दलचा दृष्टिकोन काय आहे, याकडे फारसं लक्ष देत नाहीत. त्याची अनेक कारणं आहेत, परंतु प्रमुख कारण असं – तज्ज्ञ समज

करून घेतात, की पेशंट स्वतःला धार्मिक समजत नसतील तर त्या गोष्टीचं जास्त विश्लेषण करण्याची गरजच नाही. परंतु खरंतर प्रत्येकाला जगाच्या स्वरूपाविषयी स्पष्ट, अस्पष्ट कल्पना व मतं असतात. पेशंट जगाला अव्यवस्थित, अनियोजित, अर्थहीन समजतात का, ज्यामुळे जेव्हा जेव्हा सुख मिळेल तेव्हा ते उपभोगून घेणं त्यांना योग्य वाटतं? त्यांना आपलं जग प्राणिजगतासारखं वाटतं का, जिथे तग धरण्यासाठी हिंस्र श्वापदासारखा निर्दयीपणा आवश्यक आहे? की त्यांना जग ही संवर्धन, देखभाल करणारी जागा वाटते, जिथे सगळं चांगलंच होईल आणि भविष्याची चिंता करण्याची गरज नाही? की त्यांनी आयुष्य कसेही जगले तरी या जगाने त्यांच्या उदरनिर्वाहाची काळजी घेतली पाहिजे असं वाटतं? की त्यांना वाटतं, या जगाचे नियम इतके काटेकोर आहेत की थोडं जरी उल्लंघन केलं तर कठोर शिक्षा होईल, इत्यादी. अशा प्रकारे लोकांचे जगाविषयीचे दृष्टिकोन वेगवेगळे असतात. उपचारादरम्यान तज्ज्ञांना पेशंटचा जगाविषयीचा दृष्टिकोन ओघाओघाने लक्षात येतो परंतु तज्ज्ञाने हा दृष्टिकोन जाणून घेण्याचा हेतुपूर्वक प्रयत्न केला, तर तो त्याच्या लवकर ध्यानात येईल. तज्ज्ञासाठी पेशंटचा जगाविषयीचा दृष्टिकोन जाणून घेणं अत्यावश्यक आहे, कारण तो त्यांच्या समस्यांशी निगडित असतो. त्यांना बरं करण्यासाठी हा दृष्टिकोन सुधारणंही गरजेचं असतं. म्हणूनच माझ्या सहकाऱ्यांना मार्गदर्शन करताना मी सांगतो, ''तुमच्या पेशंटचा धर्म शोधून काढा, जरी ते म्हणाले, की त्यांचा कोणताही धर्म नाही.''

बहुतेकदा व्यक्तींना आपला धर्म किंवा जगाविषयीचा दृष्टिकोन याची पूर्ण जाणीव नसते. काही वेळा तर त्यांचा जो समज असतो त्याहून त्यांचा दृष्टिकोन अगदी वेगळा असतो. स्टिवर्ट, एक यशस्वी इंजीनिअर याला पन्नाशीत नैराश्याने ग्रासलं होतं. व्यावसायिक व कौटुंबिक दोन्ही आघाड्यांवर यशस्वी असूनदेखील त्याला आपण वाईट आहोत, निरुपयोगी आहोत असंच वाटायचं. ''मी मेलो तर जग थोडं बरं होईल,'' तो म्हणाला आणि त्याचा तसा विश्वास होता. स्टिवर्टने आत्महत्येचे जोरदार दोन प्रयत्न केले होते. त्याच्यात आत्मविश्वास निर्माण करण्याचे कितीही प्रयत्न केले तरी आपण निरुपयोगी असल्याचा त्याचा भ्रम नाहीसा होऊ शकला नाही. निद्रानाश व अस्वस्थता या नैराश्याच्या लक्षणांबरोबरच त्याला अन्न गिळता न येण्याची मोठी समस्या होती. तो म्हणाला, ''अन्नाची चव वाईट आहे असं नव्हे, तर जणुकाही माझ्या घशात धारदार पातं आहे, ज्यातून फक्त द्रवपदार्थ जाऊ शकतायत असं मला वाटतं. एक्स-रे व इतर चाचण्यांतून मात्र तसं काहीही आढळून आलं नाही. त्याने आपला दृष्टिकोन नेहमीच उघड

केला. तो म्हणाला, ''मी नास्तिक आहे, साधा व सरळ. मी शास्त्रज्ञ आहे, जे दिसतं व स्पर्श करता येतं फक्त त्यावर माझा विश्वास आहे. एखाद्या प्रेमळ, दयाळू ईश्वरावर माझा विश्वास असता तर बरं झालं असतं, परंतु मला या गोष्टी पटत नाहीत. लहानपणी झालं तेवढं बस झालं. आता मात्र मी त्यातून सुटलोय याचा आनंद आहे.'' स्टिवर्ट संकुचित वातावरणात वाढला; त्याचे आईवडील अतिशय कर्मठ होते, म्हणून पहिली संधी मिळताच त्याने घर सोडलं होतं.

उपचार सुरू केल्यानंतर बऱ्याच महिन्यांनी स्टिवर्टला एक छोटंसं स्वप्न आठवलं : ''स्वप्नामध्ये मिनेसोटातील माझं बालपणीचं घर होतं. सगळं पूर्वीसारखंच होतं परंतु माझं वय आत्ताचं होतं. वेळ रात्रीची होती. एक व्यक्ती घरात शिरली. त्याला मी आधी कधी पाहिलं नव्हतं, परंतु आश्चर्य म्हणजे तो कोण आहे हे मी ओळखलं : माझं शाळेत ज्या मुलीबरोबर प्रेमप्रकरण होतं तिचे वडील एवढंच दिसलं. पुढे काही घडलं नाही. मी एकदम घाबरून उठलो, या विचाराने, की ह्या माणसाला आमचा (माझा व त्या मैत्रिणीचा) गळा चिरायचा होता.''

मी स्टिवर्टला स्वप्नातील त्या माणसाविषयी अजून काय आठवतंय, ते विचारलं. तो म्हणाला, ''खरंच, मी अजून काही सांगू शकत नाही. मी त्याला कधीही भेटलेलो नाही. त्याच्या मुलीबरोबर प्रेमप्रकरण वगैरे काही नव्हतं. फक्त चर्चमधील युवा मंडळाची सभा संपल्यावर दोन-तीन वेळा तिला घरापर्यंत सोडायला मी गेलो होतो. त्या वेळी अंधारात तिचं एकदा चोरून चुंबन घेतलंय एवढं खरं.'' हे सांगितल्यावर कसनुसं हसत तो पुढे म्हणाला, ''स्वप्नात मला वाटत होतं, की मी तिच्या वडिलांना कधीही पाहिलेलं नाही, तरी ते कोण आहेत हे मी ओळखलं. परंतु प्रत्यक्षात मी त्यांना पाहिलं होतं- लांबून. ते आमच्या गावाचे स्टेशन मास्तर होते. सुट्टीत दुपारी गाड्या बघण्यासाठी मी जेव्हा स्टेशनवर जात असे तेव्हा त्यांना पाहिलं होतं.''

अचानक मला संदर्भ लागला. लहानपणी मी सुद्धा अशी गाड्यांची ये-जा पाहायचो. स्टेशन हे घडामोडींचं ठिकाण होतं आणि स्टेशन मास्तर या घडामोडींचा सूत्रधार! आमच्या लहानशा गावात येणाऱ्या गाड्या कुठून येणार आहेत व कुठे जाणार आहेत, त्या दूरवरच्या ठिकाणांची त्यांना माहिती होती. कोणत्या गाड्या थांबणार आहेत व कोणत्या गाड्या धडधड करत निघून जाणार आहेत हेदेखील त्याला माहीत होतं. तो सिग्नल व रूळ बदलण्याचे स्वीच यावर काम

करत असे. तो तार घेण्याचं व पाठविण्याचं काम करत असे. मात्र जेव्हा तो या आश्चर्यकारक गोष्टी करत नसे, तेव्हा तो त्याच्या ऑफिसमध्ये बसून आणखी जास्त आश्चर्यकारक गोष्टी करत असे : जादुई बटणांवर अद्भुत लयीमध्ये बोट फिरवत जगाला संदेश पाठवत असे.

मी स्टिवर्टला म्हणालो, ''तू नास्तिक आहेस असं म्हणालास पण माझा तुझ्यावर विश्वास आहे. तुझ्या मनाचा एक भाग देव नाही असं मानतो, परंतु मला असं वाटू लागलंय, की तुझ्या मनाचा दुसरा भाग देव आहे असं मानतो- भयंकर, गळा चिरणारा देव.''

माझा संशय खरा ठरला. एकत्र काम करताना आतील विरोधावर मात करत, अनिच्छेने का होईना, स्टिवर्टच्या हळुहळू लक्षात आलं की, नास्तिकतेपलीकडे त्याच्या मनात विचित्र व विकट असा एक समज अस्तित्वात आहे. द्वेष करणाऱ्या एका शक्तीच्या ताब्यात जगाची सूत्रं आहेत, जी शक्ती त्याचा गळादेखील चिरू शकते आणि तसं करायला ती उत्सुकही आहे. त्याच्या पापांची शिक्षा द्यायला ती उत्सुक आहे. हळुहळू आम्ही त्याच्या पापांवर लक्ष केंद्रित करायला सुरुवात केली, जसं स्टेशन मास्तरांच्या मुलीचं चोरून घेतलेलं चुंबन यासारखी लहानसहान पापं. स्टिवर्टच्या नैराश्याचं एक कारण पुढे स्पष्ट झालं, तो प्रायश्चित्त घेत होता. तो जणू काही स्वतःचा गळा चिरत होता, अशी आशा बाळगत की देवाने तो खरोखर चिरू नये.

दुष्ट देव व द्वेषपूर्ण जग या स्टिवर्टच्या कल्पना कशा तयार झाल्या? लोकांचा धर्म कसा तयार होतो? एखाद्याचा जगाविषयीचा विशिष्ट दृष्टिकोन कशावरून ठरतो? हे ठरविणारे घटक गुंतागुंतीचे आहेत आणि या पुस्तकात तो भाग विस्ताराने मांडला नाही. धर्म तयार होण्यात सर्वांत महत्त्वाचा घटक निश्चितच संस्कृती हाच आहे. आपण युरोपियन असलो तर आपला ख्रिस्त गोरा असतो आणि आफ्रिकन असलो तर तो काळा असतो. भारतात जन्मलेली व्यक्ती मग ते बनारस असो वा मुंबई, हिंदू बनते आणि निराशावादी दृष्टिकोन बाळगते. अमेरिकेतील इंडियाना भागात जन्मलेली व्यक्ती हिंदूपेक्षा ख्रिश्चन बनेल आणि थोडा जास्त आशावादी दृष्टिकोन बाळगेल. आपल्या भोवतालच्या लोकांचा जसा समज असतो, तसाच आपलाही बनतो. आपल्या संस्कारक्षम वयात या व्यक्ती जगाच्या स्वरूपाविषयी आपल्याला जे सांगतात, तेच आपण सत्य म्हणून स्वीकारतो.

मात्र मानसोपचारतज्ज्ञ सोडून इतरांना जे सुस्पष्ट नसतं, ते म्हणजे आपल्या

संस्कृतीचा महत्त्वाचा भाग, आपलं कुटुंब! आपल्यावर मूळ संस्कार आपल्या कुटुंबाचे होतात आणि त्यात पालकांचा पुढाकार असतो. आपले पालक आपल्याला ईश्वर व गोष्टींचं स्वरूप याबद्दल काय सांगतात, हे महत्त्वाचं नाही, तर ते काय करतात- ते एकमेकांशी, आपल्या भावंडांशी व विशेषकरून आपल्याशी कसं वागतायत, हे महत्त्वाचं असतं. आपण मोठं होत असताना विकसित होणारा जगाविषयीचा भव्य दृष्टिकोन कुटुंबात आपण घेतलेल्या सूक्ष्म अनुभवांवर अवलंबून असतो. आपला जगाविषयीचा दृष्टिकोन आपले पालक काय बोलतात त्यावर अवलंबून नसून ते त्यांच्या वर्तणुकीतून आपल्यासाठी कोणतं विशिष्ट जग निर्माण करतात, यावर अवलंबून असतो. स्टिवर्ट म्हणाला, ''देव गळा चिरणारा आहे अशी माझी जी कल्पना आहे, ती बरोबर आहे. पण ती कशी तयार झाली? माझ्या पालकांचा देवावर नक्कीच विश्वास होता- ते सतत देवाबद्दलच बोलायचे- कारण त्यांचा देव प्रेमळ होता. जीझसचं आपल्यावर प्रेम आहे. ईश्वर प्रेमळ आहे. आपलं जीझसवर व ईश्वरावर प्रेम आहे. प्रेम, प्रेम, प्रेम. लहानपणी मी एवढंच ऐकलंय.''

''तुझं लहानपण आनंदात गेलं का?'' मी विचारलं,

स्टिवर्ट रागावून म्हणाला, ''काहीतरीच काय? तुला माहीत आहे ते दुःखदायक होतं.''

''का दुःखदायक होतं?''

''ते पण तुला नीट माहीत आहे. लहानपणी मला बेदम मार बसलाय. हातात मिळेल त्या कशानेही- पट्टा, झाडू, काठी, फळकूट. मी काहीही केलं तरी मार निश्चित होता. रोज मार खा आणि डॉक्टरला दूर ठेवा आणि एक सुसंस्कृत ख्रिश्चन बना.''

''त्यांनी कधी तुझा गळा दाबण्याचा किंवा कापण्याचा प्रयत्न केला होता का?''

''नाही, परंतु मी त्यांचं ऐकलं नसतं तर कदाचित त्यांनी तसं केलं असतं.'' काही काळ शांतता पसरली. स्टिवर्टचा चेहरा कमालीचा दुःखी दिसला. शेवटी जड अंतःकरणाने तो म्हणाला, ''आता माझ्या लक्षात येऊ लागलंय.''

मी ज्याला 'राक्षसी देव' म्हणतो, त्या देवावर विश्वास ठेवणारा स्टिवर्ट एकमेव नाही. माझ्या अनेक पेशंटच्या देवाबद्दल अशाच कल्पना होत्या. त्याचप्रमाणे हे

जग, निसर्ग, पूर्ण अस्तित्व हे निरुत्साही किंवा भीतिदायक आहे अशाही कल्पना होत्या. राक्षसी देव ही कल्पना सगळ्यांच्या मनात दृढ कशी नाही हे आश्चर्य आहे. पुस्तकाच्या पहिल्या भागात म्हटल्याप्रमाणे बालपणी आपले पालक आपल्या निरागस नजरेला देवासमान भासतात. मग ते जशी कृती करतात, तशीच सर्वत्र होत असावी असं आपल्याला वाटतं. देवाच्या स्वरूपाबद्दलची आपली पहिली कल्पना (आणि दुर्दैवाने एकमेव) म्हणजे आपल्या पालकांच्या स्वभावाची प्रतिकृती आहे. आपले आई, वडील किंवा तत्सम व्यक्ती यांच्या व्यक्तिमत्त्वाचा साधासा मिलाफ! आपले आईवडील प्रेमळ, क्षमाशील असतील तर आपला देव तसा असतो. मोठं झाल्यावर आपलं जग संवर्धन, देखभाल करणारं आहे असं आपल्याला वाटतं, कारण तसं आपलं लहानपण होतं. आपले पालक कठोर, शिक्षा देणारे असतील तर देव तसाच असतो अशी कल्पना विकसित होत आपण मोठे होतो. त्यांनी आपली पुरेशी काळजी घेतली नसेल, तर जग तसं बेपर्वा आहे अशी आपली कल्पना होते.

आपला धर्म किंवा जगाविषयीचा दृष्टिकोन सुरुवातीला आपल्या बालपणीच्या अनुभवांवरच अवलंबून असतो. त्यामुळे मूळ समस्या आपल्यासमोर उभी ठाकते. आपला जगाबद्दलचा दृष्टिकोन (धर्म) व वस्तुस्थिती यांतील संबंध, ही भव्य विश्व (जग) व सूक्ष्म विश्व (कुटुंब) याची समस्या आहे. जग ही भयानक जागा असून त्याने जर अयोग्य गोष्ट केली, तर त्याचा गळा चिरला जाईल, असा स्टिवर्टचा जगाबद्दलचा दृष्टिकोन लहानपणी त्याच्या कुटुंबाच्या बाबतीत- सूक्ष्म विश्वात - पूर्णपणे वास्तववादी होता. तो दोन दुष्ट व्यक्तींच्या दबावाखाली होता. परंतु जगातल्या सर्व व्यक्ती दुष्ट नसतात. मोठ्या जगात भव्य पातळीवर- अनेक प्रकारचे पालक, व्यक्ती, समाज, संस्कृती आढळतात.

जगाबद्दलचा वास्तववादी दृष्टिकोन- जो जग व त्यातील आपलं स्थान या वस्तुस्थितीशी (आपल्याला उमगेल तशी) मिळताजुळता असतो. तो उमगेल तसा- विकसित करण्यासाठी आपण सतत आपलं ज्ञान पुन्हा तपासून विस्तारत राहिलं पाहिजे, ज्यायोगे मोठ्या जगाचं नवीन ज्ञान सामावलं जाईल. आपली संदर्भांची चौकट सतत रुंदावत राहिलं पाहिजे. असं करणं म्हणजे मी पुस्तकाच्या पहिल्या भागात म्हटलेला नकाशा तयार करणं व हस्तांतरण आहे. स्टिवर्टचा वस्तुस्थितीचा नकाशा त्याच्या कुटुंबाच्या सूक्ष्म पातळीवर अगदी बरोबर होता परंतु त्याने तो नकाशा अयोग्यपणे प्रौढवयात पुढे आणला, जिथे तो अपुरा होता व

म्हणूनच सदोष होता. बहुतेक प्रौढांचा जगाविषयीचा दृष्टिकोन हस्तांतरण करून पुढे आणलेला असतो.

आपल्यातील बहुतेकजण स्वतःच्या कुवतीपेक्षा संकुचित दृष्टिकोनातून कृती करतात. आपली विशिष्ट संस्कृती, आपले पालक, आपले बालपणीचे अनुभव यांचा आपल्या आकलनशक्तीवर प्रभाव असतो. त्यातून बाहेर येणं आपल्याला अशक्य असतं. त्यामुळे साहजिकच मानवी जग विरोध व संघर्ष यांनी युक्त आहे असं वाटतं. अशी परिस्थिती येते जेव्हा वस्तुस्थितीचा अगदी निराळा दृष्टिकोन असलेल्या व्यक्तींचा एकमेकांशी संबंध येतो आणि तरीही प्रत्येकाचा विश्वास असतो, की आपलाच दृष्टिकोन योग्य आहे. कारण तो सूक्ष्म वैयक्तिक अनुभवांवर आधारित असतो. त्याहून वाईट गोष्ट म्हणजे बहुतेक जणांना स्वतःच्या दृष्टिकोनाची पूर्ण जाणीवच नसते आणि कोणत्या वैयक्तिक अनुभवांतून तो तयार झालाय, याची तर अजिबात जाणीव नसते. ब्रायंट वेज या मानसोपचारतज्ज्ञाने आंतरराष्ट्रीय संबंध या विषयात प्रावीण्य मिळवलं होतं. त्याने अमेरिका व रशिया यांच्यातील कराराचा अभ्यास केला आणि दोन राष्ट्रांनी मानवी स्वभाव, समाज व जग याबाबतीत गृहीत धरलेल्या अनेक गोष्टी एकमेकांपेक्षा वेगळ्या कशा आहेत, यांचं वर्णन केलं. या गृहीत धरलेल्या गोष्टी करार करताना त्यांचं वर्तन ठरवत होत्या. तरीही दोन्ही बाजूंना आपण गृहीत धरलेल्या गोष्टींची किंवा समोरच्या बाजूने वेगळ्या गोष्टी गृहीत धरल्या आहेत, याची जाणीव नव्हती. परिणामी दोन्ही बाजूंना समोरचं वर्तन विचित्र किंवा दुष्टपणाचं वाटलं. आपण म्हणजे गोष्टीतील तीन आंधळ्या व्यक्तींप्रमाणे आहोत, जे हत्तीच्या एका भागाला स्पर्श करून पूर्ण हत्तीचं स्वरूप माहीत असल्याचा दावा करतात. म्हणूनच आपण आपल्या सूक्ष्म, संकुचित वैयक्तिक दृष्टिकोनावरून भांडतो, वादविवाद करतो आणि सर्व युद्धं पवित्र ठरतात.

विज्ञानाचा धर्म

आध्यात्मिक प्रगती हा सूक्ष्मातून भव्याकडे जाणारा प्रवास आहे. या पुस्तकाच्या सुरुवातीच्या टप्प्यांमध्ये हा प्रवास ज्ञानाचा आहे, श्रद्धेचा नाही. सूक्ष्म पूर्वानुभवातून सुटका करून घेण्यासाठी व हस्तांतरणातून मुक्त होण्यासाठी आपण 'शिकणं' आवश्यक आहे. आपण सतत आपलं ज्ञानाचं क्षेत्र व दृष्टिकोन, नवीन

ज्ञान आत्मसात करून, रुंदावला पाहिजे.

ज्ञान विस्तृत करण्याची प्रक्रिया हा या पुस्तकाचा मूळ विषय आहे. तुम्हाला आठवत असेल, की मागील भागात प्रेमाची 'झोकून देणं', 'स्वतःला विस्तृत करणं' अशी व्याख्या केली होती. प्रेमाच्या धोक्यांमध्ये नवीन अनुभवाच्या अज्ञातात शिरण्याचा धोकासुद्धा आहे, याची दखल घेतली होती. शिस्त या पहिल्या भागाच्या शेवटीसुद्धा असं म्हटलं होतं, की काहीतरी नवीन शिकण्यासाठी जुनं स्वत्व सोडून द्यायला हवं व जुन्या ज्ञानाचा मृत्यू व्हायला हवा. दृष्टिकोन व्यापक करण्यासाठी आपला संकुचित दृष्टिकोन सोडून देण्याची, नष्ट करण्याची आपली तयारी हवी. फक्त या घडीचा विचार केला तर हे सर्व न करणं जास्त आरामदायी आहे- जिथे आहोत तिथेच राहणं, तोच सूक्ष्म नकाशा वापरत राहणं, प्रेमाने जतन केलेल्या कल्पनांचा मृत्यू टाळणं. आध्यात्मिक प्रगतीचा मार्ग मात्र अगदी विरुद्ध दिशेला आहे. आपला ज्यावर विश्वास आहे त्यावर अविश्वास दाखवत, अपरिचित व भयावह यांचा स्वतः मागोवा घेत, जे आधी शिकवलं गेलंय व प्रिय आहे त्याच्या सत्यतेला हेतुपूर्वक आव्हान देत आपण या मार्गावर प्रवास सुरू करतो. सत्याप्रतचा हा मार्ग 'सर्व गोष्टींवर' प्रश्न उठवतो.

मग अगदी खऱ्या अर्थाने आपण शास्त्राचा आधार घेत सुरुवात करतो. पालकांच्या धर्माची जागा शास्त्राच्या धर्माला देत आपण सुरुवात करतो. पालकांच्या धर्माविरुद्ध बंड करून तो अमान्य करायला हवा. कारण प्रौढवयातील अनुभव समाविष्ट केलेला आपला वैयक्तिक अनुभव आणि मानवी समाजाच्या आणखी एका पुढच्या पिढीचा अनुभव यावर आधारित असलेल्या तुमच्या दृष्टिकोनापेक्षा पालकांचा दृष्टिकोन नक्कीच संकुचित असणार. कोणी देऊ केलेला चांगला, आयता असा धर्म अस्तित्वात नाही. आपल्यातील सर्वोत्तम व्यक्त होण्यासाठी आपला धर्म पूर्णपणे वैयक्तिक असायला हवा. आपल्या वस्तुस्थितीच्या अनुभवातून आलेला, प्रश्न व शंका यांच्या अग्नीतून घडविलेला असायला हवा.

ॲलन जॉन या तत्त्ववेत्त्याने जसं म्हटलंय :

> आपली समस्या अशी आहे, की आपल्यातील फार थोड्याजणांनी स्वतंत्र वैयक्तिक जीवन विकसित केलंय. आपलं सर्वकाही दुसऱ्यांकडूनच आलेलं आहे, अगदी आपल्या भावनासुद्धा! जगात वावरण्यासाठी आपल्याला बऱ्याच वेळा दुसऱ्याने दिलेल्या माहितीवर अवलंबून राहावं लागतं. डॉक्टर,

शास्त्रज्ञ, शेतकरी यांचा शब्द मी विश्वासाने स्वीकारतो. मला आवडत नसलं तरी तसं करावं लागतं कारण त्यांच्याकडे त्या विषयाचं महत्त्वपूर्ण ज्ञान असतं, जे माझ्याकडे नाही. माझ्या किडनीची स्थिती, कोलेस्टेरॉलचे परिणाम व कुक्कुटपालन याविषयी दुसऱ्याकडून मिळालेल्या माहितीवर मी जगू शकतो, परंतु जेव्हा जीवनाचा अर्थ, उद्दिष्ट व मृत्यू असे प्रश्न उभे राहतात, तेव्हा दुसऱ्याकडून मिळालेली माहिती चालत नाही. परक्या ईश्वरावर परकी श्रद्धा ठेवून मी जगूच शकत नाही. संकेत माझ्यासाठी असायला हवा, प्रत्यक्ष भेट व्हायला हवी तरच मी खरा जिवंत असतो.

आपल्या मानसिक आरोग्यासाठी व आध्यात्मिक प्रगतीसाठी आपण आपल्या पालकांच्या धर्मावर अवलंबून न राहता स्वतःचा असा धर्म विकसित केला पाहिजे. मग 'शास्त्राचा धर्म' म्हणजे काय? शास्त्र हा एक धर्म आहे, कारण तो एक जगाविषयीचा गुंतागुंतीचा दृष्टिकोन आहे, ज्यात अनेक गोष्टी गृहीत धरल्या जातात. गृहीत धरलेल्या गोष्टी अशा : विश्व हे वास्तव असून ते तपासून पाहण्यायोग्य आहे. विश्व तपासून पाहणं मानवासाठी महत्त्वाचं आहे; विश्व समजून घेणं शक्य आहे. ते काही नियमांनुसार चालतं व त्याबाबत काही अंदाज वर्तविणं शक्य असतं. मात्र मानव हा निकृष्ट परीक्षक आहे. अंधश्रद्धा, पूर्वग्रह यांचा त्याच्यावर प्रभाव असल्याने जे आहे ते पाहण्याऐवजी हवं तेच पाहण्याची त्याची उपजत प्रवृत्ती असते. म्हणूनच विश्व तपासून ते पूर्ण समजून घेण्यासाठी मानवाला शास्त्रीय पद्धतीचा अवलंब करणं आवश्यक आहे. शास्त्रीय पद्धतीचा पाया आहे– अनुभव, म्हणजेच एखादी गोष्ट स्वतः अनुभवल्याशिवाय आपण ती जाणतो असं म्हणता येत नाही. जरी शास्त्रीय पद्धतीची सुरुवात अनुभवाने होत असली, तरी साध्या अनुभवावर विश्वास ठेवता येत नाही. विश्वास ठेवण्यासाठी अनुभव पुनः पुन्हा घेता येण्याजोगा हवा, प्रयोग करून पाहता येण्याजोगा हवा आणि पडताळून पाहण्याजोगा हवा, म्हणजे इतरांनाही त्याच परिस्थितीत, तोच अनुभव घेता यावा.

महत्त्वाचे शब्द आहेत : 'वस्तुस्थिती', 'तपासणी', 'ज्ञान', 'अविश्वास', 'अनुभव', 'शिस्त' याच शब्दांचा वापर आपण आत्तापर्यंत करत आलोत. शास्त्र हा शंकाखोरांचा धर्म आहे. खरंतर आपल्या लहानपणीच्या सूक्ष्म अनुभवातून, संस्कृती व तिच्या सूक्ष्म शिकवणीतून, पालकांनी सांगितलेल्या अर्धसत्यातून बाहेर पडण्यासाठी आपण आत्तापर्यंत मिळविलेल्या ज्ञानाविषयी शंका घ्यायला हवी.

या शास्त्रीय दृष्टिकोनामुळे आपल्या सूक्ष्म व्यक्तिगत अनुभवाचं भव्य व्यक्तिगत अनुभवात रूपांतर करणं शक्य होतं. शास्त्रज्ञ बनून आपणच सुरुवात करायला हवी.

अशी सुरुवात केलेले अनेक पेशंट मला सांगतात : ''मी धार्मिक नाही. मी चर्चमध्ये जात नाही. चर्चनी किंवा माझ्या पालकांनी मला जे शिकवलं त्यावर आता माझा विश्वास नाही. पालकांचा धर्म मी पाळत नाही. म्हणून मला वाटतं, मी आध्यात्मिक नाही.'' ते आध्यात्मिक नाहीत या त्यांच्या गृहीताविषयी मी शंका घेतो तेव्हा त्यांना आश्चर्य वाटतं. मी असं म्हणतो, ''तुम्हाला धर्म आहे, अगदी दृढ असा. तुम्ही सत्याची पूजा करता. तुमची आध्यात्मिक प्रगती होणं शक्य आहे असा तुमचा विश्वास आहे. तुमचा धर्म दृढ करण्यासाठी तुम्ही आव्हानातील दुःख व शिकलेलं पुसून टाकण्यासाठी दुःख सोसायला तयार आहात. तुम्ही मानसोपचार घेण्यातील धोका पत्करलाय आणि हे सगळं तुम्ही तुमच्या धर्मासाठी करताय. म्हणून तुम्ही तुमच्या पालकांपेक्षा कमी धार्मिक आहात असं म्हणणं मला योग्य वाटत नाही. याउलट मला असं वाटतंय, की तुमची आध्यात्मिक उत्क्रांती तुमच्या पालकांच्या पुढे आहे, तुम्ही त्यांच्यापेक्षा मोठी भरारी घेत आहात कारण त्यांच्याकडे प्रश्न विचारायचं साधं धाडसदेखील नाही.''

जगाविषयीच्या इतर अनेक दृष्टिकोनांपेक्षा धर्म म्हणून शास्त्र श्रेष्ठ, उत्क्रांतीची भरारी आहे याचं एक कारण म्हणजे त्याचं जागतिक स्वरूप. शास्त्रीय समाजाचा उल्लेख आपण शास्त्रीय जगत् असा करतो. ही खऱ्या समाजाच्या दिशेने केलेली वाटचाल आहे. या खऱ्या जागतिक बंधुत्वामध्ये शास्त्रीय मंडळींच्या नंतर येतं कॅथॅलिक चर्च! इतर कोणाहीपेक्षा जगभरातील शास्त्रज्ञ एकमेकांशी उत्तमरीत्या संवाद साधू शकतात. ज्यायोगे आपल्या संस्कृती, परंपरेच्या सूक्ष्मपणातून बाहेर पडण्यात त्यांना काही प्रमाणात यश आलंय, काही प्रमाणात ते सुज्ञ बनतायत.

काही प्रमाणात जरी मी मानत असलो, की शास्त्रीय विचारसरणी असलेल्यांचा जगाविषयीचा शंकेखोर दृष्टिकोन हा अंधविश्वास, लोकभ्रम, गृहीत धरलेल्या समजुती यांवर आधारित असलेल्या दृष्टिकोनापेक्षा श्रेष्ठ आहे, तरी शास्त्रीय विचारसरणी असलेल्या बऱ्याच जणांनी आध्यात्मिक उन्नतीचा प्रवास नुकताच सुरू केलाय असाही माझा विश्वास आहे. विशेषकरून त्यांची ईश्वराच्या स्वरूपाविषयी असलेली समजूत एखाद्या शेतकऱ्याच्या समजुतीइतकीच संकुचित आहे, जो आपल्या वाडवडिलांच्या धारणा अंधपणे स्वीकारतो. त्यामुळे ईश्वराचं

स्वरूप जाणून घेणं शास्त्रज्ञांना अतिशय कठीण जातंय.

ईश्वरावर श्रद्धा या संकल्पनेकडे शास्त्रीय दृष्टिकोनातून पाहिलं तर आपण फारसे प्रभावित होत नाही. श्रद्धेमुळे विशिष्ट शिकवण अंगीकारली जाते व त्यातूनच पुढे धर्मयुद्ध, लढाया होताना दिसतात. आपल्याला ढोंगीपणा दिसतो : एकीकडे बंधुभावाचा पुरस्कार करायचा आणि दुसरीकडे धर्माच्या नावाखाली त्यांना जीवे मारायचं. दुसऱ्याच्या जीवावर आपले खिसे भरायचे, हरएक प्रकारे हिंसाचार करायचा. ईश्वराच्या प्रतिमा व कर्मकांड यात थक्क करून सोडणारी विविधता दिसतेः एक देवी जिला सहा हात व सहा पाय आहेत; एखादा देव सिंहासनावर आहे; या देवाला हत्तीचं मस्तक आहे; एखादं शून्यत्वाचं तत्त्व आहे; अनेक देव असलेली मंदिरं, घराघरातील देव, त्रिमूर्ती मानणारे व न मानणारे. आपल्याला यात अज्ञान, अंधश्रद्धा व संकुचितपणाच जास्त दिसतो. ईश्वरावरील श्रद्धा गतकाळात अनेकदा हानिकारक ठरल्याचं दिसतंय. कदाचित ईश्वरी श्रद्धा नसती तर मानवाचं भलं झालं असतं असं म्हणणं योग्य ठरेल. ईश्वर जशी सुंदर कल्पना वाटते तशी ती विषारी पण दिसते. मग यावरून असा निष्कर्ष निघतो, की ईश्वर हा मानवी मनातील भ्रम आहे– एक विनाशकारी आजार– ईश्वरावरील श्रद्धा हा मानसिक आजार आहे, जो बरा व्हायला हवा.

आता इथे एक प्रश्न उपस्थित होतो, ईश्वरावरील श्रद्धा खरंच आजार आहे का? हे हस्तांतरणाचं व्यक्त रूप आहे का? पालकांविषयीची सूक्ष्म कल्पना अयोग्यपणे भव्य गोष्टींना लागू करणे किंवा दुसऱ्या पद्धतीने मांडायचं तर हा विश्वास म्हणजे अगदी बालीश विचार आहे, जो मोठं होताना सोडून द्यायला हवा. शास्त्रीय दृष्टिकोनातून याचं उत्तर शोधायचं असेल तर निष्कर्ष पडताळून पाहणं आवश्यक आहे. मानसोपचार प्रक्रियेतून स्वतःचा विकास करत असताना पेशंटच्या ईश्वरी श्रद्धेचं काय होतं?

कॅथीची केस

कॅथी ही एक अत्यंत घाबरट बाई होती. मी जेव्हा प्रथम तिच्या खोलीत शिरलो, तेव्हा ती कोपऱ्यात बसून मंत्रासारखं काही पुटपुटत होती. मला दारात पाहून तिचे डोळे भीतीने विस्फारले. ती किंचाळली व इतकी मागे सरकली, की स्वतःला भिंतीमध्ये चिणून घेईल की काय असं वाटलं. मी म्हणालो, ‘‘कॅथी, मी

एक मानसोपचारतज्ज्ञ आहे. मी तुला काहीही त्रास देणार नाही.'' मी तिच्यापासून थोड्या अंतरावर एक खुर्ची घेऊन शांतपणे बसलो तरी तिचं मागे सरकणं चालूच होतं. मग ती थोडी सैलावली व लगेचच हमसाहमशी रडू लागली. काही वेळानं तिचं रडणं थांबलं व ती पुन्हा मंत्र पुटपुटू लागली. मी विचारलं, की तुला काय झालंय, तर मंत्र न थांबविता ती म्हणाली, ''मी मरणार आहे.'' ती दुसरं काहीच सांगू शकली नाही. तिने जप चालूच ठेवला. दर पाच मिनिटांनी दमून ती थोडं थांबायची, हुंदका द्यायची व पुन्हा जप सुरू करायची. मी काहीही विचारलं तरी ती 'मी मरणार आहे' एवढंच म्हणायची, तेही जपाची लय न सोडता. जणू तिला वाटत होतं, की या जपामुळे तिचा मृत्यू टळू शकेल. त्यामुळे ती विश्रांती, झोप घेऊच शकत नव्हती.

पोलिसात असलेला तिचा नवरा, हॉवर्ड, याच्याकडून मला मोजकी माहिती मिळाली. कॅथी जेव्हा वीस वर्षांची होती, तेव्हा त्यांच्या लग्नाला दोन वर्षं झाली होती. त्यांच्या वैवाहिक जीवनात काहीही समस्या नव्हती. तिचं आईवडिलांशी घट्ट नातं होतं. या आधी तिला कोणतीही मानसिक समस्या नव्हती. हे अचानक उद्‌भवलं होतं. सकाळपर्यंत ती अगदी ठीक होती. तिने कारने त्याला ऑफिसला सोडलं होतं. दोन तासांनी त्याच्या बहिणीने त्याला फोन केला. कारण ती जेव्हा कॅथीला भेटायला गेली होती, तेव्हा तिला कॅथी या अवस्थेत दिसली. मग त्यांनी कॅथीला रुग्णालयात नेलं. या घटनेआधी काही दिवस तर तिचं वागणं ठीक होतं. केवळ एकाच गोष्टीचा अपवाद होता. गेल्या चार महिन्यात बाहेर गर्दीत जाण्याची तिला खूप भीती वाटत होती. त्यामुळेच हॉवर्ड सुपर मार्केटमधील खरेदी करायचा व ती कारमध्ये थांबायची. बहुतेक तिला एकटं राहायचीदेखील भीती वाटत होती. ती खूप प्रार्थना करायची– परंतु ते नेहमीचं होतं. तिचं कुटुंब धार्मिक होतं. तिची आई आठवड्यातून दोनदा तरी चर्चमध्ये जायची. विचित्र गोष्ट म्हणजे लग्नानंतर कॅथीने चर्चला जाणं थांबविलं होतं. हॉवर्डला याचा फरक पडत नव्हता. मात्र ती खूप वेळ प्रार्थना करायची. एरवी तिची तब्येत एकदम उत्तम होती. तिला कोणताही आजार नव्हता. बऱ्याच वर्षांपूर्वी एका लग्नसमारंभात तिला चक्कर आली होती. ती गर्भनिरोधक गोळ्या घ्यायची. एका महिन्यापूर्वी तिने त्याला गोळ्यांच्या दुष्परिणामांचे कारण देऊन सांगितलं, की ती गोळ्या घेणं बंद करतेय. यावर त्याने फार विचार केला नव्हता.

मी कॅथीला ताण कमी करण्याच्या व मन शांत करण्याच्या औषधांचा मोठा डोस दिला. किमान त्यामुळे ती रात्री शांत झोपू शकली. पुढचे दोन दिवस मात्र

तिचं वागणं तसंच राहिलं : अखंड जप करणं, अगदी जवळ आलेला मृत्यू सोडून काहीही न सांगता येणं, पराकोटीची भीती. शेवटी चौथ्या दिवशी मी तिला सोडियम ॲमिटालचं इंजेक्शन दिलं. तिला समजावलं, ''कॅथी, इंजेक्शनमुळे तुला झोप आल्यासारखं वाटेल परंतु झोप लागणार नाही. आणि तू मरणारदेखील नाहीस. कदाचित जप करणं तू थांबवू शकशील. तुला एकदम शांत वाटेल. तू माझ्याशी बोलू शकशील. आता मला सांग, तू रुग्णालयात आलीस त्या दिवशी सकाळी नेमकं काय घडलं?''

''काहीही घडलं नाही.'' कॅथीने उत्तर दिलं.

''तू नवऱ्याला ऑफिसला सोडलंस?''

''हो, नंतर मी घरी आले. मग मला कळलं, की मी मरणार आहे.''

''रोजच्या सारखी तू थेट घरी आलीस?''

कॅथीने पुन्हा जप सुरू केला.

''कॅथी, जप थांबव,'' मी बजावलं. ''तू अगदी सुरक्षित आहेस. तुला एकदम शांत वाटतंय. त्या दिवशी घरी परत येताना काहीतरी वेगळं घडलं. पण काय वेगळं घडलं ते तू मला सांगणार आहेस.''

''मी वेगळा रस्ता घेतला.''

''असं का केलंस?''

''मी बिलच्या घरावरून जाणारा रस्ता घेतला.''

''हा बिल कोण?'' मी विचारलं.

कॅथीने पुन्हा जप सुरू केला.

''बिल तुझा बॉयफ्रेंड आहे का?''

''लग्नाआधी होता.''

''तुला बिलची खूप आठवण येते, हो नं?''

कॅथी किंचाळली, ''अरे देवा, आता मी मरणार आहे.''

''त्या दिवशी बिल तुला दिसला का?''

''नाही.''

''पण तुला त्याला पाहावंसं वाटत होतं?''

''मी मरणार आहे.'' कॅथीने उत्तर दिलं.

''बिलला पाहण्याची इच्छा झाली म्हणून देव शिक्षा देणार आहे असं तुला वाटतंय?''

''हो.''

''म्हणून तुझी खात्री झाली, की तू मरणार आहेस?''

''हो,'' कॅथीने पुन्हा जप सुरू केला.

पुढची दहा मिनिटं मी तिला जप करू दिला आणि मनामध्ये मी शब्दांची जुळवाजुळव करू लागलो.

शेवटी मी तिला म्हणालो, ''कॅथी, तुझी अशी खात्री आहे, की तू मरणार आहेस कारण तुला ईश्वराचं मन कळतं असा तुझा विश्वास आहे. पण तुझं चुकतंय. कारण तुला ईश्वराचं मन माहीत नाही. ईश्वराबद्दल जे जे तुला सांगितलंय ते तुला माहीत आहे, पण जे सांगितलं गेलंय ते बहुतेक सगळं चुकीचं आहे. ईश्वराबद्दल मला पूर्ण ज्ञान नाही परंतु तुझ्यापेक्षा व तुला सांगणाऱ्या लोकांपेक्षा मला जास्त माहीत आहे. उदा. दररोज मी अशा अनेक स्त्री–पुरुषांना भेटतो, ज्यांना व्यभिचार करण्याची इच्छा असते आणि काहीजण करतातही परंतु ईश्वर त्यांना शिक्षा करत नाही. हे मला नक्की माहीत आहे, कारण ते मला भेटायला येत राहतात, बोलत राहतात. आणि जास्त आनंदी होतात, जशी तूसुद्धा आनंदी होणार आहेस. कारण आपण एकत्र काम करणार आहोत. ज्यात तू शिकणार आहेस, की तू वाईट बाई नाहीस. कारण तुला सत्य उलगडणार आहे– तुझ्याबद्दल व ईश्वराबद्दल. आणि तू आनंदी होऊन जीवन उपभोगू शकणार आहेस. परंतु आता तू थोडा वेळ झोपणार आहेस. जागी झाल्यावर तुझी मरणाची भीती नाहीशी झालेली असेल. आता उद्या सकाळी उठल्यावर आपण बोलू – तुझ्याबद्दल, ईश्वराबद्दल...''

सकाळी उठल्यानंतर कॅथीमध्ये बरीच सुधारणा दिसली. ती घाबरलेली होती परंतु मरणाची भीती बरीच कमी झाली होती. त्या दिवशी आणि पुढचे काही दिवस तिची गोष्ट हळूहळू उलगडत गेली. शाळेत शेवटच्या वर्षाला असताना तिचा हॉवर्डशी शारीरिक संबंध आला होता. त्याला तिच्याशी लग्न करायचं होतं आणि तिचीही संमती होती. मात्र दोन आठवड्यांनी एका मैत्रिणीच्या लग्नात

अचानक लग्न न करण्याचा विचार तिच्या मनात आला. तिला तिथेच चक्कर आली. या प्रसंगानंतर हॉवर्डवर आपलं प्रेम आहे की नाही, याबद्दल ती साशंक झाली. परंतु हे लग्न केलंच पाहिजे असं तिला वाटत होतं. कारण लग्नाआधी संबंध ठेवून तिने पाप केलंय आणि या संबंधांचं लग्नात रूपांतर झालं नाही तर ते मोठं पाप होईल परंतु आपलं हॉवर्डवर प्रेम आहे याची खात्री होईपर्यंत तिला मुलं नको होती. म्हणून तिने गोळ्या घेणं सुरू केलं- आणखी एक पाप! मात्र या पापांचा कबुलीजबाब देण्याचं धाडस तिच्यात नव्हतं. त्यामुळे लग्नानंतर ती चर्चला जायचं टाळू लागली. तिला हॉवर्डबरोबर सेक्स आवडायचा, परंतु लग्न झाल्यादिवसापासूनच तिच्याबद्दलचं त्याचं शारीरिक आकर्षण संपलं. त्याने तिच्या अर्थार्जनाची पूर्ण जबाबदारी घेतली, तेही तिला नोकरीची परवानगी न देता. तिच्या सर्व गरजा पुऱ्या करणारा ही आदर्श भूमिका त्याने स्वीकारली परंतु पूर्वीपेक्षा आता तिला वेगळी वागणूक मिळू लागली. सेक्ससाठी तिला जवळजवळ भीक मागावी लागत असे आणि दोन आठवड्यांतून एकदा होणारा सेक्स एवढेच काय ते तिच्या कंटाळवाण्या आयुष्यात सुखाचे क्षण होते. घटस्फोटाचा तर प्रश्नच नव्हता - ते पाप होतं, विचारसुद्धा न करण्याजोगं.

स्वतःला आवर घालण्याचा प्रयत्न करूनसुद्धा कॅथी व्यभिचाराची चित्रं रंगवू लागली. जास्त प्रार्थना केली तर यातून सुटका मिळेल असं तिला वाटलं म्हणून तिने दर तासाला पाच मिनिटं प्रार्थना करायला सुरुवात केली. हॉवर्डच्या लक्षात आल्यावर तो तिला चिडवू लागला. त्याच्यापासून लपविण्यासाठी ती संध्याकाळऐवजी दिवसा प्रार्थना करू लागली. आता तिला दिवसा जास्त वेळा व भरभर प्रार्थना करावी लागत होती, दर अर्ध्या तासाने व दुप्पट वेगाने. तरीही व्यभिचाराच्या कल्पना उलट जास्तच वाढू लागल्या, तिला घेरून टाकू लागल्या. बाहेर गेल्यावरही ती पुरुषांकडे पाहू लागली. यामुळे गोष्टी अजून बिघडल्या. एकटी बाहेर जायलाही ती घाबरू लागली आणि तो असतानादेखील आपण परपुरुषांकडे पाहू या भीतीने गर्दीची ठिकाणं टाळू लागली. चर्चमध्ये जायला हवं असा विचार तिच्या मनात येऊ लागला. परंतु तिच्या लक्षात आलं, की चर्चमध्ये जाऊन कबुलीजबाब न दिल्यास पाप वाढेल. आणि कबुलीजबाब देणं तर शक्य नव्हतं. तिने पुन्हा आपल्या प्रार्थनेचा वेग दुप्पट केला. यासाठी तिने एक क्लृप्ती शोधून काढली. प्रत्येक प्रार्थनेला संक्षिप्त रूप दिलं व एका प्रार्थनेसाठी एक शब्द म्हणू लागली. अशा प्रकारे पाच मिनीटात ती हजार प्रार्थना पूर्ण करू शकत होती. ही उपाययोजना करण्यात ती जोपर्यंत व्यग्र होती, तोपर्यंत व्यभिचाराचे विचार

आले नाहीत; परंतु हे काम पूर्ण झाल्यावर पुन्हा ते विचार जोमाने येऊ लागले. आता ते विचार प्रत्यक्षात कसे आणायचे, याचा ती विचार करू लागली. तिने तिचा जुना मित्र बिल याला बोलाविण्याचा विचार केला. दुपारी त्याच्या सोबत कुठे जावं याचा ती विचार करू लागली. आपण खरंच असं करू या भीतीने तिने गोळ्या घेणं थांबविलं. दिवस राहतील या भीतीने तरी असं कृत्य आपल्या हातून होणार नाही अशी आशा तिला होती परंतु वासना वाढतच गेली. एका दुपारी तिच्या लक्षात आलं, की ती मुष्टिमैथुन करत होती. ती भयचकित झाली. हे तर सगळ्यात मोठं पाप होतं. थंड पाण्याने स्नान करण्याचा उपाय तिने ऐकला होता म्हणून सहन होईल इतक्या थंड पाण्याने तिने स्नान केलं. हॉवर्ड येईपर्यंत ती ठीक झाली परंतु दुसऱ्या दिवशी सकाळी ते सर्व पुन्हा उफाळून आलं.

आणि त्या दिवशी सकाळी तिचा तोल सुटला. हॉवर्डला ऑफिसमध्ये सोडल्यावर ती थेट बिलच्या घरापर्यंत गेली. त्याच्या घरासमोर गाडी उभी करून ती वाट पाहू लागली पण काहीही घडलं नाही. बहुधा घरी कोणीही नव्हतं. ती कारमधून बाहेर आली आणि मादक पोझमध्ये गाडीला टेकून उभी राहिली. मनातल्या मनात ती विनवणी करू लागली, 'प्लिज, बिलचं माझ्याकडे लक्ष जाऊ दे.' परंतु काहीही घडलं नाही. ''प्लिज, कोणाचं तरी माझ्याकडे लक्ष जाऊ दे. कुणीही चालेल. मला कोणाशीतरी समागम करायचा आहे. अरे देवा, मी वेश्या आहे. बेबीलॉनची वेश्या. देवा मला ठार मार. मला मेलंच पाहिजे.'' ती पटकन कारमध्ये बसली व घरी परतली. तिने ब्लेड घेतलं व मनगटाची शीर कापण्याचा प्रयत्न केला. पण ते तिला जमलं नाही परंतु तिला शिक्षा देणं ईश्वराला शक्य होतं व तो तिचा अंत करणार होता. तिचे प्राण कंठाशी आले. ''अरे देवा, माझा थरकाप होतोय, अंत पाहू नको.'' कासाविस होऊन ती धावा करू लागली. या अवस्थेत तिच्या नणंदेला ती सापडली.

अनेक महिन्यांच्या कसोशीच्या प्रयत्नांनंतर पूर्ण गोष्ट स्पष्टपणे उलगडली. तिची समस्या मुख्यत्वे पाप या कल्पनेतून निर्माण झाली होती. मुष्टिमैथुन हे पाप आहे असं ती कुठे शिकली? हे तिला कोणी सांगितलं? सांगणाऱ्याला हे पाप आहे हे कसं कळलं? मुष्टिमैथुन हे कशामुळे पाप ठरतं? व्यभिचार हे पाप का आहे? एखादी गोष्ट पाप कशामुळे ठरते? असे अनेक प्रश्न. मानसोपचार हा एक मानाचा व रोज नवनवीन आव्हानं असणारा व्यवसाय असला तरी तो कधीकधी अत्यंत नीरस होऊ शकतो. कारण आयुष्य जगताना तयार झालेल्या प्रवृत्तींना

एक एक करून पद्धतशीरपणे आव्हान देण्यासाठी खूप चिकाटी लागते. पूर्ण समस्या उलगडण्यापूर्वीच प्रयत्नांना थोडंफार यश मिळू शकतं. जेव्हा कॅथी एखाद्या गोष्टीची पूर्ण माहिती मला देऊ लागली होती उदा. मुष्टिमैथुन याविषयी तिला वाटणारं आकर्षण व तिच्या रम्य कल्पना - तेव्हा तिने तिच्या पापाबद्दलच्या कल्पना व तिची अपराधीपणाची भावना नव्याने तपासून पाहायला सुरुवात केली होती. या प्रक्रियेत कॅथॅलिक चर्चची शिकवण, जशी तिला समजली होती, ती तिला पुन्हा पडताळून पाहावी लागली. चर्चच्या शिकवणुकीबद्दल प्रश्न उभा करणं सोपं काम नाही. पण ते तिला शक्य झालं कारण माझ्या पाठिंब्याची तिला खात्री होती. मी तिच्या भल्याचाच विचार करणार, तिला चुकीचा मार्ग दाखविणार नाही याची तिला हळूहळू जाणीव झाली होती. तिच्यात व माझ्यात उपचारांदरम्यान निर्माण झालेलं नातं हे मानसोपचार यशस्वी होण्यासाठी फारच गरजेचं होतं.

आमच्या नंतर झालेल्या सेशन्समधून ही प्रगती झाली. कॅथीला हॉस्पिटलमधून एका आठवड्यात घरी सोडण्यात आलं होतं. पुढे चार महिने झालेल्या सततच्या भेटींनंतर ती आपल्या पापाच्या कल्पनेबद्दल बोलू शकली, "मला वाटतं, चर्चने त्यांचा माल खपवला." या क्षणी आमच्या उपचारांना नवीन दिशा मिळाली आणि आम्ही प्रश्न विचारायला सुरुवात केली : हे असं कसं घडलं? चर्चने खपवलेला माल तिने का विकत घेतला? ती स्वतंत्र विचार का करू शकली नाही? आणि तिने आत्तापर्यंत चर्चला कधीच आव्हान का दिलं नाही? यावर कॅथीने सांगितले, "परंतु आई म्हणाली आपण चर्चच्या शिकवणुकीबद्दल आक्षेप घेऊ शकत नाही." म्हणून आम्ही कॅथीचं तिच्या पालकांशी असलेलं नातं यावर काम करायला सुरुवात केली. तिचे वडिलांशी काहीही संबंध नव्हते. कारण ते हजरच नव्हते. ते फक्त काम करायचे. काम एके काम. आणि घरी आल्यावर आरामखुर्चीत बिअर पिऊन झोपायचे. सुट्टीच्या दिवशी मात्र ते बाहेर जाऊन बिअर प्यायचे. आई घर चालवायची. एकटी, स्वतंत्रपणे, ना विरोध, ना दुमत. ती प्रेमळ होती परंतु ठाम होती. ती दिलदार होती पण आपलं म्हणणं सोडणारी नव्हती. ती शांत होती परंतु क्षमाशील नव्हती. "बाळा, तू असं करायला नको, चांगल्या मुली असं करत नाहीत." "तसे बूट घालू नकोस, चांगल्या घरातील मुली तसे बूट घालत नाहीत." "तुला चर्चमध्ये जायचं की नाही ते महत्त्वाचं नाही. ईश्वराला मात्र आपण चर्चमध्ये जायला हवे आहोत." हळूहळू कॅथीच्या लक्षात आलं, की चर्चचं नाव पुढे करून आईने स्वतःची सत्ता गाजवली. शांतपणे तिने अशी हुकूमत चालवली, की तिला नकार देणं अशक्य झालं होतं.

मानसोपचार पद्धती नेहमी अगदी सुरळीत चालते असं नाही. हॉस्पिटलमधून घरी गेल्यावर सहा महिन्यांनी एका रविवारी सकाळी हॉवर्डचा फोन आला, की कॅथीने स्वतःला बाथरूममध्ये बंद करून घेतलंय व पुन्हा तिचा जप चालू झालाय. माझ्या सूचना अनुसरून त्याने तिला हॉस्पिटलमध्ये येण्यासाठी मनधरणी केली. पण कॅथी अगदी पहिल्या दिवसाइतकीच घाबरलेली होती. तिची अशी अवस्था कशामुळे झाली याची हॉवर्डला कल्पना नव्हती. मी कॅथीला तिच्या रूममध्ये नेलं. ''जप थांबव व काय झालं ते मला सांग.'' असं मी बजावलं.

''नाही.''

''कॅथी, मला सांग.''

जप जेमतेम थांबवत ती घाईघाईने म्हणाली, ''तू खरं बोलायचं औषध दिलंस तर कदाचित मी सांगू शकेन.''

''कॅथी, नाही. औषध न घेताच या वेळी तू हे करू शकशील.'' मी म्हणालो.

तिने गळा काढला. नंतर माझ्याकडे पाहत जप सुरू ठेवला. परंतु तिच्या नजरेत माझ्याबद्दल राग दिसला, अगदी संताप...

''तुला माझा राग आलाय.'' मी म्हणालो.

जप म्हणत म्हणतच तिने मान डोलावली.

मी म्हणालो, ''कॅथी, तू माझ्यावर रागावण्याची अनेक कारणं असू शकतील. पण तू सांगितल्याशिवाय मला कसं कळणार? सांग, काही हरकत नाही.''

''मी मरणार आहे.'' ती हुंदके देत म्हणाली.

''नाही, कॅथी तू मरणार नाहीस. माझ्यावर रागावली असलीस तरीही मी तुला काहीही करणार नाही, तू मरणार नाहीस. माझा राग आला तरी हरकत नाही.''

''मला दीर्घायुष्य नाही.'' कॅथी हुंदके देत म्हणाली, ''मला दीर्घायुष्य नाही.''

हे शब्द मला थोडे विचित्र वाटले. तिने असे शब्द का वापरले, हे मला कळेना. का कोण जाणे पण ते कृत्रिम वाटत होते. माझा मुद्दा पुनः पुन्हा मांडण्याखेरीज काय बोलावं हे मला सुचत नव्हतं.

''कॅथी, मला तू आवडतेस.'' मी म्हणालो. ''तुला माझा तिरस्कार असला तरी माझं तुझ्यावर प्रेम आहे. प्रेम असंच असतं. माझं तुझ्यावर प्रेम असल्यामुळे

मी तुला शिक्षा करू शकत नाही.''

''मला तुझ्याबद्दल तिरस्कार नाही.'' ती मुसमुसत म्हणाली.

अचानक कोडं सुटलं. ''तुला दीर्घायुष्य नाही. हेच नं कॅथी, असंच नं? आई वडिलांचा आदर करा व दीर्घायुषी व्हा. बायबलमधील पाचवं वचन. आदर करा नाहीतर मरा. हेच होतंय नं?''

''मला तिचा खूप राग येतो,'' कॅथी पुटपुटली. मग मोठ्याने म्हणाली, जणूकाही तिने उच्चारलेल्या भयंकर शब्दांच्या आवाजाने तिला बळ मिळालं, ''मला तिचा तिरस्कार आहे. मला माझ्या आईचा खूप राग आहे. तिने मला माझं दिलं नाही..... तिने मला माझं काही दिलं नाही..... तिने मला कधीही माझं 'मी पण' दिलं नाही. तिने मला 'माझी मी' राहू दिलं नाही. तिने मला तिचीच प्रतिमा बनविलं. तिने मला तीच बनविलं. तिने मला थोडंसुद्धा माझी मी राहू दिलं नाही.''

खरं म्हणजे कॅथीचे उपचार सुरुवातीच्या टप्प्यात होते. तिचं रोज रोज दिव्यातून जाणं अजून पुढे होतं. हजारो छोट्या छोट्या प्रकारे मीपण जोपासण्याचं दिव्य! कॅथीच्या आईने तिच्यावर पूर्ण वर्चस्व गाजवलंय हे लक्षात आल्यावर, आपण असं का घडू दिलं, या प्रश्नाला मग तिला सामोरं जावं लागलं. आईचं वर्चस्व नाकारल्यावर तिला स्वतःची नीतिमूल्यं तयार करावी लागली. स्वतःचे निर्णय स्वतःच घ्यावे लागले आणि हे करताना ती अतिशय घाबरली. कारण आईने निर्णय घेणं जास्त सोयिस्कर होतं, आईची किंवा चर्चची नीतिमूल्य स्वीकारणं जास्त सोपं होतं. जीवनाची सूत्रं स्वतःच्या हाती घेणं अतिशय कठीण काम होतं. नंतर एकदा कॅथी म्हणाली, ''जी व्यक्ती मी आधी होते, तसं मला पुन्हा कधीही व्हायचं नाही; तरीसुद्धा कधीतरी ते दिवस बरे वाटतात. तेव्हा आयुष्य सोपं होतं, निदान काही बाबतीत तरी...''

स्वतंत्रपणे विचार करू लागल्यावर कॅथीने हॉवर्डला प्रियकर म्हणून असलेले त्याचे दोष दाखवून दिले. त्यानेही सुधारण्याचं आश्वासन दिलं परंतु तसं घडलं नाही. कॅथीने पाठपुरावा केला. मग त्याला नैराश्याचे झटके येऊ लागले. यासाठी तो माझ्याकडे आल्यावर मी त्याला दुसऱ्या मानसोपचारतज्ज्ञाकडे पाठविलं. कारण या उपचारादरम्यान तो स्वतःच्या समलिंगी आकर्षणाच्या भावनेला सामोरा गेला, जी भावना कॅथीशी लग्न करून त्याने दाबून ठेवली होती. कॅथी सुंदर, आकर्षक

असल्यामुळे तिला जिंकून तो स्वतःची मर्दानगी स्वतःला व जगाला दाखवू पाहत होता. खऱ्या अर्थाने त्याचं तिच्यावर कधीही प्रेम नव्हतं. हे स्वीकारल्यावर त्याने व कॅथीने सामंजस्याने घटस्फोट घेतला. कॅथीने कपड्यांच्या मोठ्या दुकानात सेल्सगर्लची नोकरी धरली. या नोकरीच्या संदर्भात घ्याव्या लागणाऱ्या छोट्या छोट्या स्वतंत्र निर्णयांच्याबाबतीत ती सुरुवातीला माझ्याशी चर्चा करायची. पण हळूहळू तिच्यात आत्मविश्वास निर्माण झाला. तिचे अनेक प्रियकर झाले. पुढे तिचा लग्नाचा व आई होण्याचा विचार होता, परंतु ती सध्यातरी आनंदाने नोकरी करत होती. ती दुकानाच्या खरेदी विभागाची उपप्रमुख बनली. जेव्हा उपचार बंद झाले तेव्हा ती खरेदी विभागाची प्रमुख झाली. आणि आत्ताच मला तिच्याकडून समजलं, की ती दुसऱ्या एका मोठ्या कंपनीत त्याच पदावर आहे. सत्ताविसाव्या वर्षी ती अगदी समाधानी होती. ती आता चर्चमध्येही जात नाही व स्वतःला कॅथॉलिकही समजत नाही. तिचा देवावर विश्वास आहे की नाही, हे तिला माहीत नाही, पण खरं सांगायचं म्हणजे देवाचा मुद्दा सध्यातरी तिच्या आयुष्यात महत्त्वाचा नाही.

कॅथीची केस मी इतक्या विस्तृतपणे मांडली कारण ती केस म्हणजे धार्मिक वातावरणात संगोपन व मानसोपचार यांतील परस्पर संबंधांचं हे एक ठळक उदाहरण आहे. अशा लाखो कॅथी आहेत. मी गमतीने लोकांना सांगतो, की कॅथॉलिक चर्चने माझ्या मानसोपचारतज्ज्ञाच्या व्यवसायात भरभराट आणली. कॅथीच्या समस्येचं चर्च हे एकमेव कारण नव्हतं. कॅथीच्या आईने पालक म्हणून स्वतःचं वर्चस्व प्रस्थापित करण्यासाठी चर्चचा साधन म्हणून उपयोग केला होता. आईचा सत्ता गाजविणारा स्वभाव व त्याला वडिलांच्या गैरहजेरीची जोड हे कॅथीच्या समस्येचं खरं मूळ कारण म्हणता येईल. या प्रकारातही कॅथी हे एक सुस्पष्ट उदाहरण आहे. तरीसुद्धा चर्चकडे दोष जातोच. कोणत्याही धार्मिक शाळेत, धार्मिक तत्त्वं पडताळून पाहण्यासाठी कॅथीला प्रोत्साहन दिलं गेलं नाही किंवा स्वतंत्रपणे विचार करायला शिकवलं गेलं नाही. ही धार्मिक तत्त्वं अतिशय संकुचित आहेत, त्याचा चुकीचा अर्थ काढला जाऊ शकतो, गैरवापर होऊ शकतो, या शिकवणीचा अतिरेक होऊ शकतो या शक्यतांचा चर्चने विचारच केला नव्हता. कॅथीच्या समस्येचं एका दृष्टिकोनातून विश्लेषण करायचं तर असं म्हणता येईल, की तिचा ईश्वरावर पूर्ण विश्वास असला तरी तिच्या धार्मिक समजुती, जगाबद्दलचा दृष्टिकोन, पापाच्या संकल्पना, नीतिमूल्ये हे सर्व तिला आयतं पुरवलं गेलेलं होतं. तिच्या गरजांच्या दृष्टीने हे अयोग्य होतं. ती स्वतंत्र

विचार करू शकली नाही. सत्यता पडताळून पाहू शकली नाही, विरोध करू शकली नाही. आणि तरीही कॅथीच्या चर्चने तिचा वैयक्तिक, तिच्यासाठी योग्य असा स्वधर्म तयार करण्यात तिला जराही मदत केली नाही. खरंतर चर्च 'आयतं ज्ञान पुरवा' याचाच पुरस्कार करताना दिसतात.

कॅथीची केस हे याचं एक स्पष्ट उदाहरण आहे. तिच्यासारख्या केसेस इतक्या सर्रास आढळतात की, अनेक मानसोपचारतज्ज्ञ धर्माकडे शत्रू या दृष्टीनेच पाहतात. काहींच्या मते तर धर्म हाच एक मनोविकार आहे- तर्क, विसंगत कल्पना ज्या लोकांची मनं जखडून टाकतात व मानसिक प्रगतीच्या सहज प्रेरणेला दडपून टाकतात. मानसशास्त्रातील अत्यंत प्रभावी व्यक्तिमत्त्व फ्रॉईड, जे बुद्धिवादी, शास्त्रीय विचारसरणीचे होते, त्यांचाच हा दृष्टिकोन असल्यामुळे धर्म हा मनोविकार आहे या संकल्पनेने जोम धरला. खरोखरच मानसशास्त्रज्ञांना स्वतःला आधुनिक शास्त्राचे 'सरदार' म्हणवून घेण्याचा मोह होऊ शकेल, जे अंधश्रद्धा व तर्कविसंगत धार्मिक शिकवण अशा विनाशकारी शक्तींशी नैतिक लढा देण्यात गुंतले आहेत. खरं म्हणजे मानसोपचारतज्ज्ञाने अत्यंत हानिकारक अशा धार्मिक कल्पनांपासून आपल्या पेशंटची मनं मुक्त करण्यासाठी प्रचंड प्रयत्न व वेळ द्यायला हवा.

मार्शियाची केस

सगळ्याच केसेस काही कॅथीसारख्या नसतात. इतर प्रकारसुद्धा नेहमी आढळतात. दीर्घकाळ उपचार घेणारी मार्शिया माझी सुरुवातीची पेशंट होती. साधारण पंचविशीतील ती तरुणी चांगलीच श्रीमंत होती. एकंदरीत निरुत्साह (anhedonia - सुखदुःखाभाव) जाणवल्यामुळे ती माझ्याकडे उपचारासाठी आली होती. काय चुकतंय यासाठी ती कोणत्याही एका गोष्टीवर बोट ठेवू शकत नव्हती, परंतु तिला आयुष्य कंटाळवाणं वाटत होतं. नक्कीच ती उदास दिसत होती. संपत्ती व शिक्षण असूनदेखील ती गरीब, अजागळ, निर्वासित स्त्री वाटत होती. पहिलं वर्षभर ती निळे, काळे, राखाडी, तपकिरी रंगाचे गबाळे कपडे घालून व मोठीशी जुनाट, विटलेल्या रंगाची बॅग घेऊन येत असे. तिचे आई-वडील हे दोघेही बुद्धिमान व अत्यंत यशस्वी असे प्राध्यापक होते. ते दोघेही समाजवादी विचारसरणीचे असून त्यांच्यासाठी धर्म हा चेष्टेचा विषय

होता. लहानपणी मैत्रिणीबरोबर चर्चमध्ये जाऊन आल्यावर त्यांनी तिची टिंगल केली होती.

उपचार सुरू केले तेव्हा मार्शियाला आई-वडिलांचं म्हणणं पूर्णपणे पटत होतं. सुरुवातीला तिने मोठ्या आत्मविश्वासाने सांगितलं होतं, की ती नास्तिक आहे, धर-सोड वाली नाही तर अगदी ठाम नास्तिक! तिचा विश्वास आहे की देव आहे किंवा असू शकतो या भ्रमातून मानवजात बाहेर पडली तरच प्रगती करू शकेल. आश्चर्य म्हणजे मार्शियाला स्वप्नात सतत धर्माशी निगडित असलेली चिन्हं दिसायची. उदा. खोलीत पक्षी उडत आहेत, त्यांच्या चोचीत प्राचीन भाषेत संदेश लिहिलेल्या कागदाच्या गुंडाळ्या आहेत परंतु तिच्या या अजागृत मनाविषयी मी तिला काही विचारलं नाही. खरंतर दोन वर्षं धर्म या मुद्द्यावर आमचं काहीच बोलणं झालं नाही. प्रामुख्याने आम्ही तिचं तिच्या पालकांशी असलेलं नातं यावरच लक्ष केंद्रित केलं. तिचे पालक अतिशय बुद्धिमान असल्याने त्यांनी तिच्या सर्व आर्थिक गरजा पुरविल्या होत्या परंतु त्यांच्यात किंचितही भावनिक जवळीक नव्हती. याशिवाय ते आपापल्या व्यावसायिक प्रगतीत इतके व्यग्र होते, की त्यांच्याकडे तिच्यासाठी फार कमी वेळ व उत्साह होता. याचा परिणाम असा झाला की मार्शियाला सुरक्षित, आरामदायी घर होतं परंतु ती मानसिकदृष्टीने अनाथच होती. तिच्या बाबतीत 'गरीब बिचारी श्रीमंत मुलगी' हा शब्दप्रयोग योग्य होता. परंतु ती हे लक्षात घ्यायला तयार नव्हती. जेव्हा मी लक्षात आणून दिलं, की तिच्या पालकांनी तिला प्रेमापासून वंचित ठेवलं, तेव्हा तिने ते अमान्य केलं आणि तिचे कपडे एखाद्या अनाथ मुलीप्रमाणे आहेत असं जेव्हा मी म्हटलं तेव्हा तिने विरोध केला. ती म्हणाली, 'ही नवीन फॅशन आहे व मला टीका करायचा अधिकार नाही.'

मार्शियाची प्रगती अगदी कूर्मगतीने होत असली तरी ती लक्षात येण्याजोगी होती. आम्ही एकमेकांशी जे स्नेहाचं, आपुलकीचं नातं निर्माण करू शकलो होतो, तेच या प्रगतीचं मर्म होतं पण तिच्या पालकांशी असलेल्या नात्यात याचाच अभाव होता. साधारण वर्षानंतर एक दिवस मार्शिया नवीन बॅग घेऊन आली. जुन्या बॅगपेक्षा ती खूप लहान होती व त्यावर उजळ रंगांची उधळण होती. त्यानंतर तिच्या कपड्यांमध्ये एकएक करून निळा, पिवळा, केशरी, हिरवा या रंगांची भर पडत गेली. जणुकाही फूल हळूहळू उमलत होतं. शेवटच्या सेशनपूर्वी तिला आता किती बरं वाटतंय हे सांगताना ती म्हणाली, ''आश्चर्य म्हणजे बदल

फक्त माझ्या आत झाला नसून बाहेरील प्रत्येक गोष्ट बदललेली आहे. जरी मी त्याच जुन्या घरात राहत असले आणि काही जुन्याच गोष्टी करत असले तरी हे सगळं जग नवीन दिसतंय, अगदी वेगळं जाणवतंय. ते फारच उबदार, सुरक्षित, उत्साही व सुंदर जाणवतंय. मी तुला म्हटलं होतं की मी नास्तिक आहे परंतु आता मी तसं ठामपणे म्हणू शकत नाही. खरंतर मला वाटतं मी नास्तिक नाही. आता एखाद्या क्षणी जग परिपूर्ण आहे असं जेव्हा जाणवतं, तेव्हा मी स्वतःला म्हणते, ''खरंच ईश्वर अस्तित्वात आहे. कारण ईश्वराशिवाय हे जग इतकं निर्दोष असूच शकत नाही.'' मला या गोष्टी नीटशा व्यक्त करता येत नाहीत पण मला चैतन्य जाणवतंय, मला सगळ्याशी जोडलं गेल्यासारखं वाटतं. जणुकाही एका मोठ्या चित्राचा मी एक जिवंत भाग आहे आणि मी ते चित्र जरी पूर्ण पाहू शकत नसले, तरी मला माहीत आहे की, ते आहे व ते सुंदर आहे व मी त्याचा एक भाग आहे.''

उपचारामुळे कॅथीने 'ईश्वर महत्त्वाचा नाही' या संकल्पनेपर्यंत वाटचाल केली. याउलट मार्शियाने ईश्वराला नाकारण्यापासून ईश्वराची संकल्पना अर्थपूर्ण बनण्यापर्यंत प्रवास केला. एकाच तज्ज्ञाकडे त्याच प्रक्रियेतून जाऊन दोघींच्या बाबतीत अगदी विरुद्ध तरीही यशस्वी परिणाम दिसून आले. यासाठी काय स्पष्टीकरण द्यावं? तसा प्रयत्न करण्यापूर्वी आपण आणखी एक केस जाणून घेऊया. कॅथीच्या आयुष्यातील ईश्वरी संकल्पनेचा प्रभाव कमी करण्यासाठी तज्ज्ञाने तिच्या धार्मिक कल्पनांना उघड आव्हान देणं आवश्यक होतं. मात्र मार्शियाच्या बाबतीत तज्ज्ञाने कोणताही हस्तक्षेप न करताही तिच्या आयुष्यात ईश्वर या संकल्पनेने जोम धरला. मग आता प्रश्न असा उद्भवतो, की तज्ज्ञाने पेशंटच्या ईश्वरी संकल्पनेला उघड आव्हान देऊन धार्मिक बाबतीत मार्गदर्शन करावं का?

थिओदोरची केस

टेड मला भेटायला आला, तेव्हा तीस वर्षांचा होता. गेली सात वर्षं तो दाट जंगलात छोट्याशा घरात वैराग्याचं जीवन जगत होता. त्याला मोजकं मित्रमंडळ होतं परंतु जिव्हाळ्याचं, जिवलग असं कोणीही नव्हतं. गेल्या तीन वर्षांत त्याचे कोणाशीही प्रेमसंबंध नव्हते. अधुनमधून तो थोडं सुतारकाम करायचा परंतु

बहुतेकदा मासेमारी, वाचन आणि जेवण काय बनवावं, कसं करावं किंवा एखादं स्वस्त हत्यार खरेदी करावं की नाही, यासारखे क्षुल्लक निर्णय घेण्यात दिवस व्यर्थ घालवायचा. खरंतर त्याला वारसाहक्काने भरपूर संपत्ती मिळाली होती. तो बुद्धीने कुशाग्रदेखील होता. पहिल्या सेशनमध्येच तो हतबलपणे म्हणाला, ''मला माहीत आहे, मी आयुष्यात काहीतरी विधायक, सर्जनशील करायला हवं, परंतु मला एक छोटासा निर्णयदेखील घेता येत नाही, मोठा तर दूरच राहिला. खरंतर मला स्वतःचं कार्यक्षेत्र असायला हवं. मी महाविद्यालयात जाऊन काहीतरी शिकायला हवं, परंतु मला उत्साहच वाटत नाही. मी खूप पर्याय विचारात घेतले-शिक्षकी पेशा, सखोल अभ्यासक, आंतरराष्ट्रीय संबंध, वैद्यकी, शेती, सजीवसृष्टीचा अभ्यासक परंतु कशाचाच फारसा प्रभाव पडला नाही. एक दोन दिवस मला आवडायचं परंतु मग प्रत्येक क्षेत्रात न सुटणाऱ्या समस्या जाणवायच्या. आयुष्य एक न सुटणारी समस्याच वाटतेय.''

टेड म्हणाला, तो जेव्हा अठरा वर्षांचा असताना कॉलेजमध्ये जाऊ लागला तेव्हा ही समस्या सुरू झाली. तोपर्यंत सर्वकाही ठीक होतं. त्याचं लहानपण स्थिर व सधन कुटुंबात दोन मोठ्या भावंडांबरोबर गेलं. अगदी सामान्य आई-वडील, जे एकमेकांची काळजी घेत नसले तरी त्याची काळजी घेत होते. बोर्डिंग स्कुलमधील त्याची प्रगती ही चांगली होती. मग एक महत्त्वाचा टप्पा आला - एका स्त्रीशी असलेले उत्कट प्रेमसंबंध! आता तो कॉलेजमध्ये जाणार तोच तिने नकार दिला. दुःखात बुडालेल्या त्याने आपलं कॉलेजचं पहिलं वर्ष दारूच्या नशेत घालविलं. तरीही त्याच्या अभ्यासावर फारसा परिणाम झाला नाही. त्यानंतर त्याची अनेक प्रेमप्रकरणं झाली, जी दरवेळी अधिकाधिक अयशस्वी होत गेली. प्रत्येक वेळी त्याची गुंतवणूक कमी-कमी होत गेली. याचा परिणाम त्याच्या अभ्यासावर दिसू लागला. कोणते विषय निवडावेत हे तो ठरवू शकत नव्हता. त्याचा जवळचा मित्र हॅन्क, ज्युनियर कॉलेजमध्ये असताना अपघातात मृत्यू पावला. तो धक्का टेडने कसाबसा पचवला. त्या वर्षी त्याने दारूसुद्धा सोडली परंतु निर्णय घेण्याची समस्या मात्र बळावली. सिनियर कॉलेजमध्ये प्रबंधाचा विषय तो निवडू शकला नाही. शैक्षणिक वर्ष संपल्याने त्याला हॉस्टेलबाहेर जागा घ्यावी लागली. पदवी मिळवण्यासाठी त्याला फक्त एक छोटासा प्रबंध लिहून द्यायचा होता, जो महिन्याभरात पूर्ण होऊ शकला असता. त्यासाठी त्याला तीन वर्षं लागली. नंतर त्याने काहीच केलं नाही. पुढची सात वर्षं जंगलात जाऊन राहिला.

टेडची खात्री होती, की त्याच्या समस्येचं मूळ त्याच्या लैंगिकतेमध्ये आहे. कारण एका अयशस्वी प्रेमप्रकरणामुळेच त्याच्या समस्येला सुरुवात झाली होती. फ्रॉईडने लिहिलेला शब्द न् शब्द त्याने वाचून काढला होता (अगदी मी न वाचलेलंदेखील). म्हणूनच पहिले सहा महिने आम्ही त्याची लहानपणीची लैंगिकता तपासून पाहण्यात घालविले, पण त्यातून काहीही निष्पन्न झालं नाही. मात्र त्या काळात त्याच्या व्यक्तिमत्त्वाचे अनेक पैलू मला उलगडले. एक म्हणजे त्याचा संपूर्ण निरुत्साह! चांगल्या हवामानाची तो वाट पाहत असे, परंतु तसं हवामान होताच खांदे उडवून तो म्हणत असे, ''खरंतर तसा काहीही फरक पडत नाही, सगळे दिवस सारखेच.'' मासेमारी करताना मोठा मासा गळाला लागल्यावर तो म्हणत असे, ''हा मासा मी एकटा संपवू शकणार नाही आणि वाटायला मला मित्रही नाहीत, त्यामुळे मी तो पाण्यात परत फेकतो.''

या निरुत्साहामुळे पुढे त्याचा स्वभाव शिष्ट बनला आणि सगळं जग व त्यातील सर्वकाही खालच्या दर्जाचं आहे असं तो मानू लागला. त्याचा दृष्टिकोन टीकाकाराचा बनला. त्यामुळे मी असा अंदाज बांधला, की भावनिक दुःख सोसावं लागू नये म्हणून सर्वांपासून दूर राहण्यासाठी त्याने ही शिष्ट प्रवृत्ती अंगीकारली असावी. बऱ्याच गोष्टी गुपित ठेवण्याचा त्याचा स्वभाव असल्यामुळे उपचारप्रक्रिया मंद गतीने होत होती. महत्त्वाच्या गोष्टी त्याच्याकडून प्रयत्नपूर्वक काढून घ्याव्या लागत होत्या. त्याला एक स्वप्न पडलं होतं : ''मी शाळेच्या वर्गात होतो. मी एक गोष्ट – कोणती ते माहीत नाही – एका खोक्यात ठेवली. मी तो खोका अशा तऱ्हेने बनवला होता, की आतली गोष्ट कोणालाही दिसू नये. मी तो खोका सुकलेल्या झाडाच्या खोडात ठेवला आणि वरती झाडाचं साल लाकडी स्क्रूने पुन्हा बसविलं. परंतु वर्गात बसल्यावर मला अचानक आठवलं की, मी ते स्क्रू घट्ट बसवले नव्हते. मग मला अस्वस्थ वाटू लागलं. मी पुन्हा जंगलात गेलो आणि स्क्रू पूर्णपणे आत बसविले जेणेकरून ते झाडाच्या सालीमधून वेगळे दिसू नयेत. मग कुठे मला हायसं वाटलं व मी वर्गात परतलो.'' टेडच्या स्वप्नातली शाळा व वर्ग उपचारासाठीची प्रतीकं होती. हे अगदी स्पष्ट होतं, की त्याच्या समस्येचं मूळ मला सापडू नये असं त्याला वाटत होतं.

सहा महिने उपचार घेतल्यावर एका सेशनमध्ये प्रथमच टेडच्या अभेद्य कवचाला किंचित तडा गेला. आदल्या दिवशी संध्याकाळी त्याने एका ओळखीच्या व्यक्तीची भेट घेतली होती. तो तक्रारीच्या सुरात म्हणाला, ''कालची संध्याकाळ

महाभयंकर होती, त्याने मला 'जोनाथन लिव्हिंगस्टन सीगल' या सिनेमाचं 'नेल डायमंड' याने दिलेलं संगीत ऐकवलं. माझ्या कानावर अत्याचार झाले. मला कळत नाही, की या शिकलेल्या लोकांना हे बेसूर आणि भसाडं गाणं कसं काय आवडतं?''

त्याच्या उद्धट प्रतिक्रियेची तीव्रता जाणवल्याने मी कान टवकारले. ''जोनाथन लिव्हिंगस्टन सीगल' हे तर एक धार्मिक पुस्तक आहे, ते संगीतसुद्धा धार्मिक होतं का?'' मी म्हणालो.

''त्याला जर तुम्ही संगीत म्हणू शकलात तर धार्मिकसुद्धा म्हणू शकाल.''

''ते संगीत नव्हे तर त्यातील धार्मिकता तुला आक्षेप घेण्याजोगी वाटली.'' मी सुचविलं.

''हो, मला त्या प्रकारची धार्मिकता आक्षेपार्ह वाटते.'' टेडने कबूल केलं.

''कोणत्या प्रकारची धार्मिकता?''

''भावनिक प्रकारची.'' टेड उद्‌गारला.

''आणखी कोणत्या प्रकारची धार्मिकता असते?'' मी विचारलं.

टेड गोंधळला व बिचकत म्हणाला, ''मला वाटतं फार नाहीत, मुळात धार्मिकतेमध्ये मला विशेष रस नाही.''

''पूर्वीपासून हे असंच होतं का?''

उसासा टाकत तो म्हणाला, ''नाही, कुमारवयात मी अगदी धार्मिक होतो. शाळेच्या शेवटच्या वर्षात असताना तर मी आमच्या छोट्याशा चर्चमधील धर्मगुरूचा सहकारी होतो.''

''मग काय झालं?'' मी विचारलं.

''मग काय म्हणजे काय?''

''म्हणजे तुझ्या धार्मिकतेचं पुढे काय झालं?''

''मला वाटतं, माझं ते सुटलं.''

''कसं सुटलं?''

''कसं सुटलं म्हणजे काय?'' टेड आता वैतागला होता. ''एखादी गोष्ट कशी सुटते? तसंच, मी सोडलं.''

''ते तू कधी सोडलंस?''

''माहीत नाही. मी म्हटलं नं ते सहजच घडलं. कॉलेजमध्ये असताना मी कधीही चर्चला गेलो नाही.''

''कधीही नाही?''

''एकदाही नाही.'' तो म्हणाला.

''शाळेच्या शेवटच्या वर्षी तू चर्चमध्ये धर्मगुरूचा सहकारी होतास, त्याच सुट्टीत तुझं एक प्रेमप्रकरण अयशस्वी झालं. त्यानंतर तू कधीही चर्चमध्ये गेला नाहीस. हा अचानक झालेला बदल होता. तुझ्या प्रेयसीने दिलेल्या नकाराशी याचा काही संबंध आहे का?'' मी विचारलं.

''मला तसं वाटत नाही. माझ्या अनेक वर्गमित्रांच्या बाबतीत असंच घडलं. आमच्या त्या वयात धार्मिकतेला अजिबात प्राधान्य नव्हतं. माझ्या धार्मिकतेशी माझ्या प्रेयसीचा संबंध असेलही किंवा नसेलही, मला कसं कळणार? मला एवढंच माहीत आहे, की माझी धार्मिकता कमी झाली.''

आमची पुढची भेट एक महिन्याने झाली. टेडची संपूर्ण निरुत्साही वृत्ती- जी त्यानेही मान्य केली- त्यावरच आम्ही लक्ष केंद्रित केलं होतं. तो म्हणाला, ''मला पक्कं आठवतंय की दहा वर्षांपूर्वी कॉलेजच्या पहिल्या वर्षाला असताना मला उत्साही वाटलं होतं, पण त्यानंतर कधीही नाही. पहिल्या सहामाही परीक्षेत 'आधुनिक ब्रिटिश काव्य' या विषयावर प्रबंध लिहिताना मला उत्साह जाणवला होता.''

''तू कोणतं काव्य निवडलं होतंस?'' मी विचारलं.

''मला आठवेल असं वाटत नाही, खूप वर्षं झालीत.''

''इच्छा असेल तर आठवेल.'' मी म्हणालो.

''मला वाटतं 'जेरार्ड मॅनले हॉपकिन्स' या कवीची कविता होती. आधुनिक कवींमध्ये तो अग्रेसर होता. माझा प्रबंध 'रंगांचं सौंदर्य (Pied Beauty) या कवितेवर आधारित होता.''

मी लगेचच माझ्या पुस्तकांच्या खोलीत गेलो आणि माझ्या कॉलेजच्या काळातील ब्रिटिश काव्याचं धूळ खात पडलेलं पुस्तक घेऊन परत आलो. 'रंगांचं सौंदर्य' ही कविता ८१९ या पानावर होती. मी वाचू लागलोः

रंग व आकार यांच्या विविधतेसाठी ईश्वराला माझं वंदन–
दुरंगी गाईप्रमाणे आकाशाचे काळे–पांढरे रंग;
नदीत पोहोणाऱ्या माशाचं लाल ठिपक्याचं अंग; यासाठी वंदन.
जिवंत–निखारा नागकेशर–सडा; चिमणीचे पंख;
जमिनीचे तुकडे–काही नांगरलेले, काही ओसाड, काही कुरणं;
सर्व व्यवसाय धंदे; त्यांची साधनसामग्री; यासाठी वंदन.

आगळ्या–वेगळ्या, दुर्मीळ, अद्वितीय गोष्टी;
जे जे सतत बदलतंय ते सर्व काही;
जलद, धिमी; आंबट, गोड; प्रखर, मंद;
निर्मिती अशाश्वत असली तरी निर्माता शाश्वत आहे;
यासाठी वंदन.

माझ्या डोळ्यांत पाणी आले. "सकारात्मकता, उत्साह याविषयी ही कविता आहे."

"हो, बरोबर आहे."

"ही जीवनाचं मर्म सांगणारी अगदी धार्मिक कविता आहे."

"हो."

"माझ्या अंदाजाप्रमाणे त्याच्या पुढच्याच महिन्यात, फेब्रुवारीत तुझा मित्र, हॅन्क मृत्यू पावला."

"हो."

वातावरणातील ताण वाढतोय असा मला जाणवलं. नक्की काय करावं ते मला सुचत नव्हतं. पण आशेने, मी तोच धागा पुढे नेला. "तुझ्या प्रेयसीने सतराव्या वर्षी तुला नाकारल्यावर चर्चमध्ये जाण्याचा तुझा उत्साह ओसरला. तीन वर्षांनी तुझा जिवलग मित्र मृत्यू पावला व तुझा संपूर्ण उत्साह संपून गेला."

"मी काहीही सोडून दिलं नाही. ते आपोआप बंद झालं." टेड तारस्वरात म्हणाला. इतकं भावनाविवश झालेलं मी त्याला कधीही पाहिलं नव्हतं.

''ईश्वराने तुला नाकारलं म्हणून तू ईश्वराला नाकारलंस?''

''मी का नाकारू नये? हे जग बेकार होतं, आहे आणि कधीच सुधारणार नाही.'' तो संतापला आणि उद्वेगाने म्हणाला.

''मला वाटलं होतं, तुझं बालपण आनंदात गेलं.''

''नाही, ते सुद्धा बेकार होतं.''

आणि खरंच तसं होतं. बाहेरून शांत दिसलं तरी टेडचं बालपणीचं घर त्याच्यासाठी युद्धाचं मैदानच होतं. त्याचे दोन मोठे भाऊ त्याच्याशी दुष्टपणे वागायचे. त्याचे पालक स्वतःच्या कामांत व एकमेकांचे हेवेदावे करण्यात इतके गुंतले होते, की मुलांच्या समस्या त्यांच्या दृष्टीने अगदी नगण्य होत्या. त्यामुळे सर्वांत लहान, दुर्बल असा टेड दुर्लक्षितच राहिला. निसर्गाच्या सान्निध्यात दूरवर एकट्याने फिरायला जाणे हा त्याचा सर्वांत मोठा विरंगुळा होता. म्हणूनच त्याच्या वैरागीवृत्तीचं मूळ पार बालपणात आहे या निष्कर्षाप्रत आम्ही पोहोचलो. बोर्डिंग स्कूलमध्ये छोटे छोटे त्रास असले तरी ती सुटकाच होती. टेड या गोष्टी सांगत असताना त्याला जगाबद्दल वाटणारा तिरस्कार- किंवा व्यक्त होत असलेला तिरस्कार - वाढत गेला. पुढील काही महिन्यात टेड बालपणीचं दुःख, हॅन्कच्या मृत्यूचं दुःख आणि इतर हजारो छोटे छोटे नकार, अपयश, मृत्यू यांचं दुःख पुन्हा एकदा जगला. संपूर्ण आयुष्यात मृत्यूचं तांडव, दुःख, संकटं क्रौर्यच भासलं.

उपचार सुरू केल्यानंतर दीड वर्षांनी कलाटणी देणारा क्षण आला. टेड सेशनमध्ये एक छोटीशी वही घेऊन आला. ''मी सर्व गोष्टी गुपित ठेवतो असं तू नेहमी म्हणतोस- आणि मी खरंच तसा आहे,'' तो म्हणाला. ''काल रात्री माझी जुनी पुस्तकं चाळत असताना मला एक डायरी सापडली. कॉलेजच्या दुसऱ्या वर्षाला असताना ती मी लिहीत होतो. त्यात काहीही काटछाट न करता मी ती तुला देतोय. मला वाटलं, दहा वर्षांपूर्वी मी जसा होतो, अगदी तसा जाणून घ्यायला तुला आवडेल.''

मी त्याला 'हो' म्हटलं आणि पुढच्या दोन रात्री वाचनात घालविल्या. त्या डायरीत विशेष असं काही नव्हतं. त्याचा एकाकीपणा व दुखावला गेल्याने आलेला शिष्टपणा तेव्हासुद्धा त्याच्या मनात खोलवर रुजला होता या गोष्टीला दुजोरा मिळाला, परंतु एका छोट्या गोष्टीने माझं लक्ष वेधून घेतलं. जानेवारीच्या एका रविवारी तो एकटाच डोंगर चढायला गेला असताना एका प्रचंड हिमवादळात

कसा अडकला आणि मग रात्री खूप उशिरा हॉस्टेलवर कसा परतला, याचं वर्णन त्याने केलं होतं. त्याने लिहिलं होतं, ''माझ्या खोलीत सुखरूप पोहोचल्यावर मला हायसं वाटलं. जसं मागच्या वर्षी मृत्यू अगदी जवळून पाहिल्यानंतर वाटलं होतं तसंच.'' आमच्या पुढच्या सेशनमध्ये मी त्याला तो प्रसंग सविस्तर सांग असं म्हटलं.

''मी तुला सांगितलंय,'' टेड म्हणाला.

आत्तापर्यंत माझ्या लक्षात हे आलं होतं, की टेड जेव्हा मी आधीच सांगितलंय असं म्हणतो, तेव्हा खरंतर त्याला ते लपवायचं असतं. ''तू पुन्हा लपवतोयस'' मी आठवण दिली.

''मी तुला नक्की सांगितलंय. सांगितलंच असणार. तसं फारसं काही घडलं नाही. कॉलेजच्या पहिल्या वर्षीच्या सुट्टीत मी फ्लॉरिडाला काम केलं होतं, तुला आठवतंय नं, तेव्हा चक्रीवादळ आलं होतं. आणि मला वादळं आवडतात. वादळ भर वेगात असताना मी जेट्टीवर गेलो. एका मोठ्ठ्या लाटेने मला आत ओढून नेलं. नंतर दुसऱ्या लाटेने परत किनाऱ्याला आणलं. हे एवढंच घडलं. काही सेकंदात.''

''वादळ भर वेगात असताना तू जेट्टीच्या टोकाला गेलास?'' माझा विश्वासच बसला नाही.

''मी तुला सांगितलं मला वादळं आवडतात. निसर्गाचा कोप मला जवळून बघायचा होता.''

''मला समजू शकतं. मलासुद्धा वादळं आवडतात. पण त्यासाठी मी स्वतःला असं धोक्यात घातलं नसतं.'' मी म्हणालो.

''तुला माहितेय, माझ्यात आत्महत्येची थोडीशी झाक आहे,'' टेड खट्याळपणे म्हणाला. ''आणि त्या सुट्टीत तसे विचार अधूनमधून येत होते. तो प्रसंग माझ्या चांगला लक्षात आहे. खरंतर आत्महत्या करण्याच्या हेतूने मी जेट्टीवर गेलो नव्हतो. परंतु नक्कीच मला माझ्या जीवाची पर्वा नव्हती आणि मी आत्महत्या करू शकलो असतो हेदेखील नाकारत नाही.''

''तू एका लाटेबरोबर आत गेलास?''

''हो. काय घडलं ते मला कळलंच नाही. पाण्याचा इतका मारा होता, की

समोरचं काही दिसत नव्हतं. मला वाटतं, एक प्रचंड लाट आली असावी आणि ती माझ्यावर आदळल्याने मी पाण्यात फेकला गेलो. मी स्वतःला वाचवण्यासाठी काहीही करू शकत नव्हतो. मी आता मरणार अशी माझी खात्री झाली. मी खूप घाबरलो. लगेचच मला पाणी मागे लोटतंय असं जाणवलं- कदाचित ती परतीची लाट असावी- पण क्षणार्धात मी जेट्टीपाशी आदळलो. आधार घेत घेत मी वर चढलो. आणि रांगत रांगत किनाऱ्याला पोहोचलो. थोडफार खरचटलं होतं. तेवढंच.''

''या अनुभवाबद्दल तुला काय वाटतं?''

''काय वाटतं म्हणजे काय?'' टेड नेहमीप्रमाणेच विरोध करत म्हणाला.

''मी फक्त विचारतोय, तुला काय वाटतं?''

''मला वाचवलं गेलं त्याबद्दल?'' त्याने विचारलं.

''हो.''

''मला वाटतं, मी नशीबवान होतो.''

''नशीबवान? ती परतीची लाट फक्त योगायोग होती?'' मी आश्चर्याने विचारलं.

''हो. योगायोगच.''

''काहीजण याला चमत्कारही म्हणतील.'' मी मत मांडलं.

''मला वाटतं माझं सुदैव.''

''तुला वाटतं तुझं सुदैव?'' मी टोकत म्हणालो.

''हो रे बाबा, मला वाटतं माझं सुदैवच असावं.''

''टेड, हे बरं आहे,'' मी म्हणालो, ''जेव्हा तुझ्याबाबतीत काहीतरी दुःखद घडतं तेव्हा तू देवाला दोष देतोस. हे जग बेकार, भयंकर आहे असं म्हणतोस, परंतु जेव्हा काहीतरी चांगलं घडतं तेव्हा तू स्वतःला सुदैवी मानतोस. एखादी छोटीशी दुर्घटना म्हणजे ती देवाची चूक असते. चमत्काराने तुला जीवनदान मिळालं तर ते थोडंसं सुदैव! याचा अर्थ काय?''

चांगल्या व वाईट घटनांकडे दोन वेगळ्या दृष्टिकोनातून पाहण्याची त्याची वृत्ती

त्याला दाखवून दिल्यावर टेड जगातील चांगल्या गोष्टींवर अधिकाधिक लक्ष केंद्रित करू लागला, आंबट-गोड, प्रखर-मंद. हॅन्कच्या व इतर अनेकांच्या मृत्यूचं दुःख स्वीकारून पचवल्यावर जीवनाच्या नाण्याची दुसरी बाजू लक्षात घ्यायला त्याने सुरुवात केली. दुःख भोगणं आवश्यक आहे हे त्याने स्वीकारलं आणि जीवनात असलेला विरोधाभास त्याने आपलासा केला, 'विविधता.' आमच्यात हळूहळू निर्माण झालेल्या स्नेहपूर्ण, प्रेमळ व आनंदमय नात्यामुळे हे स्वीकारणं त्याला शक्य झालं. आता तो बाहेर लोकांच्यात थोडं मिसळूही लागला. त्याने हळूहळू प्रेमसंबंध जोडायला सुरुवात केली. अधूनमधून त्याच्यात उत्साह दिसू लागला. त्याची धार्मिक वृत्ती खुलली. आजूबाजूला बघितल्यावर त्याला जीवन-मृत्यू, निर्मिती-नाश-पुनर्निर्मिती यांचं गूढ उमगू लागलं. तो तत्त्वज्ञान वाचू लागला. जिझस ख्राईस्ट, सुपरस्टार, गॉस्पेल ऐकू लागला आणि 'जोनाथन लिव्हिंगस्टन सीगल' हे पुस्तकसुद्धा विकत घेतलं.

दोन वर्षं उपचार घेतल्यानंतर टेडने एके दिवशी जाहीर केलं, की यातून बाहेर पडायची वेळ आता आली आहे. ''मी मानसशास्त्र या विषयात पदवी मिळविण्याचा विचार करतोय. कदाचित तुला वाटेल, की मी तुझं अनुकरण करतोय परंतु तसं काहीही नाही.'' तो म्हणाला.

''पुढे बोल.'' मी म्हणालो.

''विचार केल्यानंतर मला असं जाणवलं की जे सर्वांत महत्त्वाचं आहे ते मी करायला हवं. मी जर पुन्हा शिक्षणाची सुरुवात करत असेन तर महत्त्वाच्या गोष्टी शिकायला हव्यात.''

''हं, पुढे.''

''माझ्या लक्षात आलं, की मानवी मन हे महत्त्वाचं आहे आणि मानसोपचार करणं आवश्यक आहे.''

''मानवी मन व मानसोपचार सर्वांत महत्त्वाचे आहेत?'' मी विचारलं.

''खरंतर मला असं वाटतं, की ईश्वर सर्वांत महत्त्वाचा आहे.''

''मग तू ईश्वराचा अभ्यास का करत नाहीस?''

''तुला काय म्हणायचंय?''

''ईश्वर सर्वांत महत्त्वाचा आहे तर तू त्याचा अभ्यास का करत नाहीस?''

''राग मानू नकोस, परंतु तू काय म्हणतोयस तेच मला नीट समजत नाही.'' टेड म्हणाला.

''याचं कारण तू तुझी आकलनशक्ती बंद केली आहे.'' मी उत्तर दिलं.

''मला खरंच समजत नाहीये. ईश्वराचा अभ्यास कसा करायचा?''

''मानसशास्त्र जसं शाळेत शिकतात तसंच शाळेत जाऊन.'' मी सांगितलं.

''तत्त्वज्ञान शिकविणारं विद्यालय?''

''हो.''

''म्हणजे धर्मगुरू व्हायचं?''

''हो.''

''नाही, मला शक्य नाही.'' टेडने झटकून टाकलं.

''का शक्य नाही?''

''मानसोपचारतज्ज्ञ व धर्मगुरू यांच्यात फारसा फरक नाही. धर्मगुरू बरेचदा मानसोपचार करतात. आणि मानसोपचार करणं म्हणजे धर्मगुरूचं काम करण्यासारखंच आहे.'' टेडने समर्थन दिलं.

''मग तू धर्मगुरू का बनत नाहीस?''

''तू माझ्यावर जबरदस्ती करतोयस,'' टेड संतापला. ''मी कोणतं क्षेत्र निवडावं हा माझा वैयक्तिक प्रश्न आहे. मला हवं ते क्षेत्र मी निवडीन. तज्ज्ञांनी पेशंटला आदेश देऊ नये. माझ्यासाठी निर्णय घेणं हे तुझं काम नव्हे. मी स्वतः निर्णय घेईन.''

''हे बघ,'' मी म्हणालो, ''मी तुझ्यासाठी निर्णय घेत नाही. मी फक्त या गोष्टीचा तर्कबुद्धीने विचार करतोय. तुझ्यासाठी कोणते पर्याय उपलब्ध आहेत ते मी तपासतोय. खरंतर तूच त्यातील एक पर्याय टाळतोयस. तूच म्हणालास, की तुला सर्वांत महत्त्वाची गोष्ट करायची आहे आणि ईश्वर सर्वांत महत्त्वाचा आहे असंही तुला वाटतं, परंतु मी तुला जेव्हा ईश्वर हे क्षेत्र पर्याय म्हणून दाखवून दिलं, तर तू ते नाकारतोयस. तू म्हणतोयस, की तुला ते शक्य नाही. ठीक आहे, परंतु शक्य नाही असं तुला का वाटतं, ते तू का नाकारतोयस, हे जाणून घेणं मात्र माझं काम आहे.''

‘‘धर्मगुरू बनणं मला शक्य नाही.’’ टेड कसनुसं म्हणाला.

‘‘का नाही?’’

‘‘कारण.... धर्मगुरू होणं म्हणजे तुम्ही ईश्वराचे भक्त आहात हे सर्वांना उघडपणे दाखवणं. त्यासाठी मला माझी ईश्वरावरील श्रद्धा जगजाहीर करावी लागेल. ते मला शक्य नाही.’’

‘‘नाही, तुला सर्व गोष्टी गुप्त ठेवायच्या असतात, बरोबर? ही तुझी मानसिक समस्या आहे. सर्वांसमोर तू उत्साह दाखवू शकत नाहीस. तुला तुझा उत्साह लपवून ठेवायला आवडतो, हो न?’’ मी म्हणालो.

‘‘हे बघ,’’ टेड ओरडला, ‘‘माझी परिस्थिती तुला माहीत नाही. मी कसा आहे हे तुला माहीत नाही. जेव्हा जेव्हा मी उत्साहाने काही सांगायला तोंड उघडायचो, तेव्हा तेव्हा माझे भाऊ माझी चेष्टा करायचे.’’

‘‘याचा अर्थ, तू अजूनही दहा वर्षांचा आहेस आणि तुझे भाऊ तुझ्या अवती-भोवती आहेत.’’ मी उद्‌गारलो.

टेड हताशपणे रडू लागला. ‘‘एवढंच नाही,’’ तो अश्रू पुसत म्हणाला. ‘‘तर माझे आई-वडील मला शिक्षा करायचे. मी एखादी चूक केली तर ते माझ्या आवडीचं काहीतरी माझ्यापासून हिरावून घ्यायचे. ते म्हणत, बघूया टेडला सगळ्यात जास्त काय आवडतं? हं, पुढच्या आठवड्यात मावशीकडे जायची ट्रीप! ज्याबद्दल खरंच तो खूप उत्साही आहे. मग आपण आता त्याला सांगूया, की तो वाईट वागलाय म्हणून मावशीकडे जाऊ शकत नाही. झालं... मग आता त्याचा धनुष्य-बाण. तो त्याला खूप आवडतो. मग आपण ते काढून घेऊया. अगदी सोपं. ज्या ज्या गोष्टी मला आवडत होत्या, त्यांनी त्या हिरावून घेतल्या. मला जे जे प्रिय होतं ते मी सगळं गमावलं.’’

अशा प्रकारे आम्ही टेडच्या समस्येच्या मुळाशी पोहोचलो. तो आता दहा वर्षांचा नाही, आता तो आई-वडिलांच्या कडक धाकात नाही, मार खाण्याइतका भावांच्या जवळही नाही, याची सतत जाणीव ठेवल्याने हळूहळू इच्छाशक्तीच्या जोरावर तो स्वतःचा उत्साह, जीवनावरील प्रेम व ईश्वरावरील श्रद्धा व्यक्त करायला शिकला. त्याने तत्त्वज्ञान विद्यालयात जाण्याचा निर्णय घेतला. तिथे जाण्यापूर्वी मला माझ्या फीचा चेक दिला. चेकवरील सहीने माझं लक्ष वेधून घेतलं. त्याची सही लांबलचक झाली होती. मी निरखून पाहिलं. पूर्वी तो फक्त

‘टेड’ अशी सही करायचा. आता ‘थिओदोर’ अशी केली होती. मी हा बदल त्याच्या लक्षात आणून दिला.

‘‘तुझ्या लक्षात येईल अशी माझी अपेक्षा होती,’’ तो म्हणाला. ‘‘मी अजूनही काही गोष्टी लपवून ठेवतोय असं दिसतंय. लहान असताना माझ्या मावशीने मला सांगितलं होतं, की मला माझ्या नावाचा अभिमान वाटायला हवा. कारण ‘थिओदोर’ याचा अर्थ ‘ईश्वराचा भक्त’ असा आहे. मला अभिमान वाटला म्हणून मी माझ्या भावांना त्याबद्दल सांगितलं. लगेच त्यांनी माझी चेष्टा सुरू केली. ‘बायकी’, ‘नेभळट’ अशी दहा नावं त्यांनी मला ठेवली. ‘जा, त्या येशूच्या मूर्तीच्या गळ्यात पड’, ‘जा, धर्मगुरूंना लोटांगण घाल.’’ हे सांगताना टेड हसला. ‘‘असं चिडवणं सुरू राहिलं. मग मला माझ्या नावाची लाज वाटू लागली. पण काही आठवड्यांपूर्वी मला जाणवलं, की आता मला माझ्या नावाची लाज वाटत नाही. मग मी माझं पूर्ण नाव लिहायचं ठरवलं. कारण मी ईश्वराचा भक्त आहे, हो न?’’

बाळ व आंघोळीचं पाणी

ईश्वरावर श्रद्धा असणं हा मनोविकार आहे का? वरील तीन केसेसमध्ये हा प्रश्न उपस्थित झाला. लहानपणी झालेले संस्कार, समाजातील चालीरीती, रूढीपरंपरा यातून बाहेर येण्यासाठी हा प्रश्न विचारणं आवश्यक आहे. या तीन केसेसमधून दिसून येतं, की त्याचं उत्तर इतकं सोपं नाही. काही वेळा उत्तर ‘हो’ असतं. कॅथीच्या बाबतीत चर्च व आईने रुजवलेल्या ईश्वरावरील श्रद्धेमुळे तिचा विकास खुंटला, मन दूषित झालं. आपली श्रद्धा तपासून ती सोडून दिल्यानंतरच कॅथीने अधिक आनंदमय, सर्जनशील, व्यापक जीवन जगायला सुरुवात केली. त्यानंतरच तिची मुक्तपणे प्रगती झाली. मात्र काही वेळा त्या प्रश्नाचं उत्तर ‘नाही’ असं असतं. लहानपणीचं संकुचित, प्रेमाचा अभाव असलेलं जग सोडून मार्शियाने जेव्हा मोठ्या, स्नेहमय जगात प्रवेश केला, तेव्हा तिची ईश्वरावरील श्रद्धा सहजच, हळुवारपणे विकसित होत गेली. टेडने गमावलेली ईश्वरावरील श्रद्धा पुन्हा मिळवणं त्याला मुक्त व उत्साही होण्यासाठी आवश्यक होतं.

‘हो’ किंवा ‘नाही’ या उत्तरांचं आपण काय करायचं? सत्याचा शोध घेताना शास्त्रज्ञ तळमळीने प्रश्न विचारतात. परंतु मानवी वृत्तीनुसार त्यांनादेखील उत्तरं

साधी, सोपी, स्पष्ट हवी असतात. ईश्वराची वस्तुस्थिती जाणून घेताना साध्या सोप्या उत्तराची अपेक्षा केल्यामुळे ते दोन समस्यांना सामोरे जातात. बाळाला आंघोळीच्या पाण्यासह बाहेर फेकणे (अनावश्यक गोष्टींबरोबर मूल्यवान गोष्ट नाकारणं) ही एक समस्या. आणि दुसरी म्हणजे बोगद्यासारखा संकुचित दृष्टिकोन ठेवणं.

ईश्वराच्या वस्तुस्थितीभोवती आंघोळीचं खराब पाणी नक्कीच असतं. धर्मयुद्ध, पाखंडीपणाची चौकशी करणारं न्यायालय, नरबळी, पशुबळी, अंधश्रद्धा, दुराग्रह, अज्ञान, ढोंगीपणा, संकुचितपणा, क्रौर्य, जादूटोणा, संकोच, भय, परावलंबित्व, अपराधीपणा, वेड... यादीला अंत नाही, परंतु हे सगळं ईश्वराने केलंय की माणसाने? बरेचदा असं दिसून येतं, की ईश्वरावरील श्रद्धा विनाशकारी ठरते. मग मानवाची ईश्वरावर श्रद्धा आहे ही समस्या आहे की माणसं दुराग्रही, हटवादी असतात ही समस्या आहे? जेवढा कट्टर नास्तिक आपल्या नास्तिकपणाबद्दल हेकेखोर असतो, तितकाच एखादा श्रद्धाळू आपल्या श्रद्धेबद्दल हेकेखोर असतो. आपण ईश्वरावरील श्रद्धा सोडून द्यायला हवी की हेकेखोरपणा सोडायला हवा?

शास्त्रज्ञ बाळासह आंघोळीचं पाणी बाहेर फेकतात कारण मी म्हटल्याप्रमाणे शास्त्र हा एक धर्मच आहे. शास्त्रीय दृष्टिकोन नुकताच अंगीकारलेला नवशास्त्रज्ञसुद्धा ख्रिश्चन धर्मयोद्धा किंवा मुस्लीम धर्मरक्षकाइतकाच धर्मवेडा असतो. ईश्वरावरील श्रद्धा म्हणजे अज्ञान, अंधश्रद्धा, संकुचितपणा, ढोंग अशा पार्श्वभूमीतून जेव्हा आपण शास्त्राकडे वळतो, तेव्हा शास्त्राला धर्म बनवितो. आपल्या जुन्या श्रद्धेवर घाव घालण्यासाठी आपल्याकडे भावनिक व त्याचप्रमाणे बौद्धिक कारण असतं. इतर कोणत्याही धर्माप्रमाणे शास्त्रामध्येसुद्धा हटवादीपणा येऊ शकतो. ही जाणीव असणारे शास्त्रज्ञच परिपक्व असतात.

आपल्या आध्यात्मिक उन्नतीसाठी आपल्याला आधी जे जे शिकवलं गेलंय- मान्यता, सांस्कृतिक कल्पना, गृहीतं- त्याबाबत शंका घेत शास्त्रीय दृष्टिकोन बाणवणं आवश्यक आहे हे मी आधी स्पष्ट केलंय. मात्र बरेचदा शास्त्राच्या संकल्पनाच मान्यता, सांस्कृतिक कल्पना व गृहीतांची जागा घेतात आणि त्यामुळेच आपण त्याबाबतही शंका घेणं आवश्यक आहे. ईश्वरावरील श्रद्धेच्या बाहेर येत परिपक्व होणं आपल्याला खरोखर शक्य आहे. मात्र आता मला सुचवायचं आहे, की ईश्वरावरील श्रद्धेत परिपक्व होणंसुद्धा शक्य आहे. शंकेखोर नास्तिकपणा किंवा अज्ञेयता ही मानवी आकलनशक्तीची सर्वोच्च स्थिती नव्हे. या

उलट ईश्वराबद्दलच्या खोट्या, बनावट कल्पनांच्या मागे ईश्वर ही वस्तुस्थिती आहे असा विश्वास ठेवण्यासाठी बरीच कारणं आहेत. पॉल टिलिचला 'ईश्वरापलीकडे ईश्वर' असं म्हणताना हेच अध्याहृत होतं आणि काही अत्याधुनिक ख्रिश्चनांनी आनंदाने जाहीर केलंच, ''ईश्वर मृत्यू पावलाय. ईश्वर दीर्घायुषी होवो.'' ते याच कारणास्तव. आध्यात्मिक प्रगतीचा मार्ग प्रथम अंधश्रद्धेतून अज्ञेयतेकडे व नंतर अज्ञेयतेकडून ईश्वर या सत्याप्रत जातो का? याच मार्गाबद्दल सूफी 'अबु सैद' नऊशे वर्षांपूर्वी म्हणालाय :

जोपर्यंत शाळा, मशिदी कोसळत नाहीत
आपलं पवित्र कार्य पूर्ण होणार नाही,
जोपर्यंत श्रद्धा नाकारली जात नाही आणि
नकार श्रद्धा बनत नाही
तोपर्यंत खरा मुसलमान घडणार नाही.

आध्यात्मिक प्रगतीचा मार्ग शंकेखोर नास्तिकपणा किंवा अज्ञेयतेकडून खऱ्या ईश्वरी श्रद्धेप्रत नेहमीच जातो का हे माहीत नाही, परंतु आधुनिक विचारसरणीचे व शंकेखोर वृत्तीचे टेड व मार्शिया यांची अशा श्रद्धेतूनच वाटचाल झाली. मात्र त्यांची श्रद्धा, ज्या श्रद्धेतून कॅथी बाहेर पडली त्या श्रद्धेसारखी नव्हती. शंकेखोरपणाच्या आधी असलेला ईश्वर आणि नंतर असलेला ईश्वर यांत काहीच साम्य नसतं. या भागाच्या सुरुवातीला म्हटल्याप्रमाणे एकच असा धर्म नाही, तर अनेक वैयक्तिक धर्म आहेत आणि कदाचित श्रद्धेचे अनेक स्तरही आहेत. काही लोकांसाठी काही धर्म पोषक नसतात तर इतरांसाठी ते असतात.

शास्त्रज्ञ, जे मानसोपचारतज्ज्ञ आहेत त्यांच्यासाठी हे विशेष महत्त्वाचं आहे. पेशंटच्या मानसिक प्रगतीशी तज्ज्ञाचा थेट संबंध असतो आणि त्यांच्या श्रद्धेचा निरोगीपणा तपासून तज्ज्ञाला निष्कर्ष काढावा लागतो. बहुतेकदा तज्ज्ञ अगदी फ्रॉईड विचारसरणीचा नसला तरी शंकेखोर निश्चितच असतो आणि देवावर गाढ विश्वास ही मानसिक समस्या आहे असं मानण्याची त्यांची वृत्ती असते. कधी कधी ही वृत्ती त्यांचा पूर्वग्रहदूषित करू शकते. एकदा मला माझ्या कॉलेजातील एकजण भेटला, जो पुढे कधीतरी मॉनेस्ट्रीमध्ये राहायला जाण्याचा गंभीर विचार करत होता. मागील एक वर्षापासून त्याच्यावर मानसोपचार सुरू होते. त्याने मला सांगितलं, ''मी माझ्या तज्ज्ञाला माझ्या दृढ धार्मिक श्रद्धा किंवा मॉनेस्ट्रीमध्ये जाण्याचा विचार याबद्दल सांगू शकलो नाही. कारण तो समजू शकेल असं

वाटत नाही.'' त्या व्यक्तीसाठी मॉनेस्ट्री खरंच योग्य आहे, की त्याच्या मानसिक समस्येतून हा निर्णय झालाय, हे ठामपणे सांगू शकण्याइतका मी त्या व्यक्तीला ओळखत नव्हतो. मला असं म्हणायला आवडलं असतं: ''तू ही गोष्ट खरंतर तज्ज्ञाला सांगायला हवी. तज्ज्ञाला मोकळेपणाने सर्व सांगणं, विशेषकरून अशी गंभीर बाब, उपचारांच्या दृष्टीने आवश्यक आहे. मात्र तज्ज्ञ सारासार विचार करणारा असेल असा तुझा विश्वास हवा.'' मात्र मी काहीही बोललो नाही. कारण त्याचा तज्ज्ञ सारासार विचार करणारा असेल, त्याची श्रद्धा तज्ज्ञ खऱ्या अर्थाने समजू शकेल याची मला खात्री नव्हती.

मानसोपचारतज्ज्ञ धर्माच्या बाबतीत एकांगी विचार करणारे असतील तर काही पेशंटवर अन्याय होऊ शकतो. जेव्हा ते सर्व धर्म चांगले व पोषक आहेत असं मानत असतील, तेव्हा अन्याय होईल. जेव्हा ते बाळाला आंघोळीच्या पाण्यासह फेकून देतील आणि सर्व धर्मांना आजार व समस्या समजतील, तेव्हासुद्धा अन्याय होईल. त्याचबरोबर फक्त बुद्धीला, वस्तुनिष्ठतेला प्रमाण मानून, धार्मिक श्रद्धा ही व्यक्तीनिष्ठ असल्यामुळे हा आमचा प्रांत नव्हे, या सबबीखाली तज्ज्ञ जेव्हा आपलं लक्ष काढून घेतात, तेव्हाही अन्यायच होतो; परंतु बरेचदा पेशंटच्या धार्मिक बाबतीत तज्ज्ञाने लक्ष घालण्याची गरज असते. पण मला असं म्हणायचं नाही, की त्यांनी बुद्धीला प्रमाण मानणं सोडून द्यावं किंवा वस्तुनिष्ठ दृष्टिकोन सोडून द्यावा. मला असंही म्हणायचं नाही, की बुद्धिप्रामाण्य व आध्यात्मिकता यांचा समतोल साधणं तज्ज्ञासाठी सोपं काम आहे. ते नक्कीच सोपं नाही. तरीही माझा असा आग्रह आहे, की सर्व तज्ज्ञांनी पेशंटच्या धार्मिक बाबतीत आधुनिक दृष्टिकोन ठेवून अधिक लक्ष पुरवावं.

बोगद्यासारखा संकुचित शास्त्रीय दृष्टिकोन

मानसोपचार तज्ज्ञाकडे अधूनमधून दृष्टीचा विचित्र दोष असणारे पेशंट येतात. हे पेशंट त्यांच्या थेट समोरील फक्त चिंचोळी जागा पाहू शकतात. ते एकमेकांना लागून असलेल्या दोन्ही गोष्टी एकाच वेळी पाहू शकत नाहीत. त्यांना एका वेळी एकच गोष्ट दिसते आणि दुसरी गोष्ट पाहण्यासाठी त्यांना मान वळवावी लागते. जसं बोगद्यातून पाहिल्यावर दुसऱ्या टोकाला फक्त थोडासा उजेड दिसतो तसंच काहीसं त्यांचं असतं. त्यांच्या नजरेत कोणताही दृष्टिदोष आढळत नाही. जणू

काही त्यांना फक्त नजरेसमोरच पाहायचं असतं, ज्यावर ते लक्ष केंद्रित करतात तेवढंच पाहायचं असतं.

शास्त्रज्ञांचा, बाळाला आंघोळीच्या पाण्यासह फेकून देण्याकडे कल असतो, याचं दुसरं महत्त्वाचं कारण म्हणजे ते बाळाला पाहतच नाहीत. ईश्वराच्या अस्तित्वाकडे बरेच शास्त्रज्ञ पाहतच नाहीत. त्यांना बोगद्यासारख्या दृष्टिकोनाची समस्या असते. त्यांनी स्वतःच झापडं लावलेली असतात, ज्यामुळे ते आत्म्याच्या प्रांतांकडे आपलं लक्ष वळवू शकत नाहीत.

बोगद्यासारखा संकुचित दृष्टिकोन तयार होण्याची अनेक कारणं आहेत, त्यातील शास्त्रीय विचारधारेमुळे निर्माण होणारी दोन कारणं मी पुढे मांडत आहे. त्यातील पहिलं म्हणजे कार्यपद्धतीचं शास्त्र! अनुभव, अचूक निरीक्षण व पडताळून पाहणं याचा आग्रह धरल्यामुळे शास्त्राने मोजमापनावर भर दिलाय. एखाद्या गोष्टीचं मोजमाप करणं म्हणजे तो अनुभव एका विशिष्ट मितीत घेणं, ज्या मितीत अचूक निरीक्षण शक्य आहे आणि जे इतरांना पडताळून पाहणं शक्य आहे. मोजमाप करून शास्त्राने भौतिक जगाचं प्रचंड ज्ञान मिळवलंय. आणि या यशामुळेच मोजमापन हा शास्त्राचा आधारस्तंभ बनलाय. परिणामी अनेक शास्त्रज्ञांची शंकेखोरपणाची व ज्याचं मोजमापन होत नाही, ते पूर्णपणे नाकारण्याची प्रवृत्ती बनली. हे म्हणजे असं म्हणणं, 'ज्याचं मोजमापन होऊ शकत नाही त्याचं आपल्याला आकलन होऊ शकत नाही; आणि जे अनाकलनीय आहे त्याची दखल घेण्यात अर्थ नाही;' म्हणूनच ज्याचं मोजमापन होत नाही, ते महत्त्वाचं नाही व निरीक्षण करण्यायोग्य नाही. याच प्रवृत्तीमुळे अनेक शास्त्रज्ञ ज्या वस्तू भौतिक नाहीत, त्यांचा अभ्यासासाठी उपयोग करत नाहीत. त्यामुळे ईश्वरालासुद्धा विचारात घेत नाहीत.

ज्या गोष्टींचा अभ्यास करणं सोपं नाही, त्या महत्त्वाच्या नाहीत या सर्वमान्य परंतु विचित्र असलेल्या गृहीताला सध्या शास्त्रात होणाऱ्या प्रगतीमुळे आव्हान दिलं जातंय. एक म्हणजे अभ्यासाची नवीन तंत्र, कार्यपद्धती विकसित होत चाललीय. काही दशकांपूर्वी मोजमाप होऊ न शकणाऱ्या क्लिष्ट घडामोडींचं मोजमापन करणं आता इलेक्ट्रॉनिक मायक्रोस्कोप, स्पेक्टोफोटोमीटर, कॉम्प्युटर व संख्याशास्त्रातील आधुनिक तंत्र यांच्या साहाय्याने शक्य झालंय. परिणामी शास्त्राचा दृष्टिकोन व्यापक होतोय. व्यापक होणं असंच सुरू राहिलं तर कदाचित आपल्याला असं म्हणता येईल : ''आमच्या दृष्टीपलीकडे काहीही नाही. आम्ही

एखाद्या गोष्टीचा अभ्यास करायचा ठरविलं तर ते करण्याची कार्यपद्धती आम्हाला नक्कीच मिळू शकेल.''

दुसरं म्हणजे वस्तुस्थितीमधील विरोधाभास हा शास्त्राला नुकताच लागलेला शोध आपल्याला बोगद्यासारख्या शास्त्रीय दृष्टिकोनातून बाहेर पडायला मदत करतोय. शंभर एक वर्षांपूर्वी विरोधाभासाला शास्त्रीय मन चूक समजायचं, परंतु प्रकाशाचं स्वरूप, इलेक्ट्रोमॅग्नॅटिझम, क्वॉन्टम थियरी व सापेक्षतावाद यांसारख्या घडामोडींचा अभ्यास करताना गेलं शतकभर भौतिकशास्त्र परिपक्व होत होत याप्रत पोहोचलंय, की एका पातळीवर वस्तुस्थिती विरोधाभासात्मक आहे. म्हणूनच जे रॉबर्ट ओपेनहायमरने लिहिलंय :

> एखाद्या साध्या सोप्या वाटणाऱ्या प्रश्नाला गेल्या शतकातील भौतिकशास्त्राप्रमाणे ठाम 'हो' उत्तर देण्याऐवजी आपल्या आधुनिक शास्त्रीय मंडळींचा 'नाही' उत्तर देण्याकडे कल असतो किंवा एखाद्या आध्यात्मिक गुरूप्रमाणे संदिग्ध उत्तर देण्याकडे जास्त कल असतो. समजा, आपण विचारलं, इलेक्ट्रॉनचं स्थान कायम राहतं का, तर म्हणतील 'नाही', आपण विचारलं, इलेक्ट्रॉनचं स्थान काळानुरूप बदलतं का, तर म्हणतील 'नाही'; आपण विचारलं इलेक्ट्रॉन स्थिर आहे का, तर उत्तर देतील 'नाही'. आपण विचारलं इलेक्ट्रॉन गतिशील आहे का, तर उत्तर देतील 'नाही'. मानवाचं त्याच्या मृत्यूनंतर काय होतं? याबद्दल बुद्धाला जेव्हा विचारलं तेव्हा त्यानेही अशीच उत्तरं दिली; परंतु गेल्या शतकातील शास्त्रासाठी ती उत्तरं अनाकलनीय होती.

आत्मज्ञान प्राप्त केलेल्या व्यक्ती प्रदीर्घ काळापासून विरोधाभासाबद्दलच बोलत आल्या. शास्त्र व धर्म यांची भेट होतेय हे आपल्याला दिसू शकतंय का? जेव्हा आपण म्हणू शकतो, 'मानव हा एकाच वेळी मर्त्य व अमर्त्य आहे' आणि 'प्रकाश हा एकाच वेळी कण (Particle) व लहर (Wave) आहे', तेव्हा आपण एकच भाषा बोलायला सुरुवात केली, असा याचा अर्थ होतो. आध्यात्मिक प्रगतीचा मार्ग जो धार्मिक अंधश्रद्धेतून शास्त्रीय शंकेखोरपणाकडे जातो, तो शेवटी खऱ्याखुऱ्या आध्यात्मिक वस्तुस्थितीप्रत आपल्याला नेऊ शकेल का?

धर्म व शास्त्र एकत्र येण्याची शक्यता ही खरंतर आजच्या आपल्या बौद्धिक जीवनातील सर्वांत महत्त्वाची व उत्साहवर्धक घडामोड आहे. मात्र ही फक्त सुरुवातच आहे, परंतु खूपदा धर्म व शास्त्र स्वनिर्मित, संकुचित संदर्भाच्या चौकटीतच

राहतं पण आपापल्या बोगद्यासारख्या दृष्टिकोनामुळे दोघंही जवळ-जवळ अंध झालेत. उदा. चमत्काराच्या बाबतीत दोघांचंही मत जाणून घेऊया. चमत्काराची नुसती कल्पनासुद्धा बऱ्याच शास्त्रज्ञांना उद्वेगजनक वाटते. मागच्या चारशे वर्षांत शास्त्राने अनेक 'नैसर्गिक नियमांवर' प्रकाश टाकला. जसं, 'दोन वस्तू एकमेकांना आपल्या वस्तुमानाच्या प्रमाणात आणि त्यांच्यातील अंतराच्या व्यस्त प्रमाणात आकर्षित करतात.' किंवा 'ऊर्जा निर्माण करता येत नाही किंवा त्याचा नाश करता येत नाही.' परंतु हे 'नैसर्गिक नियम' यशस्वीपणे शोधल्यावर त्यांनी 'नैसर्गिक नियमांनाच' शास्त्राच्या अभ्यासासाठी निकष बनविलं, जसं त्यांनी मोजमापनाला बनविलं. याचा परिणाम म्हणजे त्या वेळच्या नैसर्गिक नियमांनुसार एखादी घटना समजून घेता येत नसेल तर शास्त्रीय मंडळी असं काही अस्तित्वातच नाही असं म्हणायचे. तंत्र, कार्यपद्धतीच्या बाबतीत शास्त्र म्हणतं, 'जे अभ्यास करण्यास अशक्य आहे ते अभ्यास करण्यायोग्य नाही.' आणि नैसर्गिक नियमांच्या बाबतीत शास्त्र म्हणतं, 'जे अनाकलनीय आहे ते अस्तित्वात नाही.'

याबाबतीत चर्च थोडं जास्त खुलं आहे. नैसर्गिक नियमांनुसार समजून घेता येत नाही. त्याला धार्मिक मंडळी चमत्कार म्हणतात आणि त्यांच्या मते चमत्कार घडतात, परंतु चमत्कारांचं अस्तित्व मान्य करण्यापलीकडे चर्चने त्याकडे विशेष लक्ष दिलं नाही. एकूणच 'चमत्कारांची शास्त्रीय दृष्टिकोनातून तपासणी होणं आवश्यक नाही', 'ईश्वराची कृती म्हणून ते सहज स्वीकारावं,' अशी धार्मिक प्रवृत्ती दिसून येते. धार्मिक मंडळींना आपल्या धर्माला शास्त्राकडून धक्का नको आणि शास्त्रीय मंडळींना धर्माकडून आपल्या शास्त्राला धक्का नको.

चमत्काराने रोग बरा करणे यासारख्या घटनांचा उपयोग करून कॅथॉलिक चर्चने आपल्या संतांना मान्यता मिळवून दिली आणि प्रोटेस्टंट चर्चनेसुद्धा हेच केलं. चर्चने कधीच डॉक्टर्सना म्हटलं नाही, 'या विलक्षण घडामोडींचा आपण एकत्र अभ्यास करूया का?' आणि डॉक्टर्ससुद्धा म्हणाले नाहीत, 'ज्या घटनांचं आमच्या क्षेत्राला कुतूहल वाटायला हवं त्या घटना शास्त्रीय दृष्टिकोनातून तपासून पाहण्यासाठी आपण एकत्र काम करू या का?' याउलट त्यांचं ठाम मत आहे, की रोग बरे करणारे चमत्कार अस्तित्वातच नाहीत, एकतर तो रोग मुळात अस्तित्वातच नव्हता कारण तो मानसिक होता किंवा त्याचं निदान चुकलं होतं. सुदैवाने काही मोजके जिज्ञासू शास्त्रज्ञ, डॉक्टर्स व सत्याचा शोध घेणारी धार्मिक मंडळी सध्या पेशंटचा कॅन्सर अचानक बरा होणं, मनःसामर्थ्याने रोग बरा झालेला

दिसणं यासारख्या घटनांचं स्वरूप तपासून पाहत आहेत.

पंधरा वर्षांपूर्वी जेव्हा मी डॉक्टर झालो तेव्हा मला खात्री होती, की चमत्कार अस्तित्वात नाहीत पण चमत्कार सर्वत्र आढळतात यावर आज माझा पूर्ण विश्वास आहे. माझ्या जाणिवांमध्ये हा बदल घडण्यासाठी एकमेकांना पूरक असलेल्या दोन गोष्टी कारणीभूत आहेत. पहिली गोष्ट म्हणजे मानसोपचारतज्ज्ञ म्हणून मी घेतलेले अनेकविध अनुभव जे सुरुवातीला सामान्य वाटले परंतु जेव्हा त्यांचा सखोल विचार केला, तेव्हा पेशंटचा विकास साधताना मला अशा प्रकारचं विलक्षण साहाय्य मिळत गेलं, ज्याचं तर्कशुद्ध स्पष्टीकरण माझ्याकडे नाही. पुढच्या भागात मी असे काही अनुभव मांडणार आहे ज्यांनी मला चमत्काराबद्दलचं माझं आधीचं मत तपासून पाहायला प्रवृत्त केलं. प्रश्नचिन्ह उभं केल्यावर चमत्कार अस्तित्वात आहेत या शक्यतेला मी खुला झालो. हा खुलेपणा माझ्या जाणिवा बदलण्यास कारणीभूत असणारी दुसरी गोष्ट होती. त्यामुळेच सामान्य अस्तित्वाकडे मी आता माझ्या विलक्षण नजरेतून पाहू लागलो. मी जसजसं पाहू लागलो, तसतसं मला दिसू लागलं. माझ्या वाचकांकडे चमत्कार दिसण्याची क्षमता असावी अशी माझी विनम्र इच्छा आहे. या क्षमतेबद्दल असं लिहिलं गेलंय–

> ‘स्व’ची जाणीव निर्माण होऊन परिपक्व झाल्यावर एक
> विलक्षण जागरूकता येते, जी अनेकांनी वेगवेगळ्या प्रकारे
> वर्णन केली आहे. साक्षात्कारी मंडळींनी त्याचं
> ‘दिव्यदृष्टी’ व ‘परिपूर्णता’ असं वर्णन केलंय. रिचर्ड बूच
> याने त्याला ‘वैश्विक जाणीव’ असं म्हटलंय. बबर त्याला
> ‘मी–तू पणाचं नातं’ असं म्हणतो. मॉसलो त्याला ‘अस्तित्वाची जाणीव’
> असं नाव देतो. आपण ऑस्पेन्स्कीने दिलेलं ‘चमत्काराची दृष्टी’
> हा शब्दप्रयोग वापरणार आहोत.
> चमत्कार केवळ असामान्य घडामोडी नसून
> सर्वसाधारण घटनासुद्धा आहेत. कारण पूर्ण लक्ष
> दिलं तर कोणतीही
> गोष्ट अशी विलक्षण जागरूकता जागृत करू शकते.
> पूर्वग्रह व स्वहित यांच्या प्रभावातून जेव्हा

दृष्टी मुक्त होते, तेव्हा जग जसं आहे तसं ती
अनुभवू शकते, जगाचं मूळ सौंदर्य पाहू शकते....
विलक्षण दृष्टीसाठी दृढ विश्वास किंवा ठाम समजुतींची
गरज नाही तर जे आहे त्याकडे केवळ
संपूर्ण लक्ष देणे..... जे नेहमीच असतं परंतु त्याचं
अस्तित्व गृहीत धरलं जातं. जगातील खऱ्या अद्भुत
गोष्टी सर्वत्र आहेत, आपल्या शरीरातील सूक्ष्म
भागांमध्ये, विश्वाच्या अफाट पसाऱ्यात आणि
सर्व गोष्टी एकमेकांशी जोडल्या गेल्यात त्यामध्ये.....
आपण अशा संतुलित सृष्टीचा भाग आहोत
ज्यात परस्परावलंबन व व्यक्तीवैशिष्ट्य सोबतच
आहेत. आपण सर्वजण वेगवेगळ्या व्यक्ती असलो
तरीही आपण पूर्णत्वाचा अंश आहोत. वर्णनातीत
सौंदर्य व विशालतेमध्ये एकत्र आलोत. चमत्काराची
दृष्टी ही 'स्व'ची सर्वांत शुद्ध जाणीव आहे. ते असं
मूळ आहे, ज्यातून मानवाचं सर्वोच्च स्वरूप व अनुभव
विकसित होतो.

चमत्कार म्हणजे काहीतरी लक्षणीय, नाट्यमय घडायला हवं असा आपला समज असतो. आकाशवाणी होणे, समुद्र दुभंगणे, डोंगर अदृश्य होणे यासारख्या गोष्टींची आपण चमत्कार म्हणून अपेक्षा करतो. त्याऐवजी आपण आपल्या आयुष्यातील नेहमीच्या, छोट्या छोट्या घटनांमध्ये चमत्कार बघायला हवेत. मात्र शास्त्रीय भान कायम ठेवून! मानसोपचारामधील सामान्य घटना तपासून पाहिल्यावर मला 'ईश्वरी कृपा' या असामान्य घडामोडीची उकल झाली, जी मी पुढील भागात विशद करणार आहे.

मात्र मी अजून एक सावधानतेचा इशारा देऊ इच्छितो. जिथे शास्त्र व धर्म एकत्र येतात, ती जमीन अस्थिर व धोकादायक असू शकते. ज्ञानेंद्रियांना न जाणवणाऱ्या, मनोबलाने शक्य होणाऱ्या, अनाकलनीय घडामोडी त्याचप्रमाणे

इतर विलक्षण घटनाही आपण पाहणार आहोत. इथे बुद्धी शाबूत ठेवणं गरजेचं आहे. एकदा 'श्रद्धेने रोगनिवारण' या विषयावरील एका चर्चासत्रात मी सहभागी झालो होतो. त्यातील अनेक उच्चशिक्षित वक्त्यांनी स्वतःकडे रोगनिवारक शक्ती असल्याचे पुरावे सादर केले. त्या पुराव्यांना शास्त्रीय आधार असल्याचा त्यांचा दावा होता, जो खोटा होता. रोग बरा करणारी व्यक्ती पेशंटच्या सुजलेल्या सांध्यावर हात ठेवते व दुसऱ्या दिवशी सांध्यांची सूज उतरते, पण याचा अर्थ असा नव्हे, की त्या व्यक्तीमुळे तो रोग बरा झालाय. सुजलेल्या सांध्यांची सूज कधी न् कधी, हळुहळू किंवा अचानक, काही उपाय केल्याने किंवा केल्याशिवायही उतरतेच. एकाच वेळी घडणाऱ्या दोन घटनांमध्ये कार्यकारण भाव असतोच असं नव्हे. हा संपूर्ण प्रांत इतका अनिश्चित, अस्पष्ट आहे, की आपण निकोप शंकेखोर वृत्ती जोपासली पाहिजे. नाहीतर आपली व इतरांची दिशाभूल होईल. अतर्क्य घडामोडींच्या सत्यतेचं समर्थन करणाऱ्या व्यक्ती शंकेखोर वृत्तीच्या अभावामुळे सत्य पडताळून न पाहता इतरांची दिशाभूल करतात. अशा व्यक्ती या क्षेत्राला बदनाम करतात. अतर्क्य, अनाकलनीय घडामोडींच्या क्षेत्रात इतक्या अंधविश्वासू व्यक्ती जमा झाल्यात, की इतर तर्कनिष्ठ व्यक्तींना या गोष्टी काल्पनिक वाटतात. खरंतर नेहमीच तसं नसतं. अनेक लोक कठीण प्रश्नांची सोपी उत्तरं मिळविण्याचा प्रयत्नही करतात. मोठ्या आशेने परंतु विचार न करता शास्त्रीय व धार्मिक कल्पनांचा विवाह घडवून आणतात. यातील अनेक विवाह अयशस्वीही ठरतात पण याचा अर्थ असा नव्हे, की विवाह अशक्य आहे किंवा अयोग्य आहे. संकुचित शास्त्रीय दृष्टिकोनामुळे जशी आपली नजर धूसर, अधू नसणे आवश्यक आहे, त्याचप्रमाणे आध्यात्मिक प्रांतातील शुद्ध सौंदर्यामुळे आपली जिज्ञासू, चिकित्सक वृत्ती लोप न पावणंही तितकंच आवश्यक आहे.

भाग चौथा

कृपा

आरोग्याचा चमत्कार

विलक्षण ईश्वरीय कृपा! शब्द किती गोड आहे.
जिने माझ्यासारख्या पामराला तारलं!
हरवलेला मी आता गवसलो
अंध मी आता डोळस झालो.

या ईश्वरी कृपेनेच माझ्या हृदयाला भीती शिकवली
आणि तिनेच भीतीपासून माझी मुक्तता केली.
विश्वास ठेवताक्षणीच ईश्वरी कृपा
किती अनमोल भासली.

अनेक संकटं, मोहजाल मी पार केलेत
अपार कष्ट उपसलेत;
पण ईश्वरी कृपेनेच झालाय हा प्रवास सुखरूप
आणि तीच नेणार आहे मला अंतिम ध्येयाप्रत.

सूर्यासारखे तळपत असू आपण
तिथे हजारो वर्षे
आणि ईश्वराची स्तुतिकवनं गाण्यासाठी
असतील अगणित दिवस

अतिशय प्रसिद्ध अशा या ईशस्तवनात ईश्वरीय कृपेला ‘विलक्षण’ असं म्हटलंय. आपल्याला एखादी गोष्ट विलक्षण वाटते, जेव्हा ती नेहमीच्या चाकोरीतील नसते, जेव्हा ती आपल्याला माहीत असलेल्या नैसर्गिक नियमांवर आधारित नसते. या भागात तुम्हाला दिसून येईल की, ईश्वरीय कृपा नेहमी घडणारी, काही प्रमाणात अंदाज बांधण्यायोग्य घडामोड आहे. जुन्या शास्त्राच्या व नैसर्गिक नियमांच्या

दृष्टिकोनातून ईश्वरी कृपेची वस्तुस्थिती जाणून घेणं अशक्य आहे. ती नेहमीच अद्‌भुत आणि विलक्षण राहील.

मानसोपचाराच्या क्षेत्रात असे अनेक पैलू आहेत, जे मला व इतर तज्ज्ञांना अवाक्‌ करतात. आश्चर्य करायला भाग पाडतात. यातील थक्क करणारी एक गोष्ट म्हणजे आमचे पेशंट मानसिकदृष्ट्या किती निरोगी असतात. इतर डॉक्टरांच्या मते मानसोपचार हे शुद्ध, निश्चित स्वरूपाचं शास्त्र नाही, परंतु वस्तुस्थिती अशी आहे, की इतर शारीरिक आजारांपेक्षा मानसिक रोगांच्या कारणांबाबत जास्त माहिती उपलब्ध आहे. मनोविश्लेषणाच्या आधारे एखाद्या पेशंटच्या रोगाचं मूळ निश्चितपणे शोधणं व रोगाची वाढ कशी होत गेली हे तंतोतंत सांगणं शक्य आहे. इतर वैद्यकीय शाखांमध्ये तेवढी अचूकता आढळत नाही. मानसिक रोगाचं एखादं विशिष्ट लक्षण किंवा वागण्याची ठरावीक पद्धत कधी, कुठे, कशी व का वाढीस लागली, हे निश्चितपणे समजून घेणं शक्य आहे. त्याचप्रमाणे एखादा मानसिक रोग कधी, कुठे, कसा व का बरा होऊ शकतो किंवा बरा झालाय, हेसुद्धा अचूकपणे समजणं शक्य आहे. परंतु आम्हाला न समजणारी गोष्ट म्हणजे हा मानसिक आजार अधिक गंभीर स्वरूपाचा कसा झाला नाही? - सौम्य मानसिक समस्या असलेल्या पेशंटला गंभीर समस्या कशी उद्‌भवली नाही? आणि गंभीर समस्या असलेला पेशंट ठार मनोरुग्ण कसा झाला नाही? एखाद्या पेशंटमध्ये तीव्र आघात सोसूनदेखील अपेक्षेपेक्षा कमी तीव्रतेचा मानसिक आजार उद्‌भवलेला दिसतो.

पस्तीस वर्षांचा एक अतिशय यशस्वी उद्योजक सौम्यशा मानसिक आजारामुळे माझ्याकडे आला. एका मूकबधिर स्त्रीचा तो अनौरस मुलगा होता आणि शिकागोच्या झोपडपट्टीत तिने एकटीने त्याला पाच वर्षांपर्यंत वाढविलं होतं. त्यानंतर सरकारी अधिकाऱ्यांच्या लक्षात आलं, की अशी आई मूल वाढविण्यासाठी असमर्थ आहे. म्हणून त्यांनी काहीही पूर्वसूचना व स्पष्टीकरण न देता त्याला तिच्यापासून दूर करून तीन वेगवेगळ्या घरी संगोपनासाठी ठेवलं. त्या घरांमध्ये त्याला अजिबात प्रेम मिळालं नाही व सतत अपमान सहन करावा लागला. पंधराव्या वर्षी मेंदूत रक्तस्राव होऊन त्याला अर्धांगवात झाला. सोळाव्या वर्षी नेमून दिलेल्या पालकांना सोडून तो एकटा राहू लागला. वयाच्या सतराव्या वर्षी काही कारण नसताना एकाला दुष्टपणे मारहाण केल्यामुळे त्याला तुरुंगात टाकण्यात आलं पण तिथे ही त्याच्यावर मानसोपचार झाले नाहीत.

सहा महिन्यांच्या कंटाळवाण्या तुरुंगवासानंतर त्याची सुटका झाली आणि एका छोट्याशा कंपनीच्या गोदामात कारकुनाची नोकरी दिली गेली. जगातील कोणत्याही मानसोपचारतज्ज्ञाने किंवा समाजसेवकाने त्याचं भविष्य अत्यंत निराशाजनक आहे हेचं वर्तविलं असतं. परंतु तीन वर्षातच त्याने विभागप्रमुखाचं पद मिळवलं. कंपनीच्या इतिहासात इतक्या लहान वयात हे पद मिळविणारा तो पहिलाच होता. मग त्याने पाच वर्षात बरोबर काम करणाऱ्या एका मुलीशी लग्न करून नोकरी सोडली. पुढे स्वतःचा व्यवसाय सुरू करून तो यशस्वी व श्रीमंत झाला. माझ्याकडे जेव्हा तो मानसोपचारासाठी आला, तोपर्यंत तो एक प्रेमळ व आदर्श वडील बनला होता. स्वतः शिकून विचारवंत, स्थानिक नेता, नावाजलेला कलाकार बनला होता. हा चमत्कार कसा, कधी, का व कुठे झाला? प्रचलित कार्यकारणसंबंधात हे बसतच नाही. परंतु प्रचलित कार्यकारण मीमांसा करून आम्ही त्याच्या सौम्य अशा रोगाचं निदान निश्चितपणे करू शकलो आणि तो बरा झाला. मात्र त्याच्या अनपेक्षित यशाचं मूळ कारण काय असावं, याची आम्हाला अंधुकशी कल्पनाही येऊ शकली नाही.

मी ही केस नमूद केली कारण त्याच्यावर झालेले आघात इतके मोठे व स्पष्ट होते आणि त्याचं यशही तितकंच लक्षणीय होतं. इतर अनेक केसेसमध्ये लहानपणी होणारे आघात अगदी अस्पष्ट असतात (तेवढेच उद्ध्वस्त करणारे असले तरी) आणि मानसिक आरोग्य तितकं निकोप नसलं तरी सर्वसाधारणपणे रचना हीच असते. उदा. फार क्वचितच मुलांचं मानसिक आरोग्य पालकांपेक्षा निकृष्ट असतं. मानसिक रोग का होतात, याचं कारण आपल्याला चांगलंच माहीत आहे परंतु लोक आघात सोसूनही इतक्या चांगल्या प्रकारे तग कसा धरू शकतात, हे आपल्याला माहीत नाही. काही लोक आत्महत्या का करतात याचं कारण आपल्याला निश्चितपणे माहीत असतं परंतु आपल्याला हे माहीत नसतं, की प्रचलित कार्यकारणसंबंध लक्षात घेता काही लोक आत्महत्या का करत नाहीत? आपण एवढंच म्हणू शकतो, की एक शक्ती आहे जिची कार्यपद्धती आपल्याला पूर्णपणे माहीत नसली तरीही अत्यंत प्रतिकूल परिस्थितीत लोकांचं मानसिक आरोग्य जपण्यासाठी व जोपासण्यासाठी ती सतत कार्यरत आहे.

मानसिक आजाराची प्रक्रिया शारीरिक रोगाच्या प्रक्रियेपेक्षा वेगळी असली तरी याबाबतीत ती सारखीच आहे. आपल्याला शारीरिक रोगांच्या कारणाबाबत बरीच माहिती असली तरी शारीरिक आरोग्याच्या कारणाबाबत तितकी माहिती नाही.

कोणत्याही डॉक्टरला विचारा, मेनिन्गोकोकल मेनिन्जाइटिस कशामुळे होतो तर तो लगेच उत्तर देईल, "का बरं? मेनिन्गोकोकल जिवाणूमुळे." परंतु इकडे एक तिढा आहे. एखाद्या हिवाळ्यात माझ्या छोट्याशा गावातील लोकांच्या घशाची मी तपासणी केली, तर दहा पैकी नऊ लोकांमध्ये तो जिवाणू आढळेल. तरीही इतक्या वर्षांत गावातील एकालाही मेनिन्गोकोकल मेनिन्जाइटिस झालेला नाही व या हिवाळ्यात होण्याची शक्यताही नाही. हे कसं घडतंय? जरी रोगासाठी कारणीभूत असलेला जिवाणू सर्वत्र आढळतो, तरी हा क्वचितच होणारा रोग आहे. याला उत्तर देण्यासाठी डॉक्टर्स प्रतिकारशक्ती या संकल्पनेचा आधार घेतात. ते स्पष्टीकरण देतात, की मॅनिन्गोकोकल व इतर अनेक रोग निर्माण करणाऱ्या जिवाणूंच्या हल्ल्याला प्रतिकार करणारी बचाव यंत्रणा आपल्या शरीरात कार्यरत आहे, हे अगदी खरंय. आपल्याला या बचाव यंत्रणेची व तिच्या कार्यपद्धतीची बरीच माहिती आहे. मात्र महत्त्वाचे प्रश्न अनुत्तरितच राहतात. या वर्षी हिवाळ्यात मेनिन्गोकोकल मेनिन्जाइटिसने मृत्यू पावणाऱ्या लोकांपैकी काहीजणांचं कमजोर प्रतिकारशक्ती हे कारण असलं तरी बहुतेक जणांचं आरोग्य या आधी उत्तम होतं व प्रतिकारशक्ती चांगली होती. एका विशिष्ट दृष्टिकोनातून जरी आपण निश्चितपणे म्हणू शकलो, की त्यांच्या मृत्यूचं कारण मेनिन्गोकोकल जिवाणू आहे, तरी तो दृष्टिकोन नक्कीच संकुचित आहे. खोलवर मात्र आपल्याला त्यांच्या मृत्यूचं कारण माहीत नसतं. जास्तीत जास्त आपण एवढंच म्हणू शकतो, की जी शक्ती नेहमी आपलं रक्षण करते ती कशी कोण जाणे, पण या वेळी त्यांच्याबाबतीत कार्यरत नव्हती.

प्रतिकारशक्ती ज्याप्रमाणे संसर्गजन्य रोगांच्या बाबतीत जसं, मेनिन्जाइटिस, वगैरे काम करते, त्याचप्रमाणे इतर शारीरिक रोगांच्या बाबतीतदेखील या ना त्या प्रकारे कार्यरत असते. मात्र फरक इतकाच, की इतर रोगांच्या बाबतीत प्रतिकारशक्ती कसं कार्य करते याचं ज्ञान आपल्याला नसतं. एखाद्या व्यक्तीला आतड्याला सूज येण्याचा सौम्य त्रास एकदाच उद्‌भवू शकतो- ज्याचं मूळ मानसिक अस्वस्थतेत आहे असं मानलं जातं. मग ती व्यक्ती पूर्ण बरी होऊन आयुष्यात पुन्हा कधीही या समस्येला तोंड देत नाही पण दुसऱ्या एखाद्या व्यक्तीला पुनःपुन्हा असा त्रास होत राहतो आणि ती या आजाराने ग्रासली जाते. तर तिसरी व्यक्ती असा त्रास पहिल्यांदाच उद्‌भवल्यानंतर तिचा आजार भराभर बळावत जाऊन मृत्यू पावते. आजार एकच दिसला तरी परिणाम वेगवेगळे असतात. असं का? आपल्याला एवढंच माहीत आहे, की विशिष्ट व्यक्तिमत्त्व असलेल्या व्यक्तींना त्या रोगाला

प्रतिकार करणं कठीण जातं. मात्र तेच इतरांना सहज शक्य होतं. हे कसं घडतं? आपल्याला माहीत नाही. अशा प्रकारचे प्रश्न इतर सर्व आजारांच्या बाबतीतही विचारता येतील. उदा. हृदयविकार, झटका, कर्करोग व इतर नेहमीचे रोग. अनेक अभ्यासक या निष्कर्षाप्रत पोहोचत आहेत की जवळजवळ सर्व आजारांचं मूळ मानसिक अस्वास्थ्यामध्येच आहे. प्रतिकारशक्ती यंत्रणेत होणाऱ्या वेगवेगळ्या बिघाडांचा कोणता न कोणता संबंध मानसिकतेशीच आहे. खरंतर हा बिघाड महत्त्वाचा नाही तर प्रतिकारशक्ती यंत्रणा किती चांगल्या प्रकारे कार्यरत असते ही खरी आश्चर्यकारक गोष्ट आहे. एरवी आपल्याला जिवाणूंनी खाऊन टाकलं असतं, कर्करोगानी संपवलं असतं, गुठळ्या, चरबी साचून आपण बंद झालो असतो, ॲसिडने आपली झीज झाली असती. आपण आजारी पडतो व मृत्यू पावतो यात विशेष असं काही नाही तर आपण सहसा वारंवार आजारी पडत नाही व लगेच मृत्यू पावत नाही हे खरं विशेष आहे. जे मानसिक आजारांच्या बाबतीत आपण म्हटलं, ते शारीरिक रोगांनादेखील लागू पडतं. एक शक्ती आहे जिची कार्यपद्धती आपल्याला पूर्णपणे माहीत नसली तरीही अत्यंत प्रतिकूल परिस्थितीत लोकांचं शारीरिक आरोग्य जपण्यासाठी व जोपासण्यासाठी ती कार्यरत असते.

अपघाताच्या बाबतीत तर कुतूहल जागृत करणारे प्रश्न निर्माण होतात. बहुतेक सर्व डॉक्टर्स व मानसोपचारतज्ज्ञांना 'अपघाताची प्रवृत्ती असणं' ही घडामोड जवळून पाहण्याचा अनुभव मिळतो. माझ्या पाहण्यातलं सर्वांत स्पष्ट उदाहरण म्हणजे चौदा वर्षांचा एक मुलगा जो सुधारगृहात दाखल झाला होता, जेथे मी मानसोपचारतज्ज्ञ म्हणून काम करत होतो. तो आठ वर्षांचा असताना नोव्हेंबर महिन्यात त्याची आई मरण पावली. नऊ वर्षांचा असताना नोव्हेंबर महिन्यात तो शिडीवरून पडला व त्याच्या खांद्याचं हाड मोडलं. दहा वर्षांचा असताना नोव्हेंबरमध्ये त्याच्या मोटर सायकलचा अपघात होऊन त्याला जबरदस्त धक्का बसला व कवटीच्या हाडाला तडा गेला. अकराव्या वर्षीच्या नोव्हेंबरमध्ये गच्चीवरून पडल्यामुळे त्याच्या कमरेचं हाड मोडलं. बाराव्या वर्षी नोव्हेंबरमध्ये स्केटिंग करताना पडल्याने त्याच्या मनगटाचं हाड मोडलं. तेराव्या वर्षी नोव्हेंबरमध्ये गाडीच्या अपघातात त्याचं मांडीच्या वरचं हाड मोडलं. म्हणजे, या मुलाची अपघाताची प्रवृत्ती आहे हे कुणीही नाकारणार नाही. परंतु हे अपघात झाले कसे? मुलानी जाणीवपूर्वक ते ओढावून घेतले नव्हते. आईच्या मृत्यूच्या दुःखाची त्याच्या जागृत मनाला जाणीव नव्हती आणि तो आता आईला पूर्णपणे विसरलाय असं मला म्हणाला. हे अपघात कसे घडले ते समजून घेण्यासाठी आपल्याला

'प्रतिकार' या संकल्पनेचा संबंध अपघात व आजार यांच्याशी जोडून पाहायला हवा. अपघाताची प्रवृत्ती व अपघाताला प्रतिकार या दृष्टीने विचार करायला हवा. काही व्यक्ती त्यांच्या आयुष्यात काही वेळा अपघातप्रवृत्त असतात तरीही आपल्यातील बहुतेकजण नेहमीच आयुष्य जगताना अपघात–प्रतिकारक असतात.

मी नऊ वर्षांचा असताना हिवाळ्यातील एका संध्याकाळी शाळेतून परतताना बर्फाच्या रस्त्यावरून घसरून पडलो. समोरून वेगाने येणारी एक गाडी घसरत थांबली तेव्हा माझं डोकं गाडीच्या पुढच्या गार्डच्या समोर होतं व संपूर्ण शरीर गाडीखाली होतं. मी लगेचच गाडीखालून बाहेर आलो आणि घाबरून घरी पळालो, तेही काहीही इजा न होता! कदाचित हा प्रसंग असामान्य वाटणार नाही पण एखादा म्हणू शकेल, की मी नशीबवान होतो. परंतु याबरोबर इतर अनेक प्रसंग लक्षात घ्या : मी पायी चालत असताना, सायकल किंवा कार चालवत असताना अनेकदा गाडीच्या धक्क्यापासून वाचलो ते प्रसंग; मी गाडी चालवत असताना काळोखात पादचाऱ्यांना किंवा दुचाकी वाहकांना जवळजवळ उडविणार होतो ते प्रसंग; गाडीचे ब्रेक व्यवस्थित न लागल्यामुळे माझी गाडी दुसऱ्या वाहनाच्या अगदी जवळ येऊन थांबली असे प्रसंग; मी झाडांना अगदी ठोकता ठोकता वाचलो असे प्रसंग. हे काय आहे? मला काय वरदान मिळालंय? या क्षणी वाचकांनी आपल्या आयुष्याकडे मागे वळून पाहिलं, तर बऱ्याच जणांना धोका थोडक्यात टळल्याचे अनेक अनुभव स्वतः घेतल्याचं लक्षात येईल. म्हणजेच अपघात थोडक्यात टळल्याचे प्रसंग, अपघात घडलेल्या प्रसंगांपेक्षा खूप जास्त आहेत. त्यामुळे माझी अशीसुद्धा खात्री आहे, की अपघात थोडक्यात टळल्याची स्वतःची उदाहरणं पाहता वाचकांच्या लक्षात येईल, कोणत्याही जाणीवपूर्वक विचारप्रक्रियेमुळे ते त्यातून वाचले नाहीत. मग आपल्यातील बऱ्याचजणांना वरदान मिळालंय? की गाण्यातील ती ओळ खरी आहेः 'ईश्वरकृपेनेच झालाय हा प्रवास सुखरूप.'

काहींना यात विशेष असं काही वाटणार नाही. त्यांचं मत असं असेल, की या गोष्टी 'तग धरण्याची सहजप्रवृत्ती'ची (survival instinct) उदाहरणं आहेत, परंतु फक्त नाव दिलं की एखादी गोष्ट पूर्ण समजते का? सहजप्रवृत्तीचं मूळ व कार्यपद्धती याविषयीचं आपलं ज्ञान अतिशय अल्प आहे. सहजप्रवृत्ती ही तर एक विलक्षण घडामोड आहेच परंतु अपघात दर्शवितात, की त्यातून वाचण्याची आपली प्रवृत्ती सहजप्रवृत्तीपेक्षा वेगळी व जास्त विलक्षण आहे. सहजप्रवृत्तीबद्दल

आपल्याला फारसं ज्ञान नसलं तरी ती व्यक्तीमध्ये कार्यरत असते एवढं आपल्याला समजू शकतं. मानसिक आजार व शारीरिक रोगाला प्रतिकार करणारी शक्ती अजागृत मनात व व्यक्तीच्या शरीरात स्थित आहे, याची कल्पना आपण करू शकतो. अपघातात मात्र व्यक्तींचा इतर व्यक्तींशी व निर्जीव वस्तूंशी संबंध येतो. मी नऊ वर्षांचा असताना त्या माणसाच्या गाडीच्या चाकांनी मला चिरडलं नाही, याचं कारण माझी तग धरण्याची सहजप्रवृत्ती होती की माझा जीव न घेण्याची त्या माणसाची सहजप्रवृत्ती? बहुधा आपल्याकडे स्वतःचंच नव्हे तर इतरांचंही जीवन जतन करण्याची सहजप्रवृत्ती आहे.

मी स्वतः बघितले नसले तरी असे अनेक प्रसंग ऐकलेत, ज्यात चक्काचूर झालेल्या वाहनांतून माणसं सुखरूप बाहेर पडलीत. मात्र बघणाऱ्यांची प्रतिक्रिया अतिशय आश्चर्याची असते. ''अशा अपघातातून कोणी वाचू कसं शकतं, आणि ते सुद्धा फारशी दुखापत न होता!'' याचं काय स्पष्टीकरण देणार? निव्वळ योगायोग? अपघात पाहणाऱ्यांपैकी धार्मिक नसलेल्या व्यक्तींना आश्चर्य वाटलं कारण त्यांच्या मते कुणीही वाचणं शक्यच नव्हतं. त्यामुळे योगायोग मानायला जागाच नव्हती. जे घडलंय ते समजून, ग्रहण करण्याच्या प्रयत्नात, खोलवर विचार न करता, धार्मिक नसूनही त्या व्यक्ती म्हणाल्या, ''मला वाटतं ईश्वराला दारूडे आवडतात'' किंवा ''मला वाटतं त्याचा वर नंबर लागला नव्हता.'' या अद्भुत प्रसंगांना वाचक हवंतर 'निव्वळ योगायोग', 'अर्तक्य घटना' किंवा 'नशिबाचा खेळ' असं म्हणू शकतील आणि त्यांची जिज्ञासा सोडून देतील. पण या घटना जर खोलवर तपासून पाहायच्या असतील तर त्याच्या स्पष्टीकरणासाठी आवश्यक असलेलं सहजप्रवृत्तीबद्दलचं आपलं ज्ञान अतिशय अपुरं आहे. गाडीच्या निर्जीव यंत्रात आत अडकलेल्या मानवी शरीराला वाचविण्याची सहजप्रेरणा असते का? किंवा मानवाला अपघाताच्या क्षणी दबल्या जाणाऱ्या यंत्रानुरूप आपल्या शरीराचा आकार बदलण्याची सहजप्रेरणा असते? असे प्रश्न मुळातच विचित्र वाटतात. अशा प्रसंगांना काहीतरी स्पष्टीकरणं असण्याची शक्यता आहे, असं जरी मी स्वीकारलं, तरी सहजप्रवृत्तीबद्दलचं जुनं ज्ञान उपयोगाचं नाही. योगायोग ही संकल्पनाच कदाचित जास्त उपयोगी ठरेल. परंतु ही संकल्पना समजून घेण्यापूर्वी प्रथम आपण अजागृत मनाची कार्यपद्धती जाणून घेणं आवश्यक आहे.

अजागृत मनाचा चमत्कार

नवीन पेशंटबरोबर काम सुरू करताना मी बऱ्याचदा एक मोठं वर्तुळ काढतो. मग परिघावर एक छोटा कोपरा काढतो. तो कोपरा दाखवत मी त्यांना सांगतो, ''हा भाग म्हणजे तुमचं जागृत मन. वर्तुळाचा उर्वरित ९५% भाग म्हणजे तुमचं अजागृत मन. तुम्ही स्वतःला जाणून घेण्याचे खूप प्रयत्न केलेत तर तुमच्या लक्षात येईल, की तुमच्या मनाचा हा जो विशाल भाग आहे ज्याची तुम्हाला आता थोडी जाणीव होऊ लागलीय, तो तुमच्या कल्पनेपेक्षा अधिक समृद्ध आहे.''

मनाच्या या विशाल परंतु छुप्या प्रांताचं अस्तित्व व त्याची संपन्नता जाणण्याचा एक मार्ग म्हणजे आपली स्वप्नं. एका प्रतिष्ठित व्यक्तीने अनेक वर्षं नैराश्याने ग्रासल्यामुळे माझी भेट घेतली. त्याला त्याच्या कामात अजिबात आनंद मिळत नव्हता व त्याचं नीटसं कारणही माहीत नव्हतं. त्याचे आईवडील गरीब होते व फारसे प्रसिद्ध नव्हते, मात्र त्याचे पूर्वज मात्र प्रसिद्ध होते. माझ्या पेशंटने त्यांचा फारसा कधी उल्लेख केला नाही. त्याच्या नैराश्याला अनेक गोष्टी कारणीभूत होत्या. काही महिन्यांनंतर त्याची महत्त्वाकांक्षा या मुद्द्यावर आम्ही येऊन पोहोचलो. हा मुद्दा उपस्थित झाल्यानंतर पुढच्या भेटीत त्याने आदल्या रात्रीचं एक स्वप्न सांगितलं, ''आम्ही एका घरात होतो, ते अवाढव्य, भयानक फर्निचरने भरून गेलं होतं. मी आत्ता आहे त्यापेक्षा वयाने खूप लहान होतो. माझ्या वडिलांची इच्छा होती, की मी उपसागर पार करून समोरच्या बेटावर असलेली होडी घेऊन परत यावं. ती होडी त्यांनी काही कारणास्तव तिथे ठेवली होती. मीदेखील हा प्रवास करायला उत्सुक होतो. मला ती होडी कुठे मिळेल, हे मी त्यांना विचारलं. एका अवाढव्य कपाटापाशी ते मला घेऊन गेले. ते कपाट साधारण बारा फूट लांब असून छताइतकं उंच होतं. त्याला पंचवीस-तीस मोठेमोठे खण होते. वडील मला म्हणाले, की कपाटाच्या बाजूबाजूच्या मार्गाने गेलास तर तुला होडी सापडेल.'' नेहमीप्रमाणे सुरुवातीला या स्वप्नाचा अर्थ अस्पष्ट होता म्हणून मी त्याला विचारलं, ''हे खणांचं अवाढव्य कपाट कशाचं प्रतीक आहे असं तुला वाटतं?'' लगेचच तो म्हणाला, ''हे कपाट इतकं भयानक आहे की मला शवपेटीची आठवण होते.'' ''त्या खणांचं काय?'' मी विचारलं. लगेचच छद्मीपणे हसत तो म्हणाला, ''बहुतेक मला माझ्या पूर्वजांना मारून टाकायचं आहे. हे कपाट मला माझ्या कुटुंबाचं थडगं वाटतंय, प्रत्येक

खण एक शव ठेवायला पुरेसा आहे.'' आता कुठे स्वप्नाचा अर्थ स्पष्ट झाला. खरोखरच तरुण असताना त्याला मार्ग दाखवला गेला होता, आयुष्याचा मार्ग... त्याच्या प्रसिद्ध पूर्वजांच्या थडग्यांच्या बाजूबाजूने जाणारा मार्ग... आणि यशाकडे व प्रसिद्धीकडे जाणारा हा मार्ग त्यानेच अनुसरला होता परंतु त्याला या गोष्टीचं भयानक दडपण होतं आणि त्यापासून मुक्त होण्यासाठी त्या पूर्वजांना त्याला मनामध्ये ठार मारायचं होतं.

ज्यांनी 'स्वप्न' या विषयावर काम केलंय त्यांना हे स्वप्न वैशिष्ट्यपूर्ण वाटेल. त्याची उपयुक्तता या दृष्टीने मला ते वैशिष्ट्यपूर्ण वाटलं. या माणसाने त्याची समस्या सोडवायला सुरुवात केली होती. अगदी लगेचच त्याच्या अजागृत मनाने एक नाट्य दाखविलं, ज्यातून त्याच्या समस्येचं मूळ स्पष्ट झालं, ज्याची त्याला पूर्वी जाणीवही नव्हती. एखादा नावाजलेला नाटककार करेल त्याप्रमाणे अजागृत मनाने प्रतीकांचा वापर करत हे साध्य केलं. उपचाराच्या त्या टप्प्यावर हे स्वप्न सोडून इतर कोणताही अनुभव त्याच्यासाठी व माझ्यासाठी इतका उपयुक्त ठरला नसता. त्याच्या अजागृत मनाला नक्कीच आमच्या एकत्रित कामात साहाय्य करायचं होतं आणि त्याने ते कौशल्याने पार पाडलं. मानसोपचारात स्वप्नांचं विश्लेषण इतकं उपयुक्त असतं की, ते तज्ज्ञाच्या कामाचा महत्त्वाचा भाग बनतं. अनेक स्वप्नांचा पूर्ण अर्थ मला उलगडलेला नाही, हे मला कबूल केलं पाहिजे आणि मला अशी इच्छा करण्याचा मोह होतो, अजागृत मनाने आणखी स्पष्ट भाषेत बोलायला हवं होतं. परंतु जेव्हा स्वप्नांची भाषा उलगडते, तेव्हा नेहमीच त्या संदेशामुळे आमची आध्यात्मिक प्रगती साध्य होते. माझ्या अनुभवानुसार जेव्हा स्वप्नांचा अर्थ स्पष्ट होतो, तेव्हा स्वप्न पाहणाऱ्याला उपयुक्त माहिती मिळते. हे साहाय्य वेगवेगळ्या स्वरूपात मिळू शकतं : जसं, येणाऱ्या वैयक्तिक धोक्याची सूचना; न उकल होणाऱ्या समस्येच्या निरसनासाठी मार्गदर्शन; आपलं बरोबर आहे असं वाटत असताना चूक दाखवून देणं आणि आपली चूक असेल असं वाटत असताना आपलं बरोबर आहे असं उत्तेजन देणं; स्वतःबद्दल माहीत नसलेल्या आवश्यक गोष्टी सांगणं; हरवल्यासारखं वाटत असताना दिशा दर्शविणं आणि धडपडत असताना मार्गदर्शन करणं वगैरे.

आपलं अजागृत मन आपण झोपेत असताना आपल्याशी ज्या मायेने, सुसंस्कृतपणे संवाद साधतं, त्याचप्रमाणे आपण जागे असतानादेखील संवाद साधतं, फरक एवढाच की स्वरूप थोडं वेगळं असतं. 'अचानक चमकणारे

विचार' किंवा 'विचारांचा छोटा भाग' या स्वरूपात ते बोलतं. स्वप्नांप्रमाणेच आपण या अशा विचारांची दखल घेत नाही, ते महत्त्वाचे नाहीत असं समजून त्यांना बाजूला सारतो. म्हणूनच मनोविश्लेषणामध्ये पेशंटला पुनःपुन्हा सूचना दिली जाते, की त्यांच्या मनात येणारे विचार, मग ते कितीही क्षुल्लक किंवा विचित्र वाटले तरीही तज्ज्ञाला सांगायला हवेत. जेव्हा पेशंट म्हणतो, ''अगदी विचित्र वाटेल परंतु हा मूर्ख विचार पुनःपुन्हा माझ्या मनात डोकावतोय- मला अर्थ समजत नसला तरी तू सांगितल्यामुळे मी हे सांगत आहे,'' तेव्हा माझ्या लक्षात येतं, की आता कोडं सुटणार आहे आणि पेशंटच्या अजागृत मनाने अत्यंत महत्त्वाचा असा संदेश त्याला आता दिला आहे, जो त्याच्या समस्येवर प्रकाश टाकणार आहे. हे अचानक चमकणारे विचार बहुधा आपल्याला स्वतःविषयी ज्ञान देतात, परंतु ते इतर व्यक्ती किंवा बाहेरील जगाबद्दलसुद्धा नाट्यमयरीत्या ज्ञान देऊ शकतात. इतर व्यक्तींच्या बाबतीत अजागृत मनाने दिलेला संदेश याचं उदाहरण म्हणून पेशंटबरोबर काम करत असताना मला आलेला अनुभव मी वर्णन करणार आहे. माझ्या एका तरुण पेशंटला कुमारावस्थेपासून चक्कर येण्याचा त्रास होता, ज्याचं कारण शरीरामध्ये सापडत नव्हतं. या चक्कर येण्याच्या जाणिवेमुळे ती पाय फाकवून, पाय न दुमडता, डुलत डुलत चालत असे. ती अत्यंत हुशार व आकर्षक होती. अनेक वर्षं दुसरीकडे मानसोपचार घेऊन ते अयशस्वी झाल्यावर ती नुकतीच माझ्याकडे आली होती. सुरुवातीला मलासुद्धा तिच्या चक्कर येण्याचं कारण उलगडत नव्हतं. आमच्या तिसऱ्या सेशनच्या मध्येच, ती आरामात बसून अवांतर गप्पा मारत असताना, एक शब्द अचानक माझ्या मनात चमकलाः 'पिनोचिओ.' मी पेशंटच्या बोलण्याकडे लक्ष देण्याचा प्रयत्न करत होतो म्हणून लगेचच तो शब्द मनातून दूर सारला. परंतु मी प्रयत्न करून सुद्धा एका मिनिटातच तो शब्द पुन्हा माझ्या मनात आला, अगदी प्रत्यक्ष दिसला, जणूकाही एक एक अक्षर डोळ्यांसमोर उमटलंः पि नो चि ओ. आता वैतागून मी डोळ्यांची उघडझाप केली व माझं लक्ष पुन्हा पेशंटकडे वळविलं. तरीही स्वतःची इच्छाशक्ती असल्याप्रमाणे दुसऱ्याच मिनिटाला तो शब्द माझ्या जाणिवेत परत आला जणूकाही स्वतःची ओळख पटवून देण्यासाठी. ''जरा थांब,'' मी स्वतःला सांगितलं, ''जर हा शब्द माझ्या मनात येण्यासाठी इतका आतुर आहे तर त्या शब्दाकडे मला लक्ष द्यायला हवं. कारण मला माहीत आहे, की या गोष्टी महत्त्वाच्या असू शकतात आणि जर माझं अजागृत मन मला काही सांगण्याचा प्रयत्न करतंय तर मला ते ऐकायलाच हवं.'' मग मी तसं केलं. ''पिनोचिओ!'' याचा अर्थ काय असू शकतो? याचा

संबंध माझ्या पेशंटशी असू शकतो का? ती तर पिनोचिओ नसावी. जरा थांब, एखाद्या बाहुलीप्रमाणे ती गोड आहे. तिचे कपडे लाल, पांढरे व निळे आहेत. ती इथे येते तेव्हा असे कपडे घालते. ती मजेशीर चालते, ताठ पायांच्या लाकडी सैनिकाप्रमाणे. हो, बरोबर! ती कळसूत्री बाहुली आहे. अरे देवा! ती पिनोचिओ आहे! क्षणातच पेशंटचं खरं स्वरूप माझ्या समोर उघड झालं : ती खरीखुरी व्यक्ती नव्हती; ती लाकडी कळसूत्री बाहुली होती, ती जिवंतपणाचं सोंग करत होती परंतु कोणत्याही क्षणी आपण दोऱ्या व काठ्या यांच्यात गुंतून कोसळू अशी तिला भीती होती. याला दुजोरा देणाऱ्या गोष्टी एकामागून एक समोर आल्याः हातात दोऱ्या असलेली, वर्चस्व गाजवणारी आई जिला मुलीला एका रात्रीत टॉयलेटची सवय लावल्याचा अभिमान होता; दुसऱ्यांच्या अपेक्षा पूर्ण करणं, स्वच्छ, नीटनेटकं, व्यवस्थित असणं, नम्रपणे बोलणं, प्रयत्नपूर्वक आपली कर्तव्यं पार पाडणं याची लागलेली सवय; स्वयंस्फूर्ती व निर्णयक्षमता यांचा पूर्ण अभाव.

माझ्या पेशंटबद्दलचं हे अत्यंत महत्त्वाचं ज्ञान एखाद्या आगंतुकासारखं माझ्या जाणिवेत उभं ठाकलं. मी त्याला आमंत्रण दिलं नव्हतं. मी ते टाळत होतो. मला त्याचं अस्तित्व विसंगत वाटलं, माझ्या कामाशी काहीही संबंध नसलेला अनावश्यक व्यत्यय. सुरुवातीला मी प्रतिकार केला, ज्या दारातून ते आलं होतं, त्यातून पळवून लावण्याचा मी अनेक वेळा प्रयत्न केला. अजागृत मनातील गोष्टी विसंगत व नकोशा या स्वरूपात व या पद्धतीने जागृत मनात सादर होतात. त्यांच्या या स्वरूपामुळे व जागृत मनाने केलेल्या प्रतिकारामुळे फ्रॉईड व त्याचे सुरुवातीचे अनुयायी अजागृत मनाला पशुवृत्तीचा, असंस्कृतपणाचा व आपल्यातील दुष्ट प्रवृत्तीचा साठा समजत होते. आपल्या जागृत मनाला ते नकोसं आहे म्हणूनच अजागृत मनातील गोष्टी वाईट आहेत, असं त्यांनी गृहीत धरलं. याच विचारसरणीनुसार त्यांनी हेसुद्धा गृहीत धरलं, की मनाच्या खोल अजागृत प्रांतात मानसिक आजार एखाद्या राक्षसाप्रमाणे दबा धरून बसले आहेत. हा दृष्टिकोन बदलण्याची जबाबदारी जंग या तज्ज्ञावर येऊन पडली, जी त्याने अनेक प्रकारे पार पाडली, उदा. 'अजागृत मनाची सुज्ञता' हा शब्दप्रयोग प्रचलित करून! माझा अनुभव जंगच्या दृष्टिकोनाला इतका दुजोरा देतो, की त्यानंतर मी अशा निष्कर्षाप्रत आलोयः मानसिक आजार अजागृत मनातून उद्भवत नाहीत; तर ते जागृत मनाचे परस्पर संबंध बिघडल्यामुळे निर्माण होतात. दडपून टाकण्याची उदाहरणं लक्षात घेऊया. फ्रॉईडला आढळलं, की त्याच्या बऱ्याच पेशंटना स्वतःमध्ये शारीरिक आकर्षण व वैरभावना असल्याची जाणीव नव्हती, जरी या

भावनाच त्यांच्या आजाराला कारणीभूत होत्या. त्या इच्छा व भावना अजागृत मनात असल्यामुळे अजागृत मनच मानसिक आजारासाठी कारणीभूत आहे अशी त्याची समजूत झाली परंतु मुळात या इच्छा व भावना अजागृत मनात का होत्या? त्या दडपून का टाकण्यात आल्या होत्या? उत्तर असं आहे, की जागृत मनाला त्या नकोशा होत्या आणि असं नकोसं असणं, स्वतः न मानणं ही खरी समस्या आहे. मानवाला वैर भावना, शारीरिक आकर्षण आहे ही समस्या नाही परंतु मानवाकडे जागृत मन आहे, जे या भावनांना सामोरं जायला व त्यातून निर्माण होणारं दुःख भोगायला तयार नसतं. त्यामुळे हे मन त्या भावना दडपून टाकायला त्वरित तयार असतं, ही खरी समस्या आहे.

अजागृत मनाची स्वतःला व्यक्त करण्याची व आपण लक्ष दिलं तर आपल्याशी संवाद साधण्याची तिसरी पद्धत आहे : आपलं वागणं. जसं, चुकीचा शब्द तोंडातून निघणे व वागण्यातील इतर चुका किंवा फ्रॉईडने दर्शविलेल्या चुका. या चुकांना फ्रॉईडने आपल्या 'दैनंदिन जीवनातील मानसिक असंतुलन' या पुस्तकात अजागृत मनाचं व्यक्त रूप म्हटलं आहे. या चुकांच्या स्पष्टीकरणासाठी फ्रॉईडने वापरलेला मानसिक असंतुलन हा शब्द दर्शवतो, की त्याचा अजागृत मनाबद्दलचा दृष्टिकोन नकारात्मक होता. तो या चुकांकडे स्वतःला प्रामाणिक बनविण्यासाठी प्रयत्नशील असलेला एखादा देवदूत म्हणून बघण्याऐवजी एक थट्टेखोर सैतान आपली चेष्टा करतोय या दृष्टीने पाहत असे. मानसोपचारामध्ये जेव्हा एखादा पेशंट शब्दांची गल्लत करतो, तेव्हा ती घटना पेशंट बरं होण्यासाठी उपयुक्त ठरते. अशा वेळी पेशंटचं जागृत मन उपचाराच्या विरुद्ध लढा देत असतं. ते स्वतःचं खरं स्वरूप तज्ज्ञ व स्वतःच्या जाणिवांपासूनसुद्धा लपविण्याचा प्रयत्न करत असतं परंतु अजागृत मन तज्ज्ञाला पूर्ण सहकार्य करतं; खुलेपणा, प्रामाणिकपणा, सत्य, वस्तुस्थिती यासाठी प्रयत्नशील असतं; जे आहे ते सांगण्यासाठी झगडत असतं.

याची थोडी उदाहरणं पाहूया. एक शिस्तप्रिय स्त्री, स्वतःमधील रागाची भावना अजिबात मान्य करू शकत नव्हती. त्यामुळे ती राग खुलेपणाने व्यक्त करू शकत नव्हती. अचानक तिने सेशनसाठी थोडं उशिरा येणं सुरू केलं. मी तिला सांगितलं की तिला माझ्याबद्दल व उपचारांबद्दल काहीतरी राग आहे. तेव्हा, हे शक्य नाही असं ठामपणे म्हणत तिने स्पष्टीकरण दिलं. तिला रोज या ना त्या अपरिहार्य कारणामुळे उशीर होतोय आणि तिने अगदी मनापासून माझं व आमच्या एकत्र कामाचं कौतुक केलं. घरी गेल्यावर संध्याकाळी तिने सर्व मासिक बिलांचे

चेक लिहिले. मला दिलेल्या चेकवर तिची सही नव्हती. पुढच्या वेळी मी तिला त्याबद्दल सांगितलं व पुन्हा सुचवलं, की तिने चेक व्यवस्थित लिहिला नाही. कारण ती रागावली आहे. त्यावर ती म्हणाली, ''हे शक्य नाही, मी चेकवर सही केली नाही असं कधीच घडलं नाही. मी अशा बाबतीत किती काटेकोर आहे हे तुला माहीत आहे. मी तुझ्या चेकवर सही न करणं अशक्य आहे.'' मी तो सही नसलेला चेक तिला दाखविला. आत्तापर्यंत सेशनमध्ये नेहमीच तिचा भावनांवर पूर्ण ताबा होता परंतु अचानक ती हुंदके देऊ लागली. ''मला हे काय होतंय?'' मोठ्याने रडत ती म्हणाली. ''मी पार कोलमडलेय. जणू मी म्हणजे दोन व्यक्ती आहे.'' तिचं व्यक्तिमत्त्व खरंच विभागलेलं आहे याला मी दुजोरा दिल्यामुळे व तिच्या दुःखामुळे प्रथमच तिने मान्य केलं, की तिच्या एका भागाने तरी रागाच्या भावनेला थारा दिला होता. प्रगतीचं पहिलं पाऊल पडलं होतं. रागाबद्दल समस्या असलेल्या आणखी एका पेशंटची अशी समजूत होती, कुटुंबातील कोणत्याही व्यक्तीविषयी रागाची भावना असणं किंवा राग व्यक्त करणं हे विवेकबुद्धीला अनुसरून नाही. त्याची बहीण एकदा त्याला भेटायला आली असताना तो मला म्हणाला, की ती 'अगदी आनंदी व्यक्ती' आहे. पुढे एकदा सेशनमध्ये त्या रात्री त्याच्या घरी असणाऱ्या पार्टीबद्दल तो मला सांगत होता, ''पार्टीसाठी मी शेजाऱ्यांना बोलावलंय व बायकोची बहीण असणार आहे.'' मी त्याला म्हटलं, 'आत्ताच तू स्वतःच्या बहिणीला बायकोची बहीण म्हणालास.' तो आनंदाने उद्गारला, ''मला वाटतं याला तू आता फ्रॉइडीयन चूक म्हणणार.'' मी होकार दिला. ''तुझं अजागृत मन म्हणतंय, की तुला तुझी बहीण, बहीण म्हणून नको आहे, म्हणून तुझ्यासाठी ती बायकोची बहीणच आहे. आणि तुला ती आवडत नाही.'' तो म्हणाला, ''मला ती आवडत नाही असं नव्हे, परंतु ती अखंड बोलत राहते. आज रात्रीदेखील ती पार्टीमध्ये संभाषणाची सगळी सूत्रं आपल्या हातात घेईल, हेसुद्धा मला माहीत आहे. मला वाटतं, कधीकधी तिच्यामुळे मला लाजिरवाणं होतं.'' पुन्हा एकदा पहिलं पाऊल पडलं होतं.

सगळ्याच चुका काही वैरभावना किंवा अमान्य केलेली नकारात्मक भावनाच दर्शवत नाहीत. त्या अमान्य केलेल्या, नकारात्मक किंवा सकारात्मक अशा सर्व भावना दर्शवितात. त्या सत्य दर्शवितात, जशा गोष्टी आहेत तशा दर्शवितात आणि गोष्टी आपल्याला वाटतात तशा नसतात. चुकीचा शब्द तोंडातून निघणे याबाबत सर्वांत संवेदनशील अनुभव मला एका तरुण स्त्रीसोबत तिच्या सुरुवातीच्या सेशनमध्ये आला. मला माहीत होतं, की तिचे आई-वडील अलिप्त

व रूक्ष होते, ज्यांनी तिला शिस्त तर लावली होती परंतु माया व काळजी घेणं यांचा अभाव ठेवला होता. तिने माझ्यासमोर स्वतःची आत्मविश्वास असलेली, सुज्ञ, आधुनिक विचारसरणीची, स्वतंत्र व्यक्तिमत्त्व असलेली स्त्री अशी प्रतिमा उभी केली. माझ्याकडे उपचारासाठी येण्याचं कारण तिने असं दिलं, ''सध्या मी काहीही महत्त्वाचं काम हाती घेतलेलं नाही आणि थोडा वेळ उपलब्ध असल्यामुळे विचार केला की मनोविश्लेषणामुळे माझ्या बौद्धिक प्रगतीस हातभार लागेल.'' सध्या महत्त्वाचं काम का घेतलं नाही, असं विचारल्यावर मला समजलं, की पाच महिन्यांची गरोदर असल्यामुळे तिने कॉलेज सोडून दिलं होतं. तिला लग्न करायचं नव्हतं. तिने असा काहीसा विचार केला होता, की मूल झाल्यावर ते दत्तक द्यायचं आणि पुढील शिक्षणासाठी युरोपला जायचं. मी तिला विचारलं, की बाळाच्या वडिलांना हे सांगितलंस का? ज्यांना ती चार महिने भेटली नव्हती. यावर ती म्हणाली, ''हो. मी त्याला एक चिठ्ठी लिहून कळवलं, की आपला नातेसंबंध एका मुलातून निर्माण झालाय.'' तिला म्हणायचं होतं, आपल्या नातेसंबंधांतून एक मूल निर्माण झालंय, परंतु ती जे काही चुकीचं बोलली त्यातून व्यक्त झालं, की आधुनिक स्त्रीचा मुखवटा जो तिने चढवला होता, त्याखाली प्रेमासाठी भुकेलेली एक लहान मुलगी होती, जी मातृप्रेम मिळविण्याच्या प्रयत्नात स्वतः आई बनली. मी तिची चूक दाखवून दिली नाही कारण तिची परावलंबित्वाची गरज तिने मान्य केली नसती किंवा अशी गरज असू शकते हेदेखील स्वीकारलं नसतं. तरीही या चुकीमुळे तिला मदत झाली कारण तिची समस्या उलगडायला मला मदत झाली होती. या चुकीमुळे मला जाणीव झाली, की समोरची व्यक्ती खरंतर घाबरलेलं एक लहान मूल आहे, ज्याला मायेने जपण्याची आवश्यकता आहे आणि पुढचा बराच काळ तिला अगदी स्पर्शातून दिलासा देण्याची गरज आहे.

बोलण्यात चूक करणारे तीनही पेशंट माझ्यापासून व स्वतःपासून काही लपवत नव्हते. पहिल्या पेशंटचा खरंच विश्वास होता, की तिच्यामध्ये रागाचा लवलेशही नव्हता. दुसऱ्याला पूर्ण खात्री होती, की कुटुंबातील कोणत्याही व्यक्तीबद्दल त्याच्या मनात वैरभावना नव्हती, तर तिसरी पेशंट स्वतःला अगदी ठामपणे आधुनिक स्त्री समजत होती. अनेक क्लिष्ट घटकांमुळे आपण गृहीत धरतो ती आपली स्वप्रतिमा थोड्या किंवा जास्त प्रमाणात आपण खरोखर जे आहोत त्या वस्तुस्थितीपेक्षा नेहमीच वेगळी असते. आपण गृहीत धरतो त्यापेक्षा नेहमीच आपली कार्यक्षमता कमी किंवा जास्त असते. अजागृत मनाला मात्र आपण खरे कोण आहोत, हे माहीत असतं. एखाद्याच्या आध्यात्मिक उन्नतीच्या प्रक्रियेतील

मोठं व महत्त्वाचं काम म्हणजे आपण गृहीत धरतो त्या आपल्या प्रतिमेला वस्तुस्थितीशी एकरूप करण्यासाठी प्रयत्नशील असणं. जीवनातील या उद्दिष्टाचा मोठा टप्पा लवकर साध्य झाल्यावर, व्यक्तीला 'पुनर्जन्म' झाल्यासारखं वाटतं. दीर्घकाळ चालणाऱ्या मानसोपचारांनंतरही व्यक्तीला असाच अनुभव येतो. ''मी पूर्वीची व्यक्ती राहिले नाही,'' जाणिवांमध्ये परिवर्तन झालेला पेशंट आनंदाने असं म्हणेल; ''मी संपूर्ण नवीन व वेगळी व्यक्ती आहे.'' अशा व्यक्तीला गाण्याच्या पुढील ओळी समजणं सहजशक्य आहेः ''हरवलेला मी आता गवसलो, अंध मी आता डोळस झालो.''

आपली ओळख जर आपली स्वप्रतिमा, स्वतःची जाणीव किंवा आपलं जागृत मन अशी असेल तर आपण अजागृत मनाला आपल्यापेक्षा सुज्ञ असलेला आपला भाग असं म्हणू शकतो. स्वतःबद्दल उलगडा होण्यासाठी 'अजागृत मनाची सुज्ञता' कशी उपयुक्त आहे, यावर आपण चर्चा केली. माझ्या एका पेशंटच्या बाबतीत माझ्या अजागृत मनाने तो पिनोचिओ असल्याचं मला उघड केलं. या उदाहरणातून मी स्पष्ट केलं, की आपलं अजागृत मन फक्त आपल्याच नव्हे तर इतरांच्या बाबतीतही आपल्याहून सुज्ञ असतं. शेवटी आपलं अजागृत मन सगळ्याच बाबतीत आपल्याहून सुज्ञ आहे असा निष्कर्ष निघतो.

एका सुट्टीसाठी मी व माझी पत्नी पहिल्यांदाच सिंगापूरला गेलो होतो. संध्याकाळी पोहोचल्यावर फेरी मारण्यासाठी आम्ही हॉटेलबाहेर पडलो. लगेचच आम्ही मोकळ्या विस्तृत जागेपाशी पोहोचलो. त्या जागेपासून थोड्या अंतरावर टोकाला एक मोठी इमारत असल्याचं काळोखामुळे अस्पष्ट दिसलं. ''ही कसली इमारत असावी?'' माझ्या पत्नीने विचारलं. लगेचच मी पूर्ण खात्रीने, सहजपणे उत्तर दिलं, ''हा तर सिंगापूर क्रिकेट क्लब आहे.'' माझ्या तोंडातून अगदी उत्स्फूर्तपणे शब्द बाहेर पडले होते, पण लगेचच मला हा वेडेपणा वाटला. मी तसं म्हणायला काहीही आधार नव्हता. यापूर्वी मी कधीही सिंगापूरला आलो नव्हतो, क्रिकेट क्लब पाहणं तर दूरच. अत्यंत आश्चर्याची गोष्ट म्हणजे जेव्हा आम्ही चालत इमारतीच्या पुढच्या बाजूला आलो तेव्हा प्रवेशद्वारावर 'सिंगापूर क्रिकेट क्लब' अशी मोठी पाटी झळकत होती.

जे मला माहीत नव्हतं, ते मला कसं कळलं? याच्या स्पष्टीकरणाची एक शक्यता म्हणजे जंग याची 'सामूहिक अजागृत मन' ही विचारप्रणाली. ज्यानुसार आपल्या पूर्वजांच्या अनुभवातील सुज्ञता आपण स्वतः अनुभव न घेताही आपल्याम

ध्ये आनुवंशिकतेने येते. तर्कशुद्ध शास्त्रीय मनाला या प्रकारचं ज्ञान विचित्र वाटेल तरीही आपण आपल्या दैनंदिन भाषेतून त्याच्या अस्तित्वाला मान्यता देतो. उदा. 'ओळख' हा शब्द. एखादं पुस्तक वाचताना त्यातील एखादी कल्पना किंवा विचार आपल्याला भावतो, एक सूक्ष्म लहर सळसळते, तो खरा असल्याची 'ओळख' पटते. खरंतर या कल्पनेचा आपण यापूर्वी कधीही जाणीवपूर्वक विचार केला नव्हता. 'ओळख' या शब्दाचा अर्थ पुन्हा जाणणं असा आहे, जणू काही पूर्वी कधीतरी ती कल्पना आपल्याला माहीत होती, मग आपण ती विसरलो; परंतु एखाद्या जुन्या मित्राप्रमाणे पुन्हा आपल्याला तिची ओळख पटली. हे म्हणजे जणू काही सगळी सुज्ञता, सगळं ज्ञान आपल्या मनात सामावलेलं आहे. आपण जेव्हा 'काहीतरी नवीन' शिकतो, तेव्हा खरंतर आपल्यामध्ये कायम असलेलं ते ज्ञान आपल्याला पुन्हा एकदा नव्याने सापडतं. शिक्षण या शब्दासाठी असलेला इंग्रजी शब्द 'एज्युकेशन' यातूनही हा अर्थ अधोरेखित होतो. एज्युकेशन या शब्दाची उत्पत्ती लॅटिनमधील 'एज्युकेअर' या शब्दापासून झाली आहे. त्याचा अर्थ आहे, 'बाहेर काढणे' किंवा पुढचा मार्ग दाखविणे. त्यामुळेच एज्युकेशनचा खरा अर्थ लक्षात घेतला तर शिक्षक विद्यार्थ्यांच्या मनात नवीन गोष्टी भरत नाहीत तर त्यांच्यातून काहीतरी बाहेर काढतात. ते अजागृत मनातील काहीतरीला जागृत मनापर्यंतचा मार्ग दाखवतात. म्हणून विद्यार्थ्यांकडे कायमच ज्ञानाचा साठा असतो.

आपलं मन जे आपल्याहून सुज्ञ आहे त्याचा उगम कुठे झालाय? आपल्याला माहीत नाही. सामूहिक अजागृतता याबाबतची जंगची विचारप्रणाली दर्शविते, की आपला सुज्ञपणा आनुवंशिक आहे. जनुकीय पदार्थ व स्मृती यांच्यावर एकत्रित करण्यात आलेल्या शास्त्रीय प्रयोगांमधून असं दिसतं, की ज्ञान आनुवंशिकतेने पुढच्या पिढीत येणं अगदी शक्य आहे आणि हे ज्ञान पेशींमध्ये न्युक्लेईक ॲसिड कोडच्या स्वरूपात साठवलं जातं. ज्ञान रसायनाच्या स्वरूपात साठवलं जाणं या संकल्पनेमुळे आपल्याला उकल होऊ लागते, की मानवी मनाला उपलब्ध असलेलं प्रचंड ज्ञान मेंदूत छोट्याशा जागेत कसं साठवलंय? आनुवंशिक ज्ञान व स्वअनुभवातून आलेलं ज्ञान छोट्याशा जागेत साठविण्याची यंत्रणा विलक्षण व अत्यंत प्रगत असूनदेखील हे मनाला पडलेलं सर्वांत मोठं कोडं अनुत्तरितच आहे. जेव्हा आपण ही यंत्रणा समजून घेण्याचा प्रयत्न करतो- जसं, ती कशी तयार झाली असावी, एकाचवेळी इतकं सगळं कसं घडून येतं इत्यादी- तेव्हा 'मानवी मन' ही किमया पाहून आपण पूर्णपणे थक्क, अवाक् होतो. मानवी मनाची यंत्रणा समजून घेणं हे विश्वाचं स्वरूप जाणून घेण्यासारखंच आहे- विश्वाचा कारभार

सुनियोजितपणे पार पाडण्यासाठी ईश्वर आहे आणि त्याला साहाय्य करण्यासाठी अनेक दूत आहेत. मात्र चमत्कारावर सहसा विश्वास न ठेवणारं हे मन खरंतर स्वतःच एक चमत्कार आहे.

ईश्वरदत्त देणगी

अजागृत मनाचा विलक्षण सुज्ञपणा हा मेंदूचा मानवाला उकल झालेला एक भाग आहे अशी कल्पना करणं एकवेळ शक्य आहे, परंतु अजूनही मनःसामर्थ्याने घडलेल्या घटना (Psychic Phenomena) ज्या अजागृत मनाच्या कार्याशी संबंधित आहेत, त्यांचं आपल्याला कोणतंही स्पष्टीकरण नक्कीच मिळालेलं नाही. मॉन्टेग उलमन (M.D.) आणि स्टॅनले क्रिपनर (Ph.D.) यांनी केलेल्या अत्याधुनिक प्रयोगमालिकेतून असा निष्कर्ष निघाला, की जागं असलेल्या एखाद्या व्यक्तीने दूर झोपलेल्या दुसऱ्या व्यक्तीला आपल्या मनातील प्रतिमा पाठविणं शक्य आहे आणि या प्रतिमा झोपलेल्या व्यक्तीला स्वप्नांमध्ये दिसू शकतात. त्यांना हा प्रयोग कधीही, कुठेही व अनेक वेळा करणं शक्य झालं. उदा. दोन ओळखीच्या व्यक्तींना एकच किंवा अगदी सारखं स्वप्न स्वतंत्रपणे पडणं सहज शक्य आहे. हे कसं घडतं? याची आपल्याला अंधूकशीही कल्पना नाही.

मात्र हे घडतं एवढं नक्की. त्या घडण्याची संभाव्यता (Procacility) लक्षात घेऊनच. त्यांची सत्यता शास्त्रीयदृष्ट्या सिद्ध करता येते. मला एक स्वप्न पडलं ज्यात मी एका पाठोपाठ एक अशा सात प्रतिमा पाहिल्या. नंतर मला समजलं की, दोन दिवसांपूर्वी माझ्या घरी झोपला असताना माझ्या मित्राने स्वप्नात त्याच सात प्रतिमा त्याच क्रमाने पाहिल्या होत्या. असं घडण्याचं कोणतंही कारण आमच्या लक्षात येत नव्हतं. त्या स्वप्नाचा संबंध आम्ही घेतलेल्या कोणत्याही अनुभवाशी लावता येत नव्हता किंवा त्या स्वप्नाचं अर्थपूर्ण स्पष्टीकरण लागत नव्हतं. तरीही काहीतरी अगदी विलक्षण घडलं होतं याची आम्हाला जाणीव होती. स्वप्न तयार करण्यासाठी माझ्या मनात लाखो प्रतिमा होत्या. माझ्या मित्राने निवडलेल्या सात प्रतिमा त्याच क्रमाने मी सहजच निवडाव्यात याची संभाव्यता नगण्य होती. वरवर पाहता ती घटना घडणं इतकं कठीण होतं, की ती सहजच घडणं अशक्य होतं.

वरवर पाहता अशक्यप्राय घटना, जी ज्ञात असलेल्या नैसर्गिक नियमांच्या चौकटीत बसत नाही, जी पुन्हा घडणं कठीण आहे तिला योगायोगाने

(Synchronicity) घडणारी घटना म्हणतात. मला व माझ्या मित्राला अगदी सारखं स्वप्न पडण्याचं कारण आम्हाला दोघांनाही माहीत नाही, परंतु लक्षात घेण्याजोगी एक गोष्ट म्हणजे दोन स्वप्नातील काळ अगदी कमी होता. या घटनांच्या बाबतीत काळ महत्त्वाचा असावा, कदाचित निर्णायक घटक! अपघाताची प्रवृत्ती व प्रतिकार यासंदर्भात आधी म्हटलंय की चक्काचूर झालेल्या वाहनातून कसलीही इजा न होता लोक बाहेर पडण्याचे प्रसंग अनेकदा घडतात. अशा वेळी गाडीने आपल्यातील सहजप्रवृत्तीने चालक सुरक्षित राहण्याजोगा आकार धारण केला किंवा चालकाने सहजप्रवृत्तीनुसार मशिनला मिळताजुळता आकार घेतला असं मानणं मूर्खपणाचं आहे. गाडीच्या आकारामुळे चालकाचा जीव वाचला (घटना अ) किंवा चालकाच्या आकारामुळे गाडीने मिळताजुळता आकार घेतला (घटना ब) हे कोणत्याही नैसर्गिक नियमात बसत नाही. जरी कोणतीही एक घटना दुसऱ्या घटनेसाठी कारणीभूत झाली नव्हती, तरीही वरवर पाहता घटना अ व ब योगायोगाने, एकाच वेळी, अशा तऱ्हेने घडल्या की चालकाचा जीव वाचला. योगायोगाने घडणाऱ्या घटना का व कशा घडल्या, याचं स्पष्टीकरण नसतं. परंतु एवढंच लक्षात येतं, की अशा घटना नेहमी घडतात. योगायोगाच्या घटनांचं हे तत्त्व चमत्कारांचं स्पष्टीकरण देत नाही. फक्त एवढं स्पष्ट करतं, की वेळ महत्त्वाची असते आणि चमत्कार नेहमीच घडतात.

असंभाव्यता या एका गुणधर्मामुळे जवळजवळ एकाच वेळी तेच स्वप्न पडण्याच्या घटनेला मनःसामर्थ्याने घडलेली घटना किंवा असामान्य (Paranormal) घटना म्हणता येईल. याच घटनेप्रमाणे इतर मनःसामर्थ्याने घडणाऱ्या घटनांचा किंवा असामान्य घटनांचा अर्थदेखील अस्पष्ट असतो. या घटनांचं आणखी एक वैशिष्ट्य म्हणजे बहुतेक वेळा त्या सुदैवी ठरतात, किंबहुना या ना त्या प्रकारे त्यातील संबंधित व्यक्तींना लाभदायक ठरतात. माझ्याबरोबर काम करणाऱ्या एका यशस्वी, सुजाण, वैज्ञानिक दृष्टिकोन असलेल्या तज्ज्ञाने पुढील प्रसंग मला सांगितला : ''आपल्या मागच्या भेटीनंतर, वातावरण प्रसन्न असल्याने मी तळ्याकाठच्या रस्त्याने घरी जायचं ठरविलं. तुला माहीतच आहे, की त्या रस्त्याला किती धोकादायक वळणं आहेत. मी साधारण दहाव्या वळणाशी पोहोचत असताना माझ्या मनात अचानक विचार आला, की वळणावरून सुसाट वेगाने येणारी गाडी माझ्या अगदी जवळ येऊ शकते. मग दुसरा काहीही विचार न करता मी करकचून ब्रेक लावला व गाडी थांबवली. पुढच्याच क्षणी खरोखरच एक गाडी भरधाव वेगाने मधली पिवळी रेषा ओलांडून अगदी माझ्या जवळून निघून

गेली. मी थांबलो नसतो, तर त्या वळणावर आमची टक्कर होणं अटळ होतं. मी का थांबलो ते मला माहीत नाही. खरंतर मी दुसऱ्या कोणत्याही वळणावर थांबू शकलो असतो परंतु थांबलो नाही. मी त्या रस्त्यावरून अनेकदा गेलो होतो आणि तो रस्ता धोकादायक आहे असा विचार येऊनदेखील आधी कधीही थांबलो नव्हतो. त्यामुळे मी विचारात पडलोय, की ज्ञानेंद्रियांच्या पलीकडची जाणीव (ESP) व तत्सम गोष्टींमध्ये काही तथ्य आहे का? माझ्याकडे तरी दुसरं काहीही स्पष्टीकरण नाही.''

योगायोगाच्या किंवा असामान्य घटना जशा लाभदायक असतात तशा हानिकारक सुद्धा असू शकतात. जसे आपण अपघात टळलेले पाहतो तसे अपघात घडल्याचंही ऐकतो. तर्कशुद्ध कार्यपद्धतीचा अभाव असला तरी या गोष्टींमध्ये संशोधन करण्याची गरज आहे. आत्ता मी ठामपणे परंतु शास्त्राचा आधार नसलेलं एक विधान करू शकतो, की अशा असंभाव्य लाभदायक घटना असंभाव्य हानिकारक घटनांपेक्षा जास्त प्रमाणात आढळतात. लाभदायक घटना प्रत्येक वेळी जीव वाचवणाऱ्या नसतात तर त्या बरेचदा जीवन समृद्ध करणाऱ्या किंवा विकास घडविणाऱ्याही असतात. या घटनेचं उत्तम उदाहरण म्हणजे कार्ल जंग यांनी पाहिलेलं 'स्कॅरब किड्याचं स्वप्न' ज्याचं त्यांनी 'योगायोगांच्या घटना' या आपल्या लेखात वर्णन केलंय.

> हे उदाहरण एका तरुण स्त्री पेशंटसंबंधी आहे, जिच्या मनात प्रवेश मिळविणं आम्ही एकत्र प्रयत्न करूनसुद्धा शक्य झालं नाही. समस्या अशी होती की तिला सर्व गोष्टींची जास्त जाण होती. गोष्टी जाणण्यासाठी तिला तिच्या उत्कृष्ट शिक्षणाने साधनं पुरविली होती, उदा. डिस्कार्टीसची विचारसरणी, भौतिक वस्तुस्थितीची कल्पना इत्यादी. तिच्या विचारसरणीतील तर्कनिष्ठतेची धार कमी करण्याचे मी अनेक प्रयत्न केले. मी आशा करत होतो, की काहीतरी अनपेक्षित व तर्कविसंगत घडेल आणि बौद्धिक कुपीत बंदिस्त झालेली ती मुक्त होईल. एकदा मी खिडकीकडे पाठ करून, तिचं बोलणं ऐकत तिच्या समोर बसलो होतो. आदल्या रात्रीचं स्वप्न तिला अगदी स्पष्ट आठवत होतं. त्या स्वप्नात कुणीतरी तिला स्कॅरब किड्याची सोन्याची प्रतिकृती दागिना म्हणून भेट दिली. ती हे स्वप्न सांगत असताना मला मागच्या खिडकीतून टक्टक् असा हळुवार आवाज आला. मी मागे वळून पाहिलं तर एक मोठासा उडणारा किडा खिडकीच्या काचेवर

बाहेरून टक्टक् करत अंधाऱ्या खोलीत शिरण्याचा प्रयत्न करत होता. हे मला जरा विचित्रच वाटलं. मी लगेच खिडकी उघडली व आत उडत येणाऱ्या किड्याला पकडलं. तो स्कॅरब किडा होता, ज्याचा सोनेरी हिरवा रंग दागिन्याच्या सोनेरी रंगाशी मिळताजुळता होता. तो किडा माझ्या पेशंटला देत मी म्हणालो, ''हा घे तुझा स्कॅरब.'' या अनुभवामुळे तिच्या तर्कनिष्ठतेला, मला अपेक्षित असलेलं छिद्र पडलं आणि बुद्धिप्रामाण्याला तडा गेला होता. त्यानंतर उपचारांचे समाधानकारक परिणाम दिसू लागले.

ज्या असामान्य घटनांचे लाभदायक परिणाम होतात, त्यांना मी ईश्वरदत्त देणगी (Serendipity) म्हणतो. याचा वेबस्टर शब्दकोशात 'मौल्यवान किंवा आवडती भेटवस्तू अनपेक्षितपणे मिळणे' असा अर्थ दिलाय. या व्याख्येला विविध पैलू आहेत, जे कुतूहल निर्माण करतात. पहिला म्हणजे ती भेटवस्तू आहे, याचाच अर्थ ती काही लोकांना मिळते, तर काहींना नाही. काही सुदैवी आहेत तर काहीजण नाहीत. पुस्तकाच्या या भागाचा मूळ मुद्दा असा आहे की 'ईश्वरी कृपा' जी 'देणगी' या स्वरूपात व्यक्त होते, तेव्हा ती खरंतर सर्वांसाठीच उपलब्ध असते. परंतु काहीजण फायदा करून घेतात तर काहीजण नाही. किड्याला आत घेऊन तो पकडून पेशंटला देताना जंग या देणगीचा नक्कीच फायदा घेत होता. ईश्वरीकृपेचा लोक उपयोग का करून घेऊ शकत नाहीत आणि ते कसे अपयशी ठरतात, याची कारणमीमांसा 'ईश्वरीकृपेला प्रतिकार' या पुढील भागात केली आहे. परंतु ईश्वरीकृपेचा फायदा न घेण्याचं एक कारण मी इथे देत आहेः तिच्या अस्तित्वाची आपल्याला पूर्ण जाणीव नसते. आपल्याला मौल्यवान गोष्टी अनपेक्षितपणे सापडत नाहीत कारण मिळणाऱ्या भेटवस्तूचं आपल्याला मोल नसतं. थोडक्यात, ईश्वरदत्त देणगी मिळण्याच्या घटना सर्वांच्याच बाबतीत घडतात, परंतु ही देणगी आहे हे आपल्या लक्षात येत नाही. या घटना आपल्याला सामान्य वाटतात आणि म्हणूनच आपण त्यांचा उपयोग करून घेण्यात अपयशी ठरतो.

पाच महिन्यांपूर्वी दुसऱ्या एका शहरात गेलो असता दोन भेटींच्यामध्ये मला दोन तासांचा मोकळा वेळ होता. तेथे राहत असलेल्या एका सहकाऱ्याला त्याच्या घरातील वाचनालयात माझा मोकळा वेळ घालवू का, असं मी विचारलं. या पुस्तकाचा पहिला भाग पुन्हा लिहून काढण्याचा माझा विचार होता. खरंतर त्याची पत्नी थोडी शिष्ट होती, जी यापूर्वी माझ्याशी अनेक वेळा तुसडेपणाने

वागली होती. मी घरी गेल्यावर तिची भेट झाली व पाच मिनिटं आमच्यात जुजबी संभाषण झालं. या संभाषणादरम्यान मी पुस्तक लिहीत असल्याचं तिने ऐकलं होतं असं ती म्हणाली. मग पुस्तकाचा विषय तिने विचारला. आध्यात्मिक प्रगती हा विषय असल्याचं सांगून मी गप्प बसलो. नंतर वाचनालयात जाऊन मी माझं काम सुरू केलं. अर्ध्या तासाने माझं काम पुढे सरकेना. जबाबदारी या विषयावर मी लिहिलेला एक भाग मला अजिबात पसंत पडत नव्हता. तो मुद्दा स्पष्ट होण्यासाठी खरंतर तो विस्तृतपणे मांडण्याची गरज होती परंतु मुद्दा वाढविला तर मूळ विषय बाजूला पडेल असंही मला वाटलं. तरीही तो मुद्दा संपूर्ण वगळायला मी तयार नव्हतो, कारण त्याचा उल्लेख होणं आवश्यक आहे असंही मला वाटत होतं. या द्विधा मनःस्थितीत माझा एक तास व्यर्थ गेला, काहीही निष्पन्न झालं नाही. माझी अस्वस्थता वाढत गेली आणि परिस्थितीवर ताबा नसल्यामुळे मला असहाय वाटू लागलं.

त्याचवेळी माझ्या सहकाऱ्याची पत्नी शांतपणे वाचनालयात आली. पूर्वी कधीही नव्हती इतकी ती नम्र, बुजरी आणि गोंधळलेली दिसत होती. तरीही ती प्रेमळ व मृदु वाटत होती. ती म्हणाली, ''स्कॉट, मी तुझ्या कामात व्यत्यय तर आणला नाही न? तसं असेल तर सांग.'' मी म्हणालो, ''अजिबात नाही, मी पेचात पडलोय आणि सध्यातरी काम पुढे सरकणं कठीण दिसतंय.'' तिच्या हातात एक छोटंसं पुस्तक होतं. ती म्हणाली, ''हे पुस्तक माझ्या नजरेस पडलं आणि मला वाटलं, कदाचित तुला हे पुस्तक आवडू शकेल किंवा कदाचित आवडणारही नाही. पण तरीही मनात विचार आला, की तुझ्यासाठी ते उपयुक्त ठरू शकेल. असं का वाटलं ते माहीत नाही.'' तणावाखाली व त्रस्त असल्यामुळे मी एरवी तिला सांगितलं असतं, की कामात आकंठ बुडालो असल्याने सध्यातरी ते पुस्तक वाचणं मला अशक्य वाटतंय, जे खरं होतं, परंतु तिच्या नम्रपणामुळे माझी प्रतिक्रिया वेगळी झाली. मी तिचे आभार मानले व लवकरच ते पुस्तक वाचण्याचा प्रयत्न करीन असं म्हटलं. वाचण्याचा योग कधी येईल, असा विचार करत पुस्तक घरी आणलं परंतु त्याच संध्याकाळी कसं कोण जाणे पण संदर्भासाठी वाचत असलेली सर्व पुस्तकं दूर सारून मला तेच पुस्तक वाचणं भाग पडलं. ॲलन व्हिलिसच्या त्या छोट्या पुस्तकाचं नाव होतं 'लोक कसे बदलतात.' (How people change) जबाबदारी ह्या विषयावर त्या पुस्तकात बरंच काही होतं. माझ्या पुस्तकातील जो भाग मला विस्तृतपणे मांडायचा होता, तो त्या पुस्तकातील एका भागात सखोलपणे मांडला होता. दुसऱ्या दिवशी सकाळी

माझ्या पुस्तकाचा तो भाग संक्षिप्त करून मी एक परिच्छेद तयार केला आणि या विषयावरील अधिक माहितीसाठी व्हिलिसच्या पुस्तकाचा तळटिपेमध्ये संदर्भ दिला. माझा प्रश्न पूर्णपणे सुटला होता.

ही काही भव्य दिव्य घटना नव्हती किंवा तिच्या आगमनाची कोणी गाजावाजा करत वर्दी दिली नव्हती. मी त्याच्याकडे दुर्लक्ष सुद्धा करू शकलो असतो आणि माझं त्याशिवाय निभावलंसुद्धा असतं. असं असूनदेखील ईश्वरीकृपेचा मला ओझरता स्पर्श झाला होता. ही घटना असामान्य व सामान्य दोन्ही होती. असामान्य कारण ती अगदी असंभाव्य होती. सामान्य, कारण अशा असंभाव्य लाभदायक घटना आपल्याबाबतीत नेहमीच घडतात. ज्याप्रमाणे स्कॅरब किड्याने खिडकीच्या काचेवर हळुवार टकटक केलं, त्याचप्रमाणे अशा घटना अगदी शांतपणे आपल्या जाणिवांच्या दारावर टकटक करतात. माझ्या मित्राच्या पत्नीने ते पुस्तक दिल्यापासून तर अनेक वेळा अशा घटना घडल्या आहेत. माझ्याबाबतीत त्या नेहमीच घडत आल्यात, त्यातील काही माझ्या लक्षात आल्या. काहींचं विलक्षण स्वरूप न जाणताच मी त्यांचा फायदा करून घेतलाय. त्यातील किती घटना माझ्या हातून निसटल्यात त्यांची मात्र गणती नाही.

ईश्वरीकृपेची व्याख्या

पुस्तकाच्या या भागात मी अनेक प्रकारच्या घडामोडींचं वर्णन केलं आहे, ज्यांच्यामध्ये खालील वैशिष्ट्ये समान आहेतः

१) त्या मानवी जीवन व आध्यात्मिक प्रगती यांच्या संवर्धनाचं- साहाय्य, संरक्षण, वृद्धी- कार्य करतात.

२) शास्त्राच्या जगाबद्दलच्या वर्तमान दृष्टिकोनानुसार या घटनांच्या कार्याचं एकतर काही प्रमाणात आकलन होतं (उदा. शारीरिक प्रतिकार शक्ती, स्वप्नं) किंवा अजिबात आकलन होत नाही (उदा. असामान्य घटना).

३) मानवी जगात या घटना वारंवार, सर्वत्र आणि सहजपणे घडताना आढळतात.

४) जरी या घटनांवर मानवी जाणिवांचा प्रभाव असण्याची शक्यता असली तरी त्या घटनांचा उगम जागृत मनातील इच्छा व निर्णयप्रक्रिया यांच्या पलीकडे आहे.

या घटनांमध्ये जरी विविधता असली तरी त्यांच्यातील समानता लक्षात घेऊन माझा असा विश्वास आहे, की या घटना एकाच घडामोडीचा अंश आहेत, व्यक्त रूप आहेत. ही घडामोड सामर्थ्यशाली ऊर्जा असून तिचा उगम मानवी जाणिवांच्या बाहेर आहे आणि ती मानवाच्या आध्यात्मिक प्रगतीला साहाय्य करते. इम्युन ग्लोब्युलीन, स्वप्नांच्या अवस्था, अजागृत मन यासारख्या शास्त्रीय संकल्पना विकसित होण्यापूर्वी हजारो वर्षांपासून धर्माने या ऊर्जेला नेहमीच मान्यता दिली व तिला ईश्वरीकृपा असं नाव दिलंय. शिवाय तिच्या स्तुतीपर या ओळी रचल्यात. ''विलक्षण ईश्वरीकृपा! शब्द किती गोड आहे.''

जिचा उगम मानवी जाणिवांच्या बाहेर आहे आणि जी मानवाच्या आध्यात्मिक प्रगतीला साहाय्य करते, अशा सामर्थ्यशाली ऊर्जेबद्दल जिज्ञासू व शास्त्रीय दृष्टिकोन असलेल्या आपल्यासारख्यांनी काय करावं? आपण त्या ऊर्जेला स्पर्श करू शकत नाही. तिचं मोजमापन करू शकत नाही, तरीही तिचं अस्तित्व आपल्याला जाणवतं. ती खरीखुरी आहे हे जाणवतं. बोगद्यासारखा संकुचित दृष्टिकोन ठेवून आपण त्याकडे दुर्लक्ष करायचं का? कारण नैसर्गिक नियमांच्या जुन्या शास्त्रीय संकल्पनेत हे बसत नाही, परंतु असं करणं अत्यंत घातक ठरेल. ईश्वरीकृपा ही घडामोड आपल्या संकल्पनांच्या चौकटीत समाविष्ट केल्याखेरीज आपल्याला हे विश्व, विश्वात असलेलं मानवाचं स्थान आणि त्या अनुषंगाने मानवजातीचं स्वरूप व उद्दिष्ट यांचं संपूर्ण आकलन होणार नाही असं मला वाटतं.

मात्र या ऊर्जेचं स्थानदेखील आपल्याला ठाऊक नाही. ती कुठे नाही एवढं मात्र आपल्याला ठाऊक आहे... मानवी जाणिवांमध्ये... मग ती कुठे आहे? आपण या पुस्तकात पाहिलेल्या काही घडामोडी जसं स्वप्न दर्शवितात, की ईश्वरीकृपा व्यक्तीच्या अजागृत मनात वसते. योगायोगाच्या घटना व ईश्वरदत्त देणगी यासारख्या इतर घडामोडी दर्शवितात, की ही ऊर्जा व्यक्तीच्या सीमारेषेपलीकडे असते. या ऊर्जेचं नेमकं उगमस्थान शोधणं फक्त शास्त्रीय मंडळींनाच कठीण जातं असं नव्हे, तर धार्मिक मंडळी, जी हे उगमस्थानच ईश्वर मानतात, यालाच ईश्वराचं प्रेम म्हणतात, त्यांनादेखील ईश्वर शोधताना तीच समस्या येते. या बाबतीत धर्मशास्त्रात दोन सखोल व भिन्न विचारप्रणाली आहेतः एक म्हणजे सर्वव्यापी ईश्वर, जी मानते की बाहेर असलेल्या ईश्वराकडून माणसावर कृपा होते आणि दुसरी आंतरिक ईश्वर ही प्रणाली मानते, की मानवाच्या अंतरंगातील ईश्वराकडून कृपा प्रकटते.

ही विशिष्ट समस्या व खरंतर इतर सर्वच विरोधाभास असणाऱ्या समस्यांचं मूळ मानवाची नवीन वस्तू शोधून काढण्याची आकांक्षा यामध्येच आहे. प्रत्येक वस्तूचं स्वतंत्र अस्तित्व आहे या दृष्टिकोनातून विचार करण्याची मानवाची प्रवृत्ती असते. आपल्याला हे जग गाड्या, घरे, चपला, कपडे, दागिने आणि इतर अनेक प्रकारच्या वस्तूंनी भरलेलं आहे असं दिसतं. म्हणून एखादी घडामोड समजून घेण्यासाठी आपण तिचं वर्गीकरण करून तिला स्वतंत्र अस्तित्व देतो. ती एकतर या प्रकारात मोडते नाहीतर त्या प्रकारात, परंतु ती दोन्ही प्रकारांत असू शकत नाही. चपला कपडे नसतात तर चपला असतात. मी हा मी असतो आणि तू हा तू असतो. माझं स्वतंत्र अस्तित्व ही माझी ओळख असते आणि तुझं स्वतंत्र अस्तित्व ही तुझी ओळख असते. आपल्या अस्तित्वाबद्दल संभ्रम असेल तर आपण अस्वस्थ होतो. आपण आधीच पाहिलं, की हिंदू व बौद्ध आध्यात्मिक गुरू असं मानतात, की प्रत्येक वस्तूला स्वतंत्र अस्तित्व आहे, अशी दृष्टी हा आपला भ्रम आहे; माया आहे. आणि सापेक्षतावाद, वेव-पार्टिकल घडामोड, इलेक्ट्रो-मॅग्नेटिझम इत्यादीचा अभ्यास करणारं आधुनिक शास्त्र जाणू लागलंय, की स्वतंत्र अस्तित्व हा दृष्टिकोन संकुचित आहे परंतु तो टाळणं अतिशय कठीण आहे. याच दृष्टिकोनामुळे वस्तू मूर्त स्वरूपात शोधणं आपल्याला भाग पडतं, अगदी ईश्वर किंवा ईश्वरीकृपा यासारख्या घडामोडीसुद्धा! आपली ही प्रवृत्तीच या गोष्टींच्या आकलनात अडथळा आणते याची आपल्याला जाणीव असूनदेखील आपल्याला असा विचार करणं भाग पडतं.

एखादी व्यक्ती हे एक खरंखुरं स्वतंत्र अस्तित्व आहे असा विचार न करण्याचा मी प्रयत्न करतो पण माझ्या बौद्धिक मर्यादांमुळे स्वतंत्र अस्तित्व असा विचार करायला किंवा लिहायला मला भाग पाडलं तर मी अशी कल्पना करतो, की व्यक्तीच्या सीमारेषा ह्या सहज भेदता येणाऱ्या आवरणापासून बनल्या आहेत. मग तुम्हाला हवं तर त्याला भिंतीऐवजी कुंपण म्हणा; ज्या कुंपणामधून, खालून, वरून इतर अस्तित्व मिसळू, सरपटू, चढू शकतात. ज्याप्रमाणे आपल्या जागृत मनाला भेदणं अजागृत मनासाठी शक्य आहे, त्याचप्रमाणे अजागृत मनाला भेदणं 'बाहेरच्या मनाला' शक्य आहे, जे मन आपल्या अस्तित्वाचा भाग नसलं तरी आपल्यात झिरपत असतं. या परिस्थितीचं 'भेद्य आवरण' असं विसाव्या शतकातील शास्त्रीय भाषेत केलेल्या स्पष्टीकरणापेक्षा चौदाव्या शतकातील डेम ज्युलियन या कवयित्रीने धार्मिक भाषेत केलेलं वर्णन अतिशय उचित व अभिरुचिपूर्ण आहे. मानवी अस्तित्व व ईश्वरीकृपा यातील संबंधाचं तिने असं वर्णन केलंय :

"ज्याप्रमाणे शरीराने वस्त्र परिधान केलेत, मांसाने त्वचा पांघरलीय, हाडांनी मांस पांघरलंय आणि हृदयानी जसं संपूर्ण शरीर पांघरलंय त्याचप्रमाणे आपण–आत्मा व शरीर–ईश्वराच्या सत्‌प्रवृत्ती परिधान केल्या आहेत व त्या मायेच्या उबेत आपण सुरक्षित आहोत; कारण इतर सर्वकाही नाशवंत आहे परंतु ईश्वराची सत्‌प्रवृत्ती चिरंतन पूर्णत्व आहे."

मग चमत्कारांना आपण काहीही नाव दिले किंवा त्यांचा स्रोत कुठे आहे याबद्दल काहीही बोलले तरी ते दर्शवितात, की आपल्या आध्यात्मिक प्रगतीसाठी या ऊर्जेचं साहाय्य होत आहे, जी आपल्या इच्छाशक्तीच्या पलीकडे आहे. या ऊर्जेचं स्वरूप जाणून घेण्यासाठी आपण आणखी एक चमत्कार विचारात घेऊया. तो म्हणजे संपूर्ण सजीव सृष्टीची विकासप्रक्रिया, ज्याला आपण नाव दिलंय उत्क्रांती!

उत्क्रांतीचा चमत्कार

आत्तापर्यंत या पुस्तकात उत्क्रांती ही संकल्पना म्हणून मांडली गेली नसली तरी ओघाओघात ती विचारात घेतली गेली आहे. वास्तवात आध्यात्मिक प्रगती हीच मानवाची उत्क्रांती आहे. जीवन जगताना माणसाच्या शरीरात बदल होऊ शकतात, परंतु त्याची उत्क्रांती होत नाही. शरीर नव्याने घडविलं जात नाही. म्हातारपणी शारीरिक क्षमता कमी होणं अटळ आहे परंतु व्यक्तीच्या आयुष्यात आत्म्याची उत्क्रांती मात्र नाट्यमयरीत्या होऊ शकते. नवी मिती खुली होऊ शकते. अगदी मृत्यूच्या क्षणापर्यंत आध्यात्मिक क्षमता वाढू शकते (परंतु बहुतेकदा वाढत नाही.) आपलं आयुष्य आपल्याला शेवटपर्यंत आध्यात्मिक प्रगतीच्या अनेक संधी देऊ करतं. या पुस्तकात आध्यात्मिक उत्क्रांतीवर लक्ष केंद्रित केलं असलं तरी ती प्रक्रिया भौतिक उत्क्रांतीसारखीच आहे. त्याआधारे आपण आध्यात्मिक प्रगतीची प्रक्रिया व ईश्वरीकृपेचा अर्थ खोलवर जाणून घेऊ शकतो.

भौतिक उत्क्रांतीच्या प्रक्रियेतील सर्वांत लक्षणीय बाब म्हणजे ही प्रक्रिया हाच एक चमत्कार आहे. आपलं विश्वाबद्दलचं जे ज्ञान आहे त्यानुसार उत्क्रांती घडायला नको, ती अस्तित्वात असायलाच नको. थर्मोडायनॅमिक्सच्या दुसऱ्या नियमानुसार ऊर्जा नैसर्गिकरीत्या उच्च संघटित स्थितीपासून कमी संघटित स्थितीकडे, जास्त भिन्न स्थितीपासून कमी भिन्न स्थितीकडे प्रवाहित होते. म्हणजेच

विश्व, कार्य आवरतं घेण्याच्या, शिथिल होण्याच्या प्रक्रियेत आहे. ही प्रक्रिया स्पष्ट करण्यासाठी नैसर्गिकरीत्या खाली वाहत येणाऱ्या नदीचं उदाहरण नेहमी दिलं जातं. खाली आलेलं पाणी पुन्हा डोंगरावर नेण्यासाठी, पूर्ववत होण्यासाठी, आधीची प्रक्रिया उलट होण्यासाठी ऊर्जा व कार्य- पंप, मनुष्याने पाणी वाहून नेणं इत्यादीची आवश्यकता असते. शिवाय ही ऊर्जा बाहेरून कुठूनतरी मिळण्याची गरज भासते. याचाच अर्थ, ही रचना टिकवून ठेवण्यासाठी दुसऱ्या ऊर्जेच्या रचनेचा वापर करावा लागतो. सरतेशेवटी थर्मोडायनॅमिक्सच्या दुसऱ्या नियमानुसार पुढे लाखो वर्षांनी विश्व पूर्णपणे कार्य आवरतं घेत नीचांक गाठेल. स्वरूपरहित, पूर्णपणे असंघटित, संपूर्ण भेदरहित असा ठिपका, ज्यात आता काहीही घडत नाही. या स्थितीला अव्यवस्था (Entropy) म्हणतात.

अव्यवस्थेच्या स्थितीप्रत नैसर्गिकरीत्या खाली येणाऱ्या ऊर्जेच्या प्रवाहाला अव्यवस्थेचं बल म्हणता येईल. आता आपल्याला समजू शकेल, की उत्क्रांतीचा प्रवाह या अव्यवस्थेच्या बळाच्या अगदी विरुद्ध आहे. उत्क्रांतीची प्रक्रिया ही जीवाणूंमधील क्लिष्टता, विविधता, संघटन यांच्या नीच अवस्थेपासून उच्च अवस्थेपर्यंत विकासाची प्रक्रिया आहे. विषाणू हा अगदी साधा जीवाणू आहे, रेणूपेक्षा थोडासा मोठा. अतिसूक्ष्म जंतू हा थोडा जास्त क्लिष्ट, जास्त विविधता असलेला असतो. जंतूच्या पेशीला बाह्य आवरण असतं, वेगवेगळ्या प्रकारचे रेणू असतात व चयापचय ही प्रक्रिया असते. पॅरामेशियममध्ये केंद्र असतं, हालचालीसाठी सिलिया असतात व प्राथमिक पचनसंस्था असते. स्पंजमध्ये विविध प्रकारच्या पेशी असतात, ज्या परस्परावलंबी असतात. मासे व कीटक यांना मज्जासंस्था असते, ज्यायोगे त्यांची हालचालीची पद्धत विकसित झाली. त्यांच्या संघटित वसाहतीदेखील असतात. अशा प्रकारे उत्क्रांतीची प्रक्रिया नवीन उंची गाठतेय; क्लिष्टता, विविधता आणि संघटितपणा याबाबतीत उच्चांक गाठतेय. अतिशय विकसित मेंदू असलेला व अत्यंत क्लिष्ट वागण्याची पद्धत असलेला मानव उत्क्रांतिप्रक्रियेच्या सर्वोच्च स्थानी आहे. या प्रक्रियेलाच मी चमत्कार म्हणतो कारण ती संघटितपणा व विविधता वाढत जाण्याची प्रक्रिया आहे, जी नैसर्गिक नियमांच्या अगदी विरुद्ध आहे. म्हणून या निसर्गनियमानुसार हे पुस्तक लिहिणारे व वाचणारे अस्तित्वात असायलाच नकोत.

उत्क्रांतीची प्रक्रिया पिरॅमिडद्वारे स्पष्ट करायची झाली तर मानव सर्वांत क्लिष्ट परंतु संख्येने कमी असलेला जीव सर्वोच्च स्थानावर असेल. विषाणू हा संख्येने

सर्वांत जास्त असलेला परंतु सर्वांत कमी क्लिष्ट असलेला जीव पायथ्याशी असेल.

आकृती – पिरॅमिड १ HIGHER ORGANIZATION

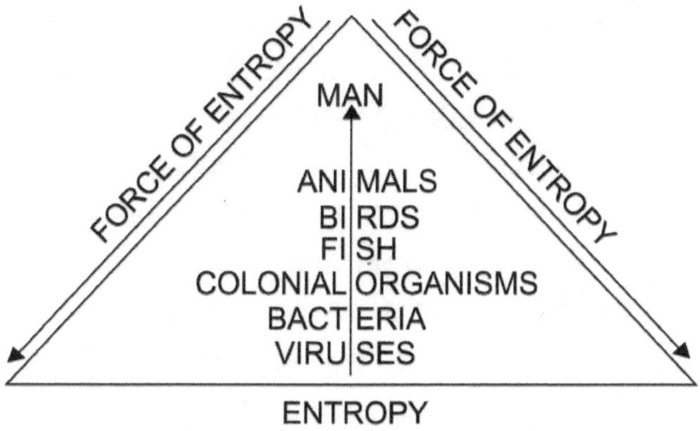

अव्यवस्थेच्या बळाला विरोध करत उत्क्रांतीची प्रक्रिया पुढे पुढे जात आहे. पिरॅमिडच्या आतला बाण जोमाने पुढे जाणारं उत्क्रांतीचं बल दर्शवितो, ज्या बलाने लाखो पिढ्यानूपिढ्या सातत्याने, यशस्वीपणे 'नैसर्गिक नियमाला' प्रतिकार केलाय. आणि हाच खरा आत्तापर्यंत न मांडलेला नैसर्गिक नियम आहे.

मानवाची आध्यात्मिक उत्क्रांती या आकृतीमधून स्पष्ट होऊ शकेल.

आकृती – पिरॅमिड २ SPIRITUAL COMPETENCE

UNDEVELOPED SPIRITUALITY

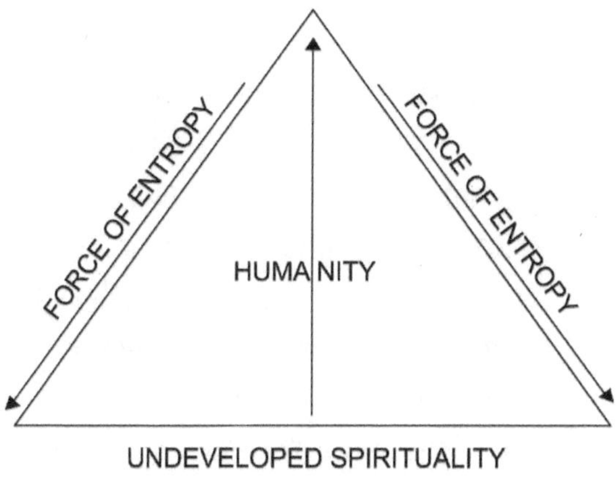

मी पुनः पुन्हा स्पष्ट केलंय, की आध्यात्मिक प्रगतीची प्रक्रिया अतिशय कठीण आहे, त्यासाठी प्रयत्नांची गरज आहे. कारण ती नैसर्गिक नियमांच्या विरुद्ध आहे; गोष्टी आहेत तशाच असू देणं, जुने नकाशे व जुन्या पद्धती घट्ट पकडून राहणं, सोपा मार्ग निवडणं या नैसर्गिक प्रवृत्तीच्या विरुद्ध आहे. ही विरोध करण्याची नैसर्गिक प्रवृत्ती, आपल्या आध्यात्मिक जीवनात कार्यरत असलेलं हे अव्यवस्थेचं बल याबद्दल मी खुलासा करणार आहे. परंतु भौतिक उत्क्रांतीप्रम ाणेच चमत्कार असा आहे, की या प्रतिकारावर आपण मात करू शकतो, आपण प्रगती करतो. विरोध असूनही आपण चांगल्या व्यक्ती बनतो. मात्र सर्वजण नाही आणि इतक्या सहजपणेसुद्धा नाही, परंतु मोठ्या संख्येने मानव स्वतःमध्ये व समाजामध्ये सुधारणा घडवून आणत आहे. नक्कीच असं एक बल आहे, जे आपल्याला कठीण मार्ग निवडायला प्रवृत्त करतं, ज्यायोगे जन्मतः मिळालेल्या परिस्थितीतून बाहेर पडणं आपल्याला सहज शक्य होतं.

आध्यात्मिक उत्क्रांतीची ही आकृती एखाद्या व्यक्तीच्या बाबतीतही लागू पडते. आपल्या प्रत्येकात प्रगतीची एक प्रेरणा असते आणि ती पूर्ण करण्यासाठी आपण स्वतः आपल्यातील प्रतिकाराशी लढा दिला पाहिजे. ही आकृती संपूर्ण मानवजातीलासुद्धा लागू पडते. शिवाय मानव म्हणून आपली उत्क्रांती होत असताना आपण समाजाची प्रगतीसुद्धा घडवून आणतो. लहानपणी जी संस्कृती आपल्याला घडविते, तिचा विकास मोठं झाल्यावर आपण आपल्या नेतृत्वगुणाने घडवितो. ज्यांची प्रगती होते, ते फक्त आपल्या यशाचं फळ चाखत नाहीत तर ते फळ जगाला देऊ करतात. व्यक्ती म्हणून उत्क्रांती करत असताना आपण मानवजातीला आपल्या पाठीवर वाहतो. आणि म्हणूनच मानवजातीची उत्क्रांती होते.

प्रगतीचं स्वप्न भंग पावलेल्या पिढीला मानवजातीची आध्यात्मिक प्रगती भरारी मारणार आहे ही कल्पनाच अवास्तव वाटेल. सर्वत्र युद्ध, भ्रष्टाचार व प्रदूषण आहे. मग कोण म्हणू शकेल, की मानवजातीची आध्यात्मिक प्रगती होतेय? परंतु मला अगदी तेच म्हणायचं आहे. मागील पिढीपेक्षा आपल्या स्वतःकडून जास्त अपेक्षा असल्यानेच आपल्यात स्वप्न भंग पावल्याची जाणीव निर्माण झाली आहे. ज्या वागण्याचा आज आपल्याला तिरस्कार वाटतो, संताप येतो, ते वागणं मागील काळात सहज स्वीकारलं जात होतं. या पुस्तकाचं महत्त्वाचं उद्दिष्ट मुलांच्या आध्यात्मिक वाढीसाठी पालकांची असलेली जबाबदारी हे आहे. आज हा काही

नावीन्यपूर्ण विषय नाही, परंतु काही शतकांपूर्वी या विषयाची दखलसुद्धा घेतली जात नव्हती. माझ्या मते सध्याचं पालकत्व कमी दर्जाचं असलं तरी ते मागील काही पिढ्यांच्या मानाने खूप चांगलं आहे, असा माझा विश्वास आहे. मुलाचा मालकी हक्क या अनुषंगाने ऐतिहासिक आढावा :

> रोमन कायद्यानुसार मुलांचा संपूर्ण अधिकार वडिलांकडे होता म्हणून वडील त्यांना विकू शकत होते, जीवे मारू शकत होते. हीच कल्पना पुढे इंग्रजी कायद्यात चालत आली आणि चौदाव्या शतकापर्यंत त्यात विशेष काही बदल झाले नाहीत. हल्ली बालपणाला जे विशेष महत्त्व दिलं जातं, तसं मध्ययुगात दिलं जात नव्हतं. सात वर्षांच्या मुलांनासुद्धा कामाचं शिक्षण दिलं जायचं आणि शिकवण्यापेक्षा काम करून घेण्याकडे जास्त कल होता. मुलांना नोकरांप्रमाणे वागवलं जायचं आणि त्या वेळच्या भाषेत मुलं व नोकर या दोघांसाठी एकच शब्द होता. सोळाव्या शतकानंतर मात्र मुलांना विशेष महत्त्व द्यायला सुरुवात झाली, त्यांच्या विकासाकडे खास लक्ष देण्यात येऊ लागलं, त्यांना प्रेम मिळू लागलं.

आपली आळशीपणाची जी नैसर्गिक प्रवृत्ती आहे, तिच्या विरोधात जाणारं असं कोणतं बळ आहे, जे व्यक्ती म्हणून आपल्याला प्रगती करायला आणि अखिल मानवजातीचा विकास घडविण्यासाठी कारणीभूत आहे? आपण आधीच त्याला नाव दिलंय, ते म्हणजे प्रेम. प्रेमाची ही व्याख्या होती 'स्वतःच्या किंवा इतरांच्या मानसिक उन्नतीसाठी स्वतःला विस्तृत करण्याची प्रेरणा.' आपला विकास होतो कारण आपण प्रयत्नशील असतो आणि आपण प्रयत्नशील असतो कारण आपलं स्वतःवर प्रेम असतं. प्रेमातूनच आपण स्वतःला उच्च पातळीवर नेतो. प्रेम म्हणजे स्वतःला विस्तृत करणं ही उत्क्रांतीच आहे. ही उत्क्रांतीची प्रक्रिया आहे. सर्व सजीवांमध्ये असलेलं उत्क्रांतीचं बल, मानवजातीत प्रेम या स्वरूपात व्यक्त होतं. मानवातील प्रेम हे असं विलक्षण बळ आहे, जे अव्यवस्था या नैसर्गिक नियमाला प्रतिकार करतं.

आदि आणि अंत

प्रेम या भागात शेवटी विचारलेला प्रश्न मात्र अजूनही अनुत्तरितच आहेः प्रेमाचा उगम कोठून होतो? आता हा प्रश्न व्यापक करून आणखी एक मूळ प्रश्न

विचारता येईलः या संपूर्ण उत्क्रांतीच्या बळाचं उगमस्थान काय आहे? आणि या प्रश्नाला ईश्वरीकृपेचं उगमस्थान काय आहे, हे कोडंसुद्धा जोडता येईल. प्रेम हे मनाच्या प्रांतातील आहे परंतु ईश्वरीकृपा त्या प्रांतातील नव्हे. मानवाच्या आध्यात्मिक प्रगतीसाठी साहाय्य करणारं आणि मानवी जाणिवांच्या बाहेर उगम स्थान असलेलं हे सामर्थ्यशाली बळ कोठून येतं?

गव्हाचं पीठ, स्टील किंवा अळी या गोष्टी कोठून येतात? याचं उत्तर ज्या पद्धतीने देता येतं तसं उत्तर वरील प्रश्नांसाठी देता येत नाही. त्या गोष्टी स्पर्श न करता येण्याजोग्या आहेत म्हणून नव्हे, तर आजच्या शास्त्रासाठी ते प्रश्न अगदी मूलभूत आहेत. असे अनेक मूलभूत प्रश्न आहेत, ज्यांची उत्तरं शास्त्राला ठाऊक नाहीत. उदा. विजेचं स्वरूप आपल्याला निश्चितपणे माहीत आहे का? किंवा मुळात ऊर्जा कोठून येते? किंवा विश्व कोठून आलं? कदाचित पुढे कधीतरी शास्त्राला या मूलभूत प्रश्नांची उत्तरं मिळतील, तोपर्यंत आपण फक्त तर्क करू शकतो, सिद्धांत मांडू शकतो, गृहीत धरू शकतो.

ईश्वरीकृपा व उत्क्रांती या चमत्कारांचं स्पष्टीकरण देण्यासाठी आपण ईश्वराचं अस्तित्व गृहीत धरतो. असा ईश्वर, ज्याला आपल्या प्रगतीची इच्छा आहे, ज्याचं आपल्यावर प्रेम आहे. अनेकांना हे गृहीतक अतिशय साधं, सोपं, काल्पनिक, बालीश व अपरिपक्व वाटेल परंतु आपल्या हातात इतर काहीही नाही. बोगद्यासारखा संकुचित दृष्टिकोन ठेवून या गोष्टींकडे दुर्लक्ष करणं हा काही यावर उपाय नाही. प्रश्न विचारल्याशिवाय उत्तर मिळणार नाही. वर मांडलेलं गृहीत साधं सोपं वाटलं तरी ज्या कोणी या गोष्टींचं निरीक्षण केलंय, प्रश्न विचारलेत, त्यांना याहून चांगलं स्पष्टीकरण मिळालेलं नाही; पण स्पष्टीकरण मिळेपर्यंत आपण प्रेमळ ईश्वर या बालीश कल्पनेत रममाण होऊ किंवा तात्त्विक पोकळीत अडकून पडू.

प्रेमळ ईश्वर या साध्या कल्पनेचा गांभीर्याने विचार केला तर हे तत्त्वज्ञानही सोपं नाही.

आपण जर गृहित धरलं, की प्रेम करण्याची प्रेरणा, प्रगती व उत्क्रांती करण्याची उत्कट इच्छा आपल्यात ईश्वराने उत्पन्न केली, तर मग पुढे अनेक प्रश्न उभे राहतात. ईश्वराला आपली प्रगती व्हावी असं का वाटतं? कोणत्या उद्दिष्टाप्रत आपली प्रगती होतेय? ते अंतिम ध्येय, उत्क्रांतीचं उद्दिष्ट कुठे आहे? ईश्वराची आपल्याकडून काय अपेक्षा आहे? धर्मशास्त्राच्या बाबतीत खोलात जाण्याचा

माझा हेतू नाही त्यामुळे त्यातील सर्व जर-तर, पण-परंतु मी सोडून देतोय. तरी या विषयातील तज्ज्ञ मला क्षमा करतील, अशी मी आशा करतो. ईश्वर प्रेमळ आहे ही कल्पना गृहीत धरणाऱ्यांनी याविषयी कितीही साधक-बाधक विचार केले तरी शेवटी या भीतीदायक कल्पनेप्रत येतात : 'ईश्वराला वाटतं, आपणसुद्धा ईश्वर बनायला हवं.' आपली ईश्वरत्वाप्रत प्रगती होत आहे. ईश्वरत्व हे उत्क्रांतीचं उद्दिष्ट आहे. उत्क्रांतीच्या प्रेरणेचं उगमस्थान ईश्वर आहे आणि अंतिम ध्येयसुद्धा ईश्वरच आहे. जेव्हा आपण म्हणतो की तो आदि (alpha) आहे व अंत (omega) आहे, तेव्हा हाच अर्थ आपल्याला अभिप्रेत असतो.

मी जेव्हा भीतिदायक कल्पना असं म्हटलं, तेव्हा सौम्य भाषा वापरली. खरंतर ती पूर्वापार चालत आलेली कल्पना आहे परंतु आपण अतिशय घाबरून त्यापासून पळ काढतो. कारण दुसऱ्या कोणत्याच कल्पनेने आपल्यावर इतकं ओझं टाकलं नव्हतं. मानवजातीच्या इतिहासात इतकी मोठी अपेक्षा मानवाकडून कधीही केली गेली नव्हती. त्याची कल्पना करणं कठीण आहे म्हणून नव्हे, खरंतर ती अत्यंत साधी सोपी आहे, परंतु आपण जर त्या कल्पनेवर विश्वास ठेवला तर ती आपल्याकडून आपण जे जे देऊ शकतो, आपल्याकडे जे सर्व आहे त्याची अपेक्षा करेल. जो परमोच्च स्थानावरून आपलं रक्षण करणार आहे, भलं करणार आहे, ज्याचं स्थान दुर्लभ आहे, अशा प्रेमळ ईश्वरावर विश्वास ठेवणं सोपं आहे; परंतु जो ईश्वर त्याचं सामर्थ्य, सुज्ञपणा, स्थान, स्वरूप साध्य करण्याची आपल्याकडून अपेक्षा करतोय अशा ईश्वरावर विश्वास ठेवणं कठीण आहे. माणसाला ईश्वर बनणं शक्य आहे असा विश्वास आपण ठेवला तर तो विश्वासच शक्य असलेली गोष्ट साध्य करायला आपल्याला भाग पाडतो. मात्र आपल्याला हे बंधन नको असतं. एवढे प्रयत्न करण्याची आपली तयारी नसते. आपल्याला ईश्वराच्या जबाबदाऱ्या नको असतात. सतत जागरूक राहण्याची जबाबदारी आपल्याला नको असते. जोपर्यंत आपण विश्वास ठेवतो, की ईश्वरत्व साध्य करणं आपल्याला अशक्य आहे, तोपर्यंत आपल्या आध्यात्मिक प्रगतीची आपल्याला चिंता करावी लागत नाही. जाणिवांची सर्वोच्च अवस्था गाठण्याचे प्रयत्न करावे लागत नाहीत; प्रेमळ कृती कराव्या लागत नाहीत; शिवाय आपण माणूस म्हणून आरामात राहू शकतो. जर ईश्वर वरती स्वर्गात असेल व आपण इथे खाली असू आणि दोहोंची कधीही भेट होणार नसेल तर आपण उत्क्रांतीची संपूर्ण जबाबदारी व विश्वाची सत्ता त्याच्याकडे सोपवतो. आपण फक्त एवढंच करू शकतो, की स्वतःचं उर्वरित आयुष्य आरामदायी परिपूर्ण व्हावं, मुलं-

नातवंडं निरोगी, आनंदी, कृतज्ञ असावीत यासाठी प्रयत्नशील राहू शकतो परंतु यापलीकडे तसदी घेण्याची गरज राहत नाही. हीच उद्दिष्टं साध्य करण्यासाठी कठीण वाटतात आणि त्यांना फोल ठरविणंही चुकीचं आहे. परंतु माणसाला ईश्वर बनणं शक्य आहे यावर जेव्हा आपण विश्वास ठेवतो, तेव्हा आपल्याला फार काळ स्वस्थ बसता येत नाही. त्या वेळी आपण म्हणू शकत नाही, की माझं काम संपलंय. आपण स्वतःला सतत सर्वोच्च सुज्ञता, कार्यक्षमता याप्रत पुढे नेत राहिलं पाहिजे. या विश्वासामुळेच आपण स्वतःला प्रयत्नांच्या बळावर चालणाऱ्या विकास व आध्यात्मिक उन्नतीच्या ट्रेडमीलमध्ये अडकवून घेतो- निदान मृत्यूपर्यंत तरी! ईश्वराची जबाबदारी ही आपली जबाबदारी बनली पाहिजे. खरोखरच ईश्वरत्वाच्या शक्यतेत विश्वास ठेवणं भीतीदायक आहे.

ईश्वर आपली जागरूकपणे देखभाल करतोय, ज्यामुळे आपली उन्नती होत होत आपण त्यासम होऊ असा विश्वास आपल्याला स्वतःतील जडत्व, आळशीपणा स्पष्ट दाखवून देतो.

अव्यवस्था आणि मूळ पाप

आध्यात्मिक प्रगती हा या पुस्तकाचा विषय आहे व त्यातील अडथळे ही नाण्याची दुसरी बाजू असल्यामुळे ते ओघाओघाने आले आहेत. सरतेशेवटी एकच अडथळा समोर येतो, तो म्हणजे आळशीपणा! आपण आळशीपणावर मात करू शकलो तर इतर अडथळे सहजपणे पार करता येतील. म्हणूनच हे पुस्तक आळशीपणाबद्दलदेखील आहे. 'शिस्त' याचा विचार करत असताना आपण म्हटलं, की आवश्यक असलेलं दुःख टाळणं किंवा सोपा मार्ग निवडणं हा आळशीपणा आहे. प्रेम या भागात आपण पाहिलं की स्वतःला झोकून देण्याची तयारी नसणं म्हणजे प्रेमाचा अभाव. प्रेमाच्या विरुद्ध आळशीपणा आहे. आध्यात्मिक प्रगती प्रयत्नपूर्वक होते अशी मी पुनः पुन्हा आठवण करून दिली आहे. आता आपण अशा टप्प्यापर्यंत येऊन पोहोचलोत जेव्हा आपल्याला आळशीपणाचं स्वरूप तपासणं शक्य आहे. अव्यवस्थेचं बल आपल्या सर्वांच्या आयुष्यात आळशीपणा म्हणून व्यक्त होतं हे जाणून घेणं शक्य आहे.

अनेक वर्षं मला मूळ पाप ही कल्पनाच अर्थहीन, अगदी आक्षेपार्ह वाटायची. विशेषतः लैंगिकता मला पाप वाटत नव्हतं. आणि माझ्या इतर इच्छादेखील!

खूपदा मी स्वादिष्ट जेवणावर ताव मारत असे आणि अपचनाचा त्रास जरी होत असला तरी अपराधीपणाची भावना येत नव्हती. माझ्या मते जगात ही पापं होतीः पूर्वग्रह बाळगणे, फसवणे, हालअपेष्टा करणे, अमानुष छळ करणे. परंतु लहान बालकांमध्ये जन्मतः काही पाप असतं हे मी समजू शकलो नाही. तसेच योग्य-अयोग्य या ज्ञानाच्या झाडाची फळं पूर्वजांनी खाल्ल्यामुळे लहान मुलांना शाप मिळतो या कल्पनेवर विश्वास ठेवणं मला शक्य नव्हतं. मात्र हळुहळू मला जाणवू लागलं, की आळशीपणा सर्वत्र पसरलाय. पेशंटच्या प्रगतीसाठी धडपडताना त्यांचा आळशीपणा हा माझा सर्वांत मोठा शत्रू आहे हे लक्षात आलं. आणि स्वतःमध्येदेखील मला नवीन विचारप्रवाह, जबाबदारी आणि परिपक्वता या गोष्टी सामावून घेण्यासाठी तशीच टाळाटाळ करण्याची वृत्ती जाणवली. अखिल मानवजातीत असलेली एक गोष्ट माझ्यातसुद्धा आहे ती म्हणजे आळशीपणा. अगदी या घडीला सर्प व सफरचंद या गोष्टीचा अर्थ मला अचानक उलगडला.

काय समजलं नव्हतं, हा महत्त्वाचा मुद्दा आहे. त्या गोष्टीत म्हटलंय, की ईश्वराला थंड वातावरणात बागेत फिरायची सवय होती आणि मानवाला त्याच्याशी संवाद साधणं शक्य होतं. परंतु जर असं होतं तर ॲडम व इव्हने एकत्र किंवा एकेकट्याने, सर्पाने आग्रह धरण्यापूर्वी किंवा नंतर ईश्वराला का सांगितलं नाही, ''योग्य-अयोग्य या ज्ञानाच्या झाडाची फळं आम्ही खाऊ नयेत असं तुला का वाटतं? याचं आम्हाला कुतूहल आहे. आम्हाला इथे खूप आवडतं आणि आम्ही कृतघ्न नाही, परंतु तुझा हा नियम आम्हाला समजत नाही आणि तू नीट समजावून सांगितलंस तर आम्हाला आवडेल.'' परंतु ते असं काहीही बोलले नाहीत. त्याऐवजी त्या कायद्यामागचं कारण समजून न घेता, ईश्वराला थेट आव्हान न देता, त्याच्या वर्चस्वावर सवाल न उठवता किंवा सामंजस्याने त्याच्याशी संवाद न साधता ॲडम व इव्ह यांनी ईश्वराचा नियम मोडला. त्यांनी सर्पाचं ऐकलं, परंतु कृती करण्यापूर्वी ईश्वराची बाजू ऐकून घेतली नाही.

हे अपयश का आलं? मोह झाल्यानंतर कृती करण्यापूर्वी कोणतंही पाऊल का उचललं गेलं नाही? हे न उचललेलं पाऊल म्हणजेच पापाचं मूळ आहे. हे न उचललेलं पाऊल म्हणजे चर्चेचं पाऊल. खरंतर ॲडम व इव्ह यांनी सर्प व ईश्वर यामध्ये चर्चा घडवून आणायला हवी होती. परंतु तसं न केल्यामुळे त्यांनी ईश्वराची बाजू जाणून घेतली नाही. ईश्वर व सर्प यांच्यामधील चर्चा ही चांगलं व वाईट यामधील संवादाचं प्रतीक आहे. ती चर्चा मानवी मनातही घडू शकते

आणि घडायला हवी. चांगलं आणि वाईट यांच्याबद्दल आपण मनात चर्चा घडवून आणत नाही किंवा त्याबद्दल सर्वांगीण विचार करत नाही. त्यामुळेच वाईट कृती केल्या जातात, ज्या खरंतर पाप आहेत. योजिलेली कृती योग्य आहे का, याचा विचार करताना माणसं ईश्वराची बाजू लक्षात घेत नाहीत. त्यांच्या अंतरंगात असलेल्या ईश्वराचा सल्ला घ्यायला ते विसरतात, जी सुज्ञता मानवी मनात जन्मजात असते. पण आपण हे करत नाही, कारण आपण आळशी आहोत. अशी चर्चा घडवून आणणं हे एक मोठं काम आहे. त्यासाठी वेळ व ऊर्जा आवश्यक असते. जर ही चर्चा गंभीरपणे केली, अंतरंगातील ईश्वराचं म्हणणं ऐकून घेतलं, तर आपण कठीण मार्ग निवडायला प्रवृत्त होतो... जास्त प्रयत्नांचा मार्ग... ही चर्चा घडवून आणणं म्हणजे दुःख व धडपडीसाठी तयार असणं. आपल्यातील प्रत्येकजण अनेकदा हे मोठं काम करणं टाळत असतो, हे दुःखदायक पाऊल उचलणं टाळत असतो. ॲडम व इव्हप्रमाणे, आपल्या सर्व पूर्वजांप्रमाणे आपणही आळशी आहोत.

म्हणजेच मूळ पाप अस्तित्वात आहे; ते म्हणजे आपला आळशीपणा. तो खरोखर अस्तित्वात आहे. तो आपल्यातील प्रत्येकामध्ये आहे- नवजात बालकं, लहान मुलं, कुमारवयीन, तरुण, प्रौढ, वृद्ध; समंजस किंवा मूर्ख; अपंग किंवा सुदृढ. आपल्यातील काहीजण कमी आळशी असतील परंतु आपण सर्वजण कमी-जास्त प्रमाणात आळशी आहोतच. आपण कितीही उत्साही, महत्त्वाकांक्षी किंवा अगदी सुज्ञ असलो, तरी जर आपण खरोखर अंतर्यामी डोकावून पाहिलं तर कुठे न कुठे आळशीपणा दिसून येईल. हा आळशीपणा म्हणजे आपल्यातील अव्यवस्थेचं बल आहे, जे आपल्याला आध्यात्मिक प्रगतीपासून रोखत असतं.

काही वाचक मनात म्हणतील, ''मी अजिबात आळशी नाही, मी आठवड्यात साठ तास काम करतो. संध्याकाळी व सुट्टीच्या दिवशी मी दमलेला असलो तरी बायको-मुलांना घेऊन बाहेर जातो, घरातली सगळी कामं करतो. कधीतरी असं वाटतं, दिवसभर मी कामंच करतो.'' मला अशा वाचकांबद्दल सहानुभूती वाटते, परंतु पुन्हा हेच सांगेन, की तुमच्या आत डोकावून पाहिलंत तर आळशीपणा नक्कीच दिसेल. कारण या आळशीपणाचं स्वरूप कामात घालवलेले तास किंवा दुसऱ्यांसाठी पार पाडलेल्या जबाबदाऱ्या यापेक्षा वेगळं आहे. आळशीपणा मुख्यत्वे भीतीचं रूप घेतो. हे समजून घेण्यासाठी पुन्हा एकदा ॲडम व इव्हच्या गोष्टीचा विचार करूया. आपण असं म्हणू शकतो, की ईश्वराला त्याच्या नियमाविषयी

पृच्छा न करण्यामागे ॲडम व इव्हचा आळशीपणा नसून भीती होती- ईश्वराच्या दिव्यत्वाची भीती! ईश्वराच्या कोपाची भीती!! जरी सगळी भीती, आळशीपणा नसली तरी बरीचशी भीती म्हणजे आळशीपणाच आहे. आपली बरीचशी भीती, जे चालू आहे त्यात बदल होण्याची, बदल होताना आहे ते गमावण्याची भीती असते. शिस्त या भागात मी एक वस्तुस्थिती मांडली होती, की लोकांना नवीन माहितीची अत्यंत भीती वाटते कारण त्यांनी ती माहिती सामावून घेण्याचं ठरविलं तर त्यांना त्यांच्या वस्तुस्थितीच्या नकाशात फेरबदल करण्याचं मोठं काम करावं लागेल. म्हणून सहजप्रवृत्तीने ते काम टाळतात. त्यामुळेच लोक नवीन माहितीचा स्वीकार करण्याऐवजी तिला विरोध करतात. या विरोधाचं कारण भीती हेच आहे परंतु या भीतीच्या मुळाशी आळशीपणाच आहे. जे काम करावं लागेल त्याचा आळस. त्याचप्रमाणे प्रेम या भागात नवीन प्रांतात, नवीन जबाबदाऱ्यांमध्ये, नवीन नातेसंबंधात आणि अस्तित्वाच्या नवीन पातळीवर स्वतःला विस्तृत करण्यातील धोका याविषयी मी बोललोय. इथे सुद्धा जे आहे ते गमावण्याचा धोका असतोच. नवीन सुस्थिती गाठण्यासाठी जे काम करावं लागणार आहे त्याची भीती. त्यामुळेच ईश्वराला उघडपणे प्रश्न विचारला तर आपलं काय होईल, अशी भीती ॲडम व इव्हला वाटणं स्वाभाविक आहे. म्हणून प्रश्न विचारण्याऐवजी त्यांनी सोपा परंतु अवैध मार्ग निवडला. हा मार्ग होता, कष्ट न करताच ज्ञान मिळविण्याचा मार्ग आणि यातून त्यांची सुटका होईल अशी आशा बाळगली. परंतु त्यांची सुटका झाली नाही. ईश्वराला प्रश्न विचारल्याने आपल्याला बरंच काम करावं लागू शकतं. परंतु ॲडम व इव्हच्या गोष्टीचं तात्पर्य म्हणजे ते काम करायलाच हवं.

जरी पेशंट स्वतःमध्ये बदल हवा म्हणून येत असले तरी खरंतर त्यांना बदलाची भीती वाटत असते, बदलासाठी आवश्यक असलेल्या कामाची भीती वाटत असते हे मानसोपचारतज्ज्ञांना माहीत असतं. या भीतीमुळेच किंवा आळशीपणामुळेच बहुतेक सर्व पेशंट- अगदी दहापैकी नऊ- मानसोपचाराची प्रक्रिया पूर्ण होण्याआधीच उपचार सोडून देतात. पेशंट बहुधा पहिल्या काही सेशन्समध्ये किंवा पहिल्या काही महिन्यांतच सोडून जातात. ही गोष्ट विवाहित पेशंटच्या बाबतीत अगदी स्पष्टपणे दिसून येते. अशा पेशंटना सुरुवातीच्या काही सेशनमध्येच जाणीव होते, की त्यांचं वैवाहिक जीवन अत्यंत विसंगत व हानिकारक आहे. त्यामुळे मानसिक स्वास्थ्य मिळण्यासाठी एकतर घटस्फोटाचा मार्ग निवडावा लागेल नाहीतर अतिशय दुःखदायक व अवघड प्रक्रियेतून जाऊन संपूर्ण नवीन नातं निर्माण करावं लागेल. खरंतर उपचार सुरू करण्यापूर्वीच बहुतेकदा पेशंटना याची सूक्ष्म

जाणीव असते आणि पहिल्या काही सेशनमध्येच त्यांची भीती खरी ठरते. एकतर त्यांना एकटं राहण्याची प्रचंड भीती वाटते व दुसरीकडे नातं मुळापासून सुधारावं यासाठी जोडीदाराबरोबर वर्षानुवर्षं प्रयत्न करण्याची भीती वाटते. हे दोन्ही पर्याय त्यांना घातक, अशक्य वाटतात, न सुटणारी समस्या वाटतात. म्हणूनच ते उपचार थांबवितात, कधी दोन-तीन सेशन्सनंतर तर कधी दहा-बारा सेशन्सनंतर. ते अशी सबब देतात : 'पैशांची कमतरता आहे' किंवा प्रांजळपणे कबूल करतातः 'या उपचारांचा माझ्या वैवाहिक जीवनावर काय परिणाम होईल याची मला भीती वाटते. मला माहीत आहे, की मी पळ काढतोय परंतु कधीतरी माझ्यात तेवढी हिंमत येईल.' प्राप्त परिस्थिती कितीही दयनीय असली तरी तिचीच निवड करतात आणि त्यांच्या विशिष्ट साच्यातून बाहेर पडण्यासाठी करावे लागणारे अतोनात प्रयत्न करणं टाळतात.

आध्यात्मिक प्रगतीच्या सुरुवातीच्या टप्प्यांमध्ये व्यक्तींना स्वतःमधील आळशीपणाची जाणीव नसते. उगाच आपलं वरवर म्हणतात, 'अधूनमधून माझ्या आयुष्यातदेखील इतरांप्रमाणेच आळसाचे क्षण येतात.' याचं कारण म्हणजे आपल्यातील आळशी भाग हा एखाद्या सैतानाप्रमाणे दुष्ट असतो आणि फसवं रूप धारण करण्यात निष्णात असतो. तो भाग आपल्या आळशीपणाचं धूर्तपणे समर्थन करतो, जे आपल्या अविकसित आध्यात्मिक भागाला सहजपणे लक्षात येत नाही किंवा त्याचा सामना करता येत नाही. नवीन विषयातील माहिती न मिळविण्याचं समर्थन करताना एखादी व्यक्ती म्हणेल, 'या विषयाचा अनेकांनी अभ्यास केलाय तरी त्यांना उत्तरं मिळाली नाहीत.' किंवा 'एका माणसानी ते करून पाहिलंय ज्याने नंतर आत्महत्या केली.' किंवा 'नवीन काही शिकायचं माझं वय नाही.' किंवा 'तू मला तुझ्यासारखं बनविण्याचा प्रयत्न करतोयस व मानसोपचारतज्ज्ञाने असं करणं योग्य नव्हे.' या व अशा अनेक प्रतिक्रिया म्हणजे पेशंट किंवा विद्यार्थ्यांनी आपला आळशीपणा तज्ज्ञ किंवा शिक्षक यांच्यापासूनच नव्हे तर स्वतःपासूनही झाकण्यासाठी पांघरलेले बुरखे आहेत. आळशीपणा हा आळशीपणा म्हणून ओळखणं आणि त्याचं अस्तित्व स्वतःमध्ये स्वीकारणं हीच तो कमी होण्याची सुरुवात आहे.

आध्यात्मिक प्रगतीच्या उच्च पातळीवर असलेल्यांना स्वतःतील आळशीपणाची बरीच जाणीव असते. जे सर्वांत कमी आळशी असतात, ते स्वतःला मंदगती समजतात. परिपक्वतेच्या माझ्या प्रवासात माझ्याबाबतीत होणाऱ्या चमत्कारांची

मला अधिकाधिक जाणीव होऊ लागलीय, जे स्वतःहून माझ्यापासून निसटू पाहतात. मला नवीन, प्रभावी विचारांच्या दिशेचं ओझरतं दर्शन होतं, ज्या मार्गावर माझी पावलं आपोआप जड होतात. मला अशी शंका आहे, की बरेचदा हे मौल्यवान विचार माझं दुर्लक्ष झाल्यामुळे विलीन होतात आणि त्या प्रांतात मी नुसताच भरकटतो, परंतु जेव्हा मला जाणवतं, की माझी गती मंदावत आहे; तेव्हा मी टाळत असलेल्या दिशेने माझी गती वाढविण्यासाठी प्रेरणा मला उद्युक्त करते. हा अव्यवस्थेबरोबर लढा सतत चालूच राहतो.

आपल्यात आजारी 'स्व' आहे आणि निरोगी 'स्व' आहे. आपल्याला कितीही मानसिक समस्या असल्या, आपण पूर्णपणे भीतीने ग्रासलेले, अत्यंत संकुचित असलो तरीही आपल्यामध्ये छोटासा भाग आहे, ज्याला आपली उन्नती हवी आहे, ज्याला बदल व विकास आवडतो, जो नावीन्याकडे व अज्ञाताकडे आकर्षित होतो आणि ज्याची आध्यात्मिक प्रगतीसाठी काम करण्याची व धोका पत्करण्याची तयारी आहे, याचबरोबर आपण कितीही निरोगी व आध्यात्मिक दृष्ट्या प्रगत असलो तरी आपल्यात एक छोटासा भाग आहे, ज्याला काम करायचं नाही, ज्याला जुनं व परिचित यांना पकडून बसायचंय, ज्याला बदल किंवा प्रयत्न यांची भीती वाटते, जो आरामासाठी व दुःख टाळण्यासाठी काहीही किंमत मोजायला तयार आहे, मग त्याचे दुष्परिणाम कार्यक्षम नसणं, साचून राहणं, प्रगती खुंटणं हे असले तरी! काहीजणांमध्ये निरोगी 'स्व' अगदी छोटा असतो, ज्यावर अवाढव्य अशा आजारी 'स्व'चा आळशीपणा व भित्रेपणा वर्चस्व गाजवितात. तर काहीजणांची प्रगती वेगाने होत असते, ईश्वरत्वाकडे उत्क्रांतीच्या प्रयत्नात त्यांचा प्रबळ निरोगी 'स्व' उच्च उच्च जातो. परंतु निरोगी 'स्व'ने कायम आजारी 'स्व'च्या आळशीपणाबाबत दक्षता बाळगायला हवी कारण तो अजूनही आतमध्ये दडून बसलेला असतो. ही एक गोष्ट मात्र सगळ्यांमध्ये सारखीच आहे. आपल्या प्रत्येकामध्ये दोन 'स्व' आहेत, एक आजारी व एक निरोगी, ज्याला तुम्ही जगण्याची उत्कट इच्छा व मृत्यूची उत्कट इच्छा म्हणू शकता. आपल्यातील प्रत्येकजण अखिल मानवजातीचं प्रतीक आहे; प्रत्येकात ईश्वरत्वाकडे जाण्याची सहजप्रेरणा आहे, मानवजातीबद्दल आशा आहे. आपल्या प्रत्येकात आळशीपणा हे मूळ पाप आहे व कायम असणारं अव्यवस्थेचं बल आहे, जे आपल्याला बालपण, गर्भाशय, दलदल ज्यामधून आपली उत्क्रांती झाली – त्याप्रत खाली ढकलत असतं.

दुष्टपणाची समस्या

आत्ताच आपण पाहिलं, की आळशीपणा हे मूळ पाप आहे आणि आळशीपणाने घेतलेलं आजारी 'स्व' हे रूप खरंतर सैतान असू शकतं. आता दुष्टपणाचं स्वरूप जाणून घेऊन आपण सैतानाचं चित्र पूर्ण करूया. दुष्टपणाची समस्या ही धर्मशास्त्रातील सर्वांत मोठी समस्या आहे परंतु मानसशास्त्राने धर्मांतील इतर काही समस्यांप्रमाणे दुष्टपणाच्या समस्येचं अस्तित्व नाकारलंय. खरंतर मानसशास्त्र या विषयात मोलाची भर घालू शकेल. पुढील पुस्तकात मी हा विषय विस्ताराने स्पष्ट करेन परंतु या पुस्तकाच्या दृष्टीने तो विषय दुय्यम असल्याने दुष्टपणाच्या स्वरूपाबाबत मी जे चार निष्कर्ष काढलेत, ते इथे थोडक्यात मांडणार आहे.

माझा पहिला निष्कर्ष आहे, की दुष्टपणा वास्तवात आहे. धार्मिक मनाने केलेली ही कल्पना नव्हे. खरोखरच अशा व्यक्ती व संस्था आहेत, ज्या चांगुलपणाला द्वेषाची प्रतिक्रिया देतात आणि शक्य असेल तर चांगुलपणाचा नाशही करतात. जाणीवपूर्वक द्वेष असतो म्हणून नव्हे, तर नकळत, आपल्यातील दुष्टपणाची जाणीव नसल्यामुळे- खरंतर अशी जाणीव होण्याचं ते टाळतात. धर्मग्रंथात सैतानाचं वर्णन केलंय त्यानुसार त्यांना प्रकाश आवडत नाही. तो टाळण्यासाठी ते काहीही करतील, अगदी प्रकाश विझवून टाकण्याचे प्रयत्नसुद्धा करतील. स्वतःच्या मुलांमध्ये असलेल्या प्रकाशाचा नाश करतील व शक्य असेल तर इतर व्यक्तींच्या प्रकाशाचादेखील अंत करतील.

दुष्ट व्यक्तींना प्रकाश आवडत नाही, कारण प्रकाशात त्यांचं स्वतःचं खरं स्वरूप उघड होतं. त्यांना चांगुलपणा आवडत नाही कारण त्यात त्यांचा वाईटपणा उघड होतो; त्यांना प्रेमाचा तिरस्कार असतो कारण त्यात त्यांचा आळशीपणा स्पष्ट दिसतो. ते प्रकाश, चांगुलपणा, प्रेम यांचा नाश करतील, स्वतःचं स्वरूप ज्ञात होण्यातील दुःख टाळण्यासाठी. माझा दुसरा निष्कर्ष असा आहे, की दुष्टपणा म्हणजे अगदी टोकाचा, अतिरेकी, अंतिम आळशीपणा होय. आणि मी आधी म्हटल्याप्रमाणे प्रेम हे आळशीपणाच्या अगदी विरुद्ध आहे. साधा आळशीपणा म्हणजे केवळ प्रेम करता न येणं. साधीसुधी आळशी माणसं त्यांना भाग पाडल्याशिवाय मदत करण्यासाठी एक पाऊलसुद्धा उचलणार नाहीत. त्यांच्या अस्तित्वात प्रेमाचा अभाव असतो परंतु ते दुष्ट नसतात. खऱ्या दुष्ट व्यक्ती मदत

करणं अगदी सक्रियपणे टाळतात. स्वतःचा आळशीपणा जपण्यासाठी, आपलं आजारी स्वत्व टिकविण्यासाठी ते शक्य असेल ते काहीही करायला तयार होतात. ते दुसऱ्याचं भलं करण्याऐवजी त्यांचा नाश करतील. स्वतःच्या आध्यात्मिक प्रगतीचं दुःख टाळण्यासाठी ते दुसऱ्याचा जीवदेखील घेऊ शकतील. आजुबाजूच्या आध्यात्मिक निरोगीपणामुळे त्यांच्या आजारी 'स्व'ला धोका संभवत असेल तर अशा व्यक्ती आध्यात्मिक निरोगीपण समूळ नष्ट करण्यासाठी हरएक प्रयत्न करतील. माझ्या मते दुष्टपणा म्हणजे स्वतःची व इतरांची आध्यात्मिक उन्नती टाळण्यासाठी राजकीय सामर्थ्याचा वापर करणं किंबहुना स्वतःची इच्छा प्रत्यक्षपणे किंवा अप्रत्यक्षपणे जबरदस्तीने दुसऱ्यावर लादणं. साधा आळशीपणा हा प्रेमाचा अभाव आहे, तर दुष्टपणा म्हणजे प्रेमाचं विरुद्ध टोक आहे.

माझा तिसरा निष्कर्ष असा, की दुष्टपणाचं अस्तित्व अटळ आहे. निदान मानवी उत्क्रांतीच्या या टप्प्यावर. एकीकडे अव्यवस्थेचं बल आहे आणि दुसरीकडे मानव आपल्या मनोबलाचा (Free Will) मुक्तपणे वापर करू शकतो. त्यामुळेच काहीजणांमध्ये आळशीपणा पुरेपूर भरलाय तर काहीजणांमध्ये त्याचा लवलेशही नाही, हे अटळ आहे. अव्यवस्था एका बाजूला आणि उत्क्रांतीच्या प्रेमाचा प्रवाह दुसऱ्या बाजूला अशी दोन विरुद्ध बलं असल्याने बऱ्याच जणांमध्ये या बलांचा समतोल असणं अगदी स्वाभाविक आहे. एका टोकाला असलेले काहीजण शुद्ध प्रेम व्यक्त करतील तर विरुद्ध टोकाचे काहीजण पूर्ण अव्यवस्था किंवा दुष्टपणाचं व्यक्तरूप असतील. ही दोन अगदी विरुद्ध टोकं असल्याने त्यांच्यात संघर्ष होणं अटळ आहे. चांगुलपणाने वाईटपणाचा द्वेष करणं व वाईटपणाने चांगुलपणाचा द्वेष करणं स्वाभाविक आहे.

माझा शेवटचा निष्कर्ष असा आहे, की अव्यवस्था हे प्रचंड बळ असलं तरी त्याचं सर्वांत नीच रूप, जो मानवी दुष्टपणा आहे, तो समाजावर प्रभाव पाडू शकत नाही हे आश्चर्यच आहे. मी स्वतः हा दुष्टपणा कार्यरत असताना प्रत्यक्ष पाहिलाय. अनेक लहान मुलांची मनं व आत्मे यावर घातक हल्ला करून त्यांचा नाश करताना बघितलाय. मानवी उत्क्रांतीचा व्यापक दृष्टिकोनातून विचार केला तर दुष्टपणाचा उलटा परिणाम होतो. त्याच्यामुळे अनेक आत्मे नष्ट होत असले तरी काही आत्म्यांच्या मुक्तीसाठी तो कारणीभूत ठरतो. नकळतपणे दुष्टपणा धोक्याचं चिन्ह ठरतो, जो इतरांना त्याच्यापासून दूर राहायला प्रवृत्त करतो. कारण आपल्यातील बहुतेकजणांना दुष्टपणाचं उग्र रूप स्वभावतःच भीतीदायक वाटतं

ही ईश्वरीकृपाच आहे. जेव्हा आपण त्याचं अस्तित्व ओळखतो, तेव्हा त्या जाणिवेमुळेच आपलं व्यक्तिमत्त्व घडू लागतं. दुष्टपणाची आपल्याला झालेली जाणीव ही स्वतःला शुद्ध करण्याचा संकेत आहे. या दुष्टपणामुळेच ख्रिस्ताला सुळावर चढवलं गेलं आणि हे आपण दुरून पाहू शकलो. आपण जगातील दुष्टपणाच्या विरुद्ध लढा देणं, हा आपल्या विकासाचा एक मार्ग आहे.

जाणिवांची उत्क्रांती

'जाणीव होणं' व 'जागरूकता' हे शब्द पुस्तकात अनेक वेळा आलेत. दुष्ट व्यक्ती त्यांची मानसिकता जाणून घ्यायला प्रतिकार करतात. स्वतःतील आळशीपणाची जाणीव असणं हे आध्यात्मिक प्रगतपणाचं लक्षण आहे. बरेचदा लोकांना स्वतःचा धर्म म्हणजेच आपला जगाविषयीचा दृष्टिकोन याची जाणीव नसते. मात्र आध्यात्मिक प्रगतीच्या प्रवासात स्वतः गृहीत धरलेल्या गोष्टी, आपला कल, प्रवृत्ती याची जाणीव असणं आवश्यक आहे. प्रेमातून लक्ष केंद्रित करून आपली प्रिय व्यक्तींबद्दलची व जगाबद्दलची जाणीव वाढत जाते. शिस्त विकसित करण्यातील महत्त्वाचा भाग म्हणजे आपली जबाबदारी व निवड स्वातंत्र्य या जाणिवांचा विकास करणे होय. जाणीव होण्याची क्षमता ज्याला आपण जागृत मन म्हणतो- त्या भागात असते. आपण आता अशा टप्प्यावर येऊन पोहोचलोय, जिथे आध्यात्मिक प्रगतीची व्याख्या जाणिवांची उत्क्रांती किंवा प्रगती अशी करू शकतो.

कॉन्शिअस (जाणीव) या शब्दाची उत्पत्ती लॅटिन 'कॉन' आणि 'सायर' या शब्दांतून झाली. कॉन म्हणजे 'च्या साहाय्याने' आणि सायर म्हणजे 'जाणणे'. परंतु 'च्या साहाय्याने' याचा नक्की अर्थ काय? कशाच्या साहाय्याने जाणणे? आपण आधी पाहिलंय, की मनाचा अजागृत भाग हा विलक्षण ज्ञानाचा खजिना आहे. त्याला आपल्यापेक्षा जास्त जाण आहे, इथे आपण म्हणजे आपलं जागृत मन! जेव्हा आपल्याला नवीन सत्याची जाणीव होते, तेव्हा ते सत्य आहे असं आपण ओळखतो; जे आपण पूर्वीपासूनच जाणत होतो ते पुन्हा जाणतो. त्यामुळे आपण असा निष्कर्ष काढू शकतो का, की जाणीव होणं म्हणजे आपल्या अजागृत मनाच्या साहाय्याने जाणणे? जाणिवांची प्रगती म्हणजे आपल्या जागृत मनाचं विस्तृत होणं. जागृत मनाने अजागृत मनाशी समन्वय साधण्याची ही प्रक्रिया

आहे. मानसोपचारतज्ज्ञासाठी ही संकल्पना नवीन नाही, कारण ते तज्ज्ञ आपल्या उपचारपद्धतीची व्याख्याच अशी करतात : अजागृत मनाला जागृत करणं किंवा जागृत मनाचा प्रांत विस्तृत करणं.

अजागृत मनाकडे एवढं विलक्षण ज्ञान कसं आहे जे आपण जाणीवपूर्वक शिकलेलो नाही, याचं स्पष्टीकरण अजूनही आपल्याला मिळालेलं नाही. पुन्हा एकदा हा इतका मूलभूत प्रश्न आहे, की शास्त्राकडे याचं उत्तरच नाही. आपण फक्त ते गृहीत धरू शकतो. ईश्वराच्या बाबतीतही असं गृहीत धरणं सर्वांत जास्त समाधानकारक आहे, की ईश्वराशी आपला इतका जवळचा संबंध आहे, की तो आपला एक भागच आहे. ईश्वरीकृपा शोधायची झाली तर सर्वांत जवळचं ठिकाण तुमच्या अंतरंगात आहे. तुमच्यापेक्षा जास्त सुज्ञता मिळविण्याची तुमची इच्छा असेल, तर ती तुम्हाला तुमच्या अंतर्यामीच मिळेल. यावरून असं सूचित होतं, की जिथे जागृत मन अजागृत मनाला भेटतं, तिथे मानवाला ईश्वर भेटतो. स्पष्ट सांगायचं म्हणजे आपलं अजागृत मनच ईश्वर आहे, आपल्या अंतरंगातील ईश्वर! आपण नेहमीच ईश्वराचा अंश होतो. ईश्वर नेहमीच आपल्याबरोबर होता, आहे आणि राहणार आहे.

हे कसं शक्य आहे? आपलं अजागृत मनच ईश्वर आहे, ही कल्पना जर वाचकांना भयानक वाटत असेल तर त्यांनी आठवून पाहावं की पवित्र भूत किंवा पवित्र आत्मा आपल्या आतच वसतो ही ख्रिश्चन संकल्पना तीच आहे. ईश्वर व आपल्यातील नातं समजून घेण्यासाठी मी असा विचार करतो, की आपलं अजागृत मन रिझोमे (rhizome) सारखं आहे. ही जमिनीखालची अत्यंत विशाल व समृद्ध अशी मुळांची रचना आहे, जी स्वतःमधून अंकुरणाऱ्या छोट्याशा जागृत मनाच्या रोपाचं संवर्धन करते. या जंगच्या रूपकासाठी मी त्याचा ऋणी आहे. जंग स्वतःचं वर्णन 'अमर्याद ईश्वरत्वाचा एक अंश' असं करतो. त्याने रिझोमेबद्दल असं म्हटलंय :

आयुष्य मला नेहमीच एका रोपट्याप्रमाणे वाटतं
जे त्याच्या रिझोमेवर (अत्यंत विशाल व
समृद्ध अशी मुळांची रचना) जगत असतं.
त्या रोपट्याचा खरा जीवनस्रोत दृश्य नसतो,
तो रिझोमेमध्ये लपलेला असतो.

जमिनीवरचा दृश्य भाग फक्त एक उन्हाळाच जगतो.
मग तो विरून जातो–एक क्षणभंगुर व्यक्त रूप.
जेव्हा आपण वाढ व क्षय यांचं न संपणारं जीवनचक्र पाहतो
तेव्हा आपल्याला फोलपणाची जाणीव झाल्यावाचून राहत नाही.
तरीही या अव्याहत स्थित्यंतराच्या मुळाशी काहीतरी चिरंतन आहे
ही जाणीव सतत माझ्याजवळ असते.
आपल्याला दिसणारा फुलांचा बहर ओसरतो.
मात्र मुळांची रचना (रिझोमे) कायम राहते.

अजागृत मनात ईश्वराचं अस्तित्व आहे असं जंग प्रत्यक्ष म्हणाला नसला तरी त्याच्या लिखाणातून ते स्पष्ट होतं. त्याने एवढं मात्र केलं, की अजागृत मनाचे दोन भाग केलेः व्यक्तिगत अजागृत मन आणि खोलवरचं सामूहिक अजागृत मन, जे संपूर्ण मानवजातीचं आहे. माझ्या दृष्टीने सामूहिक अजागृत मन ईश्वर आहे; जागृत मन हे ती व्यक्ती आहे आणि व्यक्तिगत अजागृत मन हे त्या दोहोंमधील दुवा आहे. असा दुवा असल्यामुळे व्यक्तिगत अजागृत मनामध्ये खळबळ असणं अटळ आहे. तिथे ईश्वराची इच्छा व मानवाची इच्छा यांतील संघर्ष असतो. आधी मी अजागृत मनाचं प्रेमळ, दयाळू प्रांत असं जे वर्णन केलंय, त्यावर माझा विश्वास आहे. परंतु स्वप्नामध्ये प्रेमळ सुज्ञतेचा संदेश असतो त्याचप्रमाणे संघर्षाचे संकेतही असतात; ती स्वप्नं नवचैतन्य देणारी असतात व भीतीदायक, हिंसक दुःस्वप्नंदेखील असू शकतात. या हिंसकपणामुळेच बऱ्याचशा विचारवंतांना मानसिक आजाराचं मूळ अजागृत मनात आहे असं वाटतं. परंतु माझा दृष्टिकोन अगदी विरुद्ध आहे. माझा विश्वास आहे, की मानसिक आजाराचं मूळ जागृत मनात आहे आणि मानसिक असंतुलन हे जागृत मनाचं असंतुलन आहे. आपलं जागृत मन अजागृत मनातील सुज्ञतेला विरोध करतं व त्यामुळे आपण आजारी पडतो. आपल्या जागृत मनात असंतुलन असल्यामुळेच, आपल्याला बरं करू पाहणाऱ्या अजागृत मनाशी ते संघर्ष करतं. याचाच अर्थ, जेव्हा व्यक्तीच्या जागृत मनातील इच्छा आणि अजागृत मनातील ईश्वरी इच्छा या दोहोंमध्ये फारकत होते, तेव्हा मानसिक आजार उद्भवतो.

आध्यात्मिक उन्नतीचं अंतिम उद्दिष्ट म्हणजे व्यक्तीने ईश्वराशी एक होणं, म्हणजेच ईश्वराच्या साहाय्याने जाणणं, असं मी म्हटलंय परंतु अजागृत मनात

ईश्वर कायमच असतो त्यामुळे आध्यात्मिक प्रगतीचं उद्दिष्ट म्हणजे जागृत 'स्व'ला ईश्वरत्व साध्य होणे, म्हणजे व्यक्तीने संपूर्णपणे ईश्वर बनणं असंही म्हणता येईल. याचा अर्थ असा आहे का, की जागृत मन व अजागृत मन एक होणं आणि सगळं मन अजागृत होणं? अजिबात नाही. आता आपण एका अत्यंत महत्त्वाच्या मुद्द्याशी पोहोचलोत ते म्हणजे जागृतपणे ईश्वरत्व प्राप्त करणे. अजागृत ईश्वराच्या मुळापासून (रिझोमे) उमलणारी जागृततेची कळी जेव्हा स्वतः ईश्वर बनते, तेव्हा ईश्वरही नवीन चैतन्यरूप धारण करतो. आपल्या मानवी अस्तित्वाचं हेच तर उद्दिष्ट आहे. एक जागृत अस्तित्व! ईश्वराचं एक नवीन चैतन्यरूप बनण्यासाठीच खरंतर आपला जन्म झालाय.

जागृत मन हा आपल्या अस्तित्वाचा व्यवस्थापन करणारा भाग आहे. जागृत मन निर्णय घेतं व त्याचं कृतीत रूपांतर करतं. आपण जर संपूर्ण अजागृत बनलो, तर नवजात बालकाप्रमाणे होऊ, जे ईश्वराशी एक असतं परंतु अशी कोणतीही कृती करण्यास असमर्थ असतं; ज्यातून ईश्वराचं अस्तित्व या जगात जाणवेल. हिंदू किंवा बुद्ध धर्मात एक विचारप्रणाली आहे, जी माझ्या मते आध्यात्मि क प्रगती नसून मागासलेपण आहे. त्या प्रणालीनुसार अहंभावाच्या सीमारेषा नसलेली नवजात बालकाची अवस्था व समाधी यांची तुलना केली आहे. समाधी लागण्याचं उद्दिष्ट व गर्भात परागमनाचं उद्दिष्ट सारखंच भासतं. हे उद्दिष्ट आत्म ज्ञानी व्यक्तीच्या उद्दिष्टाहून अगदी विरुद्ध आहे. त्यांचं उद्दिष्ट अहंभावरहित, अजागृत अस्तित्व बनणं नसून जागृत, परिपक्व असा अहंभाव विकसित करणं असा आहे. जो ओघाने ईश्वराचं जागृत मन बनेल असं आहे. आपल्या पायावर उभी असलेली प्रौढ व्यक्ती, जेव्हा जगावर परिणाम घडविणारे निर्णय स्वतंत्रपणे घेऊ शकते; आपली परिपक्व स्वयंपूर्ण इच्छा हीच ईश्वराची इच्छा असल्याचं जाणू शकते, तेव्हा ईश्वराने त्या व्यक्तीच्या जागृत मनाद्वारे नवीन व सामर्थ्यशाली चैतन्यरूप धारण केलेलं असेल. मग आपण ईश्वराचे प्रतिनिधी, त्याचे हात बनतो म्हणजेच त्याचा अंश बनतो. जेव्हा ईश्वरी इच्छेनुरूप आपल्या जागृत मनाने घेतलेले निर्णय या जगावर परिणाम घडवू शकतात, तेव्हा आपलं आयुष्य ईश्वरी कृपेचं व्यक्तरूप बनतं. तेव्हा आपण मानवजातीसाठी ईश्वराचं कार्य पार पाडतो, जिथे प्रेम नसेल तिथे प्रेम निर्माण करतो, आपल्या बांधवांना आपल्या जाणिवांच्या स्थितिप्रत आणतो आणि मानवी उत्क्रांतीचं कार्य जोमाने पुढे नेतो.

सामर्थ्याचं स्वरूप

आता आपण सामर्थ्याचं स्वरूप जाणून घेणार आहोत. या विषयी अनेक गैरसमज आहेत. याचं एक कारण म्हणजे सामर्थ्याचे दोन प्रकार आहेत. एक राजकीय व दुसरा आध्यात्मिक. पौराणिक कथांमधून हा फरक स्पष्ट दिसून येतो. बुद्धाच्या जन्मापूर्वी असं भविष्य वर्तविलं गेलं होतं, की एकतर तो सर्वांत सामर्थ्यशाली राजा बनेल किंवा जगातील सर्वश्रेष्ठ परंतु गरीब असा आध्यात्मिक गुरू बनेल. हे किंवा ते, परंतु दोन्ही नाही. सैतानाने ख्रिस्ताला जगाचं साम्राज्य देऊ केलं होतं परंतु त्याने ते नाकारून मृत्यूचा पर्याय निवडला, सुळावरचा मृत्यू, इतरांना दुबळेपणा वाटणारा!

राजकीय सामर्थ्य म्हणजे प्रत्यक्षपणे किंवा अप्रत्यक्षपणे स्वतःची इच्छा जबरदस्तीने दुसऱ्यावर लादण्याची क्षमता. ही क्षमता तुमच्या पदावर किंवा संपत्तीवर अवलंबून असते. ही क्षमता व्यक्तीमध्ये सामावलेली नसते. परिणामी राजकीय सामर्थ्याचा संबंध चांगुलपणा किंवा सुज्ञता याच्याशी नसतो. अगदी मूर्ख व दुष्ट लोकांना राजाचं सिंहासन मिळालंय. आध्यात्मिक सामर्थ्य मात्र पूर्णपणे व्यक्तीमध्ये सामावलेलं असतं आणि त्याचा इतरांवर जबरदस्ती करण्याची क्षमता याच्याशी काहीही संबंध नसतो. आध्यात्मिक सामर्थ्य असलेल्या काही व्यक्ती श्रीमंत असू शकतील आणि राजकीय नेतृत्वाचं स्थानदेखील त्यांनी भूषविलं असेल, परंतु त्यांच्यात राजकीय सामर्थ्याचा अभाव असतो. आध्यात्मिक साम र्थ्यात जबरदस्तीने लादण्याची क्षमता नसते, तर मग कोणती क्षमता असते? ती म्हणजे जागरूकपणे निर्णय घेण्याची क्षमता, जागृतता!

कित्येक लोकांना बऱ्याचदा निर्णय घेताना आपण काय करतोय याची फारच थोडी जाणीव असते. स्वतःचा हेतू जाणून न घेता आणि आपल्या निर्णयाचे काय परिणाम होतील हे लक्षात न घेताच ते कृती करतात. एखादा नवीन पेशंट स्वीकारताना किंवा नाकारताना, आपल्या मुलाला मारताना, हाताखालच्या व्यक्तीला बढती देताना, मदतनिसाला कामावरून काढून टाकताना आपण काय करतोय, याची खरंच आपल्याला जाणीव असते का? राजकीय क्षेत्रात बराच काळ काम केलेल्यांना माहीत असतं की चांगल्या हेतूने केलेली कृती बहुतेकदा उलटते आणि शेवटी अपायकारक ठरते. नीच उद्दिष्टाने केलेलं एखादं दुष्टपणाचं

कृत्य शेवटी विधायक ठरतं. मुलं वाढवितानासुद्धा तसंच दिसून येतं. वाईट हेतूसाठी चांगलं काम करणं योग्य की चांगल्या हेतूसाठी वाईट काम करणं योग्य? जेव्हा आपल्याला पक्की खात्री असते तेव्हा खरंतर आपण अंधारात असतो आणि जेव्हा अगदी गोंधळलेले असतो तेव्हा खरंतर लख्ख प्रकाशात असतो.

अज्ञानाच्या महासागरात भरकटत असताना आपण काय करावं? काहीजण म्हणतील सर्व व्यर्थ आहे. काहीही करू नये. त्यांच्या मते असंच भरकटत राहावं लागणार, कारण अत्यंत विशाल अशा महासागरात सुस्पष्ट व अर्थपूर्ण उद्दिष्टाप्रत नेणारा मार्ग तयार करणं अशक्य आहे. परंतु आपण हरवलोत याची जाणीव असलेले काहीजण जाणिवा विस्तृत करून, आपण या अज्ञानाच्या बाहेर पडण्याचा प्रयत्न करू शकतो अशी आशा बाळगण्याचं धाडस करतात. वास्तविक त्यांचं बरोबर आहे, हे शक्य आहे. मात्र जाणिवा विस्तृत करणं क्षणार्धात घडणारा चमत्कार नव्हे. ते तर हळूहळू घडतं, एक एक भाग करत करत आणि प्रत्येक भागासाठी पेशंटने स्वतःचं व इतर सर्व गोष्टींचं निरीक्षण करत, अभ्यास करत, प्रयत्न करायला हवेत. हे विनम्र विद्यार्थी असतात. आध्यात्मिक प्रगतीचा मार्ग म्हणजे आयुष्यभर शिकण्याचा मार्ग!

हा मार्ग दीर्घकाळ व तळमळीने अनुसरला तर ज्ञानाचे तुकडे योग्य जागी जोडले जातात. हळूहळू सर्व गोष्टींचा अर्थ आपल्याला उलगडू लागतो. काही वेळा मार्ग चुकतो, निराशा येते, समजून घेतलेल्या गोष्टी सोडून द्याव्या लागतात. परंतु काही काळाने आपल्या अस्तित्वाचा खोल, गहरा अर्थ आपल्याला उलगडत जातो. मग हळूहळू आपण अशा स्थितिप्रत पोहोचतो, जेव्हा आपण काय करतोय, याचं आपल्याला पूर्णपणे आकलन होतं, तेव्हा आपण सामर्थ्याप्रत पोहोचतो.

आध्यात्मिक सामर्थ्याचा अनुभव अत्यंत आनंददायी असतो. कुशलतेबरोबर आनंदही येतो. खरोखर अत्यंत निष्णात असण्याइतकं, आपण काय करतोय याची पूर्ण जाणीव असण्याइतकं दुसरं समाधान नाही. सर्वोच्च आध्यात्मिक प्रगती केलेल्या व्यक्ती जगण्यात कुशल असतात. आणि त्याहीपेक्षा एक मोठा आनंद आहे तो म्हणजे ईश्वराशी एकत्व साधणं. कारण आपण काय करत आहोत याची खरीखुरी जाणीव असते तेव्हा आपण ईश्वराच्या सुज्ञतेत सहभागी असतो. परिस्थितीचं स्वरूप, आपल्या कृतीमागचं आपलं उद्दिष्ट आणि आपल्या कृतीचे परिणाम याची आपल्याला पूर्ण जाणीव असते. तेव्हा आपण जाणिवांची ती पातळी साध्य केलेली असते, जी फक्त ईश्वराकडून अपेक्षित असते. आपल्या

जागृत ‘स्व’ने ईश्वराच्या मनाबरोबर समन्वय साधलेला असतो, ईश्वराद्वारे आपण जाणत असतो.

ज्यांनी आध्यात्मिक प्रगतीची ही उंची गाठलीय, जाणिवांची ही स्थिती प्राप्त केलीय, त्यांना आनंदमय, प्रेमळ, विनयशील अस्तित्व लाभतं. कारण त्यांना ही जाणीव असते, की त्यांच्या असामान्य सुज्ञतेचा उगम त्यांचं अजागृत मन आहे. आपण रिझोमेशी जोडले गेलोय याची जाणीव त्यांना असते आणि या जोडणीद्वारेचं आपलं ज्ञान रिझोमेमधून आपल्याकडे प्रवाहित होत आहे याचीही त्यांना जाणीव असते. हा मार्ग खुला करणं एवढेच प्रयत्न ते करतात. त्यांना याची जाणीव असते, की रिझोमे, त्यांचं अजागृत मन - त्यांचं एकट्याचं नसून सर्व मानवजातीचं, सर्व अस्तित्वाचं, ईश्वराचं आहे. अशा खऱ्या सामर्थ्यशाली व्यक्तींना त्यांच्या ज्ञानाचा, सामर्थ्याचा मूलस्रोत विचारला तर ते उत्तर देतीलः “हे माझं सामर्थ्य नव्हे. माझ्याकडे जे थोडंफार सामर्थ्य आहे ते प्रचंड अशा सामर्थ्याचं सूक्ष्मसं व्यक्तरूप आहे. मी फक्त एक वाहक आहे. हे खरंतर माझं सामर्थ्य नव्हे.” मी म्हटल्याप्रमाणे ही विनयशीलता आनंदमय असते. कारण त्यांच्या या ईश्वराशी जोडलं गेल्याच्या जाणिवेमुळे खऱ्याखुऱ्या सामर्थ्यशाली व्यक्ती ‘स्व’ची जाणीव कमी झाल्याचं अनुभवतात. “तुझी इच्छा पूर्ण होऊ दे, माझी नको. मला तुझं साधन बनव.” एवढी एकच त्यांची इच्छा असते. अशी संपुष्टात आलेली ‘स्व’ची जाणीव नेहमीच एक प्रकारचा अविचल अत्यानंद आणते, प्रेमात असण्यातील आनंदाप्रमाणे नव्हे. ईश्वराशी जवळचं नातं असल्यामुळे त्यांच्यातील एकाकीपणा विरून जातो. एकत्व साधलं जातं.

आध्यात्मिक सामर्थ्याचा अनुभव आनंददायी असला तरी भीतीदायक असतो. जाणिवा जेवढ्या विस्तृत, तेवढं निर्णय घेणं कठीण असतं. पहिल्या भागाच्या शेवटी हे विधान करताना मी लष्करातील दोन उच्च अधिकाऱ्यांचं उदाहरण दिलंय. दोघांनाही सैन्याची तुकडी युद्धासाठी पाठवावी किंवा नाही याबाबत निर्णय घ्यायचा होता. जो अधिकारी आपल्या तुकडीला फक्त डावपेचाचं साधन समजतो, तो निर्णय घेतल्यानंतर रात्री निवांत झोपू शकतो, परंतु दुसऱ्याला हाताखालच्या प्रत्येक व्यक्तीच्या जीवाची व त्यांच्या कुटुंबीयांचीदेखील जाणीव असते. त्यामुळे त्याच्यासाठी हा निर्णय घेणं दुःखदायक ठरतं. आपणही सर्व लष्करातील अधिकारी आहोत. आपली प्रत्येक कृती समाजप्रवाहावर परिणाम घडवत असते. एखाद्या छोट्या बालकाची स्तुती करावी की त्याला शिक्षा

द्यावी, या निर्णयाचेदेखील अनेक परिणाम होऊ शकतात. संकुचित जाणिवांतून कृती करणं सोपं आहे, मग परिणाम काय व्हायचे ते होवोत. आपल्या जाणिवा विस्तृत असतील तर आपण जास्तीतजास्त ज्ञान मिळवून आपल्या निर्णयप्रक्रियेत समाविष्ट केलं पाहिजे. जेवढं ज्ञान जास्त, तेवढं निर्णय घेणं गुंतागुंतीचं, क्लिष्ट बनतं परंतु परिणामांचा अंदाज बांधणं शक्य होतं. प्रत्येक परिणामाचा तंतोतंत अंदाज बांधण्याची जबाबदारी घेतली तर या कामातील क्लिष्टता पाहून आपण गांगरून जातो आणि निष्क्रियतेत बुडून जातो. परंतु काही वेळा निष्क्रियता ही एक प्रकारची कृती असते आणि तशा परिस्थितीत काही न करणे हे सगळ्यात उत्तम असतं. तर काही वेळा निष्क्रियता विनाशकारी, भीषण असते. आध्यात्मिक सामर्थ्य म्हणजे फक्त जाणिवा असणं नव्हे, तर विस्तृत जाणिवांच्या साहाय्याने निर्णय घेण्याची क्षमता कायम ठेवणं आहे. ईश्वरासारखं सामर्थ्य म्हणजे पूर्ण जागृतपणे निर्णय घेण्याचं सामर्थ्य. सर्वज्ञ व्यक्तीला निर्णय घेणं सोपं नसून खरंतर कठीण असतं. हे रूढ समजुतीच्या अगदी विरुद्ध आहे. आपण ईश्वरत्वाच्या जितके जवळ जातो, तितकी त्याची सहानुभूती वाटते. देवाच्या सर्वज्ञतेत सहभागी होणं म्हणजे त्याच्या दुःखाचा भार उचलणं होय.

या सामर्थ्याची आणखी एक समस्या आहे, एकटेपणा! या बाबतीत राजकीय व आध्यात्मिक सामर्थ्यामध्ये साम्य आहे. आध्यात्मिक उत्क्रांतीचं शिखर गाठणारी व्यक्ती राजकीय सत्तेच्या शिखरावर असलेल्या व्यक्तीप्रमाणेच असते. जबाबदारी, दोष ढकलण्यासाठी वरती कोणीही नसतं; मार्गदर्शन करण्यासाठी कोणीही नसतं. त्यांच्या समपातळीवर दुःखात, जबाबदारीत सहभागी होण्यासाठी कोणीही नसतं. दुसरे सल्ला देतीलही परंतु निर्णय मात्र तुमचा स्वतःचाच असतो. तुम्ही एकटेच जबाबदार असता. राजकीय सामर्थ्यापेक्षा आध्यात्मिक सामर्थ्य असलेली व्यक्ती प्रचंड एकाकीपणा अनुभवते. राजकीय सामर्थ्य असलेल्या व्यक्तींचं स्थान उच्च असलं तरी आध्यात्मिक प्रगती तितकी उच्च नसते, त्यामुळे त्यांना आध्यात्मिक गुरूंचं मार्गदर्शन मिळू शकतं, परंतु जाणिवांची सर्वोच्च पातळी गाठलेल्या, आध्यात्मिक सामर्थ्य असलेल्या व्यक्तींच्या अवतीभोवती असं कुणीही नसतं, ज्यांना ते आपलं सखोल ज्ञान देऊ शकतील. आपल्याला पूर्णपणे जाणू शकणारं कुणीच नाही अशी उद्विग्नतेची जाणीव ख्रिस्ताला कायम असल्याचं बायबलमध्ये म्हटलंय. त्याने कितीही प्रयत्न केले तरी, त्याने स्वतःला कितीही झोकून दिलं तरी तो त्याच्या शिष्यांची जाणिवांची पातळी स्वतःएवढी उंचावू शकला नाही. सुज्ञ अनुयायांनी त्याचा मार्ग अनुसरला, परंतु ते त्याला गाठू शकले नाहीत

आणि त्याच्यात कितीही प्रेम असलं तरी मार्गदर्शन करण्यासाठी एकट्याने पुढे चालण्याच्या जबाबदारीतून तो मुक्त होऊ शकला नाही. जे आध्यात्मिक प्रगतीच्या मार्गावर दूरवर पोहोचतात, त्या सर्वांनाच या प्रकारचा एकटेपणा अनुभवावा लागतो. परंतु जेवढे आपण आपल्या बांधवांपासून दूर जातो, तेवढं ईश्वराशी आपलं नातं जवळचं बनतं. त्यामुळेच एकटेपणाच्या जबाबदारीचं ओझं वाहणं शक्य होतं. जाणिवांच्या प्रगतीमध्ये, ईश्वराद्वारे जाणून घेण्यात इतका आनंद आहे, की आपण मार्गापासून विचलित होत नाही.

ईश्वरीकृपा व मानसिक आजार : ओरेस्स्टिसची दंतकथा

मानसिक आरोग्य व आजार यांच्या स्वरूपाबाबत अनेक वेगवेगळी विधानं केली गेली आहेतः 'दुःख सहन करा नाहीतर मानसिक आजार ओढवून घ्या;' 'काहीही किंमत मोजावी लागली तरी वस्तुस्थितीशी एकनिष्ठ राहाणं म्हणजे मानसिक आरोग्य होय;' आणि 'जेव्हा व्यक्तीच्या जागृत मनातील इच्छा आणि ईश्वरीय इच्छा, जी व्यक्तीच्या अजागृत मनातील इच्छा आहे, या दोहोंमध्ये फारकत होते तेव्हा मानसिक आजार उद्भवतो.' आता आपण मानसिक आजार हा विषय खोलात जाऊन तपासणार आहोत म्हणजे या वेगवेगळ्या विधानांचा एकसंध अर्थ आपल्याला उलगडेल.

आपण आपलं जीवन खऱ्याखुऱ्या जगात व्यतीत करत असतो. म्हणून जीवन चांगलं जगण्यासाठी जगाची वस्तुस्थिती आपल्याला जमेल तेवढी चांगली जाणून घेणं आवश्यक आहे परंतु असं जाणून घेणं तितकंसं सोपं नसतं. जगाच्या वस्तुस्थितीचे अनेक पैलू आणि जगाशी असलेल्या आपल्या नात्यातील अनेक बाबी आपल्याला दुःखदायक वाटतात. प्रयत्नपूर्वक व दुःख सोसतच आपल्याला या गोष्टी जाणून घेता येऊ शकतात. आपल्यातील प्रत्येकजण थोड्याफार प्रमाणात ते दुःख व प्रयत्न टाळत असतात. वस्तुस्थितीमधील दुःखदायक गोष्टी आपण जाणिवांच्या बाहेर ढकलून त्याकडे दुर्लक्ष करतो. याचाच अर्थ, आपण आपल्या जागृत मनाचा, जाणिवांचा वस्तुस्थितीपासून बचाव करतो. या बचावाचे अनेक मार्ग आहेत, ज्याला मानसोपचारतज्ज्ञ बचावाची तंत्रं म्हणतात. प्रत्येकजण या तंत्रांचा अवलंब करतो व त्यामुळे जाणिवा संकुचित होतात.

आपल्या आळशीपणामुळे व दुःखाच्या भीतीमुळे आपण जाणिवा प्रचंड प्रमाणात बोथट करत करत अशा स्थितीप्रत पोहोचतो, जिथे जगाविषयीचा आपला समज व वस्तुस्थिती यात काहीही संबंध नसतो. आपल्या कृती आपल्या समजुतींवर अवलंबून असतात, त्यामुळेच आपलं वर्तन वस्तुस्थितीनुरूप नसतं. जेव्हा याचं टोक गाठलं जातं, तेव्हा आजूबाजूचे लोक ओळखतात, की आपण वस्तुस्थितीशी जोडलेले नाही, आपल्याला काही मानसिक समस्या आहे, जरी आपल्याला आपल्या शहाणपणाची खात्री असली तरी. परंतु या गोष्टी इतक्या टोकाला जाण्यापूर्वी, सभोवतालच्या लोकांनी धोक्याची सूचना देण्यापूर्वी आपलं अजागृत मन आपल्या वाढत्या असंतुलनाची सूचना देतं. शिवाय अजागृत मन अशा सूचना वेगवेगळ्या पद्धतीने देतंः वाईट स्वप्न, अस्वस्थतेचा झटका, नैराश्य व इतर लक्षणं. जरी आपल्या जागृत मनाने वस्तुस्थिती नाकारली तरी आपलं अजागृत मन जे सर्वज्ञ आहे, ते वस्तुस्थिती जाणतं आणि त्यानुरूप लक्षणं तयार करून समस्येची पूर्वकल्पना देत जागृत मनाला मदत करतं. याचाच अर्थ, मानसिक आजाराची दुःखदायक व नकोशी वाटणारी लक्षणं खरंतर ईश्वरीकृपेची व्यक्तरूपं आहेत. आपल्या आध्यात्मिक प्रगतीला साहाय्य करणाऱ्या, जाणिवांच्या बाहेर उगमस्थान असलेल्या सामर्थ्यशाली बळाची निर्मिती म्हणजेच ही लक्षणं आहेत.

शिस्त, या पहिल्या भागाच्या शेवटी नैराश्य हा मुद्दा थोडक्यात मांडताना मी स्पष्ट केलंय, की नैराश्य हे लक्षण त्या व्यक्तीला काहीतरी समस्या आहे व मोठे बदल करणं आवश्यक आहे असा संकेत देतं. इतर तत्त्व स्पष्ट करण्यासाठी मी वापरलेली उदाहरणं हा मुद्दा स्पष्ट करण्यासाठीदेखील वापरता येतील : मानसिक आजाराची दुःखदायक व नकोशी असलेली लक्षणं लोकांना दाखवून देतात, की त्यांनी चुकीचा मार्ग घेतलाय, त्याची प्रगती होत नाहीये व त्यांना धोका आहे. तरीही लक्षणांची भूमिका स्पष्ट करण्यासाठी मी अजून एक उदाहरण देतो.

बेट्सी ही बावीस वर्षांची तरुणी सुंदर व बुद्धिमान असूनही अतिशय लाजरी-बुजरी होती. अस्वस्थतेचे झटके येत असल्यामुळे ती मला भेटायला आली. बेताची आर्थिक परिस्थिती असलेल्या कॅथॉलिक आई-वडिलांची ती एकुलती एक मुलगी होती. कॉलेजच्या पहिल्या वर्षी चांगल्या मार्कांनी पास होऊनदेखील तिने कॉलेज सोडून देऊन शेजारी राहणाऱ्या एका मेकॅनिक मुलाशी लग्न करायचं ठरविलं. सुपर मार्केटमध्ये तिने कारकुनाची नोकरी धरली. दोन वर्षं सगळं सुरळीत होतं. नंतर अचानक तिला अस्वस्थतेचे झटके येऊ लागले.

कशामुळे कोण जाणे, मात्र ते अगदी अचानक यायचे. तेही नेहमी ती घराबाहेर असताना, नवरा बरोबर नसताना यायचे. कधी ती खरेदी करत असताना, कधी सुपर मार्केटमध्ये काम करत असताना किंवा रस्त्यावरून चालत असताना! त्या वेळी तिला वाटणाऱ्या भीतीची तीव्रता प्रचंड असे. तिला हातात असलेलं काम तसंच टाकून घरी किंवा नवऱ्याच्या गॅरेजमध्ये धाव घ्यावी लागत असे. फक्त त्याच्या बरोबर असताना किंवा घरी तिची भीती कमी होत असे. या झटक्यांमुळे तिला तिची नोकरी सोडून द्यावी लागली.

फॅमिली डॉक्टरांनी तिला दिलेली झोपेची औषधं जेव्हा निरुपयोगी ठरली, तेव्हा बेट्रसी माझ्याकडे आली. ''मला काय झालंय हे मला कळत नाही.'' ती रडत म्हणाली. ''माझं आयुष्य अगदी मस्त चाललं होतं. माझा नवरा माझ्याशी चांगला वागतो. आमचं एकमेकांवर खूप प्रेम आहे. माझ्या नोकरीतही मी खूश होते. परंतु आता मात्र सगळं बिघडलंय. असं का झालं ते मला कळत नाही. मला वाटतं मला वेड लागणार आहे. प्लिज, मला मदत कर. माझं आयुष्य पूर्ववत होण्यासाठी मला मदत कर.'' माझ्याबरोबर काम करताना बेट्रसीच्या लक्षात आलं, की तिचं पूर्वीचं आयुष्य फार चांगलं होतं असं नव्हे. हळुहळू हे तिच्या लक्षात आलं, की तिचा नवरा तिच्याशी चांगला वागत असे परंतु त्याच्या अनेक गोष्टी तिला त्रासदायक वाटत होत्या. त्याचे आचारविचार मागासलेले होते. त्याला विशेष कशात रस नव्हता. करमणुकीचं एकच साधन त्याला माहीत होतं ते म्हणजे टी.व्ही. पाहाणं. त्याचा सहवास कंटाळवाणा होता. मग तिच्या लक्षात आलं, की सुपरमार्केटमधील तिचं कामसुद्धा तिला कंटाळवाणं वाटतंय. मग आम्ही विचार करू लागलो, कॉलेज सोडून तिने असं नीरस आयुष्य का स्वीकारलं? तिने मान्य केलं, ''कॉलेज मला अजिबात आवडत नव्हतं. मुलांना सेक्स व अमली पदार्थांचं व्यसन होतं. मला ते योग्य वाटत नव्हतं. त्यांना मी बावळट वाटत होते. माझ्याशी सेक्स करण्यात रस असलेली मुलं व माझ्या इतर मैत्रिणी मला अनेक प्रश्न विचारत. मग मीसुद्धा स्वतःला प्रश्न विचारायला सुरुवात केली. चर्च व आईवडिलांचे संस्कार याबाबतही शंका घ्यायला सुरुवात केली. मला वाटतं मला भीती वाटली असावी.'' प्रश्नांची उत्तरं देणं टाळण्यासाठी बेट्रसीने कॉलेज सोडलं होतं. त्या प्रश्नप्रक्रियेला ती आता सामोरी जाऊ लागली. शेवटी तिने पुन्हा कॉलेजला प्रवेश घेतला. सुदैवाने तिच्या नवऱ्याने स्वतःची प्रगती करण्याची तयारी दर्शविली आणि त्यानेसुद्धा कॉलेजमध्ये प्रवेश घेतला. त्यांचं विश्व विस्तारलं आणि तिचे अस्वस्थतेचे झटके थांबले.

या सामान्य केसकडे पाहण्याचे अनेक दृष्टिकोन आहेत. बेट्सीचे अस्वस्थतेचे झटके हे बाजारपेठेच्या जागेची, खरंतर खुल्या जागांची भीती याचा एक प्रकार होता. तिच्यासाठी ही मुक्तपणाची भीती होती. तिला बाहेर असताना असे झटके यायचे, जेव्हा नवरा आजुबाजूला नसायचा व ती इतरांशी बोलायला, इथे तिथे फिरायला मोकळी असायची. मुक्तपणाची भीती ही तिची मूळ मानसिक समस्या होती. काहीजण म्हणतील, की तिची मुक्तपणाची भीती दर्शविणारे अस्वस्थतेचे झटके ही तिची समस्या आहे परंतु या गोष्टींकडे वेगळ्या दृष्टिकोनातून पाहणं मला नेहमीच उपयुक्त व प्रकाश पाडणारं वाटतं. अस्वस्थतेच्या झटक्यांच्या फार पूर्वीपासूनच बेट्सीला मुक्ततेची भीती होती. याच भीतीमुळे तिने कॉलेज सोडलं होतं आणि स्वतःची प्रगती मर्यादित करायला सुरुवात केली होती. माझ्या मते लक्षणं दिसण्यापूर्वी तीन वर्षं बेट्सीच्या आजाराला सुरुवात झाली होती परंतु तिला आपल्या आजाराची किंवा स्वतःला संकुचित ठेवून, ती स्वतःचं किती नुकसान करतेय याची जाणीव नव्हती. तिच्या या लक्षणांनीच, अस्वस्थतेच्या झटक्यांनी, जे तिला नको होते, तिने मागितले नव्हते, जे तिला दुर्दैवी वाटत होते- खरंतर त्यांनीच तिला तिच्या आजाराची जाणीव करून दिली आणि तिला प्रगतीच्या व परिवर्तनाच्या मार्गावर आणून ठेवलं. मला खात्री आहे, की ही रचना बहुतेक सर्व मानसिक समस्यांच्या बाबतीत खरी ठरते. लक्षणं व आजार दोन वेगळ्या गोष्टी आहेत. लक्षणं दिसण्याच्या फार पूर्वी आजार अस्तित्वात येतो. लक्षणं ही खरंतर आजार नसून आजार बरं होण्याची सुरुवात आहे. पण ती लक्षणं आपल्याला नकोशी असतात आणि तरीही त्यांना ईश्वरीकृपा म्हणता येईल- देवाची देणगी, अजागृत मनाचा संदेश, हवं ते म्हणा, ही ईश्वरीकृपाच आत्मपरीक्षण व परिवर्तनाची प्रक्रिया सुरू करते.

बरेचजण ही देणगी नाकारतात व त्यातील संदेशाकडे दुर्लक्ष करतात. असं अनेक प्रकारे केलं जातं, परंतु प्रत्येक प्रकारात आजाराची जबाबदारी टाळण्याचेच प्रयत्न दिसतात. ते लोक अशी बतावणी करून लक्षणांकडे दुर्लक्ष करतात : ''ही खरंतर लक्षणंच नव्हेत, प्रत्येकाला कधी न कधी अशा प्रकारचे छोटे झटके येतच असतात.'' यावर उपाय म्हणून ते नोकरी सोडतात, गाडी चालविणं सोडून देतात, नवीन शहरात राहायला जातात, काही विशिष्ट काम करायचं टाळतात. लक्षणांपासून सुटका होण्यासाठी ते वेदनाशामक गोळ्या घेतात, डॉक्टरांकडून औषधं आणतात किंवा दारू व इतर अमली पदार्थांच्या आहारी जाऊन स्वतःला बधिर करतात. जरी लक्षणं आहेत असं त्यांनी मान्य केलं, तरी बहुतेक वेळा ते या

स्थितीसाठी अप्रत्यक्षपणे बाहेरच्या जगाला दोष देतात- बेपर्वा नातेवाईक, दिखावू मित्र, लोभी सरकार, ढोंगी समाज आणि दुर्दैव. अगदी मोजके काहीजण आपल्या लक्षणांची जबाबदारी स्वीकारतात, ही लक्षणं म्हणजे आपल्या आत्म्यातील असंतुलनाचं व्यक्तरूप आहे हे जाणतात, आपल्या अजागृत मनातील संदेशांकडे लक्ष पुरवितात आणि ईश्वरीकृपेचा स्वीकार करतात. ते स्वतःला बरं करण्याची आपली कमतरता मान्य करतात आणि बरं होण्यासाठी आवश्यक असलेलं दुःख सोसायला तयार होतात. परंतु मानसोपचारातील दुःखाला सामोरं जायला तयार असणाऱ्यांना बेट्सीप्रमाणेच मोठं बक्षीस मिळतं. मला वाटतं, अशाच व्यक्तींच्या संदर्भात ख्रिस्त म्हणतात : ''मनाने जे दुर्बल आहेत, त्यांच्यावरच ईश्वरीकृपा आहे आणि स्वर्गाचं साम्राज्य त्यांचंच आहे.''

ईश्वरीकृपा व मानसिक आजार यांतील जो संबंध मला अभिप्रेत आहे, तो 'ओरेस्स्टिस व सुडाच्या देवता' या ग्रीक दंतकथेतून सुंदररीत्या व्यक्त झालाय. ओरेस्स्टिसचे आजोबा एट्रीअस, ज्याने आपण देवांपेक्षा सामर्थ्यशाली आहोत हे सिद्ध करण्याचा दुष्ट प्रयत्न केला होता. या गुन्ह्यासाठी देवांनी एट्रीअसच्या पुढच्या पिढ्यांना शाप दिला. हा शाप भोगण्यासाठी ओरेस्स्टिसच्या आईला तिच्या नवऱ्याचा खून करावा लागला. या खुनामुळे ओरेस्स्टिसच्या माथ्यावर अजून एक पाप आलं कारण तेव्हाच्या ग्रीक प्रथेनुसार वडिलांच्या खुन्याचा वध करणं ही मुलाची सर्वांत मोठी जबाबदारी होती. परंतु त्याच बरोबर मातृहत्या करणे हे एखाद्या ग्रीक व्यक्तीसाठी सर्वांत मोठं पाप होतं. या द्विधेमुळे ओरेस्स्टिसवर संकट कोसळलं. शेवटी त्याने आपलं कर्तव्य पार पाडलं आणि आईचा वध केला. या पापाची शिक्षा म्हणून देवांनी सुडाच्या तीन देवता त्याच्यावर सोडल्या. या तीन दुष्ट स्त्रिया फक्त ओरेस्स्टिसलाच दिसत व त्यांचं बोलणं त्यालाच ऐकू येत. त्या स्त्रिया ओरेस्स्टिसची दिवस-रात्र निंदा करत, त्याला घाबरवत.

ओरेस्स्टिस जिथे जिथे जाई, तिथे तिथे या सुडाच्या देवता त्याचा पाठलाग करत असत. ओरेस्स्टिस पापक्षालन करण्यासाठी सर्वत्र फिरत होता. अनेक वर्षं एकांतात चिंतन केल्यावर व 'स्व'ची जाणीव विरून गेल्यावर ओरेस्स्टिसने ईश्वराला शापातून मुक्त करण्याची विनंती केली. त्याने ईश्वराला सांगितलं, की त्याच्या पापांचं क्षालन झालं होतं. देवांनी सभा बोलविली. अपोलो ओरेस्स्टिसची बाजू घेत म्हणाला, त्यानेच अशी परिस्थिती निर्माण केली ज्यामध्ये ओरेस्स्टिसला स्वतःच्या आईला मारण्याशिवाय दुसरा पर्याय नव्हता आणि त्याम

ळेच ओरेस्ट्सिला पूर्ण जबाबदार धरता येणार नाही. त्याचक्षणी ओरेस्ट्सि ताड्कन उभा राहिला आणि स्वतःचा बचाव करणाऱ्या अपोलोला विरोध करत म्हणाला, ''माझ्या आईचा खून मी केलाय, अपोलोने नव्हे!'' देवांना आश्चर्य वाटलं. एट्रीअसच्या वंशातील कुणीही आत्तापर्यंत देवांना दोष न देता इतकी पूर्ण जबाबदारी स्वीकारली नव्हती. नंतर देवांनी ओरेस्ट्सिच्या बाजूने निकाल दिला आणि एट्रीअसच्या वंशाला असलेल्या शापातून त्याला मुक्त केलं व सुडाच्या देवतांचं प्रेमळ देवतांमध्ये रूपांतर केलं, ज्यांनी त्याला पुढे सतत उन्नती होण्यासाठी मोलाचा सल्ला दिला.

या दंतकथेचा अर्थ अगदी स्पष्ट आहे. प्रेमळ देवतांना ईश्वरीकृपेचे वाहक असंसुद्धा म्हटलंय. भास होणाऱ्या सुडाच्या देवता, ज्या फक्त ओरेस्ट्सिला दिसत होत्या, त्या मानसिक आजाराचं लक्षण आहेत, मानसिक आजाराचा व्यक्तिगत नरक! सुडाच्या देवतांचं प्रेमळ देवतांमध्ये रूपांतर म्हणजे मानसिक आजाराचं उन्नतीत रूपांतर- ज्याबद्दल आपण बोलत आलोय. ओरेस्ट्सि आपल्या मानसिक आजाराची संपूर्ण जबाबदारी स्वीकारण्यास तयार होता. त्यामुळे हे रूपांतर शक्य झालं. सुडाच्या देवतांपासून मुक्त होण्याचा त्याने जरी प्रयत्न केला, तरी त्या देवता म्हणजे त्याच्यासाठी अयोग्य शिक्षा आहे किंवा समाजाकडून आपल्यावर अन्याय झालाय असं त्याने मानलं नाही. एट्रीअसच्या वंशाला मिळालेल्या शापाचा परिणाम म्हणून असलेल्या सुडाच्या देवता दाखवून देतात, की मानसिक आजार हा आनुवंशिक आहे – एखाद्यात आई–वडिलांकडून किंवा आजी–आजोबांकडून आलेला, जशी वडिलांची पापं मुलांकडे चालत येतात परंतु ओरेस्ट्सिने कुटुंबाला दोष दिला नाही, जो सहजपणे तो देऊ शकला असता. त्याने देवाला किंवा नशिबाला दोष दिला नाही. त्याऐवजी त्याने स्वतः च्या स्थितीला स्वतः कारणीभूत असल्याचं स्वीकारलं आणि ती सुधारण्याचे प्रयत्न केले. ती दीर्घकाळ चालणारी प्रक्रिया होती, जसे मानसोपचार चालतात. सरतेशेवटी तो बरा झाला आणि स्वतःच्या प्रयत्नांतून बरं होण्याच्या या प्रक्रियेत, ज्या गोष्टींनी पूर्वी दुःख दिलं होतं त्याच गोष्टींतून त्याला सुज्ञपणा लाभला.

सर्वंच अनुभवी मानसोपचारतज्ज्ञांना या दंतकथेचं नाट्यरूपांतर उपचारादरम्यान पाहायला मिळतं. त्यांच्या यशस्वी पेशंटच्या आयुष्यातील व मनातील सुडाच्या देवतांचं प्रेमळ देवतांमध्ये होणारं हे रूपांतर याचे ते साक्षीदार असतात. हे रूपांतर सहजासहजी होत नाही. जेव्हा पेशंटच्या लक्षात येतं, की मानसोपचाराच्या

प्रक्रियेत त्यांची मानसिक स्थिती व त्यातून बरं होणं याची पूर्ण जबाबदारी आपण घेणं आवश्यक आहे, तेव्हा बरेचसे पेशंट सोडून जातात. सुरुवातीला उपचारासाठी उत्सुक असलेले पेशंटदेखील! बरं होऊन पुन्हा कधीही कोणालाही दोष न देता येण्याऐवजी ते आजारी राहून देवाला दोष देत राहणं पसंत करतात. थोडेजण जे मानसोपचार सुरू ठेवतात, त्यांना बरं होण्यासाठी स्वतःची पूर्ण जबाबदारी घेणं शिकवावं लागतं. हे शिकविणं- 'प्रशिक्षण' हा खरंतर योग्य शब्द आहे- मोठं चिकाटीचं काम आहे. कारण तज्ज्ञ पुनःपुन्हा महिनोन्‌महिने, वर्षानुवर्षं प्रत्येक सेशनमध्ये पेशंटला आपली जबाबदारी टाळण्याची वृत्ती पाहायला शिकवितो. अनेक वेळा स्वतः पूर्ण जबाबदारी घेण्याच्या मार्गावर आणलेले पेशंट एखाद्या हट्टी मुलाप्रमाणे आरडाओरडा करतात. मात्र सरतेशेवटी ते आपला प्रवास पूर्ण करतात. क्वचितच एखादा पेशंट उपचार सुरू करतानाच पूर्ण जबाबदारी स्वीकारायला तयार असतो. अशा वेळी उपचारासाठी एखाद-दुसरं वर्ष लागलं, तरी ती प्रक्रिया सुरळीत, निर्विघ्न पार पडते, जी तज्ज्ञ व पेशंट दोघांसाठी आनंदमय ठरते. प्रक्रिया सोपी असो, अवघड असो किंवा दीर्घकाळ चालणारी असो, परंतु सुडाच्या देवतांचं प्रेमळ देवतांमध्ये रूपांतर नक्कीच घडतं.

जे स्वतःच्या मानसिक आजाराला सामोरे जातात, आजाराची पूर्ण जबाबदारी स्वीकारतात आणि त्यातून बाहेर पडण्यासाठी आवश्यक बदल करतात, ते लहानपणीच्या व पूर्वजांच्या शापातून मुक्त होतात, नवीन व वेगळ्या जगात जगू लागतात. त्यांना पूर्वी ज्या समस्या वाटत होत्या, त्या आता सुसंधी वाटतात. जे पूर्वी नकोसे वाटणारे अडथळे होते, ते आता हवीशी वाटणारी आव्हानं होतात. पूर्वी अप्रिय असलेले विचार मार्गदर्शक संकेत बनतात; पूर्वी दडपण आणणाऱ्या गोष्टी आता देणगी बनतात, अगदी मानसिक आजाराची अशी लक्षणं ज्यापासून ते नुकतेच बरे झालेत. 'माझं नैराश्य व अस्वस्थतेचे झटके ही माझ्याबाबतीत घडलेली सर्वांत चांगली गोष्ट आहे,' यशस्वी झालेले पेशंट उपचार थांबविताना सहजपणे असं म्हणतात. उपचारादरम्यान तयार झालेल्या दृष्टिकोनानुसार जरी त्यांचा देवावर विश्वास नसला, तरी असे यशस्वी पेशंट आपल्याला ईश्वरीकृपेचा स्पर्श झालाय या खऱ्याखुऱ्या जाणिवेतूनच तसं म्हणतात.

ईश्वरीकृपेला प्रतिकार

ओरेस्स्टिस मानसोपचारतज्ज्ञाकडे गेला नाही; त्यानेच स्वतःच स्वतःला बरं केलं. प्राचीन ग्रीसमध्ये जरी एखादा विख्यात तज्ज्ञ असता, तरीसुद्धा त्याचं त्यालाच बरं व्हावं लागलं असतं. कारण आधी म्हटल्याप्रमाणे मानसोपचार हे फक्त साधन आहे, तंत्र आहे. साधन निवडणं किंवा नाकारणं हे पेशंटच्या हातात असतं आणि एकदा निवडलं की किती व कधीपर्यंत वापरायचं, हेसुद्धा पेशंट ठरवितो. काही लोक सर्व प्रकारचे अडथळे पार करतात- उदा. आर्थिक चणचण, आधीच्या तज्ज्ञाकडे आलेले भयंकर अनुभव, नातेवाइकांची नापसंती, उदास-अलिप्त दवाखाने. याउलट काही पेशंट सगळ्या गोष्टी सोयिस्कर असल्या तरी उपचार घेणं नाकारतात. जरी त्यांनी उपचार घ्यायला सुरुवात केली, तरी ठोकळ्यासारखे बसून राहतात, तज्ज्ञ कितीही कुशल, प्रेमळ प्रयत्न करणारा असला तरीही त्याचा काहीही फायदा घेत नाहीत. एखादी केस यशस्वी झाल्यानंतर त्याचं श्रेय घेण्याचा मोह मला होतो, परंतु त्या वेळी मला माहीत असतं, की मी फक्त निमित्त असतो- आणि हे माझं सुदैव आहे. कारण मानसोपचाराच्या साहाय्याने किंवा त्या शिवाय शेवटी माणूसच स्वतःला बरं करतो. परंतु फार थोडे लोक स्वतःला बरं करतात आणि बरेचजण करू शकत नाहीत, ही खरी समस्या आहे. त्याचप्रमाणे आध्यात्मिक प्रगतीचा मार्ग जरी अवघड असला, तरी सर्वांसाठी तो खुला आहे, मग इतके कमी लोक तो मार्ग का निवडतात?

या प्रश्नाच्या संदर्भात ख्रिस्त स्वतःला उद्देशून म्हणाला, ''अनेकांना बोलवलं जातं परंतु थोड्याजणांचीच निवड होते.'' मात्र थोड्याजणांचीच निवड का होते, आणि त्यांच्यात इतरांपेक्षा वेगळं काय असतं? व्यक्तीच्या मानसिक समस्येच्या गांभीर्यावर ते अवलंबून असतं, असं तज्ज्ञांचं मत आहे. म्हणजेच त्यांच्या मते सर्वच माणसं आजारी असली, तरी काहींचा आजार इतरांपेक्षा मोठा असतो आणि एखादा जेवढा जास्त आजारी असतो, तेवढं त्याला स्वतःला बरं करणं कठीण जातं. एखाद्याच्या आजाराचं गांभीर्य हे त्याला लहानपणी पालकांकडून किती प्रमाणात दुर्लक्षित केलं गेलं, हे किती लहान वयात घडलं, यावर अवलंबून असतं. मानसिक संतुलन पूर्णपणे ढासळलेल्या रुग्णांनी जन्मानंतर पहिल्या नऊ महिन्यांत पालकांचं पूर्ण दुर्लक्ष अनुभवलेलं असतं असं मानलं जातं. या ना त्या उपचारांनी त्यांच्या आजारात थोडीफार सुधारणा करता येते परंतु त्यांना पूर्ण बरं

करणं अशक्य असतं. परिस्थितीला दोषी मानणाऱ्या व्यक्तींची वयाच्या नवव्या महिन्यापर्यंत चांगली देखभाल झालेली असते परंतु पुढे वयाच्या दोन वर्षांपर्यंत त्यांनी पालकांचं दुर्लक्ष अनुभवलेलं असतं असं मानलं जातं. परिणामी असंतुलित व्यक्तीपेक्षा त्यांचा आजार सौम्य असतो तरीही पूर्ण बरं होणं अवघड असतं. स्वतःला दोषी मानणाऱ्या व्यक्तींची वयाच्या दुसऱ्या वर्षापर्यंत चांगली देखभाल झालेली असते, परंतु पुढे कधीतरी वयाच्या पाच-सहा वर्षापर्यंत पालकांचं दुर्लक्ष व्हायला सुरुवात झालेली असते असं मानलं जातं. म्हणून स्वतःला दोषी मानणाऱ्या व्यक्तींची समस्या असंतुलित व परिस्थितीला दोषी मानणाऱ्या व्यक्तीपेक्षा कमी असते, परिणामी त्यांच्यावर उपचार करणं सोपं असतं.

या विभागणीत तथ्य आहे असं मला वाटतं आणि हे तत्त्व तज्ज्ञांना अनेक बाबतीत उपयुक्त ठरतं. याच्यावर विनाकारण टीका करू नये. परंतु एवढं मात्र खरं, की हे तत्त्व संपूर्ण वस्तुस्थिती स्पष्ट करत नाही. एक म्हणजे हे तत्त्व किशोर व कुमार वयातील मुलांच्या पालकत्वाचं महत्त्व विचारात घेत नाही. या वयात होणारं पालकांचं दुर्लक्ष मानसिक समस्या निर्माण करू शकतं आणि या वयात केलेली चांगली देखभाल आधीच्या बहुतेक जखमा भरून काढू शकते. हे तत्त्व अनुमान वर्तविण्यासाठी उपयुक्त आहे- असंतुतित व्यक्तीपेक्षा परिस्थितीला दोषी मानणाऱ्या व्यक्तींवर उपचार करणं सर्वसाधारणपणे सोपं असतं. परिस्थितीला दोषी मानणाऱ्या व्यक्तीपेक्षा स्वतःला दोषी मानणाऱ्या व्यक्तींवर उपचार करणं त्यामानाने सोपं असतं. परंतु प्रत्येक केसमधील प्रगतीचा अंदाज वर्तविण्यासाठी ते तत्त्व अयशस्वी ठरतं. उदा. माझ्या संपूर्ण कारकिर्दीतील सर्वांत कमी वेळात यशस्वीपणे पूर्ण केलेली केस मानसिक संतुलन पार ढासळलेल्या व्यक्तीची होती, जी मी नऊ महिन्यात संपविली. या उलट मी एका स्त्रीबरोबर काम केलं, जिला फक्त सौम्य आजार होता परंतु थोडी फार सुधारणा व्हायलादेखील तिला तीन वर्षं लागली.

मानसिक आजारातील गांभीर्याच्या फरकाचं तत्त्व अजून एक गोष्ट विचारात घेत नाही ती म्हणजे पेशंटमधील 'प्रगतीची इच्छा'. एखाद्या खूप आजारी असलेल्या व्यक्तीची, 'प्रगतीची इच्छा' प्रबळ असेल तर ती व्यक्ती बरी होईल. त्याउलट सौम्यसा आजार असलेल्या व्यक्तीत प्रगतीची इच्छा नसेल तर ती आपल्या आजारापासून तसूभरही हलणार नाही. म्हणून माझा असा विश्वास आहे, की मानसोपचार यशस्वी किंवा अयशस्वी होण्यात प्रगतीची इच्छा महत्त्वाची भूमिका

बजावते. परंतु आत्तापर्यंत मानसोपचाराच्या तत्त्वांमध्ये हा घटक समजून घेतला नाही, खरंतर लक्षातच घेतला नाही.

प्रगतीच्या इच्छेचं आत्यंतिक महत्त्व माझ्या लक्षात आलं असलं, तरी ते स्पष्ट करणं मला कितपत जमेल, हे माहीत नाही. कारण ही संकल्पना आपल्याला चमत्काराच्या सीमारेषेवर आणून ठेवते. हे अगदी उघड आहे की प्रगतीची इच्छा ही मूलतः प्रेमाच्या प्रेरणेसारखी आहे. आध्यात्मिक प्रगतीसाठी स्वतःला विस्तृत करण्याची प्रेरणा म्हणजे प्रेम! या व्याख्येनुसार खऱ्याखुऱ्या प्रेमळ व्यक्ती प्रगतिशील असतात. प्रेमळ आईवडील एखाद्यामध्ये प्रेम करण्याची क्षमता कशी फुलवू शकतात, याबद्दल मी आधी बोललोय. मी हेदेखील दाखवून दिलंय की, या व्यतिरिक्त अनेक घटक विरोधात आहेत. वाचकांना आठवत असेल, की पुस्तकाच्या दुसऱ्या भागाच्या शेवटी प्रेमाबद्दल चार प्रश्न उपस्थित केले होते. त्यातील दोन आपण आत्ता विचारात घेणार आहोत : तज्ज्ञ अतिशय उत्तम व प्रेमळ असूनही काही पेशंट उपचारांना प्रतिसाद का देऊ शकत नाहीत? काही व्यक्ती मानसोपचाराच्या साहाय्याने किंवा त्या शिवाय प्रेमाचा अभाव असलेल्या बालपणाच्या पलीकडे जाऊन स्वतः प्रेमळ व्यक्ती कशा बनतात? वाचकांना मी असंही म्हटल्याचं आठवत असेल, या प्रश्नांचं संपूर्ण समाधान होण्याजोगं उत्तर मला देता येईल की नाही, याविषयी शंका आहे. मात्र ईश्वरीकृपा या संकल्पनेच्या आधारे या प्रश्नांवर प्रकाश टाकता येईल असं मी सुचवलं होतं.

लोकांची प्रेम करण्याची क्षमता व त्यामुळे त्यांची प्रगतीची इच्छा ही फक्त लहानपणी आईवडिलांकडून मिळालेल्या प्रेमानेच नव्हे तर आयुष्यभर मिळणाऱ्या ईश्वरीकृपेमुळे किंवा ईश्वरीप्रेमामुळे जोपासली जाते असा माझा विश्वास तयार झालाय. हेच या पुस्तकात स्पष्ट करण्याचा मी प्रयत्नसुद्धा केलाय. ईश्वरीकृपेचं सामर्थ्यशाली बळ जागृत मनाच्या पलीकडे असतं. हे अजागृत मनाद्वारे किंवा पालकांव्यतिरिक्त इतर प्रेमळ व्यक्तींच्याद्वारे कार्यरत असतं. यासोबत इतर अनेक प्रकारेसुद्धा ते कार्यरत असतं, ज्याचा उलगडा आपल्याला झालेला नाही. या ईश्वरीकृपेमुळेच लोकांना, प्रेमाचा अभाव असलेल्या पालकत्वाचा आघात पार करून उत्क्रांतीच्या मार्गावर पालकांपेक्षा जास्त प्रगती करत प्रेमळ व्यक्ती बनणं शक्य होतं. मात्र फक्त मोजक्या व्यक्तीच बालपणीची परिस्थिती पार करून उन्नती व आध्यात्मिक प्रगती का साधतात? माझा विश्वास आहे, की ईश्वरीकृपा सर्वांवर समान असते. आपल्या सर्वांवरच ईश्वरीप्रेमाची पाखर आहे, कुणावर

कमी नाही अन् कुणावर जास्त नाही. त्यामुळे मी फक्त एकच उत्तर देऊ शकतो, की बरेचजण ईश्वरीकृपेच्या बोलावण्याकडे लक्ष देत नाहीत आणि तिचं साहाय्य नाकारतात. ख्रिस्ताचं विधान - ''अनेकांना बोलवलं जातं परंतु थोड्याजणांचीच निवड होते.'' याचा मी असा अर्थ लावीन, ''आपल्या सर्वांनाच ईश्वरीकृपेकडून आमंत्रण येतं, बोलावलं जातं, परंतु आपल्यातील थोडेजणच हे बोलावणं ऐकतात, स्वीकारतात.''

मग पुढचा प्रश्न असा निर्माण होतो, की फार थोडेजणच ईश्वरीकृपेच्या या बोलावण्याकडे लक्ष का देतात? बहुतेकजण ईश्वरीकृपेला प्रतिकार का करतात? ईश्वरीकृपेने आपल्याला लाभलेली आजाराला प्रतिकार करणारी शक्ती याबद्दल मी आधीच बोललोय. मग आपल्यामध्ये आरोग्याला ही प्रतिकार करणारी तेवढीच शक्ती आहे, हे कसं शक्य आहे? या प्रश्नाचं उत्तर खरंतर मी आधीच दिलंय. ते म्हणजे आपला आळशीपणा, अव्यवस्थेचं मूळ पाप, जो आपल्याला मिळालेला शाप आहे. ज्याप्रमाणे ईश्वरीकृपा हे आपल्याला मानवी उत्क्रांतीच्या मार्गावर पुढे ढकलणाऱ्या बळाचं उगमस्थान आहे, त्याचप्रमाणे अव्यवस्था हे ईश्वरीकृपेला प्रतिकार करणारं बळ आहे. आत्ता आपण आहोत त्या स्थितीत सहज, आरामात राहू देणारं; किंवा कमीत कमी आव्हानं असलेल्या अस्तित्वाच्या खालच्या पातळीवर आणून ठेवणारं बळ आहे. आध्यात्मिक प्रगतीसाठी आवश्यक असलेलं खरंखुरं प्रेम विकसित करणं किती कठीण आहे याबद्दल आपण विस्ताराने बोललोय. कठीण कामापासून दूर राहणं अगदी स्वाभाविक आहे. अव्यवस्थेची, आळशीपणाची समस्या यांचा खोलवर विचार आपण केलाय परंतु या समस्येचा एक पैलू पुन्हा विचारात घेणं आवश्यक आहे, ते म्हणजे सामर्थ्य...

मानसोपचारतज्ज्ञ किंवा अगदी सामान्य लोकांनाही माहीत असतं की एखाद्या व्यक्तीला जास्त अधिकार व जबाबदारी असलेलं उच्चपद मिळालं तर लगेचच तिला मानसिक समस्या वरचेवर उद्‌भवू लागतात. ही बढतीची समस्या आर्मीमधील मानसोपचारतज्ज्ञांना चांगलीच माहीत असली तरी ते ही समस्या जास्त सैनिकांबरोबर वेळोवेळी उद्‌भवत नाही, हेदेखील जाणतात. कारण बरेच सैनिक त्यांची बढती नाकारण्यात यशस्वी होतात. असे अनेक सामान्य दर्जाचे सैनिक आहेत, जे आर्थिक नुकसान पत्करूनही सार्जंटच्या पदाची बढती नाकारतात. त्याचप्रमाणे असे अनेक बुद्धिमान सैनिक आहेत जे हुशारीच्या बळावर मिळणारं कार्यालयातील स्थिरस्थावर असं उच्च पद नाकारतात.

त्याऐवजी लढाईत येणारं मरण पत्करतात. जे नोकरीव्यवसायाच्या बाबतीत खरं आहे, ते आध्यात्मिक प्रगतीच्या बाबतीतही लागू आहे. कारण ईश्वरीकृपेचं बोलावणं हे बढती मिळण्यासारखंच आहे, जास्त अधिकार व जबाबदारीचं उच्च पद मिळण्याप्रमाणे आहे. ईश्वरीकृपेची जाणीव असणं, त्याचं अखंड अस्तित्व प्रत्यक्षपणे अनुभवणं, ईश्वराच्या सान्निध्याची जाणीव असणं म्हणजेच असामान्य अशी आंतरिक शांती व स्थिरता सतत अनुभवणं, त्याची दृढ जाणीव असणं. परंतु हे ज्ञान व ही जाणीव आपल्याबरोबर प्रचंड जबाबदारी घेऊन येते. कारण ईश्वराशी जवळीक अनुभवणं म्हणजे ईश्वर बनण्याचं बंधन स्वीकारणं. त्याच्या प्रेमाचं व सामर्थ्याचं साधन बनणं. ईश्वरीकृपेचं बोलावणं म्हणजे प्रयत्नपूर्वक देखभाल करणारं, सेवाभावी आयुष्य स्वीकारणं आणि त्यासाठी लागणारा त्याग करणं. ते बोलावणं म्हणजे आध्यात्मिक बालपणातून प्रौढपणात प्रवेश करणं आहे, मानवजातीचं पालकत्व स्वीकारणं आहे. टी.एस. इलियट याने हा मुद्दा त्याच्या 'मर्डर इन द कॅथेड्रल' या नाटकात चांगल्याप्रकारे स्पष्ट केलाय.

'शांती' या शब्दाचा अर्थ जाणून घेण्याचा प्रयत्न करा. जगात अव्याहतपणे युद्ध सुरू असताना, सर्वत्र युद्धाची भीती पसरली असताना देवदूतांनी शांतीची घोषणा करणं तुम्हाला विचित्र वाटतं का? तुम्हाला असं तर वाटत नाही ना की देवदूतांचा काही गैरसमज झाला आणि त्यांनी दिलेलं वचन खोटं होतं, निराशाजनक होतं?

ईश्वर स्वतः शांतीबद्दल काय बोलला, याचा खोल विचार करा. तो आपल्या शिष्यांना म्हणाला, ''माझी शांती मी तुमच्यापाशी ठेवतो, माझी शांती मी तुम्हाला देतो.'' आपल्याला शांतीचा जो अर्थ समजतो तोच त्यालाही अभिप्रेत होता का? आपला अर्थ : इंग्लंडचं राज्य व शेजारील राज्य यामध्ये शांती आहे, जहागीरदारांचे राजाशी सलोख्याचे संबंध आहेत, कुटुंबप्रमुखाची मिळकत समाधानकारक आहे, घर स्वच्छ आहे, घरी मित्रांसाठी उत्तम वाईन आहे, बायको-मुलं आनंदात आहेत. त्याच्या अनुयायांजवळ अशा गोष्टी तर उपलब्धच नव्हत्या : ते पुढच्या प्रवासासाठी निघून गेले; दुःख भोगायला; यातना, कारावास, नैराश्य जाणून घेण्यासाठी; हौतात्म्य मिळण्यासाठी. तर मग ईश्वराच्या म्हणण्याचा नेमका काय अर्थ होता? हा प्रश्न विचारलात तर हे लक्षात घ्या, की ईश्वर असंसुद्धा म्हणालाय, ''मी तुम्हाला जे देतोय ते जग देतं तसं नाहीये.'' आणि मग ईश्वराने त्याच्या अनुयायांना शांती दिली परंतु जग देतं तशी ती नव्हती.

म्हणूनच ईश्वरीकृपेच्या शांतीबरोबर दुःखदायक जबाबदाऱ्या, कर्तव्य, बंधनं येतात. यात काही नवल नाही, की आर्मीमधील अनेक योग्यता असलेले सार्जंट स्वतःहूनच अधिकाराचं पद नाकारतात. यात काही आश्चर्य नाही की मानसोपचार घेणाऱ्या पालकांना खऱ्या मानसिक आरोग्याबरोबर येणाऱ्या सामर्थ्याची कल्पना नसते. एक तरुणी माझ्याकडे नैराश्यावर एक वर्षभर उपचार घेत होती. तेव्हा तिच्या नातेवाइकांची मानसिकता ती अतिशय चांगल्याप्रकारे समजू शकली. एकदा एक कौटुंबिक समस्या तिने सुज्ञपणे, समतोलपणे, कुशलतेने सोडविली. ती मला उत्साही होऊन म्हणाली, ''मला खरंच खूप बरं वाटलं, असा अनुभव मला नेहमी यायला हवा.'' तेव्हा मी तिला सांगितलं, हे शक्य आहे आणि स्पष्ट केलं, की तिला आनंद होण्याचं कारण म्हणजे, कुटुंबाचा प्रश्न सोडविताना प्रथमच ती सामर्थ्यशाली होती. नातेवाइकांमधील विसंवाद व त्यांच्या अवाजवी मागण्या पूर्ण करण्यासाठी तिला भाग पाडण्याचे त्यांचे फसवे मार्ग या दोन्हीची तिला जाणीव होती. म्हणूनच सर्व गोष्टी प्रकाशात असताना परिस्थितीची सूत्र ती हातात घेऊ शकली. मी तिला सांगितलं, की आता ती या विस्तारित जाणिवांमधून इतर घटनांकडे पाहू शकतेय त्यामुळे अनेक वेळा तिला परिस्थितीवर नियंत्रण असल्यासारखं वाटेल आणि यातील आनंद ती नेहमी अनुभवेल. तिच्या चेहऱ्यावर भयचकित भाव उमटले. ''पण त्यासाठी मला सतत विचार करत राहावं लागेल'' ती म्हणाली. सहमत होत मी म्हणालो, ''सखोल, सारासार विचार करत राहिल्यानेच तिचं सामर्थ्य टिकेल व विकसित होईल आणि तिच्या नैराश्याच्या मुळाशी असलेल्या दुर्बलतेच्या भावनेपासून ती मुक्त होईल.'' असं ऐकताच ती खूप रागावली, ''सतत असा विचार करत राहाणं मला आवडणार नाही.'' ती गरजली. ''माझं आयुष्य अजून अवघड करण्यासाठी मी इथे आले नाही. मला फक्त मानसिक शांती हवी आहे आणि जीवन आनंदाने जगायचंय. तू काय मला एखाद्या देवासारखं बनायला सांगतोयस!'' दुःखाची गोष्ट म्हणजे थोड्याच दिवसात या बुद्धिमान स्त्रीने, मानसिक आरोग्यासाठी तिच्याकडून अपेक्षित असलेल्या गोष्टींना घाबरून, पूर्ण बरं होण्याआधीच, उपचार बंद केले.

तुम्हाला विचित्र वाटेल परंतु मानसोपचार तज्ज्ञांना या वस्तुस्थितीची चांगलीच जाणीव असते, की लोकांना मानसिक आरोग्याची नेहमीच 'भीती' वाटते. मानसोपचाराचं महत्त्वाचं काम फक्त पेशंटला मानसिक आरोग्याचा अनुभव देणं एवढंच नसून, ज्या अनुभवाप्रत ते पोहोचलेत, तेथून पळ काढण्यापासून रोखणं हेदेखील आहे. त्यासाठी तज्ज्ञ सांत्वन करणं, धीर देणं, कठोर बनणं अशा

विविध पद्धतींचा अवलंब करतो. एका दृष्टिकोनातून ही भीती योग्य आणि आवश्यकदेखील आहे. ही भीती अशी, की एखादा सामर्थ्यशाली झाल्यावर त्या सामर्थ्याचा गैरवापर करू शकेल. सेंट अगस्टिन म्हणालाय, ''तुम्ही प्रेमळ व मेहनती असाल तर तुम्ही हवं ते करायला मुक्त आहात.'' पेशंटनी मानसोपचारात भरपूर प्रगती केली तर आपण निर्दयी व अवाढव्य जगाशी जुळवून घेऊ शकत नाही ही भावना पेशंट मागे टाकतात. मग अचानक एक दिवस त्यांच्या लक्षात येतं, की आपल्याला हवं ते करणं आपल्या आवाक्यात आहे. स्वातंत्र्याची ही जाणीव भीतीदायक असते. ते विचार करतील, मी जर हवं ते करू शकतोय तर मला मोठ्या चुका करण्यापासून, गुन्हे करण्यापासून, अनैतिक बनण्यापासून, माझ्या सामर्थ्य व स्वातंत्र्याचा गैरवापर करण्यापासून कोण रोखणार? फक्त माझं प्रेम व माझा मेहनतीपणा माझ्यावर नियंत्रण ठेवायला पुरेसं आहे का?

जर एखाद्याने स्वतःच्या सामर्थ्याची व स्वातंत्र्याची जाणीव ईश्वरीकृपेने अनुभवली, तर त्या व्यक्तीचा प्रतिसाद असा असेल, ''हे ईश्वरा, मी तुझ्या विश्वासास पात्र नाही अशी मला भीती वाटते.'' ही भीती त्या व्यक्तीच्या मेहनतीपणा व प्रेमाचा अविभाज्य घटक आहे आणि सामर्थ्याचा गैरवापर रोखणाऱ्या स्वनियंत्रणासाठी आवश्यक आहे. याच कारणासाठी भीती बाजूला सारू नये; परंतु ती इतकी मोठीही नसावी, की एखाद्याला ईश्वरीकृपेच्या बोलावण्याकडे लक्ष देण्यापासून रोखू शकेल आणि एखाद्याला आपल्या पात्रतेनुसार सामर्थ्य स्वीकारण्यापासून परावृत्त करेल. ईश्वरीकृपेचं बोलावणं आलेले काहीजण मात्र ही भीती पार करून आपलं देवत्व स्वीकारण्यापूर्वी अनेक वर्षं आपल्या भीतीशी झगडत राहतात. ही भीती आणि अपात्रतेची जाणीव इतकी जास्त असते, की एखाद्याला सामर्थ्य स्वीकारण्यापासून सतत रोखते पण तेव्हा ती मानसिक समस्या असते आणि त्या व्यक्तीसाठी ती सोडवणं महत्त्वाचं असतं किंवा त्याच्या उपचारातील तो महत्त्वाचा मुद्दा असतो.

मात्र अनेकांसाठी ईश्वरीकृपेला प्रतिकार करताना सामर्थ्याचा गैरवापर होण्याची भीती हे महत्त्वाचं कारण नसतं. सेंट अगस्टिनच्या विधानातील 'तुम्ही हवं ते करायला मुक्त आहात' हा भाग पचवायला कठीण नसून 'मेहनती असणं' हा भाग पचवायला कठीण जातो. आपण बहुतेकजण लहान किंवा कुमारावस्थेतील मुलांप्रमाणे असतो. आपला विश्वास असतो, की प्रौढपणाचं स्वातंत्र्य व सामर्थ्य हा आपला हक्क आहे परंतु त्याबरोबर येणारी जबाबदारी

व स्वयंमशिस्त याची आपल्याला जाणीव नसते. आपल्याला पालकांकडून, समाजाकडून, नशिबाकडून अन्याय झाल्यासारखा वाटतो परंतु त्याचबरोबर आपल्या परिस्थितीला दोष देण्यासाठी आपल्याला वरती कुणीतरी हवं असतं. सामर्थ्याच्या अशा सर्वोच्च स्थानी पोहोचणं, जिथे स्वतःला सोडून दोष देण्यासाठी इतर कुणीही नसणं ही स्थिती अतिशय भीतीदायक आहे. आधी म्हटल्याप्रमाणे त्या सर्वोच्च स्थानी ईश्वराचं अस्तित्व आपल्याबरोबर असल्यामुळेच आपण एकटेपणाला घाबरत नाही. तरीही अनेकांमध्ये सामर्थ्यातून आलेलं एकटेपण सहन करण्याची क्षमता इतकी कमी असते, की ते आपल्या जीवननौकेचे एकमेव नावाडी होण्याचा अनुभव घेण्यापेक्षा ईश्वराचं अस्तित्वच नाकारतात. बहुतेकांना सामर्थ्यातील एकाकीपणा नको असतो परंतु मानसिक शांती मात्र हवी असते. त्यांना प्रौढपणातील आत्मविश्वास हवा असतो परंतु मोठं व्हायचं नसतं.

मोठं होणं किती अवघड आहे, हे मी आधी वेगवेगळ्या पद्धतीने मांडलंय. फार थोडे जण काहीही संभ्रम व द्विधा न बाळगता प्रौढपणात प्रवेश करतात, नवीन व मोठ्या जबाबदाऱ्या घ्यायला उत्साही असतात. बरेचजण पाय रखडत रखडत अर्धेमुर्धे प्रौढ होण्याप्रत पोहोचतात आणि संपूर्ण प्रौढपणाच्या अपेक्षांपासून दूर पळतात. असंच आध्यात्मिक प्रगतीच्या बाबतीत घडतं, ज्या प्रक्रियेत मानसिकरीत्या परिपक्व होणं अध्याहृत आहे. कारण ईश्वरीकृपेच्या बोलावण्याचं अंतिम रूप म्हणजे ईश्वराशी एकरूप होण्याचं आमंत्रण, ईश्वराशी बरोबरी साधणं. म्हणजेच संपूर्ण प्रौढपणाप्रत बोलावणं. परिवर्तनाचं किंवा ईश्वरीकृपेचं अचानक बोलावणं आल्याचा अनुभव 'अरे, व्वा!' असल्याची आपण कल्पना करतो. माझ्या अनुभवानुसार बरेचदा, निदान थोड्याफार प्रमाणात, ती 'अरे रे!' घडामोड असते. सरतेशेवटी तुम्ही बोलावणं स्वीकारता त्या क्षणाला म्हणू शकता, 'ईश्वरा, धन्यवाद!'; किंवा म्हणू शकता, 'ईश्वरा, मी लायक नाही'; किंवा म्हणू शकता, 'ईश्वरा, मला हे केलंच पाहिजे का?'

'अनेकांना बोलावलं जातं परंतु थोड्यांचीच निवड होते,' हे विधान ईश्वरीकृपेच्या बोलावण्याला प्रतिसाद देण्यातील मूलभूत समस्यांच्या दृष्टिकोनातून स्पष्ट करणं सहज शक्य आहे. प्रश्न हे नाहीत, की लोक मानसोपचार घ्यायला का तयार होत नाहीत, उत्तम तज्ज्ञ असतानादेखील उपचारांचा फायदा का घेऊ शकत नाहीत किंवा लोक ईश्वरीकृपेला नेहमीच प्रतिकार का करतात? अव्यवस्थेचं बळ त्यांना असं करायला भाग पाडतं, हे स्वाभाविकच आहे. प्रश्न खरंतर

उलट आहेत. लक्ष देणं कठीण असलं तरी काहीजण बोलावण्याकडे लक्ष कसं देतात? या थोड्याजणांमध्ये इतरांहून वेगळं असं काय आहे? मला या प्रश्नाचं उत्तर माहीत नाही. अशा व्यक्ती श्रीमंत, सुसंस्कृत घराण्यातील असतील किंवा गरीब, अंधश्रद्धाळू घरातील असतील. त्यांनी कदाचित प्रेमळ पालकत्व अनुभवलं असेल किंवा प्रेम व देखभाल यांचा पूर्ण अभाव सोसला असेल. त्यांनी मिळतंजुळतं घेण्याच्या छोट्या समस्यांसाठी किंवा मोठ्याशा मानसिक आजारासाठी उपचार सुरू केले असतील. ते म्हातारे असतील किंवा तरुण. ईश्वरीकृपेच्या बोलावण्याकडे त्यांचं अचानक लक्ष गेलं असेल... अगदी सहजपणे... किंवा ईश्वरीकृपेला त्यांनी विरोध केला असेल... टीका केली असेल... हळुहळू... जेम तेम प्रवेश दिला असेल.... वर्षानुवर्षांच्या या अनुभवांनंतर उपचारासाठी पेशंटची निवड करणं मी सोडून दिलंय. माझ्या अज्ञानातून पूर्वी ज्या पेशंटना मी वगळलंय त्यांची माफी मागतो. कारण आता माझ्या लक्षात आलंय, उपचार सुरू केल्यावर सुरुवातीच्या काळात मला बिलकूल अंदाज बांधता येत नाही, की कोणता पेशंट उपचारांना प्रतिसाद देणार नाही, कोणता पेशंट चांगला प्रतिसाद देईल परंतु तरीही थोडीफारच प्रगती करेल आणि कोणता पेशंट विलक्षणपणे ईश्वरीकृपेच्या स्थितीप्रत प्रगती साधेल. ईश्वरीकृपेच्या अनिश्चित स्वरूपाबद्दल ख्रिस्त निकोडेमसला म्हणालाय "वाऱ्याचा तुम्ही आवाज ऐकू शकता परंतु तो कोठून आला व पुढे कुठे जाणार ते तुम्ही निश्चितपणे सांगू शकत नाही. तसंच आत्म्याचंसुद्धा आहे. स्वर्गातील ईश्वर हे जीवन पुढे कोणाला बहाल करेल हे आपल्याला माहीत नाही." ईश्वरीकृपा या घडामोडीबद्दल आपण कितीही बोललो तरी शेवटी तिचं चमत्कार हे स्वरूप आपल्याला मान्य करावं लागेल.

ईश्वरीकृपेचं स्वागत

पुन्हा आपल्यासमोर विरोधाभास उभा ठाकलाय. या पुस्तकाच्या सुरुवातीपासून आध्यात्मिक प्रगती ही पद्धतशीर, सुनिश्चित प्रक्रिया असल्याचं मी लिहीत आलोय. यातून असा अर्थ निघतो, की एखाद्या विषयाचं ज्ञान जसं पीएच.डी. करून मिळविता येतं, मेहनत करून शिक्षण मिळवलं तर तुम्ही नक्कीच यशस्वी होता, तुम्हाला पदवी मिळते, त्याचप्रमाणे आध्यात्मिक प्रगतीचं शिक्षण घेता येतं. 'अनेकांना बोलावणं येतं परंतु थोड्यांचीच निवड होते' या ख्रिस्ताच्या विधानाचा मी असा अर्थ लावलाय, की फार थोडेजण ईश्वरीकृपेच्या बोलावण्याकडे लक्ष

देतात, कारण त्यात अनेक समस्या आहेत. यातून मी असं सूचित केलंय, की ईश्वरीकृपा होणं किंवा न होणं हे आपल्या निवडीवर अवलंबून आहे. माझ्या म्हणण्याचं तात्पर्य असं आहे, की ईश्वरीकृपा प्राप्त करून घ्यावी लागते आणि मला माहीत आहे, हे अगदी खरंय.

मात्र त्याचबरोबर मला हेसुद्धा माहीत आहे, की हे अजिबात तसं नसतं. आपण ईश्वरीकृपेप्रत जात नाही तर ईश्वरीकृपा आपल्याकडे येते. ती मिळविण्याचा आपण कितीही प्रयत्न केला तरी ईश्वरीकृपा आपल्याला हुलकावणी देऊ शकते. आपण तिचा शोध घेतला नाही तरी ती आपल्याला शोधून काढते. आपण आध्यात्मिक जीवनाची जाणीवपूर्वक तीव्र इच्छा केली तरी आपल्या मार्गात अनेक प्रकारचे अडथळे येण्याची शक्यता असते. किंवा कदाचित आपल्याला आध्यात्मिक जीवनाची फारशी ओढ नसेल तरीही आपल्याला त्याचं जोरदार बोलावणं येतं, आपली इच्छा नसली तरी! ईश्वरीकृपेच्या बोलावण्याकडे लक्ष द्यायचं किंवा नाही ही आपली निवड आहे असं एका पातळीवरून दिसत असलं तरी दुसऱ्या पातळीवर ईश्वरच खरंतर निवड करत असतो हे स्पष्ट आहे. ज्यांना ईश्वरीकृपेची स्थिती प्राप्त झालीय, ज्यांना 'स्वर्गातून नवीन जीवन' बहाल केलं गेलंय, त्यांना आपल्या या स्थितीचं आश्चर्य वाटतं. आपण ती कमवली आहे किंवा साध्य केली आहे, असं त्यांना वाटत नाही. आपल्यातील चांगुलपणा व चांगल्या गुणांची त्यांना खरीखुरी जाणीव असते. आपल्या या गुणांचं श्रेय किंवा त्यांचा संबंध ते त्यांच्या इच्छाशक्तीशी लावत नाहीत, तर हे गुण त्यांच्यापेक्षा कुशल व सुज्ञ हातातून निर्माण झाले आहेत याची त्यांना पूर्ण जाणीव असते. जे ईश्वरीकृपेच्या सर्वांत जवळ असतात त्यांना आपल्या देणगीच्या विलक्षण स्वरूपाची पूर्ण जाणीव असते.

हा विरोधाभास आपण कसा सोडविणार? आपण सोडवू शकत नाही. आपण जास्तीतजास्त असं म्हणू शकतो, की जरी आपण इच्छाशक्तीने ईश्वरीकृपा प्राप्त करू शकत नसलो, तरी इच्छाशक्तीच्या साहाय्याने तिच्या विलक्षण आगमनासाठी आपण स्वतःला खुलं ठेवू शकतो. आपण स्वतःला सुपीक जमीन, स्वागत करणारी जागा बनवू शकतो. आपण जर संपूर्णपणे प्रेमळ, परिपक्व, जबाबदार व्यक्ती बनलो आणि आपल्याला धर्मशास्त्राचं अजिबात ज्ञान नसलं, ईश्वराविषयी काहीही विचार नसला, तरीही या प्रयत्नांनंतर ईश्वरीकृपेच्या आगमनाची आपण चांगली तयारी केलेली असते. या उलट धर्मशास्त्राचा अभ्यास करणे

हा ईश्वरीकृपेच्या तयारीसाठी खरंतर अत्यंत निरुपयोगी मार्ग आहे. तरीही मी हा भाग पुस्तकात समाविष्ट केलाय. कारण माझा असा विश्वास आहे, की ईश्वरीकृपेच्या अस्तित्वाची जाणीव अशा व्यक्तींना साहाय्यकारी ठरते, ज्यांनी स्वतःच्या आध्यात्मिक प्रगतीचा अवघड मार्ग निवडला आहे. कारण ही जाणीव त्यांच्या प्रवासात निदान तीन प्रकारे उपयुक्त ठरते : त्यांना ईश्वरीकृपेचं साहाय्य घेता येतं; त्यांना योग्य दिशा मिळते आणि प्रोत्साहन मिळतं.

आपण ईश्वरकृपेची निवड करतो आणि ईश्वरीकृपा आपली निवड करते हा विरोधाभासच 'ईश्वरदत्त देणगी' या घडामोडीचं मूलतत्त्व आहे. ईश्वरदत्त देणगीची व्याख्या मी अशी केलीय, 'मौल्यवान किंवा आवडती भेटवस्तू अनपेक्षितपणे मिळणे.' बुद्धाला आत्मज्ञान तेव्हाच प्राप्त झालं, जेव्हा त्याने त्याचा शोध थांबवला- जेव्हा त्याने आत्मज्ञानाला स्वतःकडे येऊ दिलं. याउलट त्याला आत्मज्ञान प्राप्त झालं कारण त्याने आयुष्यातील सोळा वर्षं त्याचा शोध घेण्यात घालवली होती याबद्दल कोणालाही शंका नाही. त्याला शोध घेणं व शोध सोडून देणं दोन्ही करावं लागलं. ओरेस्टिसने ईश्वराची कृपा मिळविण्यासाठी प्रयत्न केला आणि त्याच वेळी आपला मार्ग ईश्वराने सुकर करावा अशी अपेक्षासुद्धा केली नाही. त्यामुळेच सुडाच्या देवतांचं रूपांतर ईश्वरीकृपेच्या वाहकांमध्ये झालं. शोध घेणं व शोध सोडून देणं या विरोधाभासातूनच त्याने ईश्वरदत्त देणगी व ईश्वरीकृपेचा आशीर्वाद मिळवला.

मानसोपचारात पेशंट आपल्या स्वप्नांचा उपयोग कसा करतात, यातून देखील हीच घडामोड दिसून येते. आपल्या समस्यांची उत्तरं स्वप्नांमध्ये सामावलेली आहेत याची जाणीव असणारे काही पेशंट ही उत्तरं शोधण्यासाठी आपलं प्रत्येक स्वप्न काळजीपूर्वक, पद्धतशीरपणे, प्रयत्नपूर्वक अगदी सविस्तर लिहून ठेवतात. त्याच्या वह्या घेऊन ते सेशनमध्ये येतात परंतु त्याचा फारसा उपयोग होत नाही. खरंतर या साहित्याचा उपचारात अडथळाच होऊ शकतो. एक म्हणजे प्रत्येक स्वप्नाचं विश्लेषण करायला पुरेसा वेळ नसतो. दुसरं म्हणजे या स्वप्नांच्या वह्यांचा अभ्यास करायचा ठरवलं तर इतर महत्त्वाच्या मुद्द्यांकडे दुर्लक्ष होऊ शकतं. शिवाय हे सगळं साहित्य अस्पष्ट, संदिग्धही असू शकतं. अशा पेशंटना त्यांच्या स्वप्नांचा शोध थांबवणं, स्वप्नांना त्यांच्याकडे आपोआप येऊ देणं, कोणत्या स्वप्नाने जागृत मनात प्रवेश करावा, याची निवड त्यांच्या अजागृत मनाला करू देणं, हे सर्व शिकवायला हवं. हे शिकवणं खूप कठीण आहे,

कारण यात स्वतः नियंत्रण करणं कमी करून स्वतःच्या मनाकडे त्रयस्थपणे पाहणं पेशंटला शिकवावं लागतं. जेव्हा पेशंट स्वप्न धरून बसण्याचे जाणीवपूर्वक प्रयत्न करणं सोडून देतो, तेव्हा आठवलेल्या स्वप्नांचा पसारा कमी होतो परंतु त्यांची गुणवत्ता सुधारते. परिणामतः पेशंटची स्वप्न - अजागृत मनाची देणगी, जिचा पाठपुरावा आता सोडून दिलाय - अपेक्षेनुसार पेशंटला बरं करण्यात सुंदरतेने साहाय्य करतात. दुसऱ्या बाजूने विचार केला तर अनेक पेशंटना उपचार सुरू करताना आपल्या स्वप्नांचं महत्त्व अजिबात माहीत नसतं, असंही दिसून येतं. ते आपल्या जाणिवांमधून सगळी स्वप्नं निरुपयोगी समजून सोडतात. अशा पेशंटना सुरुवातीला त्यांची स्वप्नं आठवायला शिकवावं लागतं, त्यानंतर त्यांच्या आतील खजिना ओळखायला व त्याचं महत्त्व जाणायला शिकवावं लागतं. स्वप्नांचा योग्यरीतीने उपयोग करून घेण्यासाठी त्यांचा पाठपुरावा करणं, अपेक्षा करणं कधीतरी सोडून द्यायला हवं. त्याचप्रमाणे त्यांचं मोल जाणून ती पडल्यावर त्यांचा लाभही घ्यायला हवा. स्वप्नांना देणगी म्हणूनच राहू द्यायला हवं.

ईश्वरीकृपेच्या बाबतीत हे खरं आहे. आपण पाहिलंय, की स्वप्न ही आपल्याला मिळणारी एक प्रकारची ईश्वरीकृपाच आहे. स्वप्नांच्या बाबतीतील या दृष्टिकोनाचा अवलंब इतर प्रकारांसाठीसुद्धा केला पाहिजे. अचानक झालेला उलगडा, वाईट घटनेची चाहूल आणि योगायोगाच्या सर्व घटना... अगदी प्रेम सुद्धा! आपल्याला प्रेम मिळावं अशी प्रत्येकाचीच इच्छा असते, परंतु आपण प्रथम स्वतःला प्रेम मिळण्यासाठी पात्र बनवायला हवं. आपण स्वतःला प्रेमासाठी तयार करायला हवं. असं करताना तुम्ही स्वतः प्रेमळ, परिपक्व, जबाबदार व्यक्ती बनता. आपण प्रेम मिळविण्याचा प्रयत्न केला- प्रेम मिळण्याची अपेक्षा केली- तर तो सफल होणार नाही; आपण परावलंबी, अतृप्त होऊ, खरेखुरे प्रेमळ होणार नाही. परंतु प्रेम मिळवणं हा मुख्य उद्देश न बाळगता जेव्हा आपण स्वतःचा व इतरांचा विकास करतो, तेव्हा आपण प्रेमास पात्र बनतो. मग ज्या प्रेमाचा आपण पाठपुरावा केला नाही तेच आपल्याला शोधत येतं. जे मानवी प्रेमाच्या बाबतीत खरं आहे, ते ईश्वरीप्रेमाच्या बाबतीतही खरं आहे.

ईश्वरीकृपा या भागाचं मुख्य उद्दिष्ट म्हणजे आध्यात्मिक प्रगतीच्या मार्गावर असलेल्यांना ईश्वरदत्त देणगीचं सामर्थ्य जाणण्यात साहाय्य करणं. आता आपण ईश्वरदत्त देणगीची व्याख्या नव्याने, देणगी म्हणून नव्हे तर अशी करूया - आपल्या जागृत मनाच्या प्रांतापलीकडून आपल्याला मिळालेली ईश्वरीकृपेची

भेटवस्तू ओळखण्याचं व उपयोग करून घेण्याचं विकसित केलेलं सामर्थ्य! या सामर्थ्यामुळे आपल्याला उलगडेल, की आपल्या आध्यात्मिक प्रगतीच्या प्रवासात आपल्याला अदृश्य हाताचं व ईश्वराच्या अगाध सुज्ञतेचं मार्गदर्शन मिळतंय, तेही आपल्या जागृत मनाच्या क्षमतेपेक्षा अमाप कुशलतेने! अशा मार्गदर्शनाने मग आपला प्रवास वेगवान होतो.

मी मांडलेल्या संकल्पना बुद्ध, ख्रिस्त, लाओ-त्सु व अनेकांनी वेगवेगळ्या पद्धतीने मांडल्या आहेत. विसाव्या शतकातील माझं वैयक्तिक जीवन जगताना मला तोच अर्थ उलगडला व त्यातूनच या पुस्तकाची निर्मिती झाली. तुम्हाला जर या आधुनिक संदर्भापेक्षा जास्त आकलन व्हायला हवं असेल तर प्राचीन ग्रंथांची मदत घ्या. जास्त आकलन होऊ शकेल परंतु जास्त स्पष्टीकरण मिळण्याची अपेक्षा करू नका. अनेकजण त्यांच्यातील अलिप्तता, परावलंबित्व, भीती व आळशीपणा यामुळे जास्त स्पष्टीकरणाची अपेक्षा करतात. प्रत्येक पाऊल सुरक्षित, मोलाचं आहे हे प्रत्यक्ष त्यांना कोणीतरी टाकून दाखविण्याची अपेक्षा करतात. असं शक्य नसतं. कारण आध्यात्मिक प्रगतीच्या प्रवासात धैर्य, उत्साह, विचार व कृतीचं स्वातंत्र्य यांची आवश्यकता असते. संतांचे शब्द व ईश्वरीकृपेचं साहाय्य असलं तरी प्रवास एकट्यानेच करायचा असतो. गुरू तुम्हाला तिथे हात धरून नेऊ शकत नाहीत. ठरावीक अशी पद्धत नाही. धार्मिक विधी आपल्याला आपले धडे शिकण्यासाठी साहाय्य करू शकतात, परंतु त्या विधी म्हणजे ते धडे नव्हेत. नैसर्गिक अन्न सेवन करणं, जेवणाआधी प्रार्थना म्हणणं, पूर्व किंवा पश्चिम दिशेने तोंड करून प्रार्थना करणं किंवा प्रत्येक रविवारी चर्चला जाणं या गोष्टी तुम्हाला तुमच्या ध्येयापर्यंत घेऊन जाऊ शकत नाहीत. आध्यात्मिक मार्गातील प्रवाशाला ईश्वराशी एकरूप होण्यासाठी, स्वतःचा मार्ग निवडताना, आपापल्या आयुष्यातील विशिष्ट परिस्थितीतून प्रयत्नपूर्वक व तळमळीने स्वतःचा विशिष्ट मार्ग निवडण्याच्या आवश्यकतेपासून वाचविण्यासाठी कोणतेही शब्द, कोणतीही शिकवण उपयोगी पडत नाही.

या गोष्टींची आपल्याला खरी जाणीव असली, तरी आध्यात्मिक प्रगतीचा प्रवास इतका एकाकी व अवघड असतो, की आपल्याला खूपदा निराशा जाणवते. हे विज्ञानयुग काही बाबतीत आपल्याला उपयुक्त ठरलं तरी इतर काही बाबतीत आपला निरुत्साह वाढवतं. कारण विश्वाच्या भौतिक स्वरूपावर आपला विश्वास असतो, चमत्कारांवर नव्हे. विज्ञानाने आपल्याला शिकविलं, की आपलं राहण्याचं

ठिकाण हे एका ताऱ्याभोवती फिरणारा एक ग्रह आहे, जो तारा अवकाशातील अनेक आकाशगंगांतील एका आकाशगंगेचा एक सूक्ष्म भाग आहे. या बाहेरील अमर्याद विश्वात जसं आपल्याला हरवून गेल्यासारखं वाटतं, त्याचप्रमाणे शास्त्राने आपल्या मनात आपली अशी प्रतिमा निर्माण केली, असं असहाय अस्तित्व जे आपल्या इच्छेने नव्हे तर आंतरिक बलांमुळे निश्चित व नियंत्रित केलं जातं. आपल्या मेंदूतील रासायनिक घटक व आपल्या अजागृत मनातील खळबळ आपल्याला एका विशिष्ट पद्धतीने वागायला व आपल्यात भावना निर्माण व्हायला भाग पाडतात. आपण काय करतोय याची आपल्याला जाणीवदेखील नसते. शास्त्रीय ज्ञानाने प्राचीन समजुतींची जागा घेऊन आपल्यात निरर्थकपणाची दुःखद जाणीव उत्पन्न केली. एक व्यक्ती म्हणून किंवा अगदी मानवजात म्हणून आपलं काय महत्त्व असू शकतं? आपल्याला माहीत नसलेली शरीरातील रसायनं व अंतर्मनातील बलं, इच्छा-आकांक्षा यांचे तडाखे खाणारे आपण, अशा विश्वात हरवून गेलोय, ज्याच्या अमर्याद मितींचं मोजमाप करणं आपल्या शास्त्रालादेखील शक्य नाही.

तरीही याच शास्त्राने मला ईश्वरीकृपेची वस्तुस्थिती जाणायला काही प्रकारे मदत केली. आणि तेच ज्ञान तुम्हाला देण्याचा मी प्रयत्न केलाय. कारण एकदा का ती वस्तुस्थिती जाणली, तर आपण निरर्थक व क्षुल्लक अस्तित्व असल्याचा समज मोडून पडतो. आपण व आपल्या जागृत मनाच्या पलीकडे एक सामर्थ्यशाली बळ अस्तित्वात आहे, जे आपली प्रगती व उत्क्रांती जोपासतंय, या वस्तुस्थितीची जाणीवच आपण कुणी महत्त्वाचे नाही ही आपली कल्पना उखडून टाकते. कारण या बळाचं अस्तित्व (एकदा का आपण जाणलं) वादातीत निश्चिततेने दर्शवितं, की मानवजातीची आध्यात्मिक प्रगती आपल्यापेक्षा श्रेष्ठ अशा कोणासाठी तरी अत्यंत महत्त्वाची आहे. या कोणालातरी आपण ईश्वर म्हणतो. ईश्वरीकृपेचं अस्तित्व हा फक्त ईश्वर असल्याचा पुरावा नसून, प्रत्येक व्यक्तीच्या आध्यात्मिक उन्नतीसाठी ईश्वरी इच्छेने वाहून घेतलंय या वस्तुस्थितीचादेखील पुरावा आहे. एकेकाळी जी परिकथा वाटत होती, ती आता वस्तुस्थिती बनतेय. ईश्वराची कृपादृष्टी आपल्यावर आहे, त्याच्या दृष्टीने आपण परिघावर नसून केंद्रस्थानी आहोत. अशी संभाव्यता आहे, की आपल्याला माहीत असलेलं विश्व म्हणजे एक आधारशिला (Stepping-Stone) आहे. ज्यावर एक पाऊल टाकून थेट ईश्वराच्या साम्राज्यात प्रवेश मिळतो, परंतु आपण या विश्वात हरवून गेलोय. मात्र ईश्वरीकृपेची वस्तुस्थिती दर्शविते, की मानवजात विश्वाच्या केंद्रस्थानी आहे.

स्थळ व काळामधून आपण प्रवास करण्यासाठी स्थळ व काळ अस्तित्वात आहेत. जेव्हा माझे पेशंट स्वतःचं महत्त्व विसरतात व आमच्या कामात लागणाऱ्या प्रयत्नांनी खचून जातात, तेव्हा मी कधीतरी त्यांना सांगतो, की मानवजात उत्क्रांतीची उडी घेण्याच्या तयारीत आहे. मी पुढे सांगतो, ''आपण उडी मारण्यात यशस्वी होऊ की नाही ही तुमची वैयक्तिक जबाबदारी आहे, आणि माझीसुद्धा!'' हे विश्व, ही आधारशिला ठेवल्यानेच आपल्यासाठी मार्ग तयार झालाय परंतु पलीकडे जाण्यासाठी आपल्याला स्वतःलाच पाऊल उचलायचं आहे, प्रत्येकाने एक एक करत पाऊल टाकायचं आहे. आपण धडपडू नये यासाठी ईश्वरीकृपेचं साहाय्य आपल्याला होतंय आणि ईश्वरीकृपेमुळेच आपण जाणतोय की आपलं स्वागतही होतंय. मग आपल्याला आणखी काय हवंय?

समारोप

हे पुस्तक प्रथम प्रकाशित झाल्यापासून सुदैवाने मला वाचकांकडून अनेक पत्रं आली. ती पत्रं अगदी असामान्य होती. सर्व पत्र सुज्ञ व संपन्न अशा लेखणीतून उतरली होती परंतु महत्त्वाचं म्हणजे ती अत्यंत प्रेमळ होती. त्या पत्रांतून कौतुक व्यक्त होत होतं आणि त्यात माझ्यासाठी भेटवस्तूदेखील होत्याः

अनुरूप कविता, इतर लेखकांची उपयुक्त वचनं, बोधपूर्ण विधानं आणि व्यक्तिगत अनुभव! या पत्रांमुळे माझं जीवन समृद्ध झालं. मला स्पष्ट झालं, की माझ्या कल्पनेपेक्षाही खूप विस्तृत असं पसरलेलं माणसांचं जाळं संपूर्ण जगभरात आहे. ही माणसं आध्यात्मिक प्रगतीच्या कमी अनुसरलेल्या मार्गावर शांतपणे बरीच पुढे गेली आहेत. या मार्गातील एकाकीपणा कमी केल्याने त्यांनी माझे आभार मानले. याच कारणास्तव मीसुद्धा त्यांचे आभार मानतो.

मानसोपचाराच्या उपयुक्ततेबाबत माझा जो विश्वास आहे, त्याविषयी काही वाचकांनी शंका उपस्थित केली. तेव्हा मी सांगितलं, की तज्ज्ञांची गुणवत्ता वेगवेगळी असते. माझं असं म्हणणं आहे, की काही लोक निष्णात तज्ज्ञाचा फायदा घेण्यात अपयशी ठरतात, कारण त्यासाठी लागणारे प्रयत्न करण्याची त्यांची तयारी व इच्छा नसते परंतु एक मुद्दा राहून गेला तो असा, की साधारण पाच टक्के लोकांना अशी मानसिक समस्या असते, जी मानसोपचाराने बरी करता येत नाही. कदाचित खोलवर केलेल्या आत्मपरीक्षणामुळे ती बिघडू शकते.

ज्या वाचकांनी हे पुस्तक लक्षपूर्वक वाचलं असेल व नीट समजून घेतलं असेल, ते या पाच टक्के लोकांमध्ये मोडत नाहीत. तसंही निष्णात तज्ज्ञाची जबाबदारी असते, की त्याने असे पेशंट काळजीपूर्वक ओळखून, त्यांना उपयुक्त होतील असे दुसऱ्या पद्धतीचे उपचार सुरू करावेत.

निष्णात मानसोपचारतज्ज्ञ कसा ओळखावा? हे पुस्तक वाचून ज्या अनेक वाचकांनी मानसोपचार घेण्याचं ठरविलं, त्यांनी हा प्रश्न उपस्थित केला. माझ्या मते तज्ज्ञाची निवड अतिशय विचारपूर्वक करावी. हा तुमच्या आयुष्यातील अत्यंत महत्त्वाचा निर्णय आहे. मानसोपचार ही तुमच्यासाठी सर्वांत मोठी गुंतवणूक आहे, पैशांचीच नव्हे तर मौल्यवान अशा तुमच्या वेळेची व ऊर्जेचीदेखील. शेअर मार्केटचे दलाल याला अत्यंत धोकादायक (High Risk) गुंतवणूक म्हणतील. जर निवड योग्य असेल तर तुमच्या कल्पनेबाहेरचा आध्यात्मिक मोबदला मिळेल. निवड योग्य नसेल तर प्रत्यक्ष दुखापत तर होणार नाही परंतु तुम्ही गुंतवलेला मौल्यवान असा पैसा, वेळ, ऊर्जा मात्र वाया जाईल.

त्यामुळे पारख करायला कचरू नका. तुमची अंतःप्रेरणा, आंतरिक भावना याबाबत शंका घेऊ नका. साधारणपणे तज्ज्ञाबरोबरच्या पहिल्या भेटीत तुम्हाला चांगली किंवा नकारात्मक कंपनं जाणवतील. वाईट कंपनं जाणवली तर एक वेळची फी भरून दुसरा तज्ज्ञ गाठा. ही जाणीव अमूर्त असली तरी बऱ्याचदा तिचा सुगावा छोट्या मूर्त गोष्टीतून लागू शकतो. १९६६ मध्ये जेव्हा मी मानसोपचार घ्यायला सुरुवात केली, तेव्हा व्हिएटनाम युद्धातील अमेरिकेच्या सहभागाबद्दल माझं मत नकारात्मक होतं. तज्ज्ञाची वाट पाहत असता बाहेरच्या खोलीत जी प्रसिद्ध मासिकं ठेवली होती, त्यातील संपादकीय लेख युद्धाच्या विरोधात होते. तज्ज्ञाला भेटण्यापूर्वीच मला चांगली कंपनं जाणवायला सुरुवात झाली होती.

मात्र तज्ज्ञाचा राजकीय कल, वय, लिंग यापेक्षा महत्त्वाचं आहे, की तज्ज्ञाला खरोखरच आस्था आहे का? याचीसुद्धा लगेचच जाणीव होऊ शकते. त्यासाठी तज्ज्ञाने पेशंटशी फार गोड बोललं पाहिजे, मोठी आश्वासनं दिली पाहिजे असं नाही. तज्ज्ञाला कळकळ असली, तरी तो दक्ष, अबोल, परिपक्व असू शकतो परंतु अंतःप्रेरणेने तुम्हाला तो तज्ज्ञ अलिप्त आहे की त्याला आस्था आहे, हे जाणता येईल.

तज्ज्ञ तुमच्याशी चर्चा करून जसा तुम्हाला पेशंट म्हणून घ्यायचं की नाही हे ठरवितो, तसाच अधिकार तुम्हालादेखील आहे. स्त्री मुक्ती, समलैंगिकता किंवा धर्म हे मुद्दे तुम्हाला महत्त्वाचे असतील तर त्याबद्दल तज्ज्ञाचं मत जाणून घेण्यासाठी मागे-पुढे पाहू नका. तुम्हाला स्पष्ट, प्रामाणिक, विचारपूर्वक उत्तर मिळवण्याचा अधिकार आहे. इतर प्रश्नांच्या बाबतीत- उदा. उपचार किती काळ

चालतील किंवा त्वचेच्या विकाराचं मूळ मानसिक आजारात आहे का? तज्ज्ञाने माहीत नाही असं उत्तर दिल्यास त्याच्यावर विश्वास ठेवायला हरकत नाही. जे सुशिक्षित व यशस्वी लोक आपलं अज्ञान कबूल करतात ते खरंतर निष्णात व विश्वासास पात्र असतात.

तज्ज्ञाची पात्रता त्याच्या शैक्षणिक यशावर अवलंबून नसते. कोणतीही पदवी प्रेम, धैर्य व सुज्ञता या गोष्टींवर शिक्कामोर्तब करू शकत नाही. बोर्डाची मान्यता मिळालेले मनोविकारतज्ज्ञ, शैक्षणिक यश मिळविलेले मानसोपचार तज्ज्ञ यांना अवघड प्रशिक्षण घ्यावं लागतं. त्यामुळे तुम्ही उपचारांच्याबाबतीत निश्चिंत राहू शकता. मात्र एखादा मनोविकारतज्ज्ञ एखाद्या मानसशास्त्रज्ञापेक्षा, एखाद्या समाजसेवकापेक्षा जास्त चांगल्या प्रकारे उपचार करू शकेल याची खात्री नाही. माझ्या ओळखीच्या दोन उत्तम मानसोपचारतज्ज्ञांनी कॉलेजची पदवीसुद्धा घेतलेली नाही.

मानसोपचारतज्ज्ञाचा शोध घेताना एखाद्या ओळखीच्या व्यक्तीने केलेल्या शिफारसीला प्राधान्य द्यावं. तुमच्या एखाद्या जवळच्या मित्राला एका विशिष्ट तज्ज्ञाचे उपचार लागू पडले असतील तर त्याची निवड करावी. जर तुमची लक्षणं गंभीर असतील किंवा शारीरिक समस्यासुद्धा जाणवत असतील तर सुरुवातीला मनोविकारतज्ज्ञाकडे जाणं योग्य ठरेल. मनोविकारतज्ज्ञांनी वैद्यकीय शिक्षण घेतल्यामुळे त्यांची फी खूप जास्त असते परंतु ते पेशंटच्या परिस्थितीचा सर्व दृष्टीने विचार करू शकतात. एकदा का मनोविकारतज्ज्ञाने तुमची समस्या पूर्णपणे जाणून घेतली, की तुम्ही त्याला वैद्यकीय पार्श्वभूमी नसलेल्या, कमी फी आकारणाऱ्या मानसोपचारतज्ज्ञाकडे पाठविण्याची विनंती करू शकता. उत्तम मनोविकारतज्ज्ञ नक्कीच तुम्हाला कुशल मानसोपचारतज्ज्ञाकडे पाठविण्याची तयारी दाखवेल. जर त्या तज्ज्ञाची चांगली कंपनं तुम्हाला जाणवली व तुम्हाला पेशंट म्हणून स्वीकारण्याची त्याची तयारी असेल तर तुम्ही उपचार सुरू करू शकता.

तुमची आर्थिक परिस्थिती बेताची असेल आणि मानसिक आजारासाठी विमा उतरविला नसेल तर सरकारी मनोरुग्णालय हा एकच पर्याय उरतो. तिथे तुमच्या ऐपतीनुसार फी आकारली जाईल व फसवण्याची भीती राहणार नाही. याउलट खाजगी दवाखान्यात मिळणारे मानसोपचार वरवरचे असण्याची शक्यता असते आणि स्वतःहून योग्य तज्ज्ञ निवड करण्याची तुमची क्षमता मर्यादित असते.

तरीसुद्धा तुमची निवड खूपदा योग्य ठरते.

मी थोडक्यात केलेलं मार्गदर्शन वाचकांच्या अपेक्षा तंतोतंत पूर्ण करेल असं नाही, परंतु महत्त्वाचा संदेश असा, की मानसोपचारात दोन व्यक्तींमधील मानसिक नातं उत्कट व अत्यंत सलगीचं असणं आवश्यक आहे. त्यामुळे मार्गदर्शनासाठी विश्वसनीय व्यक्ती तुम्ही स्वतःच निवडणं ही सर्वस्वी तुमची जबाबदारी आहे. एका व्यक्तीसाठी एखादा तज्ज्ञ सर्वोत्तम ठरला, तर दुसऱ्यासाठीही सर्वोत्तम ठरेलच असं नाही. प्रत्येक व्यक्ती, प्रत्येक तज्ज्ञ, प्रत्येक पेशंट आगळा-वेगळा आहे. म्हणून तुम्ही स्वतःच्या विलक्षण अशा अंतःप्रेरणेचं साहाय्य घ्यायला हवं. या निवडप्रक्रियेत थोडासा धोका असल्यामुळे मी तुमचं अभीष्टचिंतन करतो. मानसोपचार सुरू करण्याची कृती ही धैर्याची कृती आहे. त्यामुळे मला तुमचं कौतुक वाटतं.

एम. स्कॉट पेक

ब्लिस रोड

न्यु प्रेस्टन, कॉन.०६७७७.

मार्च १९७९

□□□

हे पुस्तक वाचल्यानंतर आपला अभिप्राय कृपया या mail ID *वर अवश्य पाठवा.*

books.feedback@tejgyan.org

सरश्री - अल्प परिचय

स्वीकार मुद्रा

सरश्रींचा आध्यात्मिक शोधाचा प्रवास त्यांच्या बालपणापासूनच सुरू झाला होता. हा शोध सुरू असतानाच त्यांनी अनेक प्रकारच्या पुस्तकांचं अध्ययन केलं. त्याचबरोबर या शोधकाळात त्यांनी अनेक ध्यानपद्धतींचा अभ्यासही केला. त्यांच्यातील या जिज्ञासेने त्यांना अनेक वैचारिक आणि शैक्षणिक संस्थांमध्ये जाण्यासाठी प्रेरित केलं. जीवनाचं रहस्य समजण्यासाठी त्यांनी **प्रदीर्घ काळ मनन करून आपलं शोधकार्य सातत्याने सुरू ठेवलं. या शोधातूनच त्यांना 'आत्मबोध' प्राप्त झाला.** आत्मसाक्षात्कारानंतर त्यांना जाणवलं, की **अध्यात्माचा प्रत्येक मार्ग ज्या शृंखलेने जोडलेला आहे, तो म्हणजे 'समज' (Understanding).**

आत्मबोधप्राप्तीनंतर त्यांनी अध्यापनाचं कार्य थांबवलं आणि जवळ जवळ दोन दशकांहूनही अधिक काळ आपलं समस्त जीवन मानवजातीच्या कल्याणासाठी आणि आध्यात्मिक विकासासाठी अर्पण केलं.

सरश्री म्हणतात, ''सत्यप्राप्तीच्या सर्व मार्गांचा प्रारंभ जरी वेगवेगळ्या मार्गांनी होत असला, तरी सर्वांचा अंत मात्र एकच समज प्राप्त केल्याने होतो. ही **'समज'च सर्व काही असून ती स्वतःमध्ये परिपूर्ण आहे**. आध्यात्मिक ज्ञानप्राप्तीसाठी या 'समजे'चं श्रवणच पुरेसं आहे.'' ही समज प्रकाशमान करण्यासाठी आजपर्यंत त्यांनी आध्यात्मिक विषयांवर **तीन हजारांहून अधिक प्रवचनं दिली आहेत.** या प्रवचनांद्वारे ते अध्यात्मातील अतिशय गहन संकल्पना सहज, सुलभ आणि व्यावहारिक भाषेत समजावून सांगतात. समाजातील प्रत्येक स्तरावरील मनुष्य सरश्रींद्वारे सांगितल्या जाणाऱ्या या समजेचा लाभ घेऊ शकतो. त्यासाठी कोणत्याही धर्म, जात, उपजात, वर्ण, पंथ वा लिंग यांचं बंधन नसतं. विश्वाच्या प्रत्येक कानाकोपऱ्यांतील लोक आज 'तेजज्ञान'च्या अनोख्या ज्ञानप्रणालीचा लाभ घेत आहेत. याच व्यवस्थेचा आणखी एक महत्त्वपूर्ण भाग म्हणजे, **दररोज सकाळी आणि रात्री ९ वाजून ९ मिनिटांनी लाखो लोक विश्वशांतीसाठी प्रार्थना करत आहेत.**

सरश्री – अल्प परिचय

सरश्री तेजज्ञान यूट्यूब चैनल

तेजज्ञान फाउंडेशन - परिचय

तेजज्ञान फाउंडेशन आत्मविकासातून आत्मसाक्षात्कार प्राप्त करण्याचा एक मार्ग आहे. यासाठी सरश्रींद्वारा एक अनोखी बोधप्रणाली (System for Wisdom) निर्माण झाली आहे. या प्रणालीला आंतरराष्ट्रीय प्रमाणपत्राद्वारे ISO 9001:2015च्या आवश्यकतेनुसार आणि निकष पडताळून सरळ, व्यावहारिक आणि प्रभावी बनवलं गेलं आहे. या संस्थेच्या प्रबोधनपद्धतीच्या भिन्न पैलूंना (शिक्षण, निरीक्षण आणि गुणवत्ता) स्वतंत्र गुणवत्ता परीक्षकांद्वारे (Quality Auditors) क्रमबद्ध पद्धतीने पडताळलं गेलं. त्यानंतर या पैलूंना ISO 9001:2015 साठी पात्र समजून या बोधपद्धतीला हे प्रमाणपत्र प्रदान करण्यात आलं. या फाउंडेशनचे लक्ष्य आहे नकारात्मक विचारांकडून सकारात्मक विचारांकडे वाटचाल.

तेजज्ञान फाउंडेशन परिचय

हॅपी थॉट्स तेजज्ञान यूट्यूब चैनल

महाआसमानी - अल्प परिचय

Self Development to Self Realization Towords Self Stabilizaion

तुम्हाला सर्वोच्च आनंद हवाय? असा आनंद, जो कोणत्याही बाह्य कारणावर अवलंबून नाही... जो प्रत्येक क्षणी वृद्धिंगत होतो. या जीवनात तुम्हाला प्रेम, विश्वास, शांती, समृद्धी आणि परमसंतुष्टी हवी आहे का? शारीरिक, मानसिक, सामाजिक, आर्थिक आणि आध्यात्मिक अशा आयुष्याच्या सर्व स्तरांवर यशस्वी होण्याची तुमची इच्छा आहे का? 'मी कोण आहे' हे तुम्हाला अनुभवाने जाणावंसं वाटतं का? तुमच्या अंतर्यामी अशा सर्व प्रश्नांची उत्तरं जाणण्याची इच्छा आणि 'अंतिम सत्य' प्राप्त करण्याची तृष्णा असेल, तर तेजज्ञान फाउंडेशनतर्फे आयोजित 'महाआसमानी शिबिरा'त तुमचं स्वागत आहे. हे शिबिर सरश्रींच्या मार्गदर्शनावर आधारित आहे.

महाआसमानी अल्प परिचय

हॅपी थॉट्स सरश्री (इंग्लिश) यूट्यूब चैनल

तेजज्ञान फाउंडेशनच्या सोशल मिडिया ॲक्टिव्हिटीज

तेजज्ञान इंटरनेट रेडियो

तेजज्ञान इंटरनेट रेडिओद्वारे २४ तास ३६५ दिवस, सरश्रींच्या प्रवचन आणि भजनांचा लाभ घ्या. त्यासाठी पाहा लिंक

http://www.tejgyan.org internetradio.aspx

Tejgyan Internet Radio on all platforms like Android, iPhone, iPad and Amazon

यू ट्यूबद्वारे प्रार्थनेमध्ये सहभागी होऊ शकता.

गुड मॉर्निंग प्रेयर दररोज़ सकाळी 6.15am-6.25am

ध्यान प्रार्थना बीज :
3.30pm-3.45pm & 9pm -9.15pm

शिबिर - Train & Boost Your Immunity

उत्तम असेल आपली रोगप्रतिकारशक्ती,
तरच होईल आपली स्वास्थ्याशी युक्ती

शिबिर – श्राद्ध और पितृदोष युक्ति

पूर्वजांसाठी मुक्ती प्रार्थना कशी करावी

Liberation from Ancestral Karmic Bondage

शिबिर – हॅपीवाले रिश्ते

जीवित रिश्तों का लक्ष्य

– जितृ पक्ष

यूट्युबच्या साहाय्यानेदेखील सरश्रींच्या प्रवचनांचा लाभ घेऊ शकता.

आजच यूट्युब चॅनलला सबस्क्राइब करा.

YouTube **channels**

Happy Thoughts - Tejgyan
Sirshree - Tejgyan
Happy Thoughts - Parma Gyan

*****Voice of Happy Thoughts App**

Registration link : https://happythoughts.co/
Contact No. : 7447797317

• Follow Us •

www.ingramcontent.com/pod-product-compliance
Lightning Source LLC
LaVergne TN
LVHW060557051026
849519LV00002B/395
9789390132096